AF845441

பனி உருகுவதில்லை

பனி உருகுவதில்லை

அருண்மொழி நங்கை

எழுத்து பிரசுரம்

Title: Pani Uruguvathillai
Author's Name: Arunmozhi Nangai

Published by Ezutthu Prachuram

Ezutthu Prachuram
(An imprint of Zero Degree Publishing)
No. 55(7), R Block, 6th Avenue,
Anna Nagar,
Chennai - 600 040

Website: www.zerodegreepublishing.com
E Mail id: zerodegreepublishing@gmail.com
Phone : 89250 61999

Ezutthu Prachuram First Edition: December 2021
ISBN: 978-93-91748-71-5
TITLE NO EP: 276

Rs. 380/-

Cover Design: V. Srinivasa Gopalan
Layout: Vijayan
Printed at Manipal Technologies, India.

சமர்ப்பணம்

தன் வாழ்வின் மூலம் எனக்கு விழுமியங்களை கற்றுத் தந்த
என் அன்புப் பாட்டி **ராஜம்மாள்** அவர்களுக்கு...

சிரித்து முடிந்த பிறகு

ஆர்தர் ஆஷ் என்ற அமெரிக்க டென்னிஸ் வீரரை பலருக்கு ஞாபகம் இருக்கலாம். டென்னிஸ் விளையாட்டில் 70 களில் உலக வரிசையில் முதல் இடத்தில் இருந்தவர். அமெரிக்கா, விம்பிள்டன், ப்ரெஞ்சு, ஆஸ்திரேலியா போட்டிகளின் வெற்றியாளர். இவர் ஒரு விருந்தில் கலந்துகொண்டார். டென்னிஸ் விளையாட்டு பற்றி பேச்சு வந்தபோது ஓர் இளம்பெண் டென்னிஸ் மட்டையை எப்படி பிடிக்கவேண்டும் என்று இவருக்கு கற்றுக்கொடுத்தார். அவருக்கு ஆர்தர் யார் என்பது தெரியவில்லை. சுற்றி இருந்தவர்கள் அதிர்ச்சியில் உறைந்துபோனார்கள். கடைசிவரை ஆர்தர் தான் யார் என்பதை சொல்லவே இல்லை. அடக்கமாக அப்பெண் சொல்வதை கேட்டுக் கொண்டிருந்தாராம்.

அருண்மொழி நங்கை எனும் அருணா சிறுவயதில் இருந்து தமிழ் ஆங்கில இலக்கியங்களைக் கற்றவர். அபாரமான ஞாபகசக்தி கொண்டவர். இலக்கியம் படிக்கும்போது ஒருவித திட்டத்துடனும், ஒழுங்குடனும் படித்தவர். ரஷ்ய இலக்கியங்களில் ஆரம்பித்து துர்கனேவ், ஆண்டன் செகாவ், மாக்சிம் கார்க்கி, டால்ஸ்டாய், தாஸ்தாயெவ்ஸ்கி, கோகல் என்று தொடர்ந்து, பின்னர் ஹெமிங்வே, காஃப்கா, கம்யூ, ரேமண்ட் கார்வர், இடாலோ கால்வினோ, ஐஸாக் பாஷீவிஸ்

சிங்கர் என்று தீவிரமாகப் படித்தவர். தமிழில் புதுமைப்பித்தன், கோணங்கி, சுந்தர ராமசாமி, அசோகமித்ரன் போன்ற எழுத்தாளர்களையும் விட்டுவைக்கவில்லை. அப்பொழுதே டி.எஸ் எலியட் பற்றி கட்டுரை எழுதியிருக்கிறார். இவர் மொழிபெயர்த்த ஐசாக் டெனிசனின் சிறுகதை தமிழில் 'நீலஜாடி' என்ற தலைப்பில் சுபமங்களாவில் வெளியானது. ப்ரெஞ்சு கதை ஒன்று 'மற்ற மனைவி' என்ற தலைப்பில் இவரால் மொழிபெயர்க்கப்பட்டு காலச்சுவடில் பிரசுரமானது. தொடர்ந்து சொல்புதிது இதழில் விமர்சனங்கள் எழுதினார். 25 வயதை எட்டுவதற்குள் இவ்வளவையும் செய்து முடித்து விட்டார்.

2015-ம் ஆண்டில் தமிழ் இலக்கியத் தோட்டத்தின் இயல் விருதினைப் பெற ஜெயமோகன் கனடாவுக்கு அழைக்கப்பட்டபோது அவருடன் அருணாவும் வந்திருந்தார். ஜெயமோகன் பல இலக்கியக் கூட்டங்களில் கலந்துகொண்டார். நண்பர்கள் வீட்டு விருந்துகளில் நீண்டநேரம் இலக்கியம் பேசினார். காரசாரமான விவாதங்கள் நடந்தன. அருணாவும் உட்கார்ந்திருந்தார். விருந்தினர் அவருடன் பேசும்போது சமையல் பற்றியும், அவருடைய குழந்தைகள் பற்றியும், வேலை பற்றியும் பேசினர். இப்பொழுது அதை யோசித்தாலும் வெட்கப்பட வேண்டியுள்ளது. அருணா, ஆர்தர் ஆஷ் போல மௌனமாக உட்கார்ந்திருந்தார். அவருடைய பெருந்தன்மையையும், அடக்கத்தையும் யோசித்து இன்றைக்கும் நான் வியக்கிறேன்.

சமீபத்தில், பல வாரங்கள் தொடர்ந்து அருணா எழுதிய 22 கட்டுரைகள் தொகுப்பாக வந்திருக்கிறது. அவர் எழுதியதை அந்தந்த வாரம் முதல் ஆளாக படித்திருந்தாலும் நூலாக வாசித்து முடித்தபோது சில மணி நேரம் அப்படியே உட்கார்ந்திருந்தேன். பலவிதமான சிந்தனைகள் மனதில் ஓடின. அகம் நிறைந்திருந்தது. ஆனாலும் ஒருவிதமான சோகம் ததும்பி மனம் மீண்டும் நூலுக்குள் நுழைந்தது. அந்த மாலை நினைவுக்கு வந்தது. மூன்று இளம் பெண்கள் உட்கார்ந்திருக்கின்றனர் ,ஒரு பெண் பாடத் துடங்குகிறாள்.

நீ வருவாய் என நான் இருந்தேன்
ஏன் மறந்தாய் என நான் அறியேன்,

தாபமான வரிகள் என் மனதை விட்டுப் போக மறுத்தன. முழு நூல் எனக்கு கொடுத்த உணர்வை இந்த வரிகள் தந்தன. அந்தக் குரலில் ஈரம் தடவியதுபோல இருந்தது என்று அருணா எழுதுகிறார். புகைப்படக்காரர் பின்னுக்கு பின்னுக்கு நகர்ந்து விரிவாகவும் துல்லியமாகவும் படம் எடுப்பதுபோல அருணாவின் எழுத்து அவர் சொல்லவந்த காட்சிகளை கண்முன்னே நிறுத்துகிறது.

அருணா தன் இளவயது வாழ்க்கையை விவரமாகவும், நுணுக்கமாகவும் வழங்கியிருக்கிறார். புத்தகத்தின் கடைசி கட்டுரை 'விட்டு வந்த இடம்.' அவர் இளம் வயதிலேயே தீவிரமாக எழுதத்தொடங்கி பாதியில் நிறுத்தியவர். *The Last Emperor* படத்தில் வரும் அரசர் 60 வருடத்துக்கு பின்னர் தான் வளர்த்த வெட்டுக்கிளியை விட்ட இடத்திலேயே கண்டுபிடித்ததுபோல அருணாவும் விட்ட இடத்தை மறுபடியும் தொட்டிருக்கிறார்.

ஆனால் எனக்கு இன்னொன்றும் தோன்றுகிறது. அருணா பிறந்ததிலிருந்து மணமுடிக்கும்வரை நடந்த அத்தனை சுவையான சம்பவங்களையும் சின்னச் சின்ன நிகழ்வுகளாக சொல்லிக்கொண்டே போகிறார். எத்தனை சின்ன நிகழ்வாக இருந்தாலும் அது பெரிய வாசலை வாசகருக்கு திறந்துவிடுகிறது. மணமுடித்த புதிதில் அருணா கம்பளிக் குவியலாக தூங்கி கொண்டிருப்பார். பக்கத்து வீட்டு அக்கா கதவை இடித்து 'தண்ணி வருது, நீ பாட்டுக்கு எட்டு மணிவரை தூங்கிற' எனக் கத்துவார். இந்தச் சாதாரண வரி எத்தனை விவரங்களை வாசகருக்கு கடத்துகிறது.

இந்தக் கட்டுரைகளை எழுதிக் கொண்டிருந்தபோதே அருணாவுக்கு வாசகர்களிடமிருந்து ஆலோசனைகள் வந்தபடி இருந்தன. சிலர் ஏன் கட்டுரைகளாக எழுதுகிறீர்கள், அவற்றை நல்ல சிறுகதைகளாக ஆக்கலாமே என்றெல்லாம் யோசனை

கூறினர். அருணா இவற்றை சட்டை செய்யவில்லை. இவை ஒருவருடைய உண்மையான வாழ்க்கைக் குறிப்புகள். அவற்றை சுவாரஸ்யத்துக்காக சிறுகதை வடிவில் எழுதியிருக்கிறார். ஒரு வசனம் கூடுதலாக எழுதி சிறுகதையாக்கலாம்; ஒரு வார்த்தையை நீக்கி கட்டுரையாக்கலாம். நெடுநல்வாடையில் 'வேம்பு' என்ற வார்த்தையை எடுத்தால் அது அகப்பாடலாகிவிடும். 'வேம்பு' என்ற வார்த்தையை சேர்த்ததால் அது புறப்பாடல் ஆகியிருக்கிறது. கட்டுரை என்ன சொல்ல வருகிறதோ அதைச் சொல்வதுதான் முக்கியம். அருணா முழு அர்ப்பணிப்புடன் நேர்த்தியாகவும், கச்சிதமாகவும் இந்நூலை உருவாக்கியிருக்கிறார்.

இந்த அனுபவக் கட்டுரைகளை ஒருசேர வாசித்த பிறகு எனக்கு இரண்டு விசயங்கள் தோன்றின. ஒன்று, அநேகமான கட்டுரைகளை அருணா சம்பாசணை மூலம் நகர்த்தியிருக்கும் அதிசயம். அவை தடங்கலின்றி ஆற்றொழுக்காக நகரும். உரையாடல்களை எழுதுவது கடினமான விசயம். ஏதாவது சொல்ல வேண்டுமென்றால் அதை ஆசிரியரே சொல்லிவிடுவது சுலபமானது. ஆனால் சம்பாசணை என்றால் ஓர் ஒழுங்கு வேண்டும். முன்கூட்டியே முடிவை தீர்மானிக்க முடியாது. இயற்கையாக அது போகும் போக்கில் எழுதவேண்டும். 20 வருடங்களுக்கு முன்னர் ஒருவர் பேசியதை நினைவுக்கு கொண்டுவந்து எழுதுவது அத்தனை சுலபமில்லை. கும்பகோணத்து மனிதர் பேசும்போது 'ஓய்' வந்து விழும். ஆற்றூர் ரவிவர்மா வரவேற்கும்போது 'அருண்ண்மொழி வரணம்' என்றுதான் சொல்வார். இவையெல்லாவற்றையும் நுட்பமாகவும், இயற்கையாகவும் பதிவு செய்கிறார். சுவையாக இருந்த சில இடங்கள் பலமுறை படித்து ரசிக்கக்கூடியதாக இருந்தது.

சமீபத்தில் ஒரு சேர்பிய எழுத்தாளரை மொழிபெயர்த்தேன். இலக்கியப் பேராசிரியர், அவர் பெயர் ஜோசிப் நோவோகோவிச். அவரிடம் ஒரு கேள்வி கேட்டேன். 'நீங்கள் கதையை உரையாடல்கள் மூலம் நகர்த்திச் செல்கிறீர்கள். அது சிரமமாக இல்லையா?' அவர் சொன்னார் 'மனிதன் ஆரம்பத்தில்

இருந்து உரையாடல்கள் மூலமாகத்தானே வாழ்கிறான். சம்பாசணைதான் இயற்கையானது'. அவர் சொன்னது அருணாவுக்கும் சரியாகப் பொருந்தியிருக்கிறது.

இரண்டாவதாக நான் வியந்தது இந்தக் கட்டுரைகளில் காணப்பட்ட அன்பு, பாசம், கருணை, மனிதநேயம் ஆகியவை. கோபம்கூட சித்தரிக்கப்பட்டிருக்கிறது ஆனால் வெறுப்பு என்ற உணர்வு மட்டும் கிடையவே கிடையாது. ஆச்சரியமாகவிருந்தது.

ஒரு சம்பவத்தை 'வேலிகள்' என்ற தலைப்பில் அருணா விவரித்திருக்கிறார். ஆடுகளுக்கு எப்படி முக்கோணச் சட்டம் கழுத்தில் மாட்டி வேலி அமைத்து கட்டுப்பாட்டுடன் வளர்க்கிறார்களோ அப்படி மனிதர்களும் தாங்களாகவே கட்டிக்கொண்ட வேலிகளுக்குள் வாழும் சூழல். அருணாவின் அப்பா ஆசிரியர். அவர் படிப்பித்த பள்ளிக்கூடத்தில் அய்யாவு என்றொரு ஆசிரியர். இருவருக்கும் இடையில் கடுமையான கருத்து மோதல். ஒருநாள் சண்டை முற்றி இருவரும் கட்டிப்பிடித்து உருளும் நிலைக்கு வந்துவிட்டது. இந்தச் சம்பவத்தை அருணா நடுவுநிலைமையோடு வர்ணிக்கிறார். அய்யாவு என்ற ஆசிரியர் மீது சிறு வெறுப்புகூட வராமல் எழுதிச் செல்கிறார்.

மண்டையில் யாரோ பின்னுக்கிருந்து சுத்தியலால் அடித்ததுபோல திடுக்கிடவைக்கும் சம்பவம் ஒன்றும் வர்ணிக்கப் படுகிறது. அருணாவின் அத்தையை பெண் பார்க்க வருகிறார்கள். அதற்கு நடந்த அடுக்குகளை அருணா வர்ணிக்க வர்ணிக்க வியப்பு கூடுகிறது. முதலில் இரண்டு நாள் லீவு போடுகிறார்கள். ஒட்டடை அடித்து முழு வீட்டுக்கும் வெள்ளை அடிப்பது நடக்கிறது. புளிபோட்டு பாத்திரங்கள் துலக்கப்படுகின்றன. துணிகளும் படுக்கை விரிப்புகளும் தோய்த்து உலர்த்தப்படுகின்றன. கோலம் போட்டு, வீட்டை அலங்கரித்து நிறைவாக நிலைப்படிக்கும் பொட்டு வைக்கப்படுகிறது. இரண்டு நாட்களாக பந்திப்பாய்கள் விரித்து பலவிதமான பலகாரங்கள் சுடப்படுவதும் நடக்கிறது. ஆண்களும் பெண்களும் புது ஆடை

புனைந்து தயாராகின்றனர். இவையெல்லாம் திருமணத்துக்காக இல்லை; வெறும் பெண்பார்க்கும் படலத்துக்குத்தான்.

இறுதியில் மாப்பிள்ளை வீட்டார் வருகிறார்கள், பெண் பிடித்தபடியால் மாப்பிள்ளை பெண்ணைப் பார்க்காமலே தட்டு மாற்றுகிறார்கள். மாப்பிள்ளை வீட்டுக்காரர் போன பின்னர் கல்யாணத்துக்கு யார் யார் என்ன சீர் செய்வது என்ற பேச்சு தொடங்குகிறது. சித்தப்பா இரண்டு தங்க வளையல்களை தன் பங்கு சீராக அருணாவின் அப்பாவிடம் நீட்டுகிறார். 'மயிரு, இந்த மயிரத்தான் தூக்க முடியாம ஊரணிபுரத்திலேர்ந்து தூக்கிட்டு வந்தியா? நீ ஒண்ணும் கொடுக்கவும் வேண்டாம். என் வாசப்படி மிதிக்கவும் வேண்டாம்' என்று அருணாவின் அப்பா வாயிலிருந்து சொல்லக்கூடாத சொற்கள் வெளிவருகின்றன. இந்த இடத்தை படித்தபோது மனம் திடுக்கிட்டது. ஒரு புதிய உறவு. உண்டாகும் போது பழைய உறவு ஒன்று என்றென்றைக்குமாக முறிந்து விடுகிறது. சித்தப்பா அவமானத்தால் குறுகிப்போய் புறப்பட்டபோது சிறுமி அருணா நிலத்திலே விழுந்து புரண்டு, புரண்டு அழுகிறாள். பெரியவர்கள் பார்த்துக்கொண்டே நிற்கிறார்கள்.

சிரிப்பு மூட்டுவதற்கும் சில கட்டுரைகள் உள்ளன. ஜெயமோகன் பற்றியது என்பதால் சுவாரஸ்யம் கூடுகிறது. இவர்கள் மணமுடித்த புதிதில் சுந்தர ராமசாமி வீட்டுக்கு போகிறார்கள். அவர் 'நாயர்களுக்கு காது கிடையாது' என்று ஒரு போடு போடுகிறார். எப்படியும் ஜெயமோகனுக்கு இசையில் ஆர்வம் உண்டாக்கி, ஒரு ரேப் ரிக்கார்டரும் வாங்கிவிட வேண்டும் என்று அருணா திட்டமிடுகிறார். வீட்டிலே 'பாப்பா காந்த முள்ளை இந்தப் பக்கம் திருப்பிவிடும். மெள்ள மெள்ள மாப்பிள்ளையை முழுத் தமிழராக மாற்றிவிடலாம்' என்று எதிர்பார்க்கிறார்கள். திருவையாறுக்கு போய் இசை நிகழ்ச்சியை தம்பதிகள் கேட்கிறார்கள். திரும்பும்போது பாதி வழிக்கு மட்டுமே பஸ் காசு இருக்கிறது. எப்படியோ நடு இரவில் காசு கடன் வாங்கி வீடு திரும்புகிறார்கள். அருணா சில இசை நாடாக்களை வாங்கிவிடுகிறார். அவற்றை கேட்பதற்கு

எப்படியும் டேப் ரிக்கார்டர் வாங்கித்தானே ஆகவேண்டும். வீடு வந்து இருவரும் முதன்முதலாக இசை நாடாவை போட்டு பாடலைக் கேட்கிறார்கள். ஜெயமோகன் நெகிழ்ந்து 'அம்மாவ நெனச்சுக்கிட்டேன்' என்கிறார்.

இன்னொன்று, அமெரிக்கா ஏவிய விண்வெளிக்கூடம் பழுதாகி எந்தநேரமும் தலையில் விழுந்துவிடலாம் என்று மக்கள் பதற்றத்துடன் உலாவிய அந்த நாட்கள் பற்றிய கட்டுரை. நிலத்தை பார்ப்பதை விடுத்து ஆகாயத்தை பார்த்தபடியே மக்கள் நடக்கிறார்கள். பள்ளிக்கூடம் லீவு விடுகிறது. சிலர் கடனை அவசரமாக அடைக்கிறார்கள். இன்னும் சிலர் கடனை ஏன் அடைக்கவேண்டும் என காலம் கடத்துகிறார்கள். கடைசியில் எல்லோரையும் ஏமாற்றிவிட்டு விண்வெளிக்கூடம் இந்து மகாசமுத்திரத்தில் விழுந்துவிடுகிறது.

நூல் முழுக்க அருணாவுக்கும், அவர் தாயாருக்கும் இடையில் ஒரு ரகஸ்ய உறவு ஓடிக்கொண்டிருக்கும். இருவருமே சந்தர்ப்பம் கிடைக்கும் போதெல்லாம் அருணாவின் தகப்பனை மட்டம் தட்ட தவறுவதில்லை. பல்பொடி டின்னிலும் பவுடர் டின்னிலும் அருணாவின் அப்பா ஆணியால் தேதி குறித்து வைப்பார். எவ்வளவு நாள் பயன் படுத்தப்பட்டது என்று ஆராயும் கணக்குத்தான். தாயும் அருணாவும் தங்களுக்குள் பேசிச் சிரிப்பார்கள். 'பெரிய சிற்பி இவர். தேதி போடுகிறார்' என்று ரகஸ்யக் கேலி நடக்கும். சிலவேளை அருணாவின் அப்பா விறகு பிளக்க ஆரவாரத்தோடு ஆரம்பிப்பார். கொத்து விழுந்துகொண்டே இருக்கும். 'தஸ் புஸ்' என்று சத்தம் காற்றை பிளக்கும். ஆனால் விறகு பிளக்காது.

வாரத்துக்கு வாரம் கட்டுரைகள் கூர்கொண்டு வெளியாகின. பௌர்ணமியில் 3ம் பிறையும், 7ம் பிறையும், 10ம் பிறையும் இருப்பதுபோல அருணாவுக்குள் இருந்து 3 வயது அருணாவும், 7 வயது அருணாவும் 10 வயது அருணாவும் தங்கள் தங்கள் கதைகளை சொல்கிறார்கள். அருணாவின் குடும்பத்தினர், உறவினர், நண்பர்கள், ஆசிரியர்கள் எல்லோரும் வந்து போகிறார்கள். கிராமத்தில் நடந்த அபூர்வமான சம்பவங்கள்

நினைவு கூரப்படுகின்றன. இசை, சினிமா, காதல், உலக இலக்கியம், ராமாயணம், யேசு நாடகம், கம்யூனிசம், இந்திரா காந்தி, ராமகிருஷ்ண ஹெக்டே என ஒன்றையுமே தவறவிடவில்லை. உண்மையான சரித்திரம் கிடைப்பது இப்படியான எழுத்துக்களிலிருந்துதான். மணமுடித்து தேனிலவு கொண்டாடிய நாட்களில் சோவியத் யூனியன் உடைந்தது. அருணா அதைத் தாங்க முடியாமல் தேம்பித் தேம்பி அழுததை பதிவு செய்திருக்கிறார்.

'உன் பெயரை நான் மந்திரம்போல உச்சரிக்கிறேன்' என்று ஜெயமோகன் காதலித்த சமயங்களில் எழுதியதை அருணா ஓர் இடத்தில் குறிப்பிடுகிறார். இதை நான் பல வருடங்களுக்கு முன்னர் பரிசோதித்து பார்த்திருக்கிறேன். ஜெயமோகன் கனடா வந்திருந்தபோது அவரிடம் 'அவ்வப்போது ஏற்படும் எழுத்து தடங்கலை எப்படி தாண்டி எழுதுகிறீர்கள்?' என்று கேட்டேன். அவர் 'நான் கம்புயூட்டரை திறந்து அருண்மொழி, அருண்மொழி என்று எழுதிக்கொண்டே போவேன். ஒரு கட்டத்தில் புதிதாக ஏதாவது தோன்றி எழுத்து திசை மாறும். பின்னர் அதுவாகவே விரிந்துகொண்டு போகும். என் வேலை அதன் பின்னால் போவதுதான்' என்றார். அருணா என்ற மந்திரச்சொல் இன்றைக்கும் விசை குறையாமல் வேலை செய்வதை காணலாம்.

ஃபிராங்க் மக்கோர்ட் என்ற அமெரிக்க எழுத்தாளர் தன்னுடைய 67வது வயதில் *Angela's Ashes* என்னும் சுயசரிதை நாவலை எழுதினார். அதற்கு புலிட்சர் விருது கிடைத்தது. இவரைச் சந்தித்தபோது நான் கேட்டேன். 'இத்தனை வருடங்கள் கழித்து உங்கள் இளவயது ஞாபகங்களை எழுத வேண்டும் என்று எப்படித் தோன்றியது?' அவர் சொன்னார், 'இந்தச் சம்பவங்கள் எல்லாம் என் மூளையில் இத்தனை வருடங்களாக சுழன்று என்னை இம்சைப் படுத்திக்கொண்டு இருந்தன. வெளியே வருவதற்கு ஒரு குரல் கிடைக்கவில்லை. இப்பொழுதுதான் கிடைத்தது.'

பல வருடங்களுக்கு பின்னர் அருணாவுக்குள்ளும் ஒரு குரல் எழுந்திருக்கிறது. இரண்டு பிள்ளைகளைப் பார்த்துக்கொண்டு, வேலைக்கும் போய் வந்து, எழுத்து வேலையையும் தொடர்வது ஒரு கட்டத்தில் அவருக்கு பெரும் சவாலாக அமைந்தது. அப்படியும் 100 பக்க ஈகஸ் நாடகத்தை மொழிபெயர்த்தார். ஏறக்குறைய முடியும் தறுவாயில் வீடு மாறியபோது பிரதியும் தொலைந்துபோனது. 'ஏற்கனவே குறைந்து வந்த எழுத்து வாழ்க்கையை அது முடித்து வைத்தது' என்று சோகமாக அருணா பதிவுசெய்கிறார்.

இப்பொழுது புது உற்சாகத்துடன் விட்டதைப் பிடித்து எழுத ஆரம்பித்துவிட்டார். சிரித்து முடிந்த பிறகு முகத்தில் கொஞ்சம் வெளிச்சம் மிஞ்சும் என்று அருணா ஓர் இடத்தில் சொல்கிறார். கொஞ்சம் அல்ல, நிறையவே வெளிச்சம் இந்நூல் மூலம் கிடைத்திருக்கிறது, அருணா. தொடர்ந்து எழுதுங்கள். உன்னதமான எழுத்து. வாசகர்கள் காத்திருக்கிறார்கள். அதில் முதல் வாசகனாக நான். வாழ்த்துகள்.

அ.முத்துலிங்கம்

கனடா,

26 அக்டோபர் 2021

என்னுரை

இந்த வலைப்பக்கத்தை ஏப்ரல் 26, 2021 அன்று ஆரம்பித்தேன். 'மரபிசையும் காவிரியும்' என்ற முதல் கட்டுரையுடன். ஆரவார வரவேற்புடன் அது வாசிக்கப்பட்டது. அதன் பின்னர் இசை பற்றிய கட்டுரைகள் இரண்டு எழுதினேன். தொடர்ந்து என் இளமை நினைவுகளை எழுத ஆரம்பித்தேன். தொடர்ந்த உற்சாகமும் வரவேற்பும் என்னை இதுவரை கொண்டு செலுத்திய விசைகள். ஆறுமாதம் ஓடியதே தெரியவில்லை.

தினம் தினம் புதிய உற்சாகத்தோடு எழுந்தேன். எழுதுவதைப் பற்றிய சிந்தனைகள், பரவசங்கள் என்னை எப்போதுமே படைப்பூக்கத்தின் மனநிலையிலேயே வைத்திருந்தன. அது ஒரு இனிய போதை என்பதை அறிந்தேன். எழுதும்போது என்னில் நிகழ்வது என்ன என்று என்னை நானே அவதானிக்க முயன்றேன். நான் உத்தேசிக்காத ஒன்று அடுத்த வரியாக வந்து விழுவது, அந்த மாயம் நோக்கி என்னை சுண்டி இழுத்தது.

இதில் அதிகமும் என் பதினான்கு வயது வரையிலான ஆலத்தூர் கிராம வாழ்க்கை சித்திரங்களை எழுதியிருக்கிறேன். நான் வாழ்ந்த நிலம், நான் பழகிய, பார்த்த மனிதர்கள், அந்த வாழ்க்கை. யோசிக்கும்போது மிக மெல்லிய படலமாக எழுந்து வரும் நினைவுகள் எழுதும்போது கூர்கொண்டு தெளிந்து

வருகின்றன. சரியாக ஃபோகஸ் ஆகாத காமெரா லென்ஸை திருகித் திருகி துல்லியமான காட்சியை படம்பிடிப்பது போன்றதுதான் அது. கிணற்றில் பாதாளக் கரண்டியை இட்டுத் துழாவும்போது பலகாலம் முன் விழுந்த பொருட்கள் எதிர்பாராமல் கிடைப்பது போல் ஒரு நினைவு இன்னொரு நினைவைக் கொக்கி போட்டு இழுத்துக் கொண்டு வந்தது.

என் வாழ்க்கையை செழுமைப்படுத்திய ஆலத்தூரும், அதன் மனிதர்களும், என் உறவுகளும், என் பெற்றோரும், அவர்கள் வழியே நான் கற்றுக் கொண்ட விழுமியங்களும், என்னைச் செதுக்கி என் ஆளுமையை வடிவமைத்திருப்பதாக நான் நம்புகிறேன். விரிந்த நிலத்தில் தங்கள் இளமைப் பருவத்தை கழிக்கும்படி வாழ்ந்தவர்கள் மிகவும் ஆசிர்வதிக்கப் பட்டவர்கள். சாளரத்தை திறந்தால் அடுத்தவீட்டின் சுவர் தெரியும் வாழ்க்கை எப்படியோ நம் மனதைக் குறுக்கி விடுகிறது. மனதிற்கு விரிந்த வானும், தூய காற்றும், செழித்த தாவரங்களும் வேண்டியிருக்கிறது. இது அனைத்தையும் எனக்குத் தந்த என் ஊர் என் நினைவில் இறுதி மூச்சு வரை அழியாமல் இருக்கும். அந்த நினைவை எவ்வாறேனும் சாஸ்வதப்படுத்தவேண்டும் எனத் தோன்றியது. அது எழுத்து ஒன்றால் மட்டுமே இயலும் என நினைத்தேன்.

'மரபிசையும் காவிரியும்' என்ற கட்டுரையை படித்துவிட்டு ஜெயன் அடைந்த மகிழ்ச்சியையும், உற்சாகத்தையும் நினைக்கும் போது என் எழுத்துக்கான உந்துசக்தி எது என்பதை நான் உணர்கிறேன். அதுபோல் என் இரு குழந்தைகள் அஜிதனும், சைதன்யாவும். அவர்கள் அந்த மகிழ்ச்சியை கொண்டாடினார்கள். நான் வாங்கிவந்த வரம் அது.

பிரசுரிக்கும் முன்பே என் தோழியும் என் மானசீக மகளென நான் கருதும் சுசித்ராவுக்கு அனுப்பினேன். புளகாங்கிதத்துடனும் உணர்வுபூர்வமாகவும் அவர் எழுதிய நீண்ட முதல் கடிதத்தை அடிக்கடி நான் எடுத்து படித்துக்கொள்வேன். அது என்னை மேலும் நம்பிக்கை கொள்ளச் செய்தது. அவருக்கு என் அன்பு.

ஒவ்வொரு கட்டுரைக்கும் சிறுகுறிப்பு அனுப்பி என்னை ஊக்கப்படுத்தி சிறந்த முன்னுரையும் வழங்கிய எழுத்தாளர் அ. முத்துலிங்கம் அவர்களுக்கு அன்பும், வணக்கமும்.

என்னை தொடர்ந்து வாசித்து எனக்கு உற்சாகம் அளித்த எழுத்தாளர்கள் யுவன், சாரு நிவேதிதா, நாஞ்சில் நாடன், சுரேஷ்குமார் இந்திரஜித், லக்ஷ்மி மணிவண்ணன் ஆகியோருக்கு அன்பும், நன்றியும்.

தொடர்கடிதங்களாலும், அழைப்புகளாலும் என்னை ஊக்கப்படுத்திய நண்பர்கள் வல்லினம் ஆசிரியர் நவீன், ஈரோடு கிருஷ்ணன், சென்னை செந்தில், கடலூர் சீனு, லோகமாதேவி, சிங்கப்பூர் சுபா, ஆஸ்டின் சௌந்தர், ராதா, நியூ ஜெர்ஸி பழனி, மஹேஸ்வரி ஆகிய அனைவருக்கும் அன்பும், நன்றியும்.

வலைதளத்தில் பின்தொடர்ந்து வாசித்த, எதிர்வினை ஆற்றிய அனைத்து வாசக நண்பர்களுக்கும் அன்பும், நன்றியும்.

என் மனநிலை ஏற்ற இறக்கங்களை பொறுத்துக் கொண்டு, என் வலைதளத்தை நிர்வகித்த ஜி.எஸ்.எஸ்.வி. நவீனுக்கு அன்பு.

அட்டையை அழகுற வடிவமைத்த அழிசி ஸ்ரீநிவாச கோபாலனுக்கும், அழகிய பதிப்பாக, தொழில் முறை நேர்த்தியுடன் இதை வெளியிடும் ஜீரோ டிகிரி காயத்ரிக்கும், ராம்ஜி அவர்களுக்கும் நன்றி.

அருண்மொழி நங்கை
நாகர்கோவில்
06-11-2021

பொருளடக்கம்

1

வானத்தில் நட்சத்திரங்கள்

எட்டாம் வகுப்பு முழு ஆண்டுத் தேர்வு முடிந்து கடைசி நாளன்று தோழிகளுடன் பள்ளியின் மாமரத்தடியில் பேசிக்கொண்டிருந்தபோது, அவ்வழியே வந்த ஸ்டீஃபன் சார் என்னைக் கூப்பிட்டு ஒரு ரோஸ் கலர் நோட்டீஸைத் தந்து விட்டுச் சென்றார். அதில் இயேசுவின் வாழ்க்கைக் குறிப்பு எழுதப்பட்டு முடிவில் பாஸ்காவைக் காண வாரீர். இடம், நாள், நேரம் எல்லாம் குறிப்பிடப்பட்டிருந்தது. அப்போதே தீர்மானித்துக் கொண்டேன்.

சைக்கிளில் வீட்டிற்குப் பறந்தேன். அம்மா இன்னும் வரவில்லை. பள்ளியில் கடைசி நாள் என்பதால் பார்ட்டி இருக்கும். அப்பாவின் வண்டியைக் காணவில்லை. மெயின் ரோடுக்குப் போயிருப்பார். பொருட்கள் வாங்க, நண்பர்களுடன் அளவளாவ... பாட்டி திண்ணையில் கால்நீட்டி அமர்ந்து வெற்றிலை போட்டுக் கொண்டிருந்தார்கள். தம்பி வாசலில் விளையாடிக்கொண்டிருந்தான். சைக்கிளை அலட்சியமாக

சுவரோடு சரித்தேன். ஸ்டைலாக இறங்கி புத்தகப்பையை திண்ணையின் மூலையில் எறிந்தேன். 'தூது போ ரயிலே ரயிலே... துடிக்குதொரு குயிலே குயிலே...' சத்தமாகப் பாடியபடி படிகளில் குதித்து ஏறினேன்.

பாட்டி, "என்னடி.... ஒரே பாட்டும் டான்ஸூம்? பரிட்சை முடிஞ்சிருச்சுன்னா? ஒங்கப்பன் வந்து ஒன்ன ஒக்காத்திவச்சு அடுத்த போட்டி பரீட்சைக்குப் படிக்கச் சொல்லப்போறான். அப்ப இருக்கு ஒனக்கு" என்றார்கள்.

அப்போது நாங்கள் ஆலத்தூர் எனும் கிராமத்தில் இருந்தோம். அந்த ஊர் அரசுப் பள்ளியில்தான் நான் படித்தேன். அம்மா அங்கு தொடக்கப் பள்ளியிலும் அப்பா நான் படித்த மேல்நிலைப் பள்ளியிலும் வேலை பார்த்தனர்.

அந்நாட்களில் அரசு ஒவ்வொரு தாலுக்காவிலும் உள்ள அரசுப் பள்ளிகள் அனைத்திலும் எட்டாம் வகுப்பு முழு ஆண்டு பரீட்சையில் பள்ளியில் முதல் இரண்டு ராங்க் வருபவர்கள் அனைவருக்கும் ஒரு போட்டித்தேர்வு நடத்தி அதில் தாலுகாவில் முதன்மையாக வருபவர்களுக்கு ஒரு கல்வி உதவித்தொகை வழங்கும். அந்தத் தொகை வருடாவருடம் கிடைக்கும். அந்தத் தேர்வு மிகவும் கடுமையானதாக இருக்கும். கேள்விகள் எல்லாம் சுற்றி வளைத்துக் கேட்கப் பட்டிருக்கும். தேர்வு இன்னும் 20 நாட்களில் நடக்க இருந்தது.

"போங்க பாட்டி.... எனக்கு ரெஸ்டே இல்லயா? நான் இந்த பாஸ்காவ பாத்துட்டுதான் படிப்பேன்னு அப்பாட்ட சொல்லிருவேன்."

"என்னாது அது? கொண்டா பாப்போம்..."

நான் பாட்டியின் தலைக்கு மேலே நோட்டீஸை ஆட்டி போக்கு காட்டினேன். வாண்டுப்பயல் கண்ணன் வெளியிலிருந்து ஓடிவந்து அதைப் பிடிக்கத் தாவினான்.

"ஒத வாங்கப்போற... போடா" என்றவாறு பாட்டியிடம்

நீட்டினேன். கண்ணாடியைப் போட்டுக்கொண்டு பாட்டி படித்து முடித்தார்.

“பட்டுக்கோட்டையிலேல்ல நடக்குது... ஓங்கப்பன் எங்க விடப்போறான்?”

“இல்ல பாட்டி. நான் கேக்குறேன். அப்பா நல்ல மூடில இருந்தா விடுவாங்க. இன்னும் ரெண்டு நாள் டைம் இருக்கு.”

அதற்குள் இயேசுவின் கதையை மீண்டும் பாட்டியிடம் நானும் தம்பியும் கேட்டுக்கொண்டோம். பாட்டி எல்லா கதைகளையும் புராண தொனியில் சொல்வதில் வல்லவர். ஏசுவே ஒரு இந்து சாமி போல அவரை மீறி ஆகிவிட்டார்.

என் பாட்டி கதைக் களஞ்சியம். மஹாபாரத, ராமாயணக் கதைகள், பாகவதக் கதைகள், கண்ணனின் சிறுவயது லீலைகள், குண்டலகேசி கதை, சிலப்பதிகாரம், மணிமேகலை கதை, விசுவாமித்திரர், வசிஷ்டர், துர்வாசர், பரசுராமர் போன்ற ரிஷிகளின் கதைகள், இந்திரன், தேவலோக கன்னிகள் ஊர்வசி, மேனகை, ரம்பை, திலோத்தமை கதைகள், பட்டி விக்ரமாதித்தன் கதைகள், அகலிகை சாபம் வாங்கிய கதை, மணலில் பானை செய்து தண்ணீர் கொண்டுபோக முடியாமல் கணவனிடம் சாபம் வாங்கிய பத்தினி கதை... இவ்விரு கதைகளிலும் நான் அழுதுவிட்டேன். தன் கணவனை தாசி வீட்டுக்கு கூடையில் வைத்துத் தூக்கிச் சென்ற பத்தினி நளாயினி கதை... அந்தக் கதைகேட்டு நான் அவளைத் திட்டினேன். கூடையோடு அந்த முனிவரைக் கிணற்றில் போட்டிருக்க வேண்டாமா? புத்தி கெட்டவள்.

மேலும் கணவனே கண்கண்ட தெய்வம், மணாளனே மங்கையின் பாக்கியம், ஆயிரம் தலைவாங்கிய அபூர்வ சிந்தாமணி, அலிபாபா போன்ற சினிமா கதைகளையும் பழைய புராணமாக்கும் நவயுகக் கதைசொல்லி என் பாட்டி. அம்மா பார்ட்டி முடிந்து சிரித்த முகத்துடன் வந்தாள். அவள் முந்தானையைப் பற்றிக்கொண்டு தம்பி ஓடினான். நானும்

வேகமாக உள்ளே ஓடினேன். பேப்பரில் சுற்றி கைக்குட்டையில் பொதிந்து கொண்டுவந்த மைசூர்பாக்கையும் காராசேவையும் அம்மா எங்களுக்குப் பங்கு வைத்தாள். பள்ளியில் டீ மட்டும் குடித்திருப்பாள்.

பாட்டி திண்ணையில் இருந்து, “என்னா அங்க?” என்றார்கள். அம்மா கிசுகிசுப்பாக, “மோப்பம் புடிச்சுருச்சு, கொண்டுபோயிக் குடு” என்றாள். பாட்டியை இப்போதைக்கு பகைத்துக்கொள்ளக் கூடாது. பாஸ்காவுக்கு அழைத்துச் செல்ல இருக்கும் தேவதூதர் அல்லவா?

அப்பாவின் வண்டிச்சத்தம் தெருமுனையில் கேட்டது. ஆட்டத்தை நிறுத்தி அமைதியானோம். இன்றைக்கு பாடப்புத்தகத்தை விரித்துவைத்தால் அது பொருத்தமாக இராது. நான் உடனே சோவியத் இதழை எடுத்துக் கொண்டேன். தம்பி என்னருகே வந்து அமர்ந்துகொண்டான். அப்பா உள்ளே வந்து சுற்றுமுற்றும் பார்த்தார். தங்கக் கண்மணிகளாக நாங்கள் அவர் கண்ணுக்குத் திகழ்ந்திருப்போம் என நினைக்கிறேன். உள்ளே மளிகை சாமானை வைத்துவிட்டு அம்மாவிடம் ஓரிரு சொற்களில் ஏதோ முணுமுணுத்துவிட்டு திண்ணைக்கு வந்தார்.

“பாப்பா, இன்னக்கி பரிட்ச எப்டி எழுதின?” துண்டால் முகத்தைத் துடைத்துக்கொண்டு ஈஸிசேரில் அமர்ந்தார்.

“நல்லா எழுதினேம்பா” என்ன மனநிலையில் இருக்கிறார் என யூகிக்க முடியவில்லை. நோட்டீஸைக் காட்டலாமா? இப்போது வேண்டாம். தருணம் கனிந்தமைக்கான உறுதியான சான்றுகள் இல்லை. அம்மா காபியை அப்பாவிடம் தந்துவிட்டுச் சென்றாள். காப்பியை அருகே ஸ்டூலில் வைத்துவிட்டு அப்பா, “பாப்பா, இங்க வா” என்றார்.

நான் அருகே சென்றேன். “என்ன வாங்கிட்டு வந்திருக்கேன்? சொல்லு பாப்போம்” என்றார். நான் ஆழ்ந்து மூச்சை இழுத்து, ”செட்டியார் கடை பக்கோடா” என்றேன். “எங்க பாப்பாயி கரெக்டா கண்டுபிடிச்சுருச்சே” என்று சிரித்தார்.

சரியான தருணம். குஷியாக இருக்கும்போது மட்டுமே என்னை என் அப்பா பாப்பாயி அல்லது கழுத என்பார்.

என் தம்பி உடனே, "அப்பவே வாசன வந்துச்சுப்பா" என்றான். உடனே அவனை மடியில் ஏற்றிக்கொண்டார். அவனைத் தனியாக பிறகு கவனித்துக்கொள்வோம் என முடிவுசெய்தேன்.

"இந்தா... எல்லோருக்கும் ஒரு பொட்டலம் கொடு" என்னிடம் பொதியை நீட்டினார்.

கொடுத்துவிட்டு, "அப்பா, இத பாருங்க" நோட்டீஸை நீட்டினேன். அது என்ன என்று எனக்கே தெரியாததுபோல...

வாங்கி படித்துவிட்டு என்னைப் பார்த்தார். ஒரு கணம்கூட இடைவெளி விடாமல், "அப்பா, நானும் பாட்டியும் தம்பியும் பாக்கப்போட்டுமா" என்றேன்.

"அம்மா... இதுங்க ரெண்டையும் கூட்டிட்டுப் போய்ட்டு வந்துடுவீங்களா?"

பாட்டி ஆர்வமில்லாதது மாதிரி, "அதெல்லாம் போலாம். ஆனா நைட்டு நாடகம் முடிய பன்னெண்டு மணி ஆய்டும். சரசு வீட்டுல தங்கிட்டு மறுநாதான் வருவோம்" என்று இழுத்தார். சரசு அத்தை என் அப்பாவின் ஒன்றுவிட்ட தங்கை. பட்டுக்கோட்டை காசாங்குளம் ரோட்டில் வாடகைக்குக் குடி இருந்தார்.

அதெல்லாம் தேவர்கள் முடிவுசெய்யும் தருணம். அப்பா உடனே, "சரி" என்றார். "பாலுவையும் தொணக்கி கூட்டிட்டுப் போங்க" என்றார். பாலு, சரசு அத்தையின் கடைசித் தம்பி.

அப்பா ஹாலுக்குள் சென்றதும் பாய்ந்துசென்று பாட்டியின் கழுத்தைக் கட்டிக்கொண்டேன். தம்பியும் முதுகுப்பக்கமாக வந்து தொங்கினான். "மூச்சு முட்டுது, விடுங்க கழுதங்களா" எங்கள் பாட்டி போலியாக சலித்துக்கொண்டார்.

மறுநாள் சனிக்கிழமை வீடு சுழல் காற்றடித்ததுபோல

சிதறிக்கொண்டே இருந்தது. அப்பா பிரதானமாகச் சில அறிவுரைகளை மட்டுமே வழங்கினார். தம்பி கூட்டத்தில் தொலைந்துவிடாமல் இருக்க எப்போதும் அவன் கையைப் பிடித்துக்கொள்ள வேண்டும். ஈ மொய்க்கிற கண்ட தின்பண்டங்களையும் வாங்கி சாப்பிடக் கூடாது. வீட்டிலிருந்து கொண்டு போகிற தின்பண்டங்களைச் சாப்பிட்டு, வீட்டுத் தண்ணீர் மட்டுமே அருந்த வேண்டும். உட்காரும் மணல்மேல் துண்டை விரித்து அமர வேண்டும்.

அம்மா நினைத்து நினைத்து ஏதாவது சொல்லிக்கொண்டிருந்தாள். அம்மா சொல்வதற்கு நேர்மாறாக பாட்டி பதிலடி கொடுத்துக் கொண்டிருந்தார். ஒருவர் சொல்லை இன்னொருவரிடம் சொல்ல நான் அடுக்களைக்கும் திண்ணைக்குமாகப் பறந்து கொண்டிருந்தேன். அடுக்களையில் இருந்து அர்ஜுனன் விடும் அம்பை திண்ணையில் இருந்து பீஷ்மர் விடும் அம்பு தூள்தூளாக்கிக் கொண்டிருந்தது.

அம்மா செய்து வைத்திருந்த முறுக்கு, சீடை, ரவா லாடு எல்லாம் பொதிந்தாயிற்று. இதற்கிடையில் பாட்டி நீட்டி முழக்கினார். “சீடை கடிக்கிற மாதிரியா ஓங்கம்மா பண்றா? இருக்குற பல்லும் போய்டும் போல இருக்கு...”

என் அப்பா உடனே, “அது சீடை இல்லம்மா, சீட்டை. வல்லின ட” என்றார்.

அம்மா கையில் கொண்டுவந்த தண்ணீர் சொம்பை நங்கென்று வைத்துவிட்டு உள்ளே சென்றாள்.

நான் உடனே, “பாட்டி நீங்க லாடும் ,முறுக்கும் சாப்பிடுங்க“ என்று பிரச்சனையைத் தீர்த்து வைத்தேன்.

நான் ஒவ்வொரு பிரச்சனையையும் முற்றவிடாமல் ஆரம்பத்திலேயே தீர்த்துவைக்கும் வெளியுறவுத் தூதர் மாதிரி செயல்பட்டுக் கொண்டிருந்தேன். எந்தப் பிரச்சனை வெடித்து சண்டை வந்தாலும் முதலில் நாடகத்திற்குதான் வேட்டு என்பதை உணர்ந்திருந்தேன்.

மறுநாள் காலை விடிந்ததும் கிளம்புவதால் சண்டையெல்லாம் வராது. இந்த இரவை மெல்ல கடத்திவிட வேண்டும். சரி, ஆடைகள் பேக் செய்து எடுத்துக்கொள்வதை பேசினால் நேரம் போய்விடும். “அம்மா, என்ன ட்ரெஸ் போட்டுக்க நான்? பர்த்டேக்கு எடுத்தத போட்டுக்கவா?” என்றேன்.

முந்தைய மாதம்தான் என் பிறந்த நாள் கடந்திருந்தது. அப்பா எனக்கு அழகான லைட் வயலட் கலர் பைஜாமா எடுத்துத் தந்திருந்தார். பிறந்த நாளன்று பைஜாமா அணிந்து அதற்கு மேட்சாக அம்மா வாங்கியிருந்த வளையல், மணி, ரிப்பன் சகிதம் புறப்பட்டுச் சென்றேன். கிளம்பும்போதே அம்மா திருஷ்டி சுத்தி, “எங்கண்ணே பட்டுடும்போல இருக்கு” என்றாள்.

ஆனால், பள்ளியில் நேர்மாறாக பள்ளியே கூடி நின்று என்னை வேடிக்கை பார்த்தது. வியந்து வியந்து பேசிக்கொண்டார்கள். சிரிப்பு வேறு. மாலை வீட்டிற்கு வந்து இனிமேல் அந்த டிரெஸ்ஸைப் போட மாட்டேன் என்று காலை, கையை உதைத்துப் புரண்டு அழுதேன். அம்மாதான் அணைத்து சமாதானப்படுத்தினாள்.

“எஞ்செல்லம் இல்ல... பர்த்டேயும் அதுவுமா அழுவக் கூடாது. ஊரா இது? சரியான பட்டிக்காடு. இவங்கள்ளாம் பைஜாமாவ எங்க கண்டாங்க. போனமாசம் பட்டுக்கோட்டையிலே பாத்தமே, அந்தப் படத்துல ஒனக்கு புடிச்ச ஸ்ரீதேவி டிசைன்டிசைனா இதத்தான போட்டுட்டு வருவா. என்ன படம் அது?”

“அடுத்த வாரிசு” என்று கண்ணீருடன் புன்னகைத்தேன்.

அம்மா அந்தச் சம்பவத்தை நினைத்துப் புன்னகைத்துக்கொண்டே பீரோவிலிருந்து பைஜாமாவை எடுத்து என்னிடம் தந்தாள். “கண்ட எடத்துல வெத்திலபாக்கு துப்பி வச்சிருப்பாங்க. பாத்து ஒக்காரு. அழுக்காக்காம” என்றாள்.

தம்பி “அம்மா, நான் பறவ சட்ட போட்டுக்கவா?” என்றான் பரவசத்துடன். காப்பி கலரும், பிஸ்கட் கலரும் கலந்த அந்தச் சட்டையில் ஓவியங்களில் பறவைகளைப் போடுவதுபோல்

வி ஷேப்பில் போட்டிருக்கும்.

“எப்ப பாரு... அதயே போட்டு மானத்த வாங்குறாம்மா”. அவன் முகம் அழத் தயாராக இருந்தது. நான் ஓரமாக அவனைத் தள்ளிக்கொண்டு போனேன். “இந்த பாரு, நான் சொல்றபடி டிரெஸ் பண்ணா உனக்கு அக்கா குச்சி ஐஸ், கல்கோணா, சர்பத் எல்லாம் வாங்கித் தருவேன்” என்று முணுமுணுத்தேன். உடனே தியாகத்துக்கு ஒத்துக்கொண்டான்.

மறுநாள் அம்மா மெல்ல, “பாப்பா” என்று எழுப்பியதும் பாய்ந்து எழுந்தேன். குளத்துக்குப் போக எல்லாம் நேரமில்லை. வீட்டிலேயே குளித்தோம். பாட்டியும் சுறுசுறுப்பாகக் கிளம்பினார். டிபன் சாப்பிட்டுவிட்டு மெயின் ரோட் போய் பஸ் ஏறினோம். ஜன்னலோரத்தைத் தம்பிக்கு விட்டுக்கொடுத்தேன். ரோஜாப்பூ நிறத்தில் அழகாக உற்சாகமாக இருந்தான். என் வீட்டில் அப்பாவும் நானும்தான் மாநிறம். மற்ற எல்லாரும் நல்ல சிவப்பு. பாட்டி சின்ன வயசில் இன்னும் சிவப்பாக இருப்பார்களாம்.

பாட்டி, “ஒங்கப்பன் எண்ணி காசு கொடுத்திருக்கான்டி.... கஞ்சன். கண்ட பண்டமெல்லாம் கேக்கக் கூடாது” என்றார்.

“பாட்டி, அம்மா எனக்குத் தனியா காசு கொடுத்திருக்காங்க. இந்தாங்க” என்றேன். அம்மாவிடம் முதல்நாள் இரவு, “அம்மா, நெறய கட போட்டிருப்பாங்க. நான் மணி, வளையல் வாங்கிக்கட்டா” என்று கிசுகிசுத்தேன்.

“உன் டெஸ்ட் முடிஞ்சு பாட்டி வீடு போம்போது திருவாரூர் தேரோட்டத்தில் அம்மா எல்லாம் வாங்கித் தருவேன்” என்றாள்.

பாட்டிவீடு, தேரோட்டம் என்றதுமே ஜிலீர் என்றது எனக்கு. இந்த ஏப்ரல், மே மாதங்கள்தான் எத்தனை உற்சாகமானவை. விடுமுறை, திருவிழா, தேரோட்டம், பாட்டி வீடு, சித்தி வீடுகள். ஆனாலும் கெஞ்சி கொஞ்சம் பணம் வாங்கிவிட்டேன்.

சரசு அத்தை வீட்டில் ஏகக் களேபரமாக இருந்தது. ரொம்பநாள்

கழித்துச் சென்றதால் பலத்த உபச்சாரம். மதியம் நன்றாக உறங்கினோம். மாலை நான்கு மணிக்கு கிளம்பிச் சென்றோம். பாலு மாமாவும் கூட வந்தார்.

செயின்ட் இசபெல்லா பள்ளியை ஒட்டினாற்போல் இருக்கும் பெரிய சர்ச் முன்னால் பெரிய திடல் இருந்தது. ஓரமெல்லாம் கலர் கலராகப் புதிதாக முளைத்த கடைகள். அப்போதே நிறைய ஆட்கள் கூடியிருந்தார்கள். ஒருபக்கம் ராட்டினம். பலவித சிறுவர் விளையாட்டுகள்.

“இங்கதான் எல்லா மீட்டிங், அரசியல் கூட்டமும் நடக்கும். ஒருவாட்டி எம்.ஜி.ஆர் கூட வந்திருக்கிறார். நைட் இந்த கிரவுண்ட் நிரம்பிடும். பக்கத்து ஊர்கள்ல இருந்து நெறய ஆட்கள் நாடகம் பாக்க வருவாங்க... அருணா, கண்ணன் கைய பத்தரமா புடிச்சுக்க” என்றார் பாலு மாமா.

நான் தலையாட்டிக்கொண்டே தம்பி கையை இறுக்கினேன். வியர்வையில் வழுக்கியது. அவனுக்கு வலித்திருக்க வேண்டும். ஆனாலும் தங்கக்குடம் போல் சமத்தாக இருந்தான். வீட்டில்தான் அவனைப்போட்டு மொத்துவேன். வெளியில் வந்தால் எனக்கு அவன்மேல் பாசம் பொங்கும்.

தாகமாக இருந்ததால் எல்லோரும் சர்பத் குடித்தோம். ஆரஞ்சுக் கலர் எசென்ஸ் ஊற்றி எலுமிச்சைப் பிழிந்து நிறைய ஐஸ்கட்டிகள் மிதக்க பெரிய கண்ணாடி கிளாஸில் தரப்பட்ட சர்பத் அவ்வளவு நன்றாக இருந்தது. குடிக்க குடிக்கத் தீரவில்லை. தம்பி குடிக்கத் திணறினான். நான் வாங்கி மிச்சத்தை வாயில் கவிழ்த்துக்கொண்டேன்.

பிறகு நான் ராட்டினத்தில் ஏறி ரவுண்ட் வந்தேன். தம்பி பயந்தான். சோன்பப்டி வாங்கி சாப்பிட்டபடியே மேடை நன்கு தெரிகிற இடமாகப் பார்த்து துண்டை விரித்து அமர்ந்தோம். இருட்டிவிட்டது. எட்டு மணி ஆனபோது ஆட்கூட்டத்தால் மைதானம் நிரம்பியது. ஒன்பது மணிக்கு நாடகம் ஆரம்பம். ஏதோ திருச்சியிலிருந்து வரும் நாடகக் குழுவினர் என்று

பாலு மாமா சொன்னார். எட்டு மணிக்கு ஒரு மெல்லிசைக் குழு வந்து பாடிக்கொண்டிருந்தனர். தெரியாத பாடல்கள் நடுவே, 'தேவன் திருச்சபை மலர்களே!' ஒலித்தபோது நான் பாட்டியின் கையை அழுத்தி, எனக்குப் புடிச்ச பாட்டு என்றேன். பாட்டியும் ஆமோதித்தார்.

ஒன்பது மணிக்கு நாடகம் தொடங்கியது. கன்னிமேரியின் கனவில் தேவதூதன் வந்து உனக்கு ஒரு தேவமகன் பிறப்பான் என்றுகூறும் காட்சியில் நாடகம் அனைவரையும் உள்ளிழுத்துக்கொண்டது. கன்னிமேரி அழகாக இருந்தார். அவர்கள் அணிந்திருந்த ஆடைகள், பின்னணி வசனங்கள், இசை எல்லாம் சேர்ந்து நாங்கள் இருப்பது பட்டுக்கோட்டை என்பதையே மறக்கவைத்தது. எல்லோரும் ஜெருசலேமில் இருந்தோம்.

மாட்டுக்கொட்டிலில் குழந்தை யேசுவின் பிறப்பு, ஏரோது மன்னனின் படைவீரர்கள் இவர்களைத் துரத்தி வருவது, இவர்கள் மறைந்து தப்புவது, இயேசு வளர்வது, தச்சனான தந்தை ஜோசப்பிடம் இயேசு தச்சுப்பணி கற்றுக்கொள்வது, பிறகு வளர்ந்தபின் மலைப்பிரசங்கம் செய்வது, அவருக்கு சீடர்கள் சேர்வது என நாடகம் மிகவும் நன்றாகப் போய்க் கொண்டிருந்தது. இடையிடையே ஏற்படும் சந்தேகங்களை பாட்டியிடம் நானும் தம்பியும் தாழ்ந்த குரலில் கேட்டுக் கொண்டோம். பாட்டியின் ஞாபகத்திறனை நான் வியந்தேன். பன்னிரெண்டு சீடர்கள் பெயரையும் பாட்டி மணிமணியாகச் சொன்னார்கள். தம்பியும் நானும் ஒன்றிவிட்டோம். கடைசி விருந்து நடக்கிறது. யூதாஸ் பணத்திற்காக ஆசைப்பட்டு முத்தமிட்டு யேசுவைக் காட்டிக்கொடுத்து விட்டான். அதன்பிறகு நாடகம் பார்ப்பவர்களைக் கரைத்துவிடும் போல் இருந்தது. ஆங்காங்கே செருமல்கள், உச் கொட்டல்கள். இயேசுவாக நடித்தவர் உயரமாக, ஒல்லியாக, சிவப்பாக கழுத்து வரை வளர்க்கப்பட்ட முடியுடன் இருந்தார். அழகாக, பாவமாகத் தோன்றினார். ஏசுமேல் குற்றம் சுமத்தப்பட்டு, முள்முடி சூட்டப்பட்டபோதே ஆங்காங்கே விசும்பல்கள்

எழுந்தன. எனக்கும் நெஞ்சடைத்தது. கண் கலங்கியது. தம்பி கண்ணீருடன் தேம்பிக்கொண்டிருந்தான். நான் அவனைச் சேர்த்துப் பிடித்துக்கொண்டேன்.

இயேசுவை சிலுவை சுமக்கவைத்து, கல்வாரிக்கு அழைத்துச்செல்லும் காட்சி. "தேவமைந்தன் போகிறான், சிலுவை சுமந்து போகிறான்" யாரோ பாடினார்கள் உயிரை உருக்கும்படி. அவரை சாட்டையால் அடித்தபடியே செல்கிறார்கள். அவர் தடுமாறுகிறார். விழுந்து, எழுந்து, மெல்ல, குனிந்து சிலுவையின் பாரத்தைச் சுமக்க முடியாமல் செல்கிறார். வழியில் அவரைப்பார்த்த அன்னை மேரி மயக்கம் அடைகிறாள்.

அவர் போகும் வழியில் நிற்கும் மக்கள் திரளில் யாரோ யேசுவுக்குத் தண்ணீர் தருகின்றனர். அதை அவர் வாங்கி ஆவலுடன் வாயருகே கொண்டுசெல்லும்போது ஒரு கொடூரப் படைவீரன் அதைத் தட்டி விடுகிறான். அந்த இடத்தில் என்னால் கண்ணீரைக் கட்டுப்படுத்த இயலவில்லை. என் தம்பி தாரைதாரையாகக் கண்ணீர்விட்டு, "அக்கா அவர அடிக்க வேண்டாம்னு சொல்லு... சொல்லு" என்றான். நான் அவனை முதுகில் தடவி விட்டுக்கொண்டே இருந்தேன். பாட்டியைப் பார்த்தேன். பாட்டியும் ஒன்றி கலங்கிப் போயிருந்தார். கூட்டத்தில் பலரும் அழுதுகொண்டிருந்தனர். பெண்கள் பலரும் முந்தானையால் வாயை அழுத்தியபடி தேம்பிக்கொண்டிருந்தனர்.

இயேசு மயக்கமடைகிறார். அவரை அப்போதும் ஒருவன் சாட்டையால் அடிக்கிறான். என் தம்பி பயங்கரக் கேவலுடன் அழுதான். திடீரென்று எழுந்து நின்று, "கம்னாட்டிப் பயலுவளா, ஏண்டா யேசுவ போட்டு அடிக்கிறீங்க, அவர விடுங்கடா" என்று உரத்தகுரலில் ஆத்திரத்துடன் கத்தினான்.

நானும் பாட்டியும் சூழலை உணர்ந்து அவனை இழுத்து மடியில் கிடத்திக்கொண்டோம். அவன் திமிறி எழ முயல நான் அவனை இறுக்கி மடியோடு பிடித்துக்கொண்டேன். அவன்

கொஞ்சம் அடங்கி அழத்தொடங்கியபோது மெதுவாக அவன் முதுகைத் தடவிக் கொண்டிருந்தேன். பாட்டி அவன் தலையை வருடினார். அவன் நெடுநேரம் விசும்பியபடி இருந்தான்.

பிறகு சிலுவையில் ஏற்றுவது, மூன்றாம் நாள் இயேசு உயிர்த்தெழுவது எதையும் அவன் பார்க்கவில்லை. தூங்கிவிட்டான். சிலுவையில் ஏற்றி ஆணி அறையும் காட்சி மிகவும் தாங்க முடியாததாக இருந்தது. நிறைய பேர் வாய்விட்டழுதனர். நானும் சத்தமாகக் கதறி அழுதேன்.

ஆனால், இயேசு உயிர்த்தெழும் காட்சியில் எல்லோரும் வியப்பொலி எழுப்பினர். எனக்குப் புல்லரித்தது. மிகுந்த பரவசமாக அந்த இடமே பிரகாசமாக மாறியது போல் தோன்றியது. முடிவில் இனிய கீதத்துடன் நாடகம் முடிந்தது. தம்பி தூங்கிவிட்டதால் ரிக்ஷா பிடித்தோம். திறந்த ரிக்ஷா. பாலு மாமா நடந்துவந்தார்.

ரிக்ஷாவில் வரும்போது நானும் பாட்டியும் பேசிக்கொள்ளவில்லை. என் மனம் எந்த நினைவுகளுமின்றி பஞ்சு போல் இருந்தது. வானத்தைப் பார்த்தேன். நீலவானில் நட்சத்திரங்கள் கொட்டிக்கிடந்தன. எனக்கு நன்கு பரிச்சயமான மூன்று ராஜாக்களை நான் அடையாளம் கண்டுகொண்டேன். இயேசு பிறந்தபோது அவர்கள்தான் சென்று பார்த்தவர்கள். கிறிஸ்தவக் கதைகளில் அவர்களை மூன்று தீர்க்கதரிசிகள் என்று சொல்வார்கள் எனப் பாட்டி முன்பு சொல்லியிருக்கிறார். மூன்று சாட்சிகள் நம் கண்ணுக்கு நட்சத்திரமாகத் தெரிகின்றனர். இயேசு அவர்களுக்கு மேல் தேவலோகத்தில் இருப்பார். ரிக்ஷாவின் பலமான குலுங்கலில் தம்பி மெல்ல கண்விழித்து மலங்கமலங்க எங்களைப் பார்த்தான். பிறகு நிமிர்ந்து வானத்தைப் பார்த்தான். மூன்று ராஜாக்களை என்னிடம் காட்டி முகம் மலர்ந்தான். அவனை அப்படியே அணைத்துக் கொண்டேன்.

★★★

2

கண்ணீரும் கனவும்

அது ஒரு ஞாயிற்றுக்கிழமை. அப்போது எனக்கு எட்டு வயதிருக்கும். முதன்முதலாக நான் குமுதத்தில் வந்த வாஸந்தி எழுதிய ஒரு சிறுகதையை முழுவதுமாக வாசித்தேன். பெயர் நினைவில்லை. அக்கதை என்னைப் புரட்டிப்போட்டது. கதையின் சாராம்சம் இதுதான். ஒரு கிராமத்து ஏரிக்கரைக்குச் சுற்றுலா வரும் ஒரு பணக்கார, பெரிய வட இந்தியக் குடும்பம் விரிப்பு விரித்து, பலவிதமாய் தயாரித்த உணவுகளைச் சாப்பிட்டுவிட்டு, சீட்டாடிவிட்டு, விளையாடிவிட்டுச் செல்கிறது. அவர்களுக்கு அருகில் ஆடு மேய்க்கும் ஒரு சிறுமி, குடிதண்ணீர் கொண்டுவந்து கொடுத்து உதவுகிறாள். அவளுக்கும், இக்குடும்பத்தின் பணக்கார குட்டிப்பெண்ணுக்கும் இடையே ஒரு நல்ல புரிதலும், நட்பும் உருவாகிறது. கடைசியில் அவர்கள் போகும்போது, மீதமான எல்லா உணவையும் கொட்டிக் கவிழ்த்து அவளுடைய பாத்திரத்தில் இட்டுச் சென்றுவிடுகிறார்கள். கிட்டத்தட்ட எச்சில் சோறு. அப்பெண் அவர்கள் போவதை கலங்கிய கண்களுடன் பார்த்துக்கொண்டு நிற்கிறாள். இப்பக்கம் அவள் பணக்காரத் தோழியும் அழுகிறாள். குடும்பம் கண்டுகொள்வதில்லை.

அக்கதை என்னை நிலைகுலைய வைத்தது. நெடுநேரம் நினைத்து, நினைத்து அழுதுகொண்டிருந்தேன். எட்டு வயது அருண்மொழி முதல்முறையாகப் பிறருக்காக சிந்திய கண்ணீர். அதுவரை குமுதம், விகடனில் வரும் ஜோக்குகள், சிறிய குறிப்புகள், ரத்னபாலா, கோகுலத்தில் வரும் சிறார் கதைகளை விரும்பிப் படித்துக் கொண்டிருந்தேன். இதைத் தவிர காமிக்ஸ் எனும் வகைமைகளையும் படித்துத் தள்ளிக் கொண்டிருந்தேன். அதிலும் சாகசக் கதைகளில் வரும் இரும்புக்கை மாயாவி, இன்னபிற சாகச கதாநாயகர்களை விட துப்பறியும் சாம்பு வரும் காமிக்ஸ் புத்தகங்கள் என் பிரியத்திற்குகந்தவையாக இருந்தன. சாம்பு கொஞ்சம் அசமஞ்சம். கூட இருக்கும் சிறுவனும், நாயும் அதி புத்திசாலிகள். அவர்கள் உதவியால் சாம்பு மாமா துப்பறிந்து விடுவார்.

அதன்பிறகு மிகுந்த ஆர்வத்துடன் கதைகள் வாசிக்கத் தொடங்கினேன். கதைகளில் இந்துமதி, வாஸந்தி, சிவசங்கரி, மூவரும் ஒரே மாதிரியாக எழுதினார்கள். குடும்பக் கதைகள், காதல் கதைகள் என. ஆனால், சுஜாதா மட்டும் வித்யாசமாக எழுதினார். வளரவளர எனக்கு சுஜாதா மிக உவப்பானவராக இருந்தார்.

எங்கள் வீட்டில் விகடன், குமுதம் இரண்டும் வாங்குவோம். பள்ளியில் அம்மாவும், பிற டீச்சர்களும் இக்கதைகளைப் பற்றியே உரையாடிக் கொள்வார்கள். நான் அதைக் கேட்டுக்கொண்டு நின்றால், என் அம்மா, “பெரியவுங்க பேசிக்கிறத வாய் பாக்காத” என்று அதட்டுவார். அப்போது குமுதம், விகடன் இரண்டிலும் சுஜாதாவின் ‘கரையெல்லாம் செண்பகப்பூ’, ‘கொலையுதிர் காலம்’ இரண்டும் தொடர்களாக வந்து, எல்லோராலும் பெரிதும் விரும்பி வாசிக்கப்பட்டன.

சுஜாதாவின் எழுத்தின் வழியாக, பல அறிவியல் தகவல்களை அறிந்துகொண்டேன். ஸ்டெல்லெட்டோ என்று ஒரு கத்தி உள்ளது. அதை வைத்துக் கீறிவிட்டால் இரத்தம் உறையாமல் இறந்துவிடுவார்கள். அது விரலிடுக்கில் மறைத்துக் கொள்ளும் அளவு சிறியது. இப்படியாகப் பல தகவல்களை, நட்பு வட்டத்தில்

கசியவிட்டு பெரிய ஆளாகிக் கொண்டிருப்பேன். வாய்பிளந்து கேட்கும் கூட்டம் என்னைச் சுற்றி இருக்க, மிகப் பெருமிதமாக உணர்வேன். சொந்த சரக்கையும் கலந்து அடித்துவிடுவேன்.

கொலையுதிர் கால ஹீரோயின், 'லீனா' என் ஆதர்ச நாயகி. என்ன அழகான பெயர்! எனக்கும்தான் வைத்திருக்கிறாரே என் அப்பா... சொல்லி முடிப்பதற்குள் மூச்சு வாங்குகிறது. என் பெயரை நான் மிகமிக வெறுத்தேன். என் பெயர், எனக்குப் பிடித்தமானதாக ஆக 1991 வரை நான் காத்திருக்க வேண்டியிருந்தது. "உன் பெயரை நான் மந்திரம்போல் உச்சரிக்கிறேன்" என்று அவர் கடிதம் எழுதிய பிறகே, எனக்கு என் பெயர் பிடித்தமானதாக ஆனது.

லீனாவை, ஜெயராஜ் மாடர்ன் கேர்ள் ஆக அழகாக வரைந்திருப்பார். அவள் ரத்தம் நீல நிறமாக இருக்கும். நடுராத்திரியில் பயப்படாமல் சுடுகாட்டிற்குப் போவாள். ஒரு அமானுஷ்யப் பிறவிதான் அவள். ஒவ்வொரு வாரமும் உச்சகட்ட திகிலில் நிறுத்தி 'தொடரும்' போடுவார் சுஜாதா. அடுத்த வாரம்வரை நிலைகொள்ளாது. போஸ்ட்மேன் குமரன் அண்ணனைப் பாலத்தின் கலுங்கருகே எதிர்கொண்டு நிறுத்தி, குமுதம், விகடனை வாங்கி பாலத்தில் அமர்ந்து படித்துவிட்டு, சாவகாசமாக வீட்டிற்கு வருவேன். பிறகு அம்மா, அப்பா படித்து இரண்டு, மூன்று வீடு சுற்றியே கைக்கு வந்து சேரும்.

அதில் வரும் நகைச்சுவைகள், கணேஷ், வசந்த் உரையாடல்கள் எனக்கு மிகவும் பிடிக்கும். அதுவும் வசந்த், அந்த மெக்சிகன் சலவைக்காரி ஜோக்கை கடைசிவரை சொல்லவே மாட்டான். மறுபுறம் பெண் எழுத்தாளர்கள், குடும்ப வாழ்வு, மாமியார் கொடுமை, காதல் என்று எழுதிக்கொண்டிருந்தனர். காதல் என்பது, ஆணும் பெண்ணும் பெரியவர்களான பிறகு வரும் உணர்வு என்றும், ஒரு ஆண் ஒரு பெண்ணைத் தொட்டால் அவளுக்கு ஷாக் அடித்தால் அது காதலென்றும் என் குட்டிமண்டை புரிந்து வைத்திருந்தது. ஆனால் இதையெல்லாம் பிறரிடம் பகிரக்கூடாதென்றும் அந்தக் குட்டிமண்டைக்குத் தெரிந்திருந்தது.

இப்படியாகப் போய்க்கொண்டிருந்த எனக்கு, முழு புத்தகமாக ராணிமுத்து வெளியீட்டு நாவல்கள் கிடைக்க ஆரம்பித்து தேடித்தேடி, வீடு வீடாகச் சென்று படித்தேன். அக்காக்களிடம் நச்சரித்து வாங்கி சனி, ஞாயிறுகளில் தென்னந்தோப்புகளில் அமர்ந்து படித்தேன். பைண்ட் செய்யப்பட்ட பல தொடர்கதை பொக்கிஷங்களும் எனக்குக் கிடைத்த வண்ணமிருந்தன. ஆறு, ஏழு வகுப்புகளில் படிக்கும்போது, முழு நாவலாகப் படித்ததில் கல்கி, சாண்டில்யன் என்னை அவ்வளவாகக் கவரவில்லை. ஆனால் ஸ்டெல்லா புரூஸ், மகரிஷி, பி. வி.ஆர், ஸ்ரீ வேணுகோபாலன் ஆகியோர் மிகவும் கவர்ந்தனர். ஸ்டெல்லா புரூஸின் ‘அது ஒரு நிலாக்காலம்’, மகரிஷியின் ‘நதியைத் தேடி வந்த கடல்’, வேணுகோபாலன் எழுதிய ‘திருவரங்கன் உலா’, ‘சுவர்ணமுகி’, சிவசங்கரியின் ‘ஒரு மனிதனின் கதை’ ஆகியவை மிகவும் கவர்ந்தவை. படித்துத் தள்ளியதில் மனதில் நின்றவை இவை மட்டுமே எனும்போது, அவற்றில் வணிக அம்சத்தை மீறிய ஏதோ ஒன்று இருந்ததாக எனக்குத் தோன்றுகிறது. பிறகு ஜெயகாந்தன் மிக முக்கியத் தாக்கத்தை என்னில் ஏற்படுத்தினார்.

இதற்கிடையில் அப்பா, நான் எட்டாம் வகுப்பு படிக்கும் போதிருந்து துக்ளக்கும், சோவியத் இதழ்களும் வாங்க ஆரம்பித்தார். துக்ளக்கில் சோ, அப்போது எல்லா அரசியல்வாதிகளையும் கடுமையாகத் தாக்குவார். இந்திரா, எம்.ஜி.ஆர், கொ.ப.செ ஜெயலலிதா, கருணாநிதி என்று எல்லோரையும் சகட்டுமேனிக்குக் காய்ச்சுவார். கேள்வி பதில் பகுதியில், கார்ட்டூனில், கிண்டல் கரைபுரண்டு ஓடும். படித்துப் படித்துச் சிரிப்போம். அதில்வரும் அருண்ஷோரி, குல்தீப் நய்யார் கட்டுரைகளை விரும்பிப் படிப்பேன். துக்ளக்கில் ஒரு தொடரும் வந்தது, ‘கூவம் நதிக் கரையினிலே’ என்று. ஒரு ஐயர் தெரியாத்தனமாகக் கட்சி ஆரம்பித்துவிடுவார். நிறைய குளறுபடிகள். சற்று விவரம் குறைந்த ஐயருக்கு, அதி புத்திசாலியான ஜக்கு என்ற பேட்டை ரவுடி அந்தரங்க ஆலோசகராக இருப்பான். “இன்னா ஐயிரே, பேமானி மாரி முளிக்காதே” என்று அதிகாரத்துடன் அதட்டியபடியே ஆலோசனை சொல்வான். குருட்டாம்போக்கில் இவர்

ஜெயித்தும் விடுவார். இந்திராவுடன் சீட் ஒதுக்கீடு சம்பந்தமாக ஐயர் உரையாடும் இடம் உச்சக்கட்ட நகைச்சுவை.

பன்னிரெண்டாம் வகுப்பு விடுமுறையிலும், கல்லூரி முதலாமாண்டும் என் வாசிப்பு வேறு திசையில் பயணித்தது. வீட்டில் எல்லோர் பேரிலும் நூலக உறுப்பினர் அட்டை இருந்ததால், நூல்களை அள்ளிக்கொண்டு வருவான் என் தம்பி.

வானம்பாடி கவிஞர்களின் கவிதைகள் மேல், எனக்குப் பித்தெழுந்த ஒரு காலகட்டம். அப்துல் ரஹ்மான், மு. மேத்தா, நா. காமராசன், மீரா, வைரமுத்து, அபி என்று அனைத்துத் தொகுப்புகளையும் படித்துத் தள்ளினேன். அவற்றில் அபி அவர்களின் ‘மௌனத்தின் நாவுகள்’ தொகுப்பும் இருந்தது. மழையில் நனையாமல் வரும் கொசு போல ஊடே புகுந்து வெளிவந்து விட்டேன். தம்பியிடம், “இவர் கவிதைகள் மட்டும் புரியல. ஆனா நல்ல கவிதை போல இருக்கு” என்றேன்.

பிறகு ஒரு வகைதொகை இல்லாமல், சோமலெ எழுதிய நூல்கள், ஏ.கே.செட்டியாரின் பயண நூல்கள், லேனா தமிழ்வாணனின் நம்பிக்கை நூல்கள், நா.பா, அகிலன் தொடங்கி ரமணிச் சந்திரன் வரை, ராஜேஷ் குமார் தொடங்கி பட்டுக்கோட்டை பிரபாகர் வரை சமூக மற்றும் துப்பறியும் நாவல்களாக வாசித்துத் தள்ளினேன். சுஜாதாவின் ‘ஏன்? எதற்கு? எப்படி?’ அறிவியல் கேள்வி பதில்கள் ஜூனியர் விகடனில் தொடராக வந்தது. அறிவியல் சம்பந்தமாக என்பதால் அதையும் விரும்பிப் படித்தேன்.

சுஜாதா, அவ்வப்போது சிறுபத்திரிகை பற்றி குறிப்பிடுவார். ஒரு பேட்டியில் அசோகமித்ரன் பெயரைச் சொல்லி அவரை ‘*writers writer*’ என்று கூறியிருந்தார். சுஜாதாவே குறிப்பிடும் அவர் பெரிய எழுத்தாளராகத்தான் இருக்க வேண்டும். அப்துல் ரஹ்மான் ஒரு கட்டுரையில் தனது ஆதர்ச எழுத்தாளர் ‘சுந்தர ராமசாமி’ என்றும் பிடித்த நாவல், ‘ஒரு புளிய மரத்தின் கதை’ என்றும் கூறியிருந்தார். பெயர்களே மிகப் புதுமையாக ஒலித்தன. என் தம்பியிடம் தேடிப்பார்க்கச் சொன்னேன். அவன் உதட்டைப் பிதுக்கியபடி வந்தான்.

இரண்டாம் வருடம் கல்லூரியில் படிக்கும்போது கல்லூரியின் பெயர்மாற்றம் தொடர்பாக ஒரு ஸ்டிரைக் வந்தது. புரட்சி மனநிலையை வெளிப்படுத்த ஒரு அரிய சந்தர்ப்பம்... தேமேயென்று இருந்த எங்கள் பசங்களுக்குக்கூட வீரமும், ஆவேசமும் வந்து கண்டன ஆர்ப்பாட்டம், வகுப்புகளைக் காலவரையின்றி புறக்கணிப்பது, உண்ணாவிரதம் என்று போராட்டம் தீவிரம் கொண்டது. கல்லூரி விடுதியின் மெஸ் மூடிவிட்டதால், உண்மையிலேயே உண்ணாவிரதம்தான். கான்ட்டீனும் பூட்டப்பட்டது. கலங்கிப்போனோம். இரண்டாம் நாளே சோர்வு ஆட்கொண்டது. மதுரை ஒத்தக்கடைக்கு அடுத்த பேருந்து நிறுத்தமான மலையாளத்தாம் பட்டி எங்கள் கல்லூரி வளாகம் இருந்த இடம். அது தனித்த 150 ஏக்கர்களைக் கொண்ட பெரிய வளாகம். எதற்கும் வழியில்லை. அம்மா செய்து தந்த அதிரசம், முறுக்கு, பொட்டுக் கடலை உருண்டையை (பொட்டுகடலை மாவு, சீனி, நெய் சேர்த்துச் செய்வது) இரவு உண்டு, தண்ணீர் குடித்து நானும், என் தோழிகள் கலைச்செல்வி, அமுதாவும் சமாளித்தோம். இந்தத் தகவல் பக்கத்து ரூம்களுக்குக் கசிந்து எல்லோரும் படையெடுக்க மறுநாளே எல்லாம் காலி.

நேரமே போகாமல் சோர்வும், சலிப்பும் ஆட்கொண்ட அந்த நேரத்தில், ஒரு சீனியர் அக்கா, அவர் பாலகுமாரனின் அதி தீவிர ரசிகை... மெர்க்குரிப் பூக்கள், இரும்புக் குதிரைகள், கரையோர முதலைகள் மூன்று நாவல்களையும் தந்தார். எல்லாவற்றிலும் கதாநாயகனுக்குத் திருமணத்தை மீறிய ஒரு உறவொன்று ஏற்படும். அந்தப் பெண் அறிவுஜீவி, மனைவி அசமஞ்சம். இதே வழக்கமான பாணியை பாலகுமாரன் பயன்படுத்தியிருப்பார். அதுவும் சலித்தது. ஆனால் இரும்புக் குதிரை நாயகி ஞானக்கூத்தனின் கவிதையை விரும்பிப் படிப்பாள். ‘எனக்கும் தமிழ்தான் மூச்சு, அதைப் பிறர்மேல் விடமாட்டேன்’ , ‘அம்மாவின் பொய்கள்’ என்ற முழுக்கவிதையும் சொல்வாள். அதுவரை ஓசை மிகுந்த கவிதைகளையே படித்த எனக்கு, இவரது அடங்கிய தொனி கவிதைகள் பிடித்தன. தேடுதல் பட்டியலில் அ.மி., சு.ரா, வுடன் மூன்றாவது நபரும்

சேர்ந்துவிட்டார். பொதுவெளியில் காணக்கிடைக்காத இவர்கள் நக்சலைட் எழுத்தாளர்களோ, குறுங்குழு போல் இயங்குவார்களோ என்ற சந்தேகம் எனக்கு பலமாக வந்தது.

அப்போதுதான் தினமணியில் ஐராவதம் மஹாதேவன் ஆசிரியராக வந்தார். அவர் 'தமிழ்மணி' என்ற இலக்கிய இணைப்பை வெள்ளிதோறும் கொண்டுவந்தார். தமிழ்மணி இலக்கிய இணைப்பு, தமிழ் தீவிர இலக்கிய உலகுக்கு ஆற்றிய பணி மகத்தானது. என்ன அதிசயம்! அதில் அசோகமித்ரன், சுந்தர ராமசாமி இருவரும் கட்டுரை எழுதியிருந்தனர். ஒருகணம் பரவசத்தில் என் கண் மங்கித் தெளிந்தது.

அசோகமித்ரன் கட்டுரை 'மோபி டிக்' நாவலைப் பற்றியது. மிகமிகத் தீவிரமான, அழகான மொழியில் ஆன கட்டுரை. உடனே மோபி டிக் படிக்கவேண்டும் என்ற உந்துதலை ஏற்படுத்தும் கட்டுரை. இந்த அடங்கிய தொனியில், வாசகர்களுக்கு எப்படி அந்த உணர்வைக் கடத்துகிறார். சும்மாவா சொன்னார் சுஜாதா... 'எழுத்தாளர்களின் எழுத்தாளர்' என்று. சு.ராவும் தீவிர இலக்கியம் பற்றி எழுதி, பல எழுத்தாளர்களின் பெயரைக் குறிப்பிட்டு இருந்தார். புதுமைப்பித்தன், மௌனி, க.நா.சு, தி.ஜா, லா.ச.ரா, ஆ.மாதவன் என்று என் பட்டியல் நீண்டது.

இதற்கிடையில், அந்த சீனியர் அக்கா என் நச்சரிப்பு பொறுக்க முடியாமல் ஒரு சிறுகதைத் தொகுப்பை என்னிடம் கொடுத்து, "தோ பார், இது ரொம்ப போரடிக்கும். ட்ராகிங், வேற ஒண்ணுமே இல்லன்னா படிச்சுப்பாரு" என்றார். அது அ.மி யின் விமோசனம் தொகுப்பு. அவர் பெயரைக் கண்டதும் என் மொத்த ரத்தமும் தலைக்குப் பாய்ந்தது. எப்படி ரூமுக்கு வந்தேன் என்று நினைவில்லை. கடைசியில் என்னைத் தேடியே வந்துவிட்டார் அசோகமித்ரன். பிற்பாடு அறிந்தேன். சு.ரா வின் செல்லத் தியரிகளில் ஒன்று, நாம் மிகத் தீவிரமாக ஒரு எழுத்தாளரையோ, ஒரு புத்தகத்தையோ தேடிக்கொண்டிருந்தால் அது நம்மைத் தேடிவந்துவிடும் என்று.

படிக்க ஆரம்பித்தேன். முதல் கதை ஹார்மோனியத்தில் குருவி கூடு கட்டும் கதை. ஓகே. அடுத்தடுத்து வந்த மாலதி,

விமோசனம், புலிக் கலைஞன் இதர கதைகள் என்னை உலுக்கின. வாழ்க்கை இப்படித்தானே இருக்கிறது? கதையும் இப்படியல்லவா இருக்கவேண்டும். அதுவரை நான் படித்த ஜிலுஜிலு எழுத்தாளர்கள் அனைவரும், நொடியில் நுரைக் குமிழிகளாய் என் மனதிலிருந்து மாயமானார்கள்.

என் புரட்சிக் கனவையும், தீவிர இலக்கிய மோகத்தையும், தேடுதலையும் கலைச்செல்வி என்ற என் தோழிக்கு ஊட்டியிருந்தேன். எங்கள் கல்லூரியில், மாதத்தில் இரு வியாழக்கிழமைகள் அவுட்டிங் உண்டு. மாலை 4 8 மணி. தேவையான பொருட்கள் வாங்க, கோவிலுக்குச் செல்ல என்பதற்காக அந்த அவுட்டிங். நிரல் எழுதப்பட்ட செயலி பொருத்திய ரோபோ போல போய் வருவோம்.

பெரியார் பஸ் நிலையத்தில் இறங்கி தங்க ரீகல் திரையரங்குக்கு எதிர்ப்புறம் உள்ள சாலை வழியே சென்றால் கோவிலின் மேற்கு வாசலை அடையலாம். உள்ளே போய் மீனாட்சியையும், சொக்கநாதரையும் தொழுதுவிட்டுத் திரும்பும்போது, நெருங்கத் தொடுத்த குண்டுமல்லி, பவுடர், பொட்டு, சீப்பு, சோப்பு இதர சாதனங்களை வந்த வழியில் உள்ள கடைகளில் ஏறி வாங்கிக்கொண்டு, வரும் வழியில் நியூ காலேஜ் ஹவுஸ் ஹோட்டலில் ஏறி மசால் தோசையும், காபியும் சாப்பிடுவோம். இந்த நிரல் இப்படியே போய்க்கொண்டிருந்தது. மெனு கூட மாறுவதில்லை.

ஒருநாள் கலையிடம் ரகசியமாகச் சொன்னேன், இந்தக் கும்பலோடு போகாமல் நாம் தனியாகப் போவோம் என்று. அவள் புருவங்கள் முடிச்சிடப் பார்த்தாள். புத்தகக் கடைகளில் நாம் ஏறி இறங்கித் தேடுவோம், குறித்துவைத்த ஏதாவது எழுத்தாளர்களின் படைப்புகள் கிடைக்கிறதா என... ஒருவழியாக சர்வோதய இலக்கியப் பண்ணை என்ற புத்தகக் கடையை அடைந்து, விற்பனையாளரிடம் லிஸ்ட்டை நீட்டினேன். அவர் குழப்பத்துடன் பார்த்து ‘நீங்களே தேடி எடுத்துக்கொள்ளுங்கள்’ என்றார். அ.மி. யின் கரைந்த நிழல்கள், லா.ச.ரா வின் புத்ர, வண்ண நிலவனின் கடல்புரத்தில், சுஜாதா, ஸ்ரீரங்கம் எஸ்.

ஆர் என்ற பெயரில் எழுதிய 'கணையாழி கடைசி பக்கங்கள்' இவை மட்டுமே கிடைத்தன.

அடுத்தகட்டமாக, தீவிர இலக்கிய சிறுபத்திரிகைகளை சந்தா கட்டி வரவழைத்தேன். கணையாழி, முன்றில், கனவு, நிகழ், கல்குதிரை எல்லாம் கிடைத்தன. கணையாழியின் தரம் எதிர்பார்த்த அளவு இல்லை. அப்போதுதான் அ.மி. அதிலிருந்து வெளியேறி இருந்தார். முன்றிலின் ஆசிரியர் மா. அரங்கநாதன். மேலும் அ. மி. மற்றும் க.நா.சு ஆகியோரின் பங்களிப்பினால் முன்றில் தரமாக இருந்தது. நிகழ், மார்க்ஸிய சிந்தனைப்போக்கு கொண்ட கட்டுரைகள் அதிகமுள்ள இதழாக இருந்தது. அதில் பிரமிள் குவாண்டம் இயற்பியல் கோட்பாடு பற்றி எழுதிய கட்டுரையும் இருந்தது. கல்குதிரை தஸ்தாயெவ்ஸ்கி சிறப்பிதழாக வந்திருந்தது. கல்குதிரையைக் கோணங்கி நடத்தி வந்தார்.

நூற்றைம்பது பக்கங்கள் கொண்ட கல்குதிரை சிறப்பிதழை, நான்காம் வருடம் ஆல் இண்டியா காலேஜ் டூர் சென்றபோது, ரயில்பயணத்தின் ஆறு நாட்களில் படித்து முடித்தோம் நானும் கலையும். சு.ரா, சா. தேவதாஸ், தேவதச்சன், ஜெயமோகன் என நிறைய எழுத்தாளர்கள் எழுதியிருந்தனர். தஸ்தாயெவ்ஸ்கி நாவலின் சில பகுதிகளும் மொழிபெயர்த்துக் கொடுக்கப்பட்டிருந்தன.

டூர் முடிந்து வந்ததும், மனம் முழுதும் தஸ்தாயெவ்ஸ்கி நிறைந்திருந்தார். ஒரு நாவலாவது படித்துப் பார்க்க வேண்டும் என்ற ஆவலில், மதுரை நியூ செஞ்சுரி புக் ஹவுஸில் தேடினேன். எல்லாமே ஆங்கிலப்பதிப்புகள், அழகிய அச்சில். இருப்பதிலேயே சிறிய நாவலான *The Insulted and humiliated [500 பக்கம்]* எடுத்துப் பார்த்து, தயக்கத்துடன் வாங்கினேன். ஆங்கிலம் என்பதால் வந்த தயக்கம். படிக்கும்போது முதலில் சற்றுத் திணறல்தான். நான் பன்னிரெண்டாம் வகுப்புவரை தமிழ் மீடியம் படித்திருந்தேன். கல்லூரியில் மட்டுமே ஆங்கிலம். கல்லூரி ஆங்கிலம் என்பதே ஒரு மாயை. வெறும் நூறு வாக்கியங்களுக்குள் சுற்றிச்சுழலும் ஒரு உலகம். ஆகவே அதையே ஒரு சவாலாக எடுத்துக்கொண்டு அகராதியைப் பக்கத்தில்

வைத்துக்கொண்டு படித்தேன். ஐம்பது பக்கம் கடந்ததுமே, சற்று சிரமம் குறைந்தது.

நாவல் படிக்கும்போது நான் பீட்டர்ஸ்பர்க்கில் வாழ்ந்தேன். பிச்சைக்காரர்கள், வேசிகள், முறை தவறிய உறவில் பிறக்கும் குழந்தைகள் போன்றவர்களின் துயரங்களை அவரைப்போல் சொன்னவர்கள் வேறு யாருமில்லை. அந்தக் காலத்தில் ருஷ்யாவில் குழந்தைகளின் மேலும், மிருகங்களின் மீதும் அதீத வன்முறை செலுத்தப்பட்டதுபோல் தோன்றும்.

நான் என்னை அந்நாவலின் பதிமூன்று வயது நெல்லியுடன் அடையாளப்படுத்திக் கொண்டேன். அவளுடன் அலைந்தேன். அவள் அவமானப்படுத்தப்படும்போதும், துன்பப்படுத்தப்படும்போதும், அவள் தந்தை அவளை இரக்கமின்றி கைவிடும்போதும் மனம் நொந்தேன். இலக்கியவாதிகள் கருணையற்றவர்கள். மாற்றவியலா விதியின் கரங்களால் மனிதர்கள் பகடைகளாய் உருட்டப்படும்போது, இவர்கள் மௌன சாட்சிகளாய் உடன் நிற்கிறார்கள்.

சிலசமயம், பின்னிரவின் தனிமையில், எனது மேஜை விளக்கொளியில், மதுரையின் வேனிற்கால இரவில், பீட்டர்ஸ்பர்க்கின் உறைபனியின் குளிரை உணரும் கந்தலாடை அணிந்த நெல்லியாக நான் உருமாறியிருக்கிறேன். ஒருகட்டத்தில் மனம் உருகி கண்ணீர் நாவலின் பக்கங்களில் சிதறும். எட்டு வயது அருண்மொழியின் கண்ணீரும் இருபது வயது அருண்மொழியின் கண்ணீரும் ஒன்றுதான், ஒரே அடர்த்திதான். இலக்கியம் தருவது வாசிப்பின்பம், மகிழ்ச்சி, உணர்வெழுச்சிகள், உன்னதத் தருணங்கள். ஆனால் இதையெல்லாம் தாண்டி பிறர் துன்பத்திற்காக விடும் கண்ணீரில்தான் இலக்கியத்தின் தெய்வம் வாழ்கிறது.

★★★

3

சின்னச்சின்னப் புரட்சிகள்

என் அப்பா மிகக் கண்டிப்பான நாத்திகர். பெரியார், அண்ணா பக்தர். திராவிடக் கட்சிப்பிடிப்பு தவிர அவருக்கு கொஞ்சம் மார்க்சிஸம், லெனினிசம் மீதும் பிடிப்பு உண்டு. அந்த விருப்பத்தினால்தான் என் தம்பிக்கு லெனின் கண்ணன் என்று பெயர் வைத்தார். நான் பத்தாம் வகுப்பு படிக்கும்போது என் அப்பா, 'இவர்தான் லெனின்' என்ற லெனின் நினைவுக் குறிப்புகள் [அவரைக் குறித்து மற்றவர்கள் எழுதியது], எங்கெல்சின் 'குடும்பம், தனிச்சொத்து, மற்றும் அரசு' என்ற இரு புத்தகங்களைத் தஞ்சாவூரிலிருந்து வாங்கி வந்தார். வழவழவென்ற தாள்களும் அழகிய கெட்டி அட்டையும் கொண்ட அதுபோன்ற புத்தகத்தை நான் அதுவரை பார்த்ததேயில்லை. கையில் வைத்துத் தடவிக்கொண்டேயிருந்தேன்.

அதன் அட்டையில் இருந்த லெனின் மிகக் கம்பீரமாக, அழகிய குறுந்தாடியுடன் இருந்தார். என் அப்பா போலவே அவருக்கும் வழுக்கை. அவர் கண்களில் ஒரு குறும்புச் சிரிப்பு இருந்தது. கம்யூனிஸ்டு தலைவர்களிலேயே அவரிடம்தான்

அந்தக் குறும்புப் புன்னகை உண்டு. லெனின் எனக்கு மிகவும் பிடித்தவரானார்.

இரண்டு புத்தகமும் எனக்கு பைபிள் போல தெரிந்தன. அப்பாவிடம் 'நான்தான் முதலில் படிப்பேன்' என்றேன். அப்பா சிரித்துக்கொண்டே 'சரி' என்றார். அப்பா எந்த விஷயத்தில் எனக்கு செல்லம் கொடுப்பார், எப்போது கோபப்படுவார் என்பது எனக்கு நன்றாகத் தெரியும். அறிதல் என்பதே நம்மை அடுத்தகட்டத்துக்குக் கொண்டுசெல்லும் என்பதை அவர் திடமாக நம்பினார். அப்புத்தகத்தில் எனக்கு இப்போதும் ஞாபகத்தில் இருப்பவை சில விஷயங்கள் மட்டுமே. லெனின் வேட்டைக்குச் செல்லும் ஒரு பகுதி, ஒரு விவசாயி லெனினுக்கு ரொட்டியில் வெண்ணெயும், பன்றிக் கொழுப்பும் தடவித் தருவது, அதை லெனின் விரும்பிப் புசிப்பது, ஒரு பெண் தொழிலாளி லெனினின் கோட்டில் தன் கோட் பட்டனை வைத்துத் தைத்து தருவது, பிறகு அவரை அறியாத இரு தொழிலாளர்களிடம் பேசி தன்னைப்பற்றி அவர்கள் என்ன நினைக்கிறார்கள் என்று லெனின் அறிந்துகொள்வது போன்றவை. லெனினை அதில் ஒரு கட்டைகுட்டை மனிதர் என்றே குறிப்பிட்டு இருப்பார்கள்.

இரண்டு புத்தகங்களையும் படித்தபிறகு கண்டிப்பாக ரஷ்யா ஒரு பொன்னுலகம்தான் என்று எனக்குத் தோன்றியது. அங்கு தொழிலாளர்கள்கூட கோட் சூட்டுடன் வேறு இருக்கிறார்கள். ராதுகா பதிப்பக வெளியீடான அப்புத்தகத்தில் லெனினின் தனிப்பட்ட குடும்பப் புகைப்படங்கள் வழவழப்பான காகிதங்களில், மிக அழகிய அச்சில் என்னை மயக்கின. மெல்ல என் மனதில் சிவப்புச் சிந்தனைகள் படர ஆரம்பித்தன.

பட்டுக்கோட்டையில் நாங்கள் நகரிலிருந்து மிக ஒதுக்குப்புறமான வளவன்புரம் என்ற பகுதியில் சொந்த வீடு வாங்கி குடி இருந்தோம். கொஞ்சம் பழைய பாணியிலான வீடு. மரங்கள் சூழ்ந்திருக்கும். ஒட்டியதுபோல் இருக்கும் இரு பெரிய மாமரங்கள், இரண்டு பலா மரங்கள், பூச்செடிகள், கொல்லைப்புறம் நார்த்தை மரம், மாதுளை, சப்போட்டா, கறிவேப்பிலை,

முருங்கை எல்லாம் உண்டு.

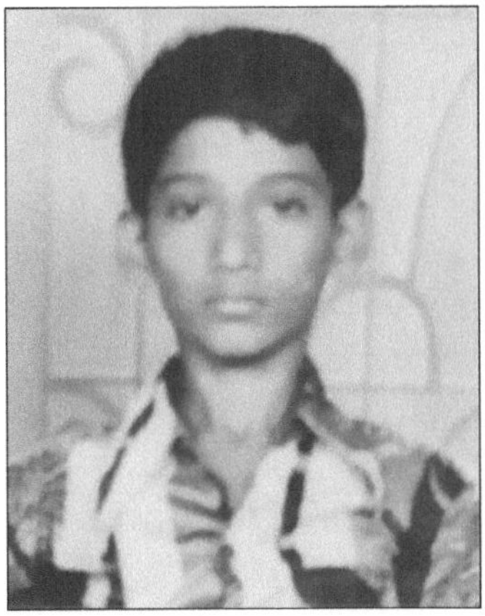

தம்பி லெனின் கண்ணன்

ஆனால் அந்தத் தெருவில் சுற்றிலும் குடியிருந்தவர்கள் எல்லாம் ஒண்டுக்குடித்தனங்களிலும் கூரை வீட்டிலும் இருந்தார்கள். பாதி வீடுகளில் வறுமை நிறைந்திருந்தது. எதிர்வீட்டில் இருந்த வீரண்ணன் எந்நேரமும் வயலில் உழைக்க, அவர் மனைவி பொழுதெல்லாம் மாடுகளுடன் அல்லாடிக்கொண்டிருந்தார். அவர்களின் மகளை பாதிப் படிப்பில் நிறுத்தினார்கள். மாடு மேய்க்க அவளை அனுப்பினார்கள். நான் சிலசமயம் திண்ணையில் உட்கார்ந்து படிக்கும்போது அம்மா தரும் பூஸ்ட்டைக் குடித்துக்கொண்டு, பலகாரம் சாப்பிட்டுக்கொண்டு ராஜபோக வாழ்க்கை வாழ்வதுபோல எனக்குத் தோன்றும். அவர்கள் என் கண்ணெதிரில் கஷ்டப்படுவது குறித்துப் பலமுறை மனம் குமைவேன். இவர்கள் எப்போது நம்மைப்போல் ஆவார்கள் என ஆலோசிப்பேன். ரஷ்யாவில் எல்லோரும் சமம் அல்லவா? ஒரு புரட்சியில் லெனின் அதை நிகழ்த்திவிட்டாரே...

என் எண்ணங்களை நான் பகிர்ந்தால் கவனத்துடனும் அதே உணர்வுடனும் கேட்கும் ஒரே ஜீவனாக என் தம்பி எனக்கிருந்தான். துறுதுறுவென்று சிரித்த முகமாக எந்நேரமும் என்னைச் சுற்றி வருவான். குறும்பும் புத்திக்கூர்மையும் தெரியும் கண்கள். ஆனால் நான் பேசுவதைக் கவனிக்கும்போது அவனில் கூடும் ஆழ்ந்தநிலை என்னை எப்போதுமே வியக்க வைப்பது. அவன் வயதுக்கு மீறிய சிக்கலான விஷயத்தை நான் விளக்கும்போதும் அதை எளிதில் வந்து தொட்டு விடுவான்.

நான் பத்தாம் வகுப்பு, பதினொன்றாம் வகுப்பு படிக்கும்போது என் தம்பியுடன் புரட்சி பற்றி உரையாடி அவன் மனதிலும்

புரட்சிக் கனலை மூட்டினேன். நாங்கள் ரகசியத் திட்டங்கள் தீட்டினோம். பாடப்புத்தகம் விரித்தபடியே இருக்கும். முணுமுணுவென்று உரையாடுவோம். என் அப்பா அடிக்கடி பொத்தாம்பொதுவாகத் திண்ணையில் இருந்து, "படிப்பு நடக்கிற மாதிரி தெரியல... எனக்கு ஒண்ணும் புடிச்சுக்கல" என்பார். "இல்லப்பா, தம்பிக்கு மாத்ஸ் சொல்லிக் கொடுக்குறேன்" என்று சமாளிப்பேன். என் படிப்பு பற்றி அப்பாவுக்கு திருப்திதான். அவனைப் பற்றிதான் மனக்குறை. நான் பத்தாம் வகுப்பில், மாவட்டத்தில் இரண்டாவதும் மாநிலத்தில் முப்பது ராங்க்கிற்கு உள்ளும் வந்திருந்தேன்.

பிராவ்தா பத்திரிகை, கமிஸார், காம்ரேட், கம்யூன், பூர்ஷ்வா, ப்ரொலொட்டேரியன், போல்ஷெவிக்குகள், மென்ஷெவிக்குகள் போன்ற வார்த்தைகள் எங்களுக்கு இனம் புரியாத ரகசியக் குறியீடுகளாயின. போல்ஷெவிக்குகள் இங்கிருந்த தீவிரவாதிகளான திலகர் போலவும், மென்ஷெவிக்குகள் இங்கிருந்த மிதவாதிகளான கோகலே போலவும் என்று அவனுக்குச் சொல்லிக் கொடுத்தேன். விளாதீமீர் இல்யீச் லெனின் உல்யானவ் ஒரு போல்ஷெவிக். ஒவ்வொரு முறையும் லெனினின் முழுப்பெயரையும் சொல்வேன். அவன் கிளுகிளுப்படைந்து சிரிப்பான். அவன் பெயரில் லெனின் உள்ளதால் அவனுக்கும் லெனின் மேல் கண்மூடித்தனமான பாசம். எல்லாவற்றையும் அவனுக்கு விளக்கிச் சொல்லும்போது நான் மேலும் தெளிவடைந்தேன்.

1917 அக்டோபரில் லெனின் நிகழ்த்தியது போல் நாமும் இங்கு புரட்சி நிகழ்த்த வேண்டும். வென்றால் யார் பிரதமர்? கண்டிப்பாக ஜோதிபாசுதான். அதில் எங்களுக்குக் குழப்பம் ஏதுமில்லை. நம் புரட்சியில் விவசாயிகளைச் சேர்க்க வேண்டுமா? இல்லை. ஒருநாள் வருவார்கள், பின் வயல்வேலையைப் பார்க்க போய்விடுவார்கள். அவர்களை நம்ப முடியாது. லெனின் தொழிலாளர்களைத்தான் நம்பினார். என் தம்பி, தொழிலாளர் யூனியன் என்ற ஓர் அமைப்பு ஒவ்வொரு அலுவலகத்திலும் உண்டு என்ற அபூர்வத்தகவலுடன் ஒருநாள் வந்தான்.

அவன் நண்பனின் அப்பா மத்திய அரசு ஊழியர், ரயில்வே துறையில். பிறகென்ன? விஷயங்கள் இவ்வளவு சுலபமாக வேகம் கொண்டுவிடும் என்று நாங்கள் எண்ணியிருக்கவில்லை.

ஆசிரியர் சங்கம்போல் இல்லை இவர்கள். நிஜமாகவே நிறைய போராட்டம் நடத்தியவர்கள். மாதாமாதம் இரண்டாம் சனிக்கிழமை ஆசிரியர்சங்கம் ஒன்றுகூடி பேசி, டீ குடித்து, மிக்ஸர் சாப்பிட்டு பிரிவதைக் கண்கூடாகப் பார்த்து மனம் நொந்திருந்தோம். மின்னல் வேகத்தில் திட்டங்கள் தீட்டினோம். எல்லா அலுவலக யூனியன் ஊழியர்களையும் ஒருங்கிணைத்து மாவட்டவாரியாக கம்யூன்கள் ஏற்படுத்துவது. வாராவாரம் ரகசியக் கூட்டங்கள் நடத்தி செயல்திட்டங்களை விளக்குவது. கண்டிப்பாக ஆயுதப்புரட்சி கூடாது. அரசு மிலிட்டரியை இறக்கினால் என்ன செய்வது என்ற குண்டை என் தம்பி போட்டான். சரி, கடைசிக் கட்டமாக ஆயுதப்புரட்சி.

விவசாயிகளை ஒருங்கிணைக்க கூட்டுப்பண்ணைகள். அவர்கள் குழந்தைகளின் கல்விச்செலவை கட்சி ஏற்க வேண்டும். வருடத்திற்கு ஒருமுறை அவர்களுக்குச் சுற்றுலா. விதம்விதமாக யோசித்துக்கொண்டு படுத்து, காலையில் புதிய யோசனையுடன் எழுவோம். நம் கம்யூன் சிஸ்டத்தில் இளைஞர்களும் யுவதிகளும் சேர்ந்து பணியாற்ற வேண்டும். ஆனால் ஒரு சிக்கல். அவர்களுக்குள் காதல் வந்துவிட்டால் எல்லாம் தவறாகப் போய்விடும். பிறகு கல்யாணம், குழந்தை என்று செட்டில் ஆகிவிடுவார்கள். புரட்சி மனநிலையைக் காற்றில் பறக்கவிட்டு விடுவார்கள். காந்தி சபர்மதி ஆசிரமத்தில் எவ்வளவு கண்டிப்பாக ஆண்களையும் பெண்களையும் வைத்திருந்தாரோ அதுபோல. வேண்டுமென்றால் மூத்தவர்களைக் கூப்பிட்டு அறிவுரை கூறவைக்கலாம்.

என் அப்பாவிடம் அவருக்கு ஏதும் சந்தேகம் வராதபடிக்கு, உலக விஷயங்களைத் தெரிந்துகொள்ளும் ஆர்வத்தை வெளிக்காட்டுவதுபோல், அவ்வப்போது சந்தேகங்கள் கேட்டுக்கொள்வேன்.

"அப்பா... யூகோஸ்லாவியா, போலந்து, கிழக்கு ஜெர்மனி போன்ற கிழக்கு ஐரோப்பிய நாடுகள்ல எல்லாம் எப்டி கம்யூனிசம் பரவுச்சு?"

"பொதுவா அங்க ஒரு சின்ன குரூப் கம்யூனிஸ்ட் கட்சி ஆரம்பிக்கும். அப்போதைய அரசை எதிர்த்து ஒரு போராட்டம் தொடங்கும். அது தீவிரமாகும்போது ரஷ்யா தலையிட்டு தன் படையை அனுப்பிவைக்கும். பாதி வன்முறையிலதான் அங்கு கம்யூனிசம் நிலைகொள்ளும்."

"ஏம்பா நம்ம நாட்டுல அப்டி வரல..."

"நம்ம நாடு பெரிசு. உலகிலேயே பெரிய ஜனநாயக நாடு. இங்கதான் சர்வ சுதந்திரமும் உண்டு. கம்யூனிசம் ஒரு கட்டத்துல சர்வாதிகாரத்துல போய் முடியும்."

"நமக்கு கொஞ்சம் ரஷ்யா சப்போர்ட்தானேப்பா?"

"ஆமா. ஆனா நமக்குன்னு நேரு வகுத்த கொள்கை அணிசேராக் கொள்கை."

"என்ன கொள்கையோ! சோப்ளாங்கி கொள்கை!" என்று மனதிற்குள் நினைத்துக்கொண்டு சரி என்று உரையாடலை முடித்துக்கொள்வேன். கொஞ்சம்கூட கனவே இல்லாதவர் என் அப்பா. டி.ஏ, பி.எஃப், அரியர்ஸ், போனஸ், சேவிங்ஸ் அக்கவுன்ட், பிள்ளைகளின் படிப்பு இவை தவிர அவர் மனதில் எதுவும் இல்லை.

ஒருநாள் ஞாயிறன்று என் அப்பா, அம்மா இருவரும் ஏதோ வேலையாகத் தஞ்சாவூர் போயிருந்தனர். அப்பாவின் டி.வி. எஸ் 50 ஐப் பார்த்ததும் எனக்கு ஒரு யோசனை. தம்பியிடம் அவனது நண்பன் வீட்டுக்குப் போய்வரலாமா எனக் கேட்டேன். ரயில்வே காலனியில் குவார்ட்டர்ஸ் வீடு. அவன் அப்பா ரயில்வே ஊழியர். பெயர் தேவராஜன்.

"போலாம், வா" என்று வண்டியை ஸ்டார்ட் செய்தேன்.

"போக்கா... நீயே சிலசமயம் தடுமாறுறே, என்னய கொண்டுபோய் எங்காவது சாச்சு விடுறதுக்கா..."

"அக்கா மெதுவா ஓட்டுவேனாம். நல்லபுள்ளல்ல, வா" சொல்லிவிட்டேனே ஒழிய, உள்ளுக்குள் எனக்கும் கொஞ்சம் உதைப்புதான். மெயின்ரோடில் சமாளித்துவிட்டேன். கரிக்காடு பக்கம் இருந்த ரயில்வே காலனி ரோடு அநியாயத்துக்கு மேடு பள்ளம். ஒரு இடத்தில் வண்டியுடன் சரிந்துவிட்டேன். தம்பி கெட்டிக்காரன்... அடிபடாமல் வண்டியைத் தூக்கி நிறுத்தினான். நான் வழக்கம்போல் முட்டியைப் பேர்த்துக்கொண்டேன். இலேசாக இரத்தம் கசிந்து எரிந்தது. "அம்மாட்ட சொல்லாதடா" என்றேன்.

"வா, திரும்பிப் போலாம்கா..."

"இல்ல... இவ்வளவு தூரம் வந்தாச்சு. பாத்துட்டுப் போலாம்."

புரட்சிப் பணிகளுக்கு முன் ரத்தக்காயங்கள் ஒரு பொருட்டா, என்ன?

தேவராஜ் மாமா கட்டுமஸ்தாக பயமுறுத்தும் மீசையோடு கறுகறு என்று இருந்தார். வீட்டில் மார்க்ஸ், எங்கெல்ஸ், லெனின் மூவரின் படங்களும் வைக்கப்பட்டிருந்தன. ஒருபுறம் இயேசுநாதர் படமும் இருந்தது. டீயும் மிக்சரும் தந்தார்கள்.

நானும் தம்பியும் ஒருவரை ஒருவர் பார்த்துக்கொண்டோம்.

"மாமா, நீங்க உங்க சங்கத்துல என்னவா இருக்கீங்க?"

"வட்டச் செயலாளர். ஏன் கேக்குற?"

"இல்ல...போராட்டம் பண்ணும்போது இந்தியா முழுசும் சேந்தாப்லதான பண்ணுவீங்க, அரசாங்கத்த எதுத்து..."

"ஆமா."

"எப்பிடி?"

“ரயில் எதுவும் ஓடாது. நாங்க யாரும் வேலைக்குப் போமாட்டோம்.”

“ஓ... அப்றம்.?”

“அரசாங்கம் எங்க பிரதிநிதிகளோட பேச்சுவார்த்தை நடத்தி சம்பள உயர்வு, போனஸ் எல்லாம் குடுப்பாங்க.”

என் தம்பியின் முகத்தை அவசரமாகப் பார்த்தேன். சுண்டிப்போய் இருந்தது. என் முகமும் அப்படித்தான் இருந்திருக்க வேண்டும்.

அவசரமாக சமாளித்துக்கொண்டு, “கம்யூனிஸ்ட் கட்சி ஆட்சியில இருந்தா நீங்க போராட வேண்டிய அவசியமே இல்லல்ல?”

“அரசாங்கமா? இவனுங்க ஒத்த டிஜிட்லயும் ரெட்ட டிஜிட்லயும் சீட் வாங்குறானுங்க, அதுலயும் வலது, இடது, எம்.எல் எத்தன குரூப்? புரியாம பேசுறியேம்மா?” பெரிய பற்களைக் காட்டி வாய்விட்டுச் சிரித்தார்.

எனக்குப் பற்றிக்கொண்டு வந்தது. “சரி, நாங்க கிளம்புறோம்” என்று கிளம்பிவிட்டோம்.

என்னைப் போலவே தம்பியும் சுரத்திழந்திருந்தான்.

“கண்ணா, இவர் டாலுக் லெவல்தான். இவருக்கு தியரியெல்லாம் புரியாது. ஆனா மாவட்ட, மாநில லெவல் தலைவர்கள் எல்லாம் நல்ல விவரம் உள்ளவங்களா இருப்பாங்க” என்று அவனுக்குச் சொல்வதுபோல் எனக்கு நானே சொல்லிக் கொண்டேன்.

ஒருநாள் எனக்கு அபூர்வமான படம் ஒன்று கிடைத்தது. அதை வழக்கம்போல் என் அறையின் கதவின் பின்பக்கம் ஒட்டிக்கொண்டிருந்தேன். அப்பாவின் பார்வை படாத இடம். ஏற்கனவே என் சேகரிப்புகளான பனிபடர்ந்த இமயமலையின் அழகிய கலர் படம் [சோவியத் இதழில் வந்தது], கண்மூடி தியானத்தில் இருக்கும் புத்தர், எனக்குப் பிடித்த நடிகை ஸ்ரீதேவியின் ஒரு படம் இவற்றோடு சேர்த்து

இதை ஒட்டும்போது என் ரசிகக்குஞ்சு வந்துவிட்டான்.

“அக்கா, யார் இவங்க?” எது செய்தாலும் அதை ஆராதனையோடு பார்க்கும் தம்பியோ, தங்கையோ அமைந்தவர்கள் பாக்கியவான்கள்.

“சொல்றேன். தோ பார், இந்த ரெண்டு பேர்ல இவர் ஃபிடல் காஸ்ட்ரோ, இவர் சே குவேரா. ரெண்டுபேரும் சேர்ந்துதான் கியூபான்னு ஒரு நாட்டுல கம்யூனிஸம் கொண்டு வந்தாங்க. யார் ஸ்டைலா இருக்காங்க? ஒனக்குப் புடிச்சது யார்?” அவன் சே குவேராவைக் கைகாட்டினான்.

“எனக்கும் அவரத்தான் புடிச்சிருக்கு” அதில் சே குவேரா ஸ்டைலாக சுருட்டை உதட்டின் நுனியில் அலட்சியமாகக் கவ்வியபடி சிரித்துக் கொண்டிருந்தார். பிற்பாடு ‘குட், பேட், அக்லி’ யில் வரும் க்ளிண்ட் ஈஸ்ட் வுட் அதே சுருட்டுடன் எனக்கு சே குவேராவை நினைவுபடுத்தினார்.

“சே, உண்மையில ஒரு மெடிக்கல் ஸ்டூடன்ட். தென்னமெரிக்காவுல உள்ள அர்ஜென்டினால பொறந்தவர். அவர் ஃப்ரெண்டோட சேர்ந்து பைக்ல செளத் அமெரிக்கா முழுசும் சுத்தி மோட்டார் சைக்கிள் டைரிஸ் புக் எழுதினார். ஜாலி டூர் இல்ல, அங்க சுரங்கங்கள்ல வேல பாக்குற தொழிலாளர்கள சந்திச்சு அவங்களோட ப்ராப்ளம் எல்லாம் தெரிஞ்சுகிட்டாரு. அப்றம் புரட்சி பண்ணி ஃபிடல் காஸ்ட்ரோவோட அமைச்சரவையிலே கொஞ்சநாள் கியூபாவிலே மினிஸ்டரா இருந்தாரு. அப்றம் ஆஃப்ரிக்காவில காங்கோ போய் புரட்சி பண்ணார். சக்ஸஸ் ஆகல. அப்டியே பொலிவியா வந்தார். அங்க அவர அமெரிக்க சி.ஐ.ஏ. புடிச்சு சுட்டுக் கொன்னுட்டாங்க.”

அவன் அதிர்ச்சியில் உறைந்துவிட்டான். நான் படித்த கட்டுரையை ஒப்பித்துக் கொண்டிருந்ததால் இதைக் கவனிக்கவில்லை. பிறகு சமாளித்து, ‘சி.ஐ.ஏ. ரொம்ப கெட்டது. நம்ம நாட்டுல புடிச்சா ஜெயில்லதான் போடுவாங்க.” என்றேன்.

“அவங்க ரெண்டு பேருமே காலேஜெல்லாம் படிச்சு முடிச்சு 25

வயசுலதான் புரட்சி பண்ணாங்க. நாம இப்ப தியரியெல்லாம் நல்லா படிச்சு வச்சுக்கணும். படிப்ப முடிச்சிட்டுதான் புரட்சி. சரியா?" அவன் குழப்பத்துடன் தலையசைத்தான்.

'கல்யாணமே செய்துகொள்ளக் கூடாது' என்று நானும் என் தம்பியும் பிரதிக்ஞை எடுத்திருந்தோம். அதுபோல் நம் கம்யூன் உறுப்பினர்கள் எல்லோரிடமும் உறுதிமொழி வாங்கிவிட வேண்டியதுதான். கண்ணெதிரில் நாங்கள் பார்த்த குடும்பங்களில் எல்லாம் கணவன் மனைவி இருவரும் ஒருவரை ஒருவர் கொத்திப் பிடுங்கிக்கொண்டிருந்தனர். என் பெற்றோரே உதாரண தம்பதியாய் திகழ்ந்துகொண்டிருந்தனர். சண்டை வராத நாளை விரல்விட்டு எண்ணிவிடலாம்.

பள்ளியில் என் புரட்சித் திட்டம் எதுவும் எடுபடவில்லை. பெண்கள் பள்ளி. இதுகள் மூளையில் இதையெல்லாம் ஏற்றுவது கடினம் என்று உணர்ந்திருந்தேன். ஆனால் என் திருமணப் பிரதிக்ஞையை மட்டும் நெருங்கிய தோழிகளிடம் பகிர்ந்துகொண்டிருந்தேன். பத்தாம் வகுப்பில், என் உயிர்த்தோழிகள் உமா மஹேஸ்வரி, பர்ஜானா பேகம், நாடியம்மாள். மூவரில் பர்ஜானா பேகம் மட்டும் ஏளனப் புன்முறுவலுடன், மையிட்ட அழகிய கண்களைப் பாதி தழைத்து, "இந்த மாதிரி சொல்றவங்கதான், மொதல்ல கல்யாணம் பண்ணுவாங்களாம்" என்றாள். "யாருடி ஒனக்கு சொன்னா" என்று அவள்மேல் பாய்வேன். அவளும் அசராமல், "என்னோட உம்மா" என்பாள். அவளையும் அவள் உம்மாவையும் சேர்த்து வைத்துக் கும்மவேண்டும் போல் வெறிவரும் எனக்கு. அவள் வாக்கு பலித்தேவிட்டது. 21 வயதிலேயே எல்லோரையும் முந்திக்கொண்டு திருமணம் செய்துகொண்டேன்.

இப்படி புரட்சி சிந்தனைகளை உருவாக்கும்போதே, நான் மிகத் தீவிரமாக ரஷ்யாவை கவனித்துக்கொண்டுமிருந்தேன்.

'பெரிஸ்த்தோராய்கா' மற்றும் 'கிளாஸ்னோஸ்ட்' [பனி உருகுதல்] எனும் ஜனநாயகத் தன்மையுடைய இரண்டு சீர்திருத்தங்களை கோர்பச்சேவ் கொண்டுவருவது, கம்யூனிசத்துக்கே உலை

வைக்கும் என்று நாங்கள் அறிந்திருக்கவில்லை.

அமெரிக்கா மூன்று பரிந்துரைகளை கோர்பச்சேவிடம் முன் வைத்தது. சோவியத் யூனியன் உடையாமல் அவரே தலைவராக நீடிப்பது, இரண்டாவது போரிஸ் எல்ட்சின் மற்றும் இதர பால்டிக், பலாரஸ், உக்ரைன் பிரதேசங்களை ஆதரித்து அவர்களின் பிரிவை அனுமதிப்பது, மூன்றாவது எல்லாவிதமான கொள்கைகளையும் மாற்றி பொருளாதாரம் உட்பட தாராளமயமாக்குவது. முதல் நிபந்தனையைச் சொல்வதுபோல் சொல்லி அமெரிக்கா அதற்கு செக் வைத்துக் கொண்டும் இருந்தது. கட்சியின் தலைவராக கோர்பச்சேவின் இடம் அசைக்க முடியாதது என்றும் அணு ஆயுத மற்றும் செம்படையின் வலிமை குறித்த அச்சமும் அதற்கு இருந்தது. எனவே ஒரே சமயம் புஷ், கோர்பச்சேவிடமும், மற்ற அமெரிக்கப் பிரதிநிதிகள் எல்ட்சினிடமும் மாறிமாறி காய் நகர்த்திக்கொண்டிருந்தனர்.

1991 ஆகஸ்டில் எங்கள் திருமணம். அதைத் தொடர்ந்த தேனிலவு பயணங்களில் நானும் ஜெயனும் வேறொரு உலகில் இருந்தோம். இருவர் மட்டுமேயான உலகு. புறச்சூழல் பற்றிய பிரக்ஞையே இல்லாமல் மிதந்துகொண்டிருந்தேன். ஜெயனும் அப்படியே. என் நினைவில் ரஷ்யா எங்கோ தொலைதூரத்தில் கிடந்தது. அதே மாதத்தில்தான் கட்சியின் தீவிர கம்யூனிஸ்ட்கள் கோர்பச்சேவை எதிர்த்து ஓர் ஆயுதப்புரட்சியை நிகழ்த்தி அது தோல்வியில் முடிந்திருந்தது. உடனே அவர் தன் கட்சியின் தலைமைப் பொறுப்பிலிருந்து விலகி, அதிபராக மட்டும் நீடித்து, ஆட்சியில் கட்சியின் தலையீட்டை முற்றிலுமாக விலக்கினார். ஆனால் கோர்பச்சேவின் வீழ்ச்சியை உலகம் அறிந்தது. தொடர்ந்து சரசரவென்று திரை விலகியது. பலாரஸ், உக்ரைன் பகுதிகள் தங்கள் விடுதலையை அறிவித்துக்கொண்டன. நாங்கள் அப்போதும் நம்பிக் கொண்டிருந்தோம். அஸ்திவாரம் பழுதான ஒரு கட்டிடம் விழாது என்று... அது விழும்வரை நம்பிக்கொண்டிருக்கும் குடியிருப்பு வாசிகளைப் போல.

1991 டிசம்பரில், சு.ரா வின் அழைப்பின் பேரில் நாகர்கோவில் வந்து அவர் வீட்டில் ஒரு வாரம் இருந்தோம். தீராத தேனிலவு. இரு நாட்கள் மட்டும் கன்யாகுமரி வந்து விவேகானந்தா கேந்திராவில் அறை எடுத்துத் தங்கியிருந்தோம். டிசம்பர் தொடக்கத்தில்தான் ஜெயன் விஷ்ணுபுரம் எழுத ஆரம்பித்திருந்தார். நானும் அவருடன் சேர்ந்து அந்த நாவலை எழுதிக்கொண்டிருப்பதைப் போலவே விவாதிப்போம். எப்போதுமே, “ஜெயன், நம்ம விஷ்ணுபுரத்தில” என்று ஆரம்பிப்பேன். அதை அவர் மிகவும் விரும்பினார். சுற்றிலும் உள்ள மனிதர்கள் யாரும் கண்ணில் பட மாட்டார்கள். சோனாவும், ஹரித துங்காவும், அஜிதனும், காஸ்யபனும் மனம் முழுதும் நிறைந்திருந்தனர். முதலில் அவர் எழுதத் தொடங்கியதே நாவலின் நடுப்பகுதிதான்.

மாலை ஒரு சுற்று கடற்கரையில் சுற்றிவிட்டு அறைக்குத் திரும்புகையில், சிரித்துப் பேசியபடியே ஒரு சிறிய ஹோட்டலில் தேநீருக்காக ஏறினோம். அங்கு அமர்ந்திருந்த மக்களின் பரபரப்பையும் பதற்றத்தையும் பார்த்து என்னவென்று புரியாமல் அங்கு ஓடிக்கொண்டிருந்த கறுப்பு வெள்ளை டிவியை நாங்களும் பார்த்தோம். அதில் சோவியத் யூனியன் உடைந்து, அரிவாள்- சுத்தியல் கொடி இறக்கப்பட்டு, ருஷ்யாவின் பழைய மூவர்ணக் கொடி ஏற்றப்பட்டது காட்டப்பட்டது. எல்ட்ஸின் வென்றிருந்தார், கோர்பச்சேவ் தோற்றது அறிவிக்கப்பட்டது. ரஷ்யா என்ற பொன்னுலகம் வீழ்ந்தது. கனவுகள் சிதைந்தன. கோர்பச்சேவ் அமெரிக்க ஏஜென்ட் என்று வசை பாடப்பட்டார்.

எனக்குத் தேநீர் தொண்டையில் இறங்க மறுத்தது. கண்ணீருடன் ஜெயனைப் பார்த்தேன். அவரும் கலங்கிப் போயிருந்தார். அவசரஅவசரமாக அறையைக் காலி செய்துவிட்டு சு.ரா வைப் பார்க்க விரைந்தோம். எங்கள் இருவருக்குமே அவரது அருகாமை தேவைப்பட்டது. சு.ரா. முகம் சிவந்து, அமைதியின்மையுடன் காணப்பட்டார்.

அன்றிரவு நெடுநேரம் தேம்பித்தேம்பி அழுதேன். மாபெரும்

கனவு உடைந்து தகர்வதை எளிய உள்ளத்தால் ஏற்றுக் கொள்ள முடிவதில்லை. ஜெயன் என்னைப் பலவாறாகச் சொல்லி நீண்ட நேரம் சமாதானம் செய்தார். பிறகு 1999 ல், ‘பின் தொடரும் நிழலின் குரல்’ நாவல் வெளிவந்தபோது, நான் நெடுந்தூரம் நகர்ந்து வந்திருந்தேன். வரலாற்றில் சித்தாந்தங்களின் இடம், வரலாறு பலவிசைகளால் இயக்கப்படுவது, ஒற்றைப் படையாய் அதைப் புரிந்து கொள்வதின் அபத்தம் எல்லாவற்றையும் காலமும் படிப்பும் எனக்குப் புகட்டியிருந்தது.

ஆனால் தீ போல் எரிந்துகொண்டிருந்த அந்த அருண்மொழியின் பரிசுத்தமான இலட்சியவாதம் ஒரு காலகட்டத்தின் பிரதிபலிப்பும் கூட என்று தோன்றும். அதுதான் அவளை வாசகியாக்கியது, சிந்திக்க வைத்தது, வாழ்வுக்கு அர்த்தம் அளித்தது. அது என் கனவு மட்டுமல்ல, அந்தக் காலகட்டமே சேர்ந்து அந்தரங்கமாகக் கண்ட கனவு. அதன் சிதைவு நாம் வாழும் இவ்வுலகம் தன் கனவுகளை இழந்ததன் கதைதான். இன்றைய வலதுசாரி எழுச்சிகள் அங்கிருந்து தொடங்குபவையாக இருக்கலாம். ஆனால் மானுடம் தன் கனவுகளை இழந்துவிடுவதில்லை. அவை மீண்டு வந்துகொண்டேதான் இருக்கும்.

★★★

4

பனி உருகுவதில்லை

சில படங்கள் அல்லது புகைப்படங்கள் சிறுவயதில் நம் மனதில் அழியா படிமமாக நிலைத்து விடுகின்றன. அதன் கருத்துருவம் நம் எண்ணத்தில் பதிவதற்கு முன்பே இது நிகழ்ந்துவிடுகிறது. அப்படி என் பத்து வயதிலிருந்து பதிந்த சித்திரம் புத்தரின் படம் ஒன்று, பனி படர்ந்த இமயமலையின் புகைப்படம் மற்றொன்று.

முன்னது என் மாமா எனக்கு அனுப்பிய பொங்கல் வாழ்த்து. பின்னது சோவியத் இதழில் வந்த வண்ணப் புகைப்படம். புத்தரின் மோன நிலை என்னை அமைதியிழக்கச் செய்தது. ஆசையே துன்பத்துக்குக் காரணம், ஆசையை ஒழித்தால் துன்பத்தை ஒழித்துவிடலாம்... சொன்னால் மட்டும் போதுமா, எப்படி ஒழிப்பது என்று சொல்லாமல் கண்ணை மூடிக் கொண்டு விட்டார். நான்காம் வகுப்பு பாடத்தில் இவ்வளவுதான் இருந்தது.

ஆனால் மாறாக இமயத்தின் புகைப்படம் என் கனவுகளில் ஊடுருவியது. அதன் பனி மூடிய முகடுகள் தியானத்தில்

ஆழ்ந்தவைபோல் என்னிடம் தினமும் மௌனமாக எதையோ சொல்ல விழைந்தன. அதை நேரம் போவது தெரியாமல் பார்த்துக்கொண்டே அந்தப் பனிக்குளிரைக் கற்பனை செய்துகொள்வேன். பனியில் சறுக்கி, உருண்டு விளையாடலாம். பனியை எடுத்து ஒருவர்மேல் ஒருவர் தூவி விளையாடலாம். இமையமலையில் பனி உருகுவதே இல்லை என்று அறிந்தேன்.

பிறகு ரஷ்யப் படைப்புகள் படிக்கும்போது மொத்த ரஷ்ய நிலத்தையும் இமையமாகவே கற்பனை செய்துகொண்டேன். அங்கு நிறைந்திருக்கும் பனியைப் பலவாறாக விரித்துக்கொள்வேன். பனிபடர்ந்த நிலம், பனிக்கோட்டும் ஸ்வெட்டரும் அணிந்த முகம் சிவந்த மனிதர்கள், தடித்த காலுறையும் பனிக்குல்லாயும் போட்ட சிவந்த ரோஜாப்பூ நிறக் குழந்தைகள், வெண்பனியால் மூடப்பட்ட சாலை, கூரை, மரங்கள், காணுமிடமெல்லாம் கண் நிறைக்கும் வெண்பனி. பனி தூய்மையானது. வெண்மை என்பது தூய்மையின் நிறம்.

தஸ்தாயெவெஸ்கியின் நாவலில் வரும் நெல்லி, பீட்டர்ஸ்பர்க்கில் குளிரால் வாடும்போது அவளுக்காக மனம் உருகினேன் என்றாலும் எனக்குப் பனியை எதிர்மறையாகவே நினைக்க முடியவில்லை. குளிர் தாங்க முடியாத குதிரை வண்டியோட்டிகள், பிச்சைக்காரர்களையும்கூட அவர் விவரித்திருப்பார். எனக்கு அப்போதுகூட பனிக்குளிர் என்பது ஒரு சிலிர்ப்பூட்டும் இன்ப அனுபவமாகவே இருந்தது.

தஞ்சை, திருச்சி மாவட்டங்களில் கொஞ்சமாவது குளிர்வதே நவம்பர், டிசம்பர், ஜனவரி மாதங்களில்தான். மீதி நாட்கள் எல்லாம் சுட்டெரிக்கும் வெயில். ஓட்டுவீடுகளில் காதும் மூக்கும் எரிந்துகொண்டே இருக்கும். ஆகவே எனக்கு குளிர் அபூர்வமானதாகவும், மிகப் பிடித்தமானதாகவும் இருந்தது. கதகதப்பாக போர்த்திக்கொண்டு உறங்கப் பிடிக்கும். அது கருப்பைக்குள் இருப்பதுபோல.

நம் இலக்கியமரபில் குளிர் என்பதே இதம் என்றுதானே சொல்லப்பட்டிருக்கிறது. சிவன் இருக்குமிடம் ‘பனிபடு

நெடுவரை'. அதுதான் நம் வடக்கு எல்லை. அப்பனுடன் இருக்கும் அன்னை குளிர்ந்தவள். 'கோடையிலே இளைப்பாற்றிக் கொள்ளும்வகை கிடைத்த குளிர் தருவே தருநிழலே நிழல் கனிந்த கனியே' என்றுதான் இறைவனைப் பாடியிருக்கிறார்கள். கருவறைக்குள் கன்னங்கரிய ஒளியுடன் அமர்ந்திருக்கும் தெய்வங்களைக் காணும்போது அந்தச் சொல் நினைவில் எழும். நிழல் கனிந்த கனி. நாகப்பழம்தான் நிழல் கனிந்த கனி.

பனிபடிந்த ரஷ்யா எனக்கு முகில் நிறைந்த விண்ணுலகமாகவே தெரிந்தது. படிக்க ஆரம்பிக்கும்போது நீண்ட தாடியுடன் இருந்த டால்ஸ்டாயை நம் மரபின் வசிஷ்டர் எனவும், தஸ்தாயெவெஸ்கியைக் கோபம் கொண்ட விசுவாமித்திரர் எனவும் உருவகித்துக் கொண்டேன். பனிமுடி மலைகளின் உச்சிகளென அவர்கள் திகழ்கிறார்கள். ரிஷிகளுக்குரிய ஞானமும், விவேகமும் நிரம்பியவர்கள். காலத்துக்கு அப்பால் தியானத்தில் இருப்பவர்கள்.

ரஷ்யப்படைப்புகளில் நான் படிப்பதற்கு முதலில் எடுத்தது மூன்று காதல் கதைகள். இவான் துர்கனேவ் எழுதியது. துவக்கமே இனிமையாக இருக்கட்டுமே என நினைத்தேன். 'முதல் காதல்', 'ஆஸ்யா', 'வசந்தகால வெள்ளம்'. மூன்றுமே என்னை மிகவும் கவர்ந்தன. மிகமிக நுட்பமான உணர்வுகளை ஊசியால் தொட்டு எடுப்பதுபோலச் சொல்வதில் துர்கனேவ் வல்லவர். அணுகுவதும் பிரிவதுமான காதலின் தத்தளிப்பை, காதலர்கள் இருவரும் நிகழ்த்திக்கொள்ளும் அந்த மாயநாடகத்தை, அவர்கள் விரும்பி அனுபவிக்கும் இனிய துயரை, சொல்லாமல் ஒளித்து மனம் போடும் பல திரைகளை, கவித்துவம் மிகுந்த தருணங்களை அவருடைய கூர்மையான, சிக்கனமான மொழியில் கொண்டுவந்து விடுவார்.

அடுத்து அவரது குறுநாவலான 'தந்தையரும் தனயரும்' படித்தேன். அதில்தான் நிஹிலிசம் பற்றி முதன்முதலில் அறிந்துகொண்டேன். பஸரோவ் என்ற அந்தச் சிந்தனையாளனாகிய இளைஞன் அந்தக் காலகட்டத்தின் முகம். எல்லாவற்றையும் முதலில் இடிப்போம், கட்டுவதை அதன்பிறகு யோசிப்போம் என்று

அவன் சொல்கிறான். நானும் அன்று அப்படித்தான் கற்பனையில் வாழ்ந்தேன். இடிப்பதற்குள் காதலித்துக் கல்யாணம் செய்தாயிற்று.

புஷ்கினின் 'காப்டன் மகள்', 'துப்ரோவ்ஸ்கி' இரண்டும் படித்தேன். புஷ்கின் ரஷ்ய இலக்கியத்தின் முன்னோடி என்ற அளவில் நன்றாக இருந்தது. பிறகு அலெக்ஸாண்டர் குப்ரின் எழுதிய 'செம்மணி வளையல்' நாவல், சிங்கிஸ் ஐத்மாத்தவின் 'அன்னைவயல்', மாக்ஸிம் கார்க்கியின் 'தாய்' என்று படித்தேன்.

ஆண்டுக்கணக்கில் ரஷ்யாவின் நிலத்தில் வாழ்ந்திருக்கிறேன். ரஷ்யப் படைப்புகளில் வரும் ரை, பார்லி, உருளைக் கிழங்கு பயிர் விளையும் விரிந்த வயல்வெளிகள், ஸ்டெப்பிப் புல்வெளி, காகஸஸ் மலையை ஒட்டி வாழும் கஸாக்குகளின் மலைக்கிராமங்கள், குலக்குகள் என்று சொல்லப்படும் நடுத்தர விவசாயிகள், நாய்களுடன் குதிரைகளில் பனிக்காடுகளில் வேட்டைக்குச் செல்லும் சாகச மனிதர்கள், குதிரைகளையும், நாயையும் நண்பனைப்போல் சினேகித்து பனிவெளியின் தனிமையில் அவற்றுடன் பேசிக்கொண்டே இருப்பவர்கள். பெருகிச்செல்லும் வோல்கா நதி, ஒன்பது மாதங்கள் உறைந்தே இருக்கும் ஓப், எனிஸி, லீனா நதிகள் எல்லாமே கனவுகள். சைபீரியக் கொடும்பனி எனக்கு தவத்திற்கான தனிமையை அளிக்கும் வெண்போர்வையாகவே தோன்றியது.

'வார் அண்ட் பீஸ்' புத்தகம் ஜெயனிடம் இல்லை. எனக்கு அது வேண்டும் என்ற ஆவல் பயங்கரமாக எழுந்தது. பெங்களூர் போகும்போது மஹாலிங்கம் சார் [ஜெயனின் நாவல் கோட்பாடு நூலை வெளியிட்டவர்] எனக்கு அதை வாங்கிப் பரிசளித்தார். சிக்னெட் கிளாசிக்கின் பேப்பர் பேக் எடிஷன். பெங்களூர் எம்.ஜி. ரோட்டில் அதை வைத்துக் கொண்டு கிட்டத்தட்ட நடனமாடினேன்.

'போரும் அமைதியும்' ஒரு முழு வாழ்க்கை. நமக்கே நூறு வயது வாழ்ந்ததுபோல சலிப்பும் நிறைவும் உருவாகிவிடும். நான் பல மாதங்கள் 'கொசாக்குகள்', 'புத்துயிர்ப்பு', 'அன்னா கரீனினா',

‘போரும் அமைதியும்’ என்று டால்ஸ்டாயைப் படித்தே வாழ்ந்தேன். ராதுகா பதிப்பகத்தின் ஆங்கில மொழியாக்கங்கள் மிக எளிமையான நடைகொண்டவை.

தஸ்தாயெவெஸ்கியை அதன்பின்னர்தான் படித்தேன். ‘குற்றமும் தண்டனையும்’, ‘கரமசோவ் சகோதரர்கள்’. அதேவெறியில் ஆண்டன் செக்கோவ், போரிஸ் பாஸ்டெர்னாக், அலெக்ஸி டால்ஸ்டாய், நிகொலாய் கோகல் என்று சென்றது.

இப்போதுகூட பட்டுக்கோட்டையோ, திருவாரூரோ தெரிந்ததை விட பீட்டர்ஸ்பர்க்கும் மாஸ்கோவும்தான் நன்றாகத் தெரியும்.

எனக்கு ரஷ்ய எழுத்தாளர்களில் டால்ஸ்டாயும், தஸ்தாயெவெஸ்கியும், துர்கனேவும் மிகவும் பிடித்தமானவர்கள். ‘வார் அண்ட் பீஸ்’ நாவலின் தத்துவம், தரிசனம் எதுவும் புரியாத வயதில் எதையுமே யோசிக்காமல் கதையாக வாசித்து உணர்ச்சிகளில் அலைக்கழிந்து முடித்தேன். டால்ஸ்டாயின் கதாபாத்திரங்கள் நமக்குத் தெரிந்த மனிதர்களாக ஆகிவிடுவார்கள். அவர் எப்படி அதைப் பதிய வைக்கிறார் என்று நான் பலமுறை யோசித்திருக்கிறேன். கதாபாத்திரத்தின் குண இயல்பின் ஒரு துளியை நமக்கு அளித்துவிடுவார். மன ஓட்டங்களைப் பற்றி விரிவாகச் சொல்லாமலே இதைச் சாதித்து விடுவார்.

உதாரணமாக, ‘போரும் அமைதியும்’ நாவலில் பியர் பற்றி சொல்லும்போது அவன் நடந்துகொள்ளும் சில சந்தர்ப்பங்களை மட்டுமே சொல்கிறார். பெரிய உயர்குடி விருந்தில் அந்தப் பிரபுகுல மூத்த சீமாட்டிகளிடமும் பெரிய மனிதர்களிடமும் பெரிய விருப்பமில்லாமல் பேசியபடி இருப்பான். அப்போது அவனுக்குப் பிடித்தவர்கள் அங்கு வந்துவிட்டால் அந்த உரையாடலை அந்தரத்தில் நிறுத்திவிட்டு அவர்களை நோக்கிச் சென்றுவிடுவான். உரையாடலை முறையாக முகமன் சொல்லி முடித்து அவர்களிடமிருந்து விடுபட வேண்டும் என்ற போதம்கூட அவனுக்கு இருக்காது.

மரணப் படுக்கையில் இருக்கும் தந்தையை அவன் பார்க்கப் போகும்போது அந்த மக்களையும் அந்தச் சூழ்நிலையையும் எதிர்கொள்ள இயலாமல் தத்தளிப்பான். அப்போது பாவ்லோவ்னா எனும் தந்திரமான முதியவள் அவனை ஒரு சிறுவன் போல் கையில் எடுத்துக் கொள்வாள். அன்னையின் புடவை நுனியைப் பற்றியபடி செல்லும் குழந்தைபோல அவள் பின்னாலேயே செல்வான். இந்த இயல்பைச் சொல்வதன் மூலம் அவனை நாம் நன்றாக அறிந்த ஒரு மனிதனாக ஆக்கி விடுவார் டால்ஸ்டாய். பியர் உயர்குடிகளின் தளுக்குகள், பாவனைகள் இவற்றோடு ஒட்டாமல் விலகி விட்டேற்றியாக இருப்பவன், கொஞ்சம் உலகியல் சார்ந்த அசட்டுத்தனம் கொண்டவன், உணர்ச்சிகளின் உச்சம் அல்லது சோர்வுடன் இருப்பவன், சிறுபிள்ளைத்தனம் கொண்டவன், உள்ளார்ந்த நன்மையில் விருப்பம் கொண்டவன். இன்றைக்கும் அவனை நினைத்தால் மனம் மலர்ந்துவிடுகிறது.

அதேபோல் ஆண்ட்ரூவையும் எளிய குறிப்புகள் வழியாக மிக நெருக்கமாக ஆக்கிவிடுவார். நிதானமும், கம்பீரமும், தர்க்க மனமும் கொண்ட ஆண்ட்ரூ, நடாஷா மேல் காதல்கொள்ளும் தருணங்கள் மிக நுட்பமானவை. கம்பீரமான ஆண்கள்தான் காதலில் வெட்கப்பட்டு அசட்டுத்தனமாக நடந்துகொள்வார்கள். போர் நடவடிக்கைகளில் குட்டுசோவின் அந்தரங்கக் காரியதரிசியாக ஒரே சமயம் அவற்றில் ஈடுபாட்டுடனும், விலக்கத்துடனும் அவர் நடந்துகொள்ளும் விதத்தை டால்ஸ்டாய் சித்தரிக்கிறார். தனிப்பட்ட முறையில் போரையும் அதில் வெற்றியையும் ஆன்ட்ரூ விரும்புகிறார். ஆனால் ஒரு மனிதனாக அந்த அழிவை அவர் உள்ளம் வெறுக்கிறது.

டால்ஸ்டாயின் உலகம் மனிதத்திரளால் ஆனது. அவருடைய கதாபாத்திரங்கள் எத்தனை வகையானவை! பக்தியும், ஒழுக்கமும் தன் கறார் தந்தைமேல் மிகுந்த பிரியமும் கொண்ட மேரி, நிகொலாய் மேல் அளவற்ற காதலும் அடக்கமும் கொண்ட சோனியா, அறிவற்றவளும் பேரழகியும் அனைத்து ஆண்களையும் தன் வலையில் வீழ்த்துவதைக் கடமையாகக்

கொண்டவளுமான ஹெலன், முட்டாள்தனமும் அழகும் கொண்ட பெண்பித்தன் அனடோல், வம்பனும், முரடனுமான டோலக்கோவ், படைப்பொறுப்பில் அடுத்தடுத்த படி நிலைகளில் ஏறிக்கொண்டேயிருக்கும் போரிஸ், நடைமுறை யதார்த்தம் அறிந்த, நகைச்சுவை உணர்வு கொண்ட தளபதி குட்டுசோவ்... கனவும், கற்பனையும், வீராவேசமும் நிறைந்த நிகொலாய் ரோஸ்டொவ்.... இருபத்தைந்தாண்டுகளில் எத்தனையோ உண்மையான மனிதர்களை மறந்துவிட்டேன். அந்நாவலின் ஒரு முகம்கூட மறக்கவில்லை.

அத்தனைக்கும் மேலாக நடாஷா... டால்ஸ்டாயைப் படித்த அனைவரின் கனவுதேவதை அவள். இன்றுவரை நான் வாசித்த புனைவுகளில் என் மனதைக் கொள்ளைகொண்ட ஒரு கதாபாத்திரம் என்றால் அது நடாஷாதான். எப்போதும் மகிழ்ச்சியும், உற்சாகமும் ததும்பும் அவளது பிரகாசமான கண்கள். வளரிளம்பருவத்தில் அவளுக்குப் பார்க்கிறவர்களை எல்லாம் காதலிக்க வேண்டும் என்று துடிப்பு. போரிஸ், டெனிசோவ், ஆண்ட்ரூ, அனடோல்... படிப்படியாக அக்கதாபாத்திரத்தின் அக வளர்ச்சியை, ஒரு அன்னையாக அவள் அடையும் நிறைவை, நாவலின் போக்கிலேயே நம் கண்முன்னால் அவள் முதிர்ந்து கனிவதை டால்ஸ்டாய் காட்டவில்லை, நாம் காண்கிறோம்.

நடாஷாவிடம் ஆண்ட்ரூ கொண்ட காதல் ஒரு செவ்வியல்தன்மை கொண்டது. அவரது மரணப்படுக்கையில் அக்காதல் அவளை அவர் அருகே கொண்டுவந்து சேர்த்துவிடும். ஆண்ட்ரூ, நடாஷாவின் மேல் தனக்குள்ள காதலை உணர்ந்து மகிழ்வுகொள்ளும் தருணத்தில் ஒரு பட்டுப்போன ஓக் மரம் துளிர்ப்பதைப் பார்ப்பார். டால்ஸ்டாய் யதார்த்தமானவர், அவரை மீறி கவித்துவம் பொங்கும் தருணத்தை எழுதிய இடம். அதேபோல் ஒரு கவிதையைப் பாடலாகப் பாடிக்கொண்டு பனிபொழியும் இரவில் நிலவொளியைப் பார்த்து ஜன்னல் வழியாகப் பறந்துபோக நடாஷா விரும்பும் கணம்.

நடாஷாவின் சிறுபிள்ளை குறும்புத்தனங்கள் எனக்கு மிகவும் பிடிக்கும். ஏனென்றால் எனக்குள்ளும் நான் அவளை உணர்ந்தேன். அவள் அம்மாவின் படுக்கையறையில் ஓடிவந்து, வந்த வேகத்தில் டைவ் அடித்து அவள் அம்மாவைத் தாண்டிப் போய்விழுவாள். பின் எழுந்து அவள் கையைப் பற்றி ஒவ்வொரு விரல் முட்டையும் முத்தமிட்டு தன் பரவசத்தை அன்னையிடம் பகிர்ந்துகொள்வாள். நானும் ஒருநாளும் என் படுக்கையில் ஒழுங்காகப் படுத்ததில்லை. ஸ்டன்ட் அடிப்பேன். என் அம்மா என்னை, "தடிக்கழுதை, தடிமாடு, பொம்புளப் புள்ளயா லச்சணமா இருக்க மாட்டியா?" என்று அர்ச்சிப்பார்கள். "எவன் கட்டி மேய்க்கப் போறானோ... ஒனக்குன்னு எங்க பொறந்துருக்கானோ?"

எத்தனை தடவை கேட்டது... எத்தனை வாய்கள் சொல்லிக் கேட்டது என்றாலும், 'எங்க பொறந்துருக்கானோ' என்ற கற்பனை ஒரு சிலிர்ப்பைத் தரும். தேய்வழக்காக இருந்தாலும் அது மிக அழகிய கற்பனை. எங்கோ ஓர் இடத்தில் இருப்பான். எப்படி இருப்பான்? நம்மை நினைப்பானா, நம்மை எப்படிக் கட்டி மேய்க்கப் போகிறான்... தொலைந்தான் அவன் எனப் பலவிதமாகக் கற்பனை செய்து எனக்குள் புன்னகைத்துக் கொள்வேன். நடாஷா இறுதியில் பியரை மணக்கும்போது, 'ஓ... இவன்தானா' என்ற புன்னகை எழும்.

'அன்னா கரீனினா'வில் வரும் அப்பாவி கிட்டி, அழகும், நுண்ணுணர்வும் மிக்க அன்னா, பரந்த மனமும், கனிவும் கொண்ட லெவின், வறண்ட கரீனின், விரோன்ஸ்கி. 'புத்துயிர்ப்பு' நாவலில் ஆரம்பத்தில் தேவதை சாயலுடன் வரும் மஸலோவா பிறகு வாழ்க்கையின் போக்கில் வதையுண்டு அற்பத்தனம் கொண்ட தந்திரக்காரியாக மாறுவது, அதிலிருந்து அவள் அடையும் மீட்சி. தஸ்தாயெவெஸ்கி கதாபாத்திர ஆளுமை வளர்ச்சியை விட கதாபாத்திரங்களின் அந்தந்தத் தருணங்களின் மன ஓட்டங்களை, ஆழ்மன வெளிப்பாடுகளை நீண்ட தன்னுரைகள் மற்றும் உரையாடல்கள் வழியாக நிகழ்த்திக் காட்டுவார். ஒரு கதாபாத்திரம் ஒரு தரப்பின் பிரதிநிதிபோல்

வாதிடும். நாடகீய தருணங்களின் உச்ச நிகழ்வுகள். அவரது நாவல் விவாதத்திற்கு எடுத்துக்கொள்ளும் விஷயங்கள் கடவுள், மதம், குற்றம், தண்டனை, மனிதனின் உள்ளார்ந்த இயல்பான தீமை இவை போன்ற அடிப்படையான கேள்விகள். இதைச்சொல்ல அவர் தேர்ந்த வடிவம் அது.

‘கரமசோவ் பிரதர்ஸ்’ நாவலில் வரும் இவானின் கவிதை நாடகமான ‘கிரேட் இன்குவிசிட்டர்’, இவானுக்கும் அல்யோஷாவுக்கும் ரெஸ்டாரென்டில் நடக்கும் உரையாடல், திமீத்ரீக்கும் அல்யோஷாவுக்கும் மரத்தடியில் நிகழும் உரையாடல், ஃபாதர் சோசிமாவுக்கும் அல்யோஷாவுக்கும் நடக்கும் உரையாடல்... அப்படி பல இடங்கள். டால்ஸ்டாய் நாவலில் நிகழ்வதுபோல அங்கே நாம் அந்த வாழ்க்கையில் பங்கெடுப்பதில்லை. அந்த இடத்தில் ஓரமாக அமர்ந்திருக்கிறோம்.

‘குற்றமும் தண்டனையும்’ நாவலில் ரஸ்கோல்நிகோவ் சோனியாவிடம் தான் செய்த குற்றத்தைக் கூறி மனம் திறக்குமிடம், நெல்லியின் மரணப்படுக்கை உரையாடல் போன்ற இடங்களில் நாம் நமக்குள் ஓர் உக்கிரமான நாடகம் நடப்பதை உணரமுடியும். தஸ்தாயெவெஸ்கியின் நாவல் நிகழும் காலஅளவு குறுகியது என்பதாலேயே இந்த வடிவம் மிக உகந்ததாக உள்ளது.

கேரள கவிஞர் ஆற்றூர் ரவிவர்மா என் மனதிற்கு மிக நெருக்கமானவர். என் குரு. ஆனால் மனதிற்குள் ஒரு தந்தையாகவும் அவரை நான் வரித்திருந்தேன். தோன்றும்போதெல்லாம் நாங்கள் திருச்சூர் போவோம். ஒருமுறை பேசிக்கொண்டிருந்தபோது தஸ்தாயெவெஸ்கியைப் பற்றி அவர் சொன்னார். *“He is an architect of darkness.”* அப்போது எனக்கு அதன் முழு அர்த்தத்தின் கனம் விளங்கவில்லை. படிக்கப்படிக்க அது சரிதான் என்று தோன்றியது. இருளைக் கொண்டு கட்டப்படும் ஒரு தேவாலயத்தின் உச்சியில் ஒரு சிறு விளக்கினைப் போல் ஒளியைக் காட்டுகிறார்.

நான் அவர் படைப்பில் மனம் நெகிழ்ந்த தருணங்கள்

பல உண்டு. ஃபாதர் சோஷிமா, அல்யோஷாவை பூமியை முத்தமிடச் சொல்லும் தருணம், சோனியா ரஸ்கோல் நிகோவை மன்னிக்கும் தருணம், திமீத்ரீ மனம் திறக்கும் தருணங்கள். நன்மைக்கும், தீமைக்கும் இடையே அல்லாடும் ஒரு பாத்திரமாக திமீத்ரீயைப் படைத்திருப்பார். புலனிச்சைக்கும், அவன் மனதின் நன்மைக்கும் இடையே நிகழும் ஓயாத போர். மனித மனதின் அலைக்கழிப்பின் ஸ்தூல வடிவம் திமீத்ரி, ஒளியின், களங்கமின்மையின் தூய வடிவமாக அல்யோஷா, தர்க்கமனம் கொள்ளும் சந்தேகங்களும், தடுமாற்றங்களுமாக இவான்.

குழந்தைகள் அவர் படைப்பில் உயிர்ப்புடன் வருவார்கள். துறுதுறுப்பும் அறிவும் குறும்புத்தனமும் மிக்க கோல்யாவின் முகம் நினைவில் வருகிறது. வறுமையிலும் தன்மானமுள்ள சிறுவன் இல்யூஷா, தன் தந்தை எந்நிலையிலும் மித்யாவிடம் மன்னிப்புக் கோரக் கூடாது, அவன் கொடுக்கும் பணத்தைப் பெற்றுக்கொள்ளக் கூடாது என்று உறுதி வாங்கிக்கொண்டு இறந்து போவான்.

இவையனைத்திலும் பின்னணியில் பனி பெய்துகொண்டிருந்தது. குளிர்காற்று சன்னல்கள் வழியாக வந்துகொண்டிருந்தது. மனிதர்களும் சொற்களுமெல்லாம் குளிர்ந்திருந்தன. டாக்டர் ஷிவாகோ நாவல் நெடுகிலும் பனி நம்மைத் தொடர்ந்து கொண்டேயிருக்கும். சிறுவனாக இருக்கும் யூரியின் அன்னை இறக்கும் தினத்தன்று ஒரு பனிப்புயல் வீசும். பிறகு லாராவை அவன் சந்திக்கும் தினம், கட்டாய ராணுவப்பணியில் மருத்துவனாகப் பணி புரிவது, குடும்பத்தைப் பிரிந்து, பின் மீண்டும் சேருமிடங்கள் எல்லா இடத்திலும் ஒரு மௌனசாட்சியாகப் பனி நிறைந்திருக்கும். பனியில் பூக்கும் மலரென அவன் மனம் முழுவதும் லாரா நிறைந்திருப்பாள். உருகவைக்கும் யூரியின் காதலும், கவிதையும், பனியும் நிறைந்த அந்நாவலை ஒரு குளிர்மாதத்தில்தான் படித்தேன்.

'போரும் அமைதியும்' நாவலில் டால்ஸ்டாய் எல்லாவற்றையும் ஒரு விலகிநிற்கும் துறவியின் பார்வையில் சொல்லிச் செல்வதாக எனக்குத் தோன்றும். போரின் அபத்தத்தை,

வாழ்வின் போக்கைக் காட்டும் அவர் மானுடப் பெருக்கெனும் நதியில் ஓரிரு துளிகளெனவே கதாபாத்திரங்களைக் காட்டிச் செல்கிறார். நெப்போலியனும், ஜாரும், ஆண்ட்ரூவும் அவருக்கு மானுடப்பெருக்கில் துளிகள்தான். இந்தப் பார்வை ஒரு கனிந்த விவேகமுள்ள துறவியின் பார்வையாகவே எனக்குப் படுகிறது. நிஜ வாழ்க்கையிலும் அவர் தனது சில எழுத்துக்களைத் தவிர எல்லா படைப்புகளையும் துறந்தார். தனது வசதியான வாழ்க்கையைத் துறந்தார். யாஸ்னா பால்யானாவைத் துறந்து அவர் வெளியில் வைத்த காலடியும், சென்ற தொலைவும் ஒரு கீழைத்தேச ஞானிக்கே உரியது.

ரஷ்யாவின் பண்பாட்டில் எப்போதும் இந்தக் கிழக்கு அம்சமும் உண்டு. ஆகவே ரஷ்ய எழுத்தாளர்கள் நம் மனநிலைக்கு மிக நெருக்கமானவர்கள் என்று தோன்றும். இவர்கள் அளவுக்கு எனக்கு ஐரோப்பிய எழுத்தாளர்களிடம் ஒன்ற முடிந்ததில்லை. ஆச்சரியம்தான்... ஒரு தேசம் அதன் இலக்கியம் வழியாகத் தொடர்பே இல்லாத இன்னொரு மண்ணில் இவ்வளவு ஆழமான செல்வாக்கைச் செலுத்தியிருக்கிறது. எனக்கு என் முன்னோர்கள் என்று நினைக்கும்போதெல்லாம் ரஷ்ய இலக்கிய மேதைகளும் சேர்ந்தே நினைவில் எழுகிறார்கள்.

சோவியத் ருஷ்யாவில் 1990 களில் நடந்த கிளாஸ்னோஸ்ட், பெரிஸ்த்ராய்க்கா என்ற சொற்களால் குறிப்பிடப்படும் அரசியல் மாற்றங்களை ‘பனியுருகல்’ என்று அக்காலத்தில் குறிப்பிட்டனர். அங்கே பனி உருகத்தான் செய்தது. என்னுள் கனவுகளை நிறைத்த அந்தத் தூய வெண்பனி ஒருபோதும் உருகியதில்லை.

★★★

5

மரபிசையும் காவிரியும்

என்னுடைய பிறந்த ஊர் திருவாரூர். மரபிசை மீது எனக்கு ஈடுபாடு வந்ததற்கு அதுவே ஒரு காரணமாக இருக்கலாம். அப்போது தஞ்சை மாவட்டம் என்பது திருவாரூர், நாகப்பட்டினம், சிதம்பரம் என்று இன்றைய மூன்று மாவட்டங்களை உள்ளடக்கியது. என் அம்மாவின் சொந்த ஊர் திருவாரூரிலிருந்து மூன்று கி.மீ தொலைவில் உள்ள புள்ளமங்கலம் என்ற சிறிய கிராமம். வடபாதிமங்கலத்துக்கு அருகில். ஆரூர், சங்கீத மும்மூர்த்திகள் வாழ்ந்த, நடந்த, தியானித்த ஊர். தியாகையர், முத்துஸ்வாமி தீக்ஷிதர், சியாமா சாஸ்திரிகள். நாம் மடிக்கணினி வாங்கினால் அதன் அடிப்படை அமைப்பிலேயே சில மென்பொருள் செயலிகள் வந்துவிடுவது போல அங்கு பிறந்ததனாலேயே சாஸ்திரீய இசை நம் துரியத்தில் அமைந்துவிடும் என்று எனக்குத் தோன்றும். இத்தனைக்கும் எங்கள் குடும்பம் இசைப் பாரம்பரியம் உள்ள குடும்பம் இல்லை. விவசாயப் பின்னணி கொண்டது.

நிலபுலன்களை இழந்து எங்கள் தாத்தா ரங்கூனுக்குக் கணக்கெழுதச் சென்றார். அங்கு சொல்லிக்கொள்கிற

மாதிரி சம்பாத்தியம் இல்லை. திரும்பி வந்து ஊரிலேயே கணக்கெழுதினார். கணக்கப்பிள்ளை குடும்பம் என்றே நாங்கள் அறியப்பட்டோம். சொற்ப வருமானம். ஏழு பெண் குழந்தைகள். பாட்டியிடம் இருந்த மூன்று பசுக்களும், சிக்கன குணமும் மட்டுமே ஒன்பது ஜீவன்களைக் காத்தன. மூத்த பெண்ணான என் அம்மா 22 வயதில் ஆசிரியை ஆனார். அந்த ஊரில் அரசு வேலைக்குச் சென்ற முதல் பெண் என் அம்மா. இரண்டு தங்கைகளை மணமுடித்துக் கொடுத்துவிட்டே 29 வயதில் [1969] மணம் செய்துகொண்டார். அக்காலத்தில் அது ஒரு அரிய நிகழ்வு.

காலாண்டு, அரையாண்டு, மே மாத விடுமுறையில் நானும், அம்மாவும், தம்பியும் பாட்டி வீட்டுக்குச் சென்றுவிடுவோம். அப்பா அவரது சொந்த ஊரான திருவோணம் சென்று விடுவார். திருவோணம், புதுக்கோட்டை மாவட்டத்தை ஒட்டி வருவதால் அது மேலத் தஞ்சை. அம்மா மாதிரி கீழத் தஞ்சைக்காரர்களுக்கு அவர்கள் மேல் ஒரு இளக்காரம். ஒப்பிட அது கொஞ்சம் வறண்ட பகுதி. டெல்டா பகுதி என்பதால் வரும் ஒரு மிதப்பு இங்கு எல்லோரிடமும் உண்டு.

பாட்டி வீட்டுக்குச் செல்லும்போது வடபாதிமங்கலத்திலிருந்து பஸ் வசதி இல்லையென்பதால் வண்டியில்தான் செல்வோம். கூண்டுவண்டி வாடகைக்கு அமர்த்தி அதில் செல்வோம். பாட்டி வீட்டின் உற்சாக மனநிலை எனக்கு அப்போதே தொடங்கிவிடும். நான் பின்பக்கமாகக் கால்போட்டு கம்பியைப் பிடித்துக்கொண்டு பார்த்தபடியே வருவேன். காட்சிகள் பின்னோக்கிச் செல்வதில் ஆழ்ந்து விடுவேன். அம்மாவும் இங்கு வந்தால் என்னை அதட்டுவது குறைந்துவிடும்.

வண்டியில் போகும்போது புள்ளமங்கலத்தின் முதல் வாசனையாக நான் உணர்வது வைக்கோல் மணம்தான். எங்கும் வைக்கோல் போர்கள். நன்கு உலர்ந்தவை, சற்றே காய்ந்தவை, புதிதானவை. புதிய வைக்கோல் மணம் எனக்கு மிகவும் பிடிக்கும். வண்டியில் கூட வைக்கோல் பரத்தி ஜமுக்காளம் விரித்திருப்பார்கள். போகும் வழியெங்கும்

அப்பா, அம்மா, தம்பியுடன் ஐந்து வயதில்.

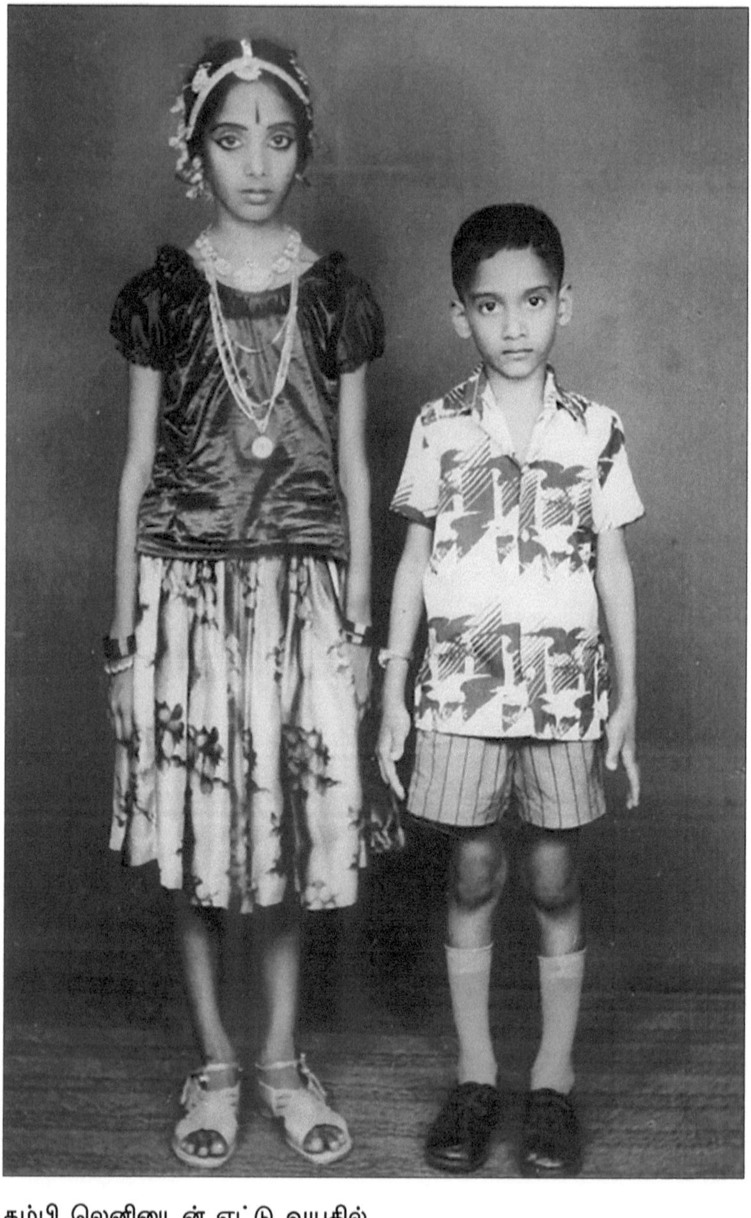

தம்பி லெனினுடன் எட்டு வயதில்.

மூங்கில் புதர்கள் அடர்ந்திருக்கும். பாதேர் பாஞ்சாலியில் அப்புவும், துர்காவும் ஓடும் மூங்கில் அடர்ந்த பாதையைப் பார்க்கும்போதெல்லாம் புள்ளமங்கலத்தை ஏக்கத்துடன் நினைத்துக்கொள்வேன். கூண்டுவண்டியின் இனிய சகட ஒலியும், காளையின் கழுத்துமணி ஓசையும், அந்த அழகிய காலை ஒளியில் இடையிடையே வரும் அல்லிக் குளங்களும், தாமரைக் குளங்களும் என் மனதில் என்றும் அழியாத சித்திரங்கள். மறுபுறம் வெண்ணாற்றின் கிளையாக காவிரி எங்களுடன் உடன் வருவாள்.

உடன் வரும் ஆற்றில் இலைகள், பூக்கள் விழுந்து தண்ணீர் அங்கங்கே சிலிர்த்துக்கொண்டு ஓடும். அதில் ஆழ்ந்து கனவில் இருப்பது போல் இருப்பேன். திரும்பிய இடமெல்லாம் நீராக, காவிரி எங்கும் நிறைந்தவளாக, சிறிய ஓடைகளில், வயலின் சதுரப் பரப்புகளில், வீடுகளின் கிணறுகளெங்கும் பத்தடி ஆழத்தில், அடி பம்புகளில் பொழியும் தண்ணீராக, நிறைந்த குளங்களாக எங்கும் வியாபித்திருந்தாள்.

பாட்டி வீட்டின் வாசனையாக நான் உணர்வது மாட்டுக்கொட்டிலில் நிறைந்திருக்கும் பசும்புல்லின் மணம், கொல்லைப்பக்கம் வைக்கோல் போரின் மணம், கழுநீர்த் தொட்டியில் நிறைந்திருக்கும் கழுநீரின் மணம். பின் மதியங்களில் பருத்திக்கொட்டை, பிண்ணாக்கை ஊறவைத்து என் சித்தி தனி ஆட்டுக்கல்லில் அரைப்பாள்... அதனுடைய மணம். பாட்டியிடம் வரும் வெற்றிலை வாசனை, பாட்டியின் கைகளை முகரும்போது வரும் கறந்த பாலின் வாசனை, சித்தி அணைத்துக்கொள்ளும்போது வரும் விறகுப்புகை மணம். எனது இளமைக் காலம் இத்தனை மணங்களால் சூழப்பட்டிருந்தது.

தி. ஜானகிராமனைப் படிக்கும்போது, என்னைப் போலவே காவிரியின் மேல் பித்து அவருக்கும் உண்டு என்று அறிந்தேன். தி.ஜா. வுக்கு காவிரி என்றாலே சங்கீதம். சங்கீதத்தையும், காவிரியையும் அவரிலிருந்து பிரிக்க முடியாது. இரண்டுமே அவருக்கு ஒன்றுதான். காவிரி இங்கு நெல்வயல்களாக விரிகிறாள். பயறு, உளுந்து இட்ட வயல்களில் வெடித்துச்

சிரிக்கிறாள். கரும்புத் தோட்டங்களில் இனிக்கிறாள். பசுக்களிலும் கன்றுகளிலும் பொலிகிறாள். எங்கும் நிறைந்த பராசக்திதான் அவள்.

புள்ளமங்கலம் நான்கைந்து தெருக்களையும், சுமார் நூறு வீடுகளையும் உள்ளடக்கியது. அங்கு சென்றால் எனக்குப் பரிபூரண சுதந்திரம். எல்லா வீடுகளிலும் புகுந்து புறப்படுவேன். எல்லோரையும் அத்தை, மாமா என்று சொந்தம் கொண்டாடலாம். ஊரின் வடக்குப் பகுதியில் பொது அறுத்தடிப்புக் களத்தை ஒட்டி விரிந்த வயல்வெளி. வரப்புகள் வழியே அதன் குறுக்காக நடந்து சென்றால் ஊட்டியாணி வந்துவிடும். அப்படியே திருவாரூர் செல்லலாம். தேரோட்டத்துக்கு நடந்தே செல்வோம். தெற்கு எல்லையில் வெண்ணாற்றின் ஒரு கிளை பிரிந்து கால்வாய் ஓடும். அதுவே எங்கள் ஊரின் ஆறு. அதைக் கடந்தால் மணக்கரை என்ற சிறிய ஊர். கிழக்குப் பக்கம் பாலக்குறிச்சி, மேற்கில் திட்டச்சேரி. மூன்று பெரிய குளங்கள். ஒரு பெருமாள் கோவில் உண்டு. அதை ஒட்டி ஆறு, ஆறு வீடுகள் எதிரெதிராய் அமைந்த சிறிய அக்ரஹாரம்.

குளம், ஆறு, கடை எதற்குப் போக வேண்டும் என்றாலும் அக்ரஹாரத்தைக் கடந்து செல்லவேண்டும். கடக்கையில் முணுமுணுப்பாக, உரக்கக் கற்றுக்கொள்ளும் குழந்தைகளின் சேர்ந்திசையாக தனிப்பட்ட அக்காக்களின் பாடலாக கர்னாடக கீர்த்தனைகள் ஒலிக்கும். ஒரு வீட்டில் மட்டும் கிராமஃபோன் ரெக்கார்டு பிளேயர் உண்டு. அது குஞ்சிதபாதம் ஐயர் வீடு. அக்காலத்தில் ரேடியோ என்பதே பணக்கார சொகுசு. கிராமஃபோன் பிளேயர் நினைத்தே பார்க்க முடியாத ஆடம்பரம்.

ஏழெட்டு வயது என்பது குழந்தைகளின் புலன்களில் கூர்மை குடிகொள்ளும் பருவம். கண்ணும் காதும் விரியத் திறந்திருக்கும். எது வந்து விழுந்தாலும் பிளாட்டிங் பேப்பர் மையை ஈர்த்துக்கொள்வது போல் கிரகிக்கும் வயது. 1977 ஒரு அபூர்வமான வருடம். அரசியலில் புயலாக மொரார்ஜியும்,

இசையில் இளையராஜாவும் களம் புகுந்த வருடம். கடலை மடிக்கும் பொட்டலம், ரோட்டில் கிடக்கும் துண்டு பேப்பர், மளிகை மடித்த காகிதம், நடேச மாமாவின் டீக்கடையில் வரும் பத்திரிகை என எதையும் நான் விடுவதில்லை. அறிவு, தகவல், தெரிந்துகொள்ளும் முனைப்பு என ஊசிமுனையில் கூர்கொள்ளும் போதமாக என் மனம் இருந்த காலங்கள் அவை.

புள்ளமங்கலத்தை ஒப்பிட நான் டவுனிலிருந்து வந்த பெண் என்பதால் என்னைச் சுற்றியும் சில பெரிசுகள் அமர்ந்து நாட்டு நடப்பைக் கேட்டுக் கொண்டிருப்பார்கள். அப்பாவிடமிருந்து பெற்ற உபரித் தகவல்களை வைத்து ஜயப்ரகாஷ் நாராயணனின் சிறைவாசத்தையும், இந்திராவின் எமர்ஜென்சி கொடுமைகளையும், மொரார்ஜியின் குரு பக்தியையும், புத்தெழுச்சி பெற்ற ஜனதா இயக்கத்தையும் கதைபோல சொல்லிக் கொண்டிருப்பேன். புதிய அலையின் பெயர்கள் எல்லாவற்றிலும் ஜ, ஜி, ஜெ பயின்று வருகிறது. என்னை ஈர்த்த விஷயமே இதுதான். ஸ்டைலாகச் சொல்லலாம். இந்திரா காந்தி பெயரே பழைய பஞ்சாங்கம்.

எமெர்ஜென்சி, இந்தியாவின் கடைக்கோடி கிராமத்தையும் துயிலில் இருந்து எழுப்பியது. காலம் காலமாக ஒன்றும் நிகழாத ஒரு சூழலில் ஒரு சிறிய விழிப்பு நிலை. இரண்டே வருடங்கள். எல்லாம் கொட்டிக் கவிழ்க்கப்பட்டது. எல்லாம் முடிவுக்கு வந்தது ஜகஜீவன் ராம், சரண்சிங் என்ற இரு கோமாளிகளால். இன்றும் காந்திக்குப் பிறகு, என் மனம் கவர்ந்த அரசியல் தலைவர்களில் ஒருவர் மொரார்ஜி தேசாய். மற்றொருவர் ராமகிருஷ்ண ஹெக்டே. ஆனால் ஜயப்ரகாஷ் நாராயணனின் சிறைவாசத்தின் தீவிரத்தை நான் உணர மேலும் நாற்பது வருடங்கள் ஆக வேண்டியிருந்தது. தேவசகாயம் என்ற ஐஏஎஸ் அதிகாரி எழுதிய ஜெபியின் சிறைவாசம் என்ற புத்தகமே அக்காலகட்டத்தின் தீவிரத்தை எனக்கு உணர்த்தியது.

இளையராஜாவின் இசை அப்போது நிகழ்த்திய மாயம் ‘அன்னக்கிளி ஒன்னத் தேடுது’ முதல் ஹம்மிங்கை ஜானகி

பாடும்போது அது மானிடக் குரலே இல்லை, ஏதோ தேவலோக அசரீரி என்றே நினைப்பேன். அதுபோல் என்னை மயக்கிய இன்னொரு ஹம்மிங் இல்லை. இதை என்னால் இப்போதும் தர்க்கபூர்வமாக விளக்க முடியவில்லை. அப்புறம் அந்த டியூன்களில் உள்ள புதுமை, ஆண்குரலும், பெண்குரலும் மாறி மாறி ஒன்றின் மேல் ஒன்று ஓவர்லேப் ஆவது எனக்கு இனிய திகைப்பைத் தந்தது. அதுவரை ப்ரிலுயூட், இண்டெர்லுயூட் இசைக்கோர்ப்புகளில் உள்ள காதடைக்கும் ஓசை மாறி, கிடாரின், பியானோவின் இனிய ஒலிகளின் அடிநாதத்தில் நுட்பம், துல்லியம், அழகு எல்லாமாகச் சேர்ந்து ஒரு புதிய காற்று சுழன்றடித்தது. அது நம் இல்லத்தையும், மனத்தையும் நிறைத்து ஒரு இறுக்கத்தைப் போக்கியது போல உணர்ந்தேன். 1976–1985 இளையராஜாவின் பொற்காலம்.

ஏழிலிருந்து பதினைந்து வயது வரை நாம் கேட்கும் இசையே நம் ரசனையின் அடிப்படையைத் தீர்மானிக்கிறது. அதுவே வயதான பின் வரும் நாஸ்டொல்ஜியா எனும் இளமைக்கால ஏக்கமாகவும் பரிணமிக்கிறது. அந்த வயதில் மட்டுமே மனம் இடையில் ஊடாடாமல் புலன்களாகவே நாம் இருக்கிறோம். புலன்களின் முழு விழிப்பு நிலை. எனவே காதுகளில் விழும் இசை நேரடியாக நம் நனவிலியை அடைகிறது. காலையில் செல்வி அக்கா வீட்டில் சிலோன் ரேடியோவில் ஏழு மணிக்குத் தொடங்கும் பாட்டு பத்து மணிக்கு முடிந்து சிற்றுண்டி நினைவு வர வீட்டுக்கு வருவேன். "ஸ்டேஷன் ஊத்தி மூடினதும்தான் பசி வந்துச்சாக்கும்" எனச் செல்லமாய் கடிந்துகொள்வாள் சித்தி.

திரும்பவும் ஒரு மணிக்கு நடேச மாமாவின் டீக்கடை. வீடும் கடையும் இணைந்திருக்கும். விற்பனை முடிந்து காலாட்டி படுத்தபடியே திருச்சி ஸ்டேஷனைக் கேட்டுக்கொண்டிருப்பார். நைந்த காலை பேப்பரைப் படித்தபடி அதை கேட்டுக் கொண்டிருப்பேன். பெரும்பாலும் 1.05 க்கு அரங்கிசையில் கர்னாடக வாய்ப் பாட்டு ஒலிக்கும். அதைக் கேட்டபடி சிலரும் அமர்ந்திருப்பர். ஒரே சமயம் என்னால் இரண்டையும்

ரசிக்க முடிந்தது. காரணம் அக்ரஹாரத்தில் நான் கேட்ட கீர்த்தனைகள் அதில் ஒரு மயக்கத்தை ஏற்படுத்தியிருந்தன. பிறகு எனக்கு மிகப்பிடித்த ஆளுமை அந்த முதல் வீட்டில் இருந்தார். குஞ்சிதபாதம் ஐயர். குஞ்சிதையர் என்றே அனைவரும் அறிவோம். கோவிலின் நிர்வாகமும் அவர்தான். கம்பீர ஆளுமை. நிலபுலன்கள் உண்டு. குத்தகைக்கு விட்டிருந்தார். கிராமஃபோன் அவர் வீட்டில்தான் உண்டு. பெரிய இசை ரசிகர். நன்றாகப் பாடவும் செய்வார். அவர் வீட்டில் ஐயரும், மாமியும், காது கேட்காத ஒரு பாட்டியும் மட்டுமே. குழந்தைகள் இல்லை. அவர் நல்ல உயரம், மாநிறம், கச்சிதமான உடல்வாகு. குடுமி வைத்திருப்பார். நாற்பதிலிருந்து நாற்பத்தைந்து வயது இருக்கும். மாமி கொஞ்சம் குள்ளம், சிவப்பு, வட்டமுகம். சிரிக்கும்போது பளீர் மூக்குத்தியும் சேர்ந்து சிரிப்பதுபோல் இருக்கும்.

என் பாட்டியின் பால் வாடிக்கையாளர்களில் குஞ்சிதையரும் ஒருவர். அவர் வீட்டுக்குக் காலையிலும், மாலையிலும் பால் கொண்டு கொடுப்பதை நான் விரும்பிச் செய்வேன். இரு பக்கமும் உயர்ந்த திண்ணைகள் கொண்ட, தாழ்ந்த ஓட்டுக்கூரை கொண்ட வீடு. நடுக்கூடம், பிறகு நடுவே அங்கணம், அங்கிருந்து பார்த்தால் தெரியும் சிறிய சிறிய அறைகள், பிறகு ஒரு ஆளோடி, சமையலறை, கொல்லைப்பக்கம் சாய்ப்பு, விறகு அடுக்கும் இடம், கிணறு, துவைகல், மலர்ச்செடிகள், முருங்கை, வாழை, நாரத்தை மரங்கள் கொண்ட சிறிய தோட்டம். கூடத்தில் ஊஞ்சல். அடுக்களை வரை செல்லும் பூரண சுதந்திரம் எனக்கு உண்டு. காலையில் கையில் தம்புராவுடன் அங்கணத்திற்குப் பக்கவாட்டில் ஒரு மனையில் அமர்ந்தபடி பாடிக்கொண்டிருப்பார் ஐயர். நான் வசதியாக ஊஞ்சலில் அமர்ந்து, அந்தச் சூழலின் இசையையும், அமைதியையும் குலைக்காமல் கேட்டுக் கொண்டிருப்பேன். தாழ்ந்த ஸ்தாயியில், கனத்த குரலுடன் அவர் ஆரம்பிக்கும் அந்தக் கணங்களில் காதுகளே என் இருப்பாக நான் உணர்வேன். பாடி முடித்ததும் ஒரு கனிந்த புன்னகையுடன் பார்ப்பார். மாமி காபியுடன் வருவாள். காபி அருந்தும்போது முழு பிரக்ஞையும் அவருக்கு

அதில்தான் இருக்கும். பிறகு பத்திரிகை படிப்பார். ஆங்கிலமும், தமிழும் இரு பத்திரிகைகளும் அவர் வீட்டில் வாங்குவார். சில நேரங்களில் என்னுடன் பேசிக் கொண்டிருப்பார்.

“என்னடி, என்னையே பாத்துண்டிருக்காய்?”

“சும்மா.”

“பாட்டு புரியறதா நோக்கு?”

“இல்ல. ஆனா பிடிச்சிருக்கு.”

“கேக்கறயா அம்பு, சரோஜா பொண்ணா கொக்கா? டாண்டாண்ணு அடிக்கறா பாரு.”

அம்புஜம் மாமி புன்முறுவலிலும், பார்வையிலுமாக பதில் சொல்லி விடுவாள். அவர்களுக்குள் இருந்த அந்த அன்யோன்யம், பாட்டுடன் என்னை ஈர்த்த இன்னொரு விஷயம் என்று படுகிறது. குழந்தைகள் மகிழ்ச்சியான குடும்பச் சூழலை விரும்புகிறார்கள். சில சமயம் ரொம்ப ஜாலி மூடில் ஐயர் இருப்பார்.

”என்ன கட்டிண்டுரயாடி” என்பார். இந்தக் கேள்வியை எதிர்கொள்ளாத பெண் குழந்தையோ, ஆண் குழந்தையோ எந்தக் கிராமத்திலும் அந்தக் காலத்தில் இருக்க முடியாது. சில குழந்தைகள் நாணிக்கோணும். அவர்கள் மேலும் கலாய்க்கப் படுவார்கள். நாணிக்கோணுதல் என் இயல்பிலேயே இல்லை என்பதால் துணிந்து அடிப்பேன்.

”நீங்க குடுமிய வெட்டிட்டா கல்யாணம் பண்ணிப்பேன்.”

“கேட்டயா அம்பு... குடுமிய வெட்டிண்டா போச்சு.”

பின் சேர்ந்து ஒரு சிரிப்பு. சிலசமயம் ஐயர் வம்புக்கிழுப்பார்.

“என்னடி, கண்ண விரிய வெச்சுப் பாத்துண்டிருக்காய்? முண்டக் கண்ணி” என்றபடியே விழிகளை உருட்டி பழிப்புக் காட்டுவார்.

நான் “அப்டிக் கூப்டா எனக்குப் பிடிக்காது. அருணான்னு கூப்பிடுங்க” என்பேன்.

“எப்டி கூப்டா?”

“நீங்க இப்ப கூப்ட மாதிரி.”

“ஓ முண்டக்கண்ணியா? அது ரொம்ப அழகான பேருடி. முண்டகம்னா தாமரை, தாமரை மாதிரி கண்ணையுடையவள்னு சீதையைக் கம்பன் சொல்றான் தெரியுமோ?”

முண்டகமும் ஒன்றும் சொல்லிக்கொள்ளும்படி இல்லை.

“எனக்குப் பிடிக்கல” என்பேன் பிடிவாதமாக.

“சரி. கூப்பிடலை” சமாதானத்துக்கு வருவார்.

ஆனால் இந்தச் சண்டை நிறையநாள் எங்களுக்குள் ஓடிக்கொண்டுதான் இருந்தது. அவர்கள் வீடே வேறு மணத்துடன் இருக்கும். காலையில் ஃபில்டர் காஃபியின் மணம், சமையலின் வாசனை, கொல்லைப்பக்கம் துளசி, முல்லைப்பூவின் மணம், திண்ணையில் பாட்டியின் பன்னீர் சீவலின் மணம், அடுக்களையில் முறுக்கு போன்ற பலகாரங்களின் மணம், நெய்யின் மணம் என வீடே மணங்களால் நிறைந்திருக்கும். விடைபெற்று வீட்டுக்கு வரும்போது என் கையில் மாமி தந்த முறுக்கோ, சீடையோ இருக்கும். குழந்தையில்லாத தம்பதிகள் இருவிதமாக ஆகிவிடுகிறார்கள். குழந்தைகளைக் காணும்போது தங்களை இறுக்கமாக ஆக்கிக்கொண்டு விடுபவர்கள். பேரன்னையும், பெருந்தந்தையுமாகி அனைத்துக் குழந்தைகளிடமும் பொலிந்து நிற்பவர்கள்.

ஐயருக்குப் பூஜை முடிந்து காலை பதினொரு மணிக்கு ஆற்றில் இரண்டாவது குளியல் உண்டு. என் குளியல் நேரத்தை அதற்கேற்ப மாற்றிக்கொண்டு ஆற்றுக்குச் செல்வேன். குளிக்கும்போது அந்த அபூர்வமான அடிக்குரலில் பாடுவார்... அதைக் கேட்க. குழந்தைகள் ஆண், பெண் படித்துறைகள் இரண்டிலும் குளிக்கலாம். நான் குறுக்கும், மறுக்கும் சென்று திளைத்துக்கொண்டிருப்பேன். என் பாட்டி என்னுடன் குளிக்க வரும்போது ஆற்றில் இறங்கியவுடன், “தாயே, மஹமாயி” என்று

தொட்டுக் கும்பிட்டுவிட்டுதான் இறங்குவார்கள்.

"பாட்டி, ஏன் ஆத்தப் போயி கும்புடறீங்க?" என்பேன்.

"அதுதான் நமக்கு சோறு போடற தெய்வம்டா."

"ஐயர் மட்டும் சூரியன கும்புடுறார் பாட்டி."

"இல்ல, கவனிச்சுப் பாரு. ரெண்டையும் கும்புடுவார்" என்பார் பாட்டி.

சித்தி துணி துவைத்து முடிந்ததும் என்னை அதட்டுவாள்... போதும் கரையேறு என. காவிரி இல்லையெனில் டெல்டாவும் இல்லை, சங்கீதமும் இல்லை. கவின் கலைகளை அருள்பவள், அந்தர்வாஹினி. அத்தனை மக்களுக்கும் அன்னையெனக் கனிந்து அமுது புரப்பவள். மாலைநேரம் பால் கொண்டு செல்கையில் கிராமஃபோன் ஓடிக்கொண்டிருக்கும். ஐயர் கேட்டபடி ஊஞ்சலிலோ, ஈஸிசேரிலோ இருப்பார். சாஸ்திரீய சங்கீதம்தான். அவர் அப்போது முற்றிலும் வேறொருவராக, எங்கோ என இருப்பார். கண்கள் மூடியிருக்கும். என் ஞாபகத்தில் புதைந்திருந்த குஞ்சிதையரின் அந்தக் குரலை பதினேழு வருடங்கள் கழிந்து 1994 ல் முதல்முறையாக மஹாராஜபுரம் சந்தானம் கேட்கும்போது இனிய ஏக்கமாக உணர்ந்தேன். தொண்டை இறுகி, கண்ணிமைகள் பனித்தன. ஒரு பெரிய அலைபோல் அக்குரல் என்னை அறைந்தது. பின்னர் எம். டி. ராமநாதன் கேட்கும்போது இன்னும் அணுக்கமாக அவரை உணர்ந்தேன். குஞ்சிதையர் இறக்கவேயில்லை. குரல்கள் வழியாக, நம் மரபிசையின் வழியாக என்னுள் வாழ்கிறார்.

கல்லூரியில் சேர்ந்ததும் நான் பாட்டிவீடு போவது அரிதாகிப் போனது. ஆனால் பத்தாம் வகுப்பு படிக்கும்வரை குஞ்சிதையர் வீட்டுக்குப் போய்க்கொண்டுதான் இருந்தேன். 2007 ம் வருடம் அவர் இறந்ததைப் போகிறபோக்கில் என் சித்தி சொல்லி அறிந்தேன். ஒரு சிறு திடுக்கிடல் மட்டுமே அப்போது வந்தது. பின்னர் அதை மறந்தும் போனேன். காலம் ஒரு மாபெரும் வடிகட்டி போல, நம் நினைவு அடுக்குகளில்

எது தங்க வேண்டும் என்பதைத் தீர்மானிப்பதாக எனக்குத் தோன்றும். அவர் கைவீசி நடப்பது, கனிந்த புன்முறுவலுடன் தலையசைப்பது, தியானத்திலிருப்பது போல் பாட்டு கேட்பது எனப் பார்த்துப்பார்த்து நான் சேகரித்த ஒரு நூறு கணங்களின் தொகுப்புதான் அவர் எனத் தோன்றும்.

வெகு நாட்களுக்குப் பிறகு 2015 வாக்கில் அம்மாவைத் தஞ்சை மருத்துவமனையில் அனுமதித்து, அப்பாவை உடன் நிறுத்திவிட்டு, நான் மட்டும் திருவாரூருக்கும்[வீட்டுக்கும்], தஞ்சைக்குமாக அலைந்து கொண்டிருந்தேன். அப்போது கூடவே ஒருபுறம் காலை ஒளியில் சுடரும் வெள்ளியென காவிரி உடன்வந்தாள். அம்மாவின் உடல்நிலை பற்றிய சஞ்சலங்கள் விலகி ஆறுதல் அடைந்தேன். உடனே குஞ்சிதையர் நினைவும் வந்தது. என் மனதில் இசையும், காவிரியும், அவரும் சேர்ந்தே எழுகின்றனர். பாபுவுக்கு ரங்கண்ணா போல. கண்களில் நீர்த் திரையிட மறைத்துக்கொண்டு வெளியே பார்த்தேன்.

★★★

6

மலையில் பிறப்பது

சுந்தர ராமசாமியுடன் அவருடைய வீட்டில் ஒருமுறை பேசிக்கொண்டிருக்கும்போது சொன்னார், நாயர்களுக்குக் காது கிடையாது என்று. அதை அனுபவபூர்வமாக உணர்ந்திருந்தேன். ஆகவே உடனடியாக 'ஆமாம்' என்று ஒரு தலையசைப்பின் மூலம் ஆமோதித்தேன். கடைக்கண்ணால் ஜெயனைப் பார்த்து நானும், சு.ராவும் புன்னகைத்துக் கொண்டோம். ஜெயன் அவசரமாகப் பேசும் விஷயத்தை திசை திருப்ப முயன்று தோற்று பலவீனமாகப் புன்னகைத்தார். பிறகு இசை பற்றி கொஞ்சநேரம் பேசும்போது சு.ரா. மாலியின் புல்லாங்குழல் பற்றி சிலாகித்துச் சொல்லி அவரைப் பற்றிய சில சம்பவங்களையும் பகிர்ந்துகொண்டார். அன்றே முடிவெடுத்து விட்டேன்.

பஸ்சில் தருமபுரி திரும்பும்போது டேப் ரிகார்டர் வாங்குவது என்ற என் பலநாள் கனவை ஆசையோடு முன்வைத்தேன். என் ஆசை எதையும் ஜெயன் மறுத்ததில்லை. "ம்ம்… வாங்கலாம்" என்றார். அதற்குள் சேலத்திற்குப் போய் எந்த டிசைனில், எந்த கலரில் வாங்கலாம் என்பதையும் சொல்லி எனக்கு நானே

கனவில் மிதந்தேன். மதுரையில் இடையில் இறங்கியபோது எனக்கு மீனாட்சியைத் தரிசிக்க வேண்டும்போல் இருந்தது. கல்லூரியில் படிக்கும் நான்கு வருடங்கள் எனக்கு மிகவும் அணுக்கமானவளாக இருந்திருக்கிறாள். அக்காலங்களில் பலவித சஞ்சலங்கள், பயங்கள், வீட்டின் சச்சரவுகள் எல்லாவற்றையும் அவளிடம் மட்டுமே முறையிட்டுப் பகிர்ந்து கொண்டிருக்கிறேன். ஆயிரம் பேர் நிற்கும் சன்னதியிலும் நானும் அவளும் மட்டுமேயான பரிபூரண தனிமையை உணரும் அனேக சந்தர்ப்பங்கள் எனக்கு வாய்த்திருக்கின்றன. ஜெயனும் நானும் காதலிக்கும்போது முதன்முதலில் சேர்ந்து வெளியில் சென்றது மீனாட்சி கோவில்தான். அவள்தான் எங்களைச் சேர்த்து வைத்தவள்.

முதல்முறையாக ஜெயனுடன் வந்து தொழும்போது ஏனோ அவர் அம்மா விசாலாக்ஷி அம்மாவை நினைத்துக் கொண்டேன். அவரிடம் ஆசி வாங்குவதுபோல் உணர்ந்தேன். மீனாக்ஷி, காமாக்ஷி, விசாலாக்ஷி எல்லாமே மலைமகளின் வேறு வேறு நாமங்கள் இல்லையா? ஜெயனிடம் உடனே சொல்லக் கூச்சமாக இருந்தது. ஏனெனில் அதற்கு முன்பான முதல் சந்திப்பின் தனிமையில் அவர் அம்மாவைப் பற்றி நிறைய கேட்டுக்கொண்டிருந்தேன். அவர் அந்தக் கொந்தளிப்பிலிருந்து முழுவதும் வெளிவந்துவிட்டாரா என்று அறிய விரும்பினேன். பெரும்பாலும் அந்த நினைவுகளை உணர்ச்சி கலக்காமல் தர்க்கபூர்வமாக நினைவுகூர்வது போலத்தான் இருந்தது. ஆனாலும் அடியாழத்தில் இருந்த அந்தக் கைவிடப்பட்ட குழந்தையின் தவிப்பையும் தனிமையையும் நான் உணர்ந்துகொண்டேன்.

பஸ்ஸில் வரும்போது யோசித்தேன். மரபிசையில் எனக்குக் கொஞ்சமாவது அறிமுகம் இருக்கிறது. மரபிசையின் ஒரு துளித் தேனை நான் குஞ்சிதபாதம் ஐயர் வழியாகச் சுவைத்திருக்கிறேன். என் அப்பாவும் இசை ரசிகர்தான். அவர் வாய்ப்பாட்டு அதிகம் கேட்காவிட்டாலும் நாதஸ்வரம் மிக விரும்பிக் கேட்பார். ஷேக் சின்னமவுலானா, திருவீழிமிழலை

சகோதரர்கள், காருக்குறிச்சி அருணாசலம், ராஜரெத்தினம் பிள்ளை எல்லோரையும் கேட்பார். எனக்கு நாதஸ்வரம் பண்டிகை நாட்களில் கேட்க மிகவும் பிடிக்கும். கோவில் மண்டபங்களில் ஒலிக்கும் நாதஸ்வரத்தின் இசையைக் கேட்டு வெளிப் பிரகாரத்தில் அரை மயக்கநிலையில் அமர்ந்திருப்பது வாழ்வின் பெரும் இன்பங்களில் ஒன்று. அகன்ற கோவில் பிரகாரங்களில் கேட்கும் நாதஸ்வரத்துக்கு அந்தப் பிரத்யேக இனிமை எப்படி வருகிறது? இசையை வீசியடிப்பதற்கென்றே வடிவமைக்கப்பட்ட கருவி அது. ஆகவே திறந்தவெளிகளைப் பெருகி நிறைக்கிறது என்று தோன்றும்.

ஆனால் ஜெயனுக்கு சாஸ்திரீய இசையே அறிமுகம் இல்லை. எப்படித் தொடங்குவது? அறிமுகம் இல்லாதவர்களுக்கு சாஸ்திரீய இசை அவ்வளவாகப் பிடிக்காது. மறுவாரம் நாங்கள் பொங்கலுக்கு பட்டுக்கோட்டை செல்ல வேண்டியிருந்தது. அங்கே சென்றபின் பொங்கலுக்கு மறுநாள் மாட்டுப் பொங்கலிலிருந்து திருவையாறு தியாகராஜர் ஆராதனை என்பதை பத்திரிகையில் படித்து அறிந்தேன். ஜெயனும் பட்டுக்கோட்டையில் என் வீட்டில் போரடித்து, ஏகப்பட்ட உணவு வகைகளைச் சாப்பிட்டு மப்படித்துக் கிடந்தார். வெளியே போகலாம் என்று சொன்னதும் துள்ளியெழுந்தார். “போகலாம் போகலாம்” என்றார். முதலில் அம்மாவையும் அப்பாவையும் சமாளிக்க வேண்டுமே, அஜி பதினொரு மாதக் குழந்தை. குழந்தையை விட்டுவிட்டுக் கச்சேரி கேட்கவா என்ற ஆட்சேபம் எழலாம்.

ஜெயனுக்கு ஒரு யோசனை எழுந்தது. என் வீட்டில் அப்பா அப்போதுதான் லேண்ட்லைன் கனெக்‌ஷன் வாங்கியிருந்தார். பட்டுக்கோட்டையிலிருந்து திருச்சூருக்கு போன் செய்தோம். ஆற்றூர் ரவிவர்மாவின் மனைவி எடுத்தார்கள். “சார் திருவையாறு போயல்லோ, அவிட தஞ்சாவூர் கார்த்திக் ஹோட்டலில் முறி எடுத்திட்டுண்டு. ஜெயமோஹன் அவிட போயா மதி. உச்சைக்கு சேஷமே கச்சேரிக்கு போகும்.” என்றார். ஆற்றூர் இருவரையுமே அழைத்திருக்கிறார் என்று

சொன்னால் என் அம்மா அப்பாவால் தட்ட முடியாது. ஜெயன் சுறுசுறுப்பாகக் கிளம்பினார். ஆற்றூரை பார்க்கப் போகும் குஷி அவருக்கு. என்னிடம் “நான் இப்ப போறேன் அருணா. நீ மத்யானம் சாப்டுட்டு அஜிக்கு ஃபீட் பண்ணிட்டு கௌம்பி தஞ்சாவூர் வா. கார்த்திக் ஹோட்டல்ல நான் ஆற்றூருடன் வெயிட் பண்றேன். நீ வந்ததும் மூணு பேருமா திருவையாறு போலாம்” என்றார்.

நான் மிதக்க ஆரம்பித்தேன். திருவையாறு எப்படியிருக்கும் என்பதே எனக்கு மறந்துவிட்டது. பத்து வயதில் யாரோ சொந்தக்காரர்கள் திருமணத்திற்குச் சென்றது. அதன்பிறகு திருவையாறு அசோகா என்ற இனிப்பு வடிவில்தான் என்னிடம் வந்துகொண்டிருந்தது. அப்பா எப்போது தஞ்சை சென்றாலும் வாசன் பேக்கரி அல்லது அய்யங்கார் பேக்கரியிலிருந்து திருவையாறு ஸ்பெஷல் அசோகாவை வாங்கி வருவார். எனக்கு அல்வாவை விட அசோகாதான் மிகப் பிடிக்கும். பாசிப்பருப்பில் செய்யப்படும் அதன் சுவையே வேறு.

மதியம் அவசரம் அவசரமாகச் சாப்பிட்டேன். அம்மாவிடம் அஜிக்கு செரிலாக் கொடுப்பது பற்றி ஏகப்பட்ட அறிவுறுத்தல்கள் கொடுத்தேன். “அம்மா, பால் பாட்டில் மூணு தனித்தனியா ஸ்டெரிலைஸ் பண்ணி வச்சுருக்கேன். பால் கொடுத்து முடிச்சதும் தண்ணியிலே போட்டுடு. நாங்க கச்சேரி முடிஞ்சு வர பதினொரு மணியாய்டும்.”

“நானும்தான் வளத்துருக்கேன் ரெண்டு புள்ள, சும்மா கழுவிட்டுதான் கொடுப்போம். இவ்ளோ ஆர்பாட்டம் பண்றே நீ” என்று நீட்டி முழக்கினார் அம்மா.

“அப்ப மாதிரியில்லமா இப்ப. கிருமிகள் பெருகிடுச்சு. ஓம் புள்ளக்கி இருந்த ரெஸிஸ்டன்ஸ் எம் புள்ளக்கி இல்ல... போதுமா?”

அப்பா எதிர்ப்பே தெரிவிக்கவில்லை நான் போவது குறித்து. நான் தீர்மானித்துவிட்டால் மாற்ற முடியாது என்று அப்பாவுக்குத்

தெரியும். என்னவென்றால் மாப்பிள்ளை மகா பிடிவாதக்காரர் என்ற இமேஜை நான் உருவாக்கி வைத்திருந்தேன். என்னிடம் ஜெயனைப் பற்றி சிறிய விமரிசனத்தோடு யார் பேச வந்தாலும் குட்டிபோட்ட புலிபோல சீறுவேன். ஆரம்பத்திலேயே இவர்களை நறுக்கி வைக்க வேண்டும், அவர் பற்றி என்னிடம் பேசவே பயப்படுவார்கள்.

மாப்பிள்ளை தமிழ்மண்ணின் செவ்வியல் இசையைக் கேட்கப் போகிறார் என்பதே என் அப்பாவுக்குப் பெருமையாக இருந்திருக்கும். மெல்ல மெல்ல முழுத்தமிழராக மாற்றி விடலாம். பாப்பா மெல்ல காந்தமுள்ளை இந்தப் பக்கம் திருப்பிவிடும் என்று அப்பாவுக்கு ஒரு நினைப்பிருந்திருக்கும்.

அஜியை தூங்கவைத்துவிட்டு பஸ் ஏறிவிட்டேன். அப்பா நான் புறப்படும்போது, "கார்த்திக் ஹோட்டல் பஸ் ஸ்டாண்டின் பின்பக்கமாக இருக்கும். நாம் அடிக்கடி காஃபி குடிப்போமே அந்த ஹோட்டல்" என்று வாசல்வரை துரத்திவந்து வழி சொன்னார். அம்மா பட்டுப்புடவை உடுத்திப் போகச் சொன்னாள். பெரிய சபா ஹால் கச்சேரி என்று நினைத்துவிட்டாள் போலிருக்கிறது. கூரைப் பந்தல், மண் தரை என்றதும் காட்டன் புடவைக்கு சம்மதம் சொல்லிவிட்டாள். அம்மாவைப் பொறுத்தவரை எங்கு போவதென்றாலும் நன்றாக உடுத்த வேண்டும். அழகிய காட்டன் புடவை அணிந்து மல்லிகைச் சரம் வைத்து ஒரு உதாரண தமிழ்ப்பெண்ணாக ஆற்றூர் முன்போய் நின்றேன்.

"அருண்ண்மொழி வரணம்." என்பெயரில் நடுவில் ண்ண் என ஓர் அழுத்து அழுத்துவார். என்னிடம் பேசும்போது மலர்ந்துவிடுவார். பேச்சில் சிரிப்பும் உற்சாகமும் கொப்பளிக்கும். ஜெயன் என்னைப் பார்த்து புருவம் உயர்த்தினார். "அழகா இருக்கேடி" என்று காதில் கிசுகிசுத்தார்.

திருவையாறுக்கு தஞ்சையிலிருந்து நிமிஷத்திற்கொரு டவுன் பஸ் ஸ்பெஷல் சர்வீஸ் இருந்தது. திருவையாறு பஸ் ஸ்டாண்டில் இறங்கியதுமே கர்னாடக இசை காற்றில் வந்து தழுவிக்கொண்டது. மெல்ல நடந்து காவிரியின் பாலத்தைக்

கடந்து கோவில் பிரகாரத்தில் நுழைந்தோம். முதலில் எனக்கு வித்தியாசமாகத் தெரிந்தது அதன் வெளிப்பிரகார சுற்று மதில்சுவர். சாதாரண கோவில்களைக் காட்டிலும் மிக உயரமாக இருந்தது. பொறுமையாக சிற்பங்களை ரசித்து, தொழுதுவிட்டு வெளியில் வந்தோம். கச்சேரி நடக்கும் பெரிய பந்தலுக்குப் பின்புறமாக உள்ள தியாகையரின் சமாதிக்கும் சென்றோம். அங்கு மனமுருகி வேண்டினேன். சங்கீதத்திற்கு காது திறக்கவேண்டும் என்றுதான் - ஜெயனின் காது.

தியாகையரின் கீர்த்தனையின் பக்தியையும், உருக்கத்தையும், எளிமையையும், அழகையும் நாம் வேறு யாரிடமும் உணர முடியாது என்று குஞ்சிதையர் சொல்வார். அவரையும் நினைத்துக்கொண்டேன். அப்படியே போய் ஆற்றில் கால் நனைத்துவிட்டுப் படிகளில் அமர்ந்துகொண்டோம். சிறிதுநேரம் கழித்து பந்தலில் போய் அமரலாம் என்றார் ஆற்றூர். ஆற்றூர் அந்தப் பந்தலில் தண்ணீரில் மீனாக எனக்குத் தோன்றினார். எல்லா இடங்களும் அவருக்குத் தெரிந்திருந்தது. கிட்டத்தட்ட திருவையாறுவாசி போல் இருந்தார். பத்து வருடங்களாகத் தொடர்ந்து ஆராதனைக்கு வருகிறார்.

மாலைநேர காற்றும் சங்கீதமும் ஒரு வினோதமான இனிமையை என்னுள் நிறைத்தன. மூவரும் அமைதியடைந்து கேட்டுக் கொண்டிருந்தோம். மனம் அமைதியடையும்போது இசை நமக்குள் ஊடுருவுகிறது. அப்போது வயலின் இசை ஒலித்துக் கொண்டிருந்தது. கண்முன்னே காவிரியின் ஒழுக்குடன் வயலின் இசை ஒத்திசையும் அந்தக் கணம் என்னுள் கலைக் கண் திறந்த கணம் என நான் உணர்ந்தேன்.

மெல்ல சிலுசிலுத்த ஆற்று நீரின் ஓட்டம், தழுவிய காற்று, எதிர்ப்புற கரையில் மாலை ஒளியில் அசையும் தென்னை ஓலைகள், அமர்ந்திருக்கும் படிக்கட்டில் என்னைக் கடந்து செல்லும் விதம்விதமான மெட்டி, கொலுசணிந்த பாதங்கள், மடிசார் பட்டின் விசிறி மடிப்புகள், ஆண்களின் முரட்டு கறுத்த, சிவந்த பாதங்கள், குழந்தைகளின் துள்ளல் பாதங்கள். இவை எல்லாமே அந்த இசை லயத்தில் எப்படி இணைகின்றன!

மாலைச் சூரியன் எரிந்து அணைந்ததும் பந்தலில் போய் அமர்ந்துகொண்டோம். பந்தலில் ஆண்கள் பெண்கள் குழந்தைகள் எல்லோரும் தரையில் மணலில் அமர்ந்திருந்தனர். பெரிய பந்தல். சமாதியை ஒட்டிப் பின்பக்கமாக பந்தல் அமைக்கப்பட்டிருந்தது. திறந்த பந்தலின் வலதுபுறம் காவிரி தெரிந்தாள். இடதுபுறம் வெளியேறும் வழியின் இருபுறமாக கடைகள். பெரும்பாலும் கேசட் கடைகள், பக்தி புத்தகக் கடைகள், இனிப்பு விற்கும் கடைகள், காஃபிக் கடைகள், இதர கடைகள்.

மேடை இருபகுதிகளாகப் பிரிக்கப்பட்டிருந்தது. ஒரு பகுதியில் வாய்ப்பாட்டு பாடிக்கொண்டிருந்தார் ஒருவர். அடுத்த மேடையில் அடுத்ததாகப் பாட இருப்பவர் தன் வாத்திய கோஷ்டியுடன் சுருதி சேர்த்துத் தயாராக இருந்தார். ஒவ்வொரு பாடகருக்கும் 20 நிமிடங்கள். காலை நேரங்களில் புதிதாக அரங்கேற்றம் செய்யும் குழந்தைகள், சிறு வயதினர் பாட அனுமதிக்கப்படுவார்கள். மாலை முடிந்து இரவு நெருங்க நெருங்க முக்கியப் பிரபல கர்னாடக சங்கீத வித்வான்கள் பாடினர். அன்று பாடியவர்களில் நெய்வேலி சந்தான கோபாலன், இளம் வயது சஞ்சய் சுப்ரமணியம், விஜய் சிவா, மாண்டலின் ஸ்ரீனிவாஸ், குட்டி சஷாங்க் அனைவரும் கலக்கினர். சஞ்சய்க்கும், சஷாங்குக்கும் ஒரே ஆரவாரம். பார்வையாளர்களில் குட்டி, குழந்தைகள் கூட ராகத்தை இனம் கண்டு அவர்கள் பெற்றோரிடம் சொல்லி ரசிப்பதைப் பார்த்து எனக்குப் பொறாமையாக இருந்தது. ஜெயனிடம் முணுமுணுத்தேன். “அதுங்க பொறக்கும்போதே இசை கேட்டுப் பொறக்குதுங்க. இங்க தியாகையரோட மூச்சு காற்று கலந்திருக்கு” என்றார்.

யேசுதாஸ் வருகிறார் என்ற செய்தி காற்றில் பரவியது. எனக்கு விரல்கள் ஜில்லிட்டன. வெள்ளை வெளேர் ஜிப்பா வேஷ்டியில் கான கந்தர்வன் வந்தார். அவர் பாடியதில் ‘சுகி எவ்வரோ’ மனதில் நின்றது. பார்வையாளர்கள் மற்றவர்களுக்குக் கைதட்டியதுபோல்தான் யேசுதாசுக்கும் தட்டினர். சிறப்பு வரவேற்பெல்லாம் இல்லை.

மணி பத்தரை. முடிகிற மாதிரி தெரியவில்லை. எனக்கு அஜி ஞாபகம் வந்தது. மேலும் தாமதித்தால் பட்டுக்கோட்டைக்கு கடைசி பஸ் போய்விடும். ஆற்றூரிடம் விடைபெற்றுக் கிளம்பினோம். பஸ்ஸில் ஒரே பேச்சுதான். ஜெயனையும் இசை பற்றி பேசவைத்துவிட்டதில் எனக்கு பரமகுஷியாக இருந்தது. சிறிது கண்மூடினாலும் இசை கேட்பது போன்ற பிரமை.

வீடு வந்து சேர்ந்தபோது நேரம் பன்னிரெண்டை நெருங்கிக் கொண்டிருந்தது. அம்மா விழித்துக்கொண்டிருந்தாள். என் மெல்லிய முணுமுணுப்பு கேட்டு அஜி விழித்துக்கொண்டான். பாய்ந்து தூக்கிக்கொண்டேன். சமத்துக்குட்டியாக விளையாடிக்கொண்டு இருந்திருக்கிறான். அப்பா பலவேடம் போட்டு ஆடிப்பாடி நடித்திருக்கிறார். உறக்கம் வரும்போது என்னைத் தேடினானாம். தொட்டிலில் நான் அன்று உடுத்திப் போட்டிருந்த சேலையை வைத்து அதன்மேல் படுக்கவைத்து அம்மா உறங்க வைத்துவிட்டாள்.

மறுநாள் உற்சாகமாகக் கிளம்பினேன். மாலை அங்கு சென்றபோது ஏதோ நெடுநாள் பழகிய ஊர் போல திருவையாறு இருந்தது. ஆற்றங்கரையில் அமர்ந்து இசை கேட்டோம். காஃபி குடிக்கப் போகும்போது மெல்ல கேசட் கடைக்கு ஜெயனை நகர்த்திச் சென்றோம். ஆற்றூர் சில அறிவுரைகள் வழங்கினார். முதலில் கேட்க மஹாராஜபுரம் சந்தானம் உகந்தவர். சட்டென்று நம்மைக் கவர்ந்து உள்ளிழுத்து விடுவார். கோவிலின் முதல் தோரண வாயில்போல. இலக்கியத்தில் முதலில் உள்நுழைபவர் தி. ஜாவை வாசிப்பது எப்படியோ அப்படி. முதலில் பிள்ளையார் சுழியாக மஹாராஜபுரம் வாங்கினோம். பிறகு நான் பாம்பே ஜெயஸ்ரீ, சௌம்யா, சுதா ரகுநாதன், சஞ்சய், மாண்டலின் ஸ்ரீனிவாஸ், லால்குடி வயலின் என்று பரபரப்புடன் தேர்ந்தெடுத்தேன். ஆற்றூர் எனக்குப் பொறுமையாக கேசட்டின் பின்புறம் உள்ள கீர்த்தனைகளின் பட்டியலைப் பார்த்து தெரிவு செய்ய சொல்லிக் கொடுத்தார். நான் அதுவரை ஜெயஸ்ரீ, சௌம்யா, சுதா ஆகியோர் மிக அழகாகத் தெரியும் கேசட்டுகளைத் தெரிவு செய்திருந்தேன்.

அதிலும் ஒரு கேசட்டில் எளிமையாக வெள்ளை முத்துமாலை அணிந்து ஜெயஸ்ரீ தேவதை போலிருந்தார். பிறகு மெல்ல செவ்வியல் கலைகளின் அறிமுகத்திற்கு ஒரு ரசிகன் தன்னை எவ்விதம் ஒப்புக்கொடுக்க வேண்டும் என்று ஆற்றூர் உரையாடிபடியேவர அவரைக் கூர்ந்து கவனித்துக்கொண்டு நடந்தோம். வழியில் அசோகா வாசனை என்னை ஈர்த்தது. நா ஊறியது. கேட்கத் தயக்கமாக இருந்தது. ஜெயன் மட்டும் இருந்திருந்தால் அங்கேயே அடம்பிடித்து வாங்கியிருப்பேன். ஆற்றூர் இருக்கிறார், பக்கித்தனத்தைக் காட்டக்கூடாது என்று அடக்கமாக வந்துகொண்டிருந்தேன். செவ்வியல் இசையா இனிப்பா என்று மனம் போராட்டம் நடத்திக் கொண்டிருந்தது. அசோகாவை இசையின் பொருட்டு தியாகம் செய்தேன்.

டேப் ரிகார்டர் வாங்கும் முன்பே கேசட் வாங்கியாயிற்று. இனி எவ்வகையிலும் டேப் வாங்குவதைத் தாமதப்படுத்த முடியாது. எங்கள் அதிருஷ்டம் அன்று திருவையாறில் மஹாராஜபுரம் பாடினார். மெல்லிய செருமலுடன் அவர் தொடங்கும் கணங்களில் எனக்கு புள்ளமங்கலம் குஞ்சிதையர் ஞாபகம் வந்து கொஞ்சம் நெகிழ்ந்துவிட்டேன். ‘நன்னு பாலிம்ப’ தியாகையரின் புகழ்பெற்ற கிருதியை முதலில் பாடினார்.

அன்றும் கிளம்ப பத்தரை மணியாகிவிட்டது. அவசரமாகப் பேருந்து நிலையம் விரைந்தோம். பஸ் ஏறியவுடன் ஜெயன் பாக்கெட்டில் கைவிடும்போதுதான் தெரிந்தது, மிகக் குறைவான பணம்தான் உள்ளது என. தஞ்சைவரை செல்ல டவுன்பஸ்ஸுக்கு மட்டுமே பணம் இருந்தது. திக்கென்றது. என் ஹேண்ட் பேக்கையும் துழாவினேன். கொஞ்சம் சில்லறைகளாகக் கிடந்தன. பையை நிறைத்து ஆசைஆசையாக வாங்கிய கேசட்டுகள். பஸ் தஞ்சையை நெருங்கிக் கொண்டிருந்தது. உடனே நிதானமாக யோசித்தேன். என் ஒன்றுவிட்ட சித்தப்பா அன்பழகன், தஞ்சை வல்லம் ரோட்டில் குடியிருந்தார். போலீஸ் சர்வீஸில் இருந்தார். அங்குபோய் டவுன்பஸ்ஸில் இறங்கி பணம் வாங்கி வீட்டிற்குப் போகலாம். தேவாரம் நகர் என்று இலேசாக அட்ரஸ் ஞாபகம் இருந்தது. சிக்கலான தருணங்களில் நம் பிரக்ஞையும் மூளையும்

அதி துல்லியமாக வேலை செய்வதை நான் எப்போதுமே ஆச்சரியத்துடன் கவனித்து வந்திருக்கிறேன்.

போய் இறங்கி வீட்டைக் கண்டுபிடித்துச் செல்ல பதினொரு மணி தாண்டிவிட்டது. எல்லோரும் சாப்பிட்டு, 'ஊத்தி மூடி' படுக்கத் தயாராக இருந்தார்கள். வியர்த்து வழிந்துகொண்டு போய் நின்றோம். என் சித்தியும் சித்தப்பாவும் உற்சாகமாக வரவேற்றார்கள். நிலமையை எடுத்துச்சொன்னதும் ஒரே சிரிப்பு. எங்கள் சித்தி அடுப்பு பற்றவைத்து டிஃபன் செய்ய ஆயத்தமாகி விட்டார். சித்தி நரம்பு போல் இருப்பார். குரல் வெண்கலமணி நாதம். தெளிவான உச்சரிப்புடன் பேசுவார். சித்தப்பா போலீஸுக்கு ஏற்ற கச்சித உடம்பு. முறுக்கிய மீசையும் களையான முகமுமாக இருப்பார். பேச ஆரம்பித்தால் சிரித்து சிரித்து விழுந்துகொண்டேயிருப்போம். ஜெயனுக்கு அச்சூழலே மிகப்பிடித்துவிட்டது. சித்தப்பா "அருணா, இனிமேல் பஸ் இருக்காது, தங்கிவிட்டுக் காலையில் செல்லுங்கள்" என்றார். அவர்வீட்டு போனிலிருந்து அம்மாவுக்குத் தகவல் சொன்னேன்.

ஆராதனையின் கடைசி நாளன்று அனைத்து ஆண் பெண் பாடகர்கள் எல்லோரும் இணைந்து தியாகையரின் பஞ்ச ரத்ன கீர்த்தனைகளைத் தரையில் அமர்ந்து பாடுவார்கள். அந்நிகழ்ச்சி பார்த்தபோது அத்தனை கலைமனங்களும் ஒன்றிணைந்து பாடும் அத்தருணம் என் வாழ்வில் மறக்க இயலாத தருணம் என்று தோன்றிக்கொண்டே இருந்தது. அப்பாடல்களில் இருந்த ராக ஒத்திசைவு, லயம், கலைஞர்களின் அர்ப்பணிப்பு, பக்தி பாவம். அது உண்மையிலேயே தியாகையருக்குச் செலுத்தப்படும் மகத்தான ராக அஞ்சலி. என் மெய்யும் மனமும் சிலிர்த்தது.

ஊருக்கு வந்ததும் முதல் வேலையாக சேலம் சென்று டேப் ரிகார்டர் ஒன்று வாங்கினோம். கறுப்பு கலர் பானோசோனிக். நாம் விரும்பும் நேரம் பாட்டுக் கேட்கலாம் என்ற நினைவே தித்தித்தது. கூடவே அதில் ரேடியோவும் உண்டு. எல்லாம் வாங்கி இரவு உணவும் சேலத்தில் சாப்பிட்டு பஸ்ஸில் திரும்பிக் கொண்டிருந்தோம். திரும்பும்போது பஸ்ஸில் ஜெயன் நல்ல உறக்கம். சிலுசிலு காற்று பட்டால் போதும், அவரை உறக்கம்

அடித்துச் சென்றுவிடும். நான் பஸ்ஸின் வெளிப்புற காட்சிகளை நிலவொளியில் பார்த்துக்கொண்டே வந்தேன். சேலம் தருமபுரி ரூட்டில் இடையில் ஊர்கள் மிகவும் குறைவு. மலைகள் கூடவே வந்துகொண்டிருக்கும், அதுவும் தொப்பூர் பகுதிகளில்.

மலைகளை நிலவொளியில் பார்ப்பது முற்றிலும் புதிய அனுபவம் எனக்கு. அதன் உச்சி வரைகள், முகடுகள் துலங்கித் தெரிந்தன. பார்க்கப்பார்க்க துலக்கம் கூடி அருகே உள்ளவை போல் ஆயின. ஆனால் தூரம் போலவும் தென்பட்டன. மலையைப்போல் தனிமையை நினைவுறுத்தும் ஸ்தூல வடிவம் ஒன்றில்லை. மலையின் அரசி, பர்வத ராஜகுமாரி, மலைமகள், அவளைத் தீராமல் கொஞ்சும் சிவன் அருகே உள்ளபோதும் அவளது தனிமை தீண்டப்படாதது என்றே தோன்றும். மெல்ல விசாலாக்ஷி அம்மா என் நினைவில் இணைந்தார்.

சில இணைவுகள் நம் மனதில் உருவாகும் விந்தையை நானே ஆச்சரியத்துடன் கவனிப்பேன். அது தர்க்கத்தில் அடங்குவதேயில்லை. பல நாட்கள் தன்னந்தனியாகத் திண்ணையில் பின்னிரவில் மூக்குத்தி ஒளிர தனிமையில் அமர்ந்த அம்மாவைத் தான் பார்த்ததாக ஜெயன் கூறியதுண்டு. தனக்கெல்லாம் வெகு அப்பால் வேறெங்கோ அவர் இருந்ததாக தான் உணர்ந்ததை பலமுறை ஜெயன் சொல்லியிருக்கிறார். அன்று இரவு படுத்துக்கொண்டு விளக்கை எல்லாம் அணைத்துவிட்டு முதல்முதலாக நான் தேர்வுசெய்து அதில் இட்டுவைத்த கேசட்டை ஆன் செய்தேன். சஸ்பென்ஸாக இருக்கட்டும் என்று ஜெயனிடம் சொல்லவில்லை. முதல் பாடல் மஹாராஜபுரம் சந்தானம் குரலில் வழக்கமான தாழ்ந்த ஸ்தாயி செருமல். சட்டென்று ஹிமகிரி தனயே ஒலித்தது. ஹிமகிரி தனயே... ஹேமலதே... அம்ம ஈஸ்வரி... ஸ்ரீலலிதே மாமவ இமையத்தின் புதல்வியே... ஹேமலதே... அன்னையாகும் உலகு புரக்கும் ஈஸ்வரியும் நீ... லலிதமானவள்.

முத்தையா பாகவதர் கிருதி. சுத்த தன்யாசி ராகம். மஹாராஜபுரத்தின் குரலில் கயிலைமலை சிவனை விடுத்து

எனக்கு அன்னையின் மாமலையாகத் தெரிந்தது. இமையத்தின் புதல்வி நான் இசை எனும் கலையில் வைத்த முதல்காலடியில் என்னைப் பற்றி பிடித்துக்கொண்டாள். என்னை கைப்பற்றி அழைத்துச் சென்றாள். என்னை ஒவ்வொரு முகடுகளுக்கும், பள்ளத்தாக்குகளுக்கும் அழைத்துச்சென்று அதன் மடிப்புகள் அனைத்தையும் காட்டினாள். மலையமாருதம் என்றால் தென்றல். மலையில் பிறப்பது. இசையும் தென்றலும் ஒன்றுதான்.

திருவையாறில் கேட்டபோது இசை அங்கு ஒரு கொண்டாட்டமாக, ஒரு திருவிழாபோல் நிகழ்ந்து கொண்டிருந்தது. எங்கு சென்றாலும் ஒலிபெருக்கி மூலம் நம்மைத் துரத்தி வந்துகொண்டிருக்கும் இசை ஒரு விழா மனநிலையை நமக்குத் தருகிறது. இசையை அறிமுகம் செய்துகொள்ள இந்த இசைவிழாக்கள் மிக உகந்தவை. பல வகையான ராகங்கள், கிருதிகள் நம் காதில் விழுந்துகொண்டேயிருப்பது நம் நனவிலியில் அவற்றைத் தோயவைக்கிறது. ஆனால் வீட்டில் இரவில் டேப் ரிகார்டரில் கேட்பது முற்றிலும் வேறு அனுபவம். எனக்கே எனக்கு மட்டும் மஹாராஜபுரம் பாடுகிறார். மிக மிக அணுக்கமாக, அந்தரங்கமாக. நம் ஆத்மாவிற்குள்ளும் ஊடுருவுகிறது இசை. மகாராஜபுரம் பாடி முடித்தபோது என் கண்கள் பனித்திருந்தன. என் மனம் பாட்டி வீடு, காவிரி ஆறு, புள்ளமங்கலம், ஐயர் என்று எதன் மேலெல்லாமோ படிந்து படிந்து கடைசியில் விசாலாக்ஷி அம்மாவில் வந்து நின்றது. ஜெயனும் நெகிழ்ந்திருந்தார். “அம்மாவ நெனச்சுக்கிட்டேன்” என்றார்.

★★★

7

மாயச்சாளரம்

‘சம்பூர்ண ராமாயணம்’ படம் பார்க்கும்போது எனக்கு ஒன்பது வயது. நான்காம் வகுப்பில் படித்துக்கொண்டிருந்தேன். வழக்கம்போல் எங்கள் வீட்டில் அப்பாவின் ‘சாங்க்ஷ’ னுக்காக நாங்கள் ஒரு குட்டி நாடகமே போடவேண்டியிருக்கும். கிணற்றுக்குத் தண்ணீர் எடுக்கப்போகும் வழியில் நானும் பாட்டியும் திட்டமிடுவோம். வெள்ளிக்கிழமையன்று வரவிருக்கும் படத்தின் போஸ்டரை வியாழக்கிழமை மாலை செல்வமணி மாமாவின் டீக்கடை வாசலில் பார்த்ததிலிருந்து திட்டமிடுதல் கட்டம் கட்டமாக நிகழ்ந்து கொண்டிருக்கும்.

ஆலத்தூர் போன்ற சிறிய கிராமத்தில் சினிமாதான் வெளி உலகத்திற்கான ஜன்னல். மிகச்சிறிய ஜன்னல். அதையும் அரைவாசிதான் திறக்கமுடியும். அதற்கும் ஆயிரம் போராட்டங்கள். சினிமாவில் மோசமான சினிமா என்றுகூட உண்டென்று கல்லூரி வந்தபிறகே அறிந்தேன். அன்றெல்லாம் திரையில் விரியும் எல்லா சினிமாவும் காட்சி அனுபவங்களைக் கொட்டி என்னை நிறைத்தன. நான்காம் வகுப்பிலிருந்து ஒன்பதாம் வகுப்பு வரை நான் ஓரளவு படங்கள் பார்த்தேன்.

அப்போதுதான் என் பாட்டி எங்களுடன் இருந்தார்கள். பிறகு அம்மாவுடன் வந்த சண்டையில் கோபித்துக்கொண்டு சித்தப்பா வீட்டிற்குப் போய் விட்டார்கள். அது ஒரு சினிமாக்காலம்!

அப்பா, சினிமா பிள்ளைகளைக் கெடுத்துவிடும் என்று நினைத்தார். அவர் அஞ்சியது சமகாலத்தை, அல்லது எதிர்காலத்தை. ஆகவே இறந்தகாலம் நோக்கித் திறக்கும் சம்பூர்ண ராமாயணம், திருவிளையாடல் போன்ற புராண படங்கள், கப்பலோட்டிய தமிழன், வீரபாண்டிய கட்டபொம்மன் போன்ற வரலாற்று நாயகர்களின் வீர திரைக் காவியங்கள், மலைக்கள்ளன், அலிபாபா போன்ற கற்பனைக்கதை கொண்ட படங்கள், பராசக்தி, மந்திரிகுமாரி, மனோகரா வகை வசன மழைப் படங்களுக்கு அனுமதி அல்வா போல் கிடைத்துவிடும். கலைஞர் மு.கருணாநிதியின் படங்கள் என்றால், 'போனஸா'க அப்பா கதைச்சுருக்கமும் சொல்வார். பாட்டியும் நானும் மட்டுமே செல்வோம்.

அம்மாவும் அப்பாவும் ஆலத்தூர் டென்ட் கொட்டகையில் படம் பார்த்ததேயில்லை. அவர்கள் பட்டுக்கோட்டை போய் நவீனத் திரையரங்கில் மட்டுமே பார்ப்பார்கள். அவையெல்லாம் புதுப்படங்கள். டென்ட் கொட்டகையில் படம் பார்க்கும் இன்பத்தை நுகராத அற்பப் பதர்கள் என்று வீரப்பா பாணியில் இடுப்பில் கைவைத்து ஹா ஹா என்று மனதிற்குள் சிரித்துக்கொள்வேன். அனேகமாக நாங்கள் படத்துக்குச் சனிக்கிழமை செல்வதால் வெள்ளியிலிருந்து திட்டமிடுதல் முழுவேகத்தில் நடக்கும். பாட்டி மிகப் பெரும்பாலான பழைய படங்களைப் பார்த்திருப்பார். அதனால் கதையை விலாவாரியாகச் சொல்வார். எனக்கு என் பாட்டி கதை சொல்லிக் கேட்கப் பிடிக்கும். கதையைத் தெரிந்துகொண்டு படத்திற்குச் செல்வதுதான் நல்லது. இல்லையெனில் யாருக்கு யார் காதலி, யாரை யார் கொல்கிறார்கள் என்று குழம்பி பாட்டியை படத்தின் நடுவே நச்சரிப்பேன்.

மாலை 6.45 போல்தான் டிக்கெட் கொடுப்பார்கள். வீட்டிலிருந்து 5.30 க்கு கிளம்பி நடந்து செல்வோம். டென்ட் கொட்டாய்

வீட்டிலிருந்து ஒரு கிலோமீட்டர் தூரத்தில் மெயின் ரோட்டில் இருந்தது. தின்பண்டங்கள், தண்ணீர் குப்பி, பாட்டியின் வெற்றிலைப் பெட்டி, கீழே தரையில் விரித்து அமரும் துண்டு எல்லாம் எடுத்துக்கொண்டு நடந்து செல்வோம். கிளம்பும் முன் தம்பி அடம் பிடிப்பான் என்பதால் அம்மா அவனைக் கொல்லைப்பக்கம் பராக்கு காண்பிக்க நாங்கள் வாசல் வழியாக நழுவி விடுவோம். போகும் வழியில்தான் என் தோழிகள் வீடு பவுனம்மாள், கல்யாணி, வெற்றிச் செல்வி, மாலா நின்று நின்று சினிமா போகும் சம்பவத்தைப் பெருமையுடன் சொல்லிச் செல்வேன். சிலசமயம் அவர்களும் அவர்களின் அப்பா அம்மாவிடம் அனுமதிகேட்டு கூட வருவார்கள்.

கியூவில் நிற்கும் நேரத்தில் திடுக்கிடும்படி கிர்ரிங்க் என்ற ஓசையுடன் டிக்கெட் கவுன்ட்டர் திறக்கும் அந்தப் பொறகணம் ஒரு தனி உற்சாகம் அளிக்கும். ஆண்கள் கவுன்ட்டர், பெண்கள் கவுன்ட்டர் தனித்தனியாக இருக்கும். தரை டிக்கெட் முப்பது பைசா, பென்ச் 75 பைசா, சேர் ஒரு ரூபாய். அப்பா பென்ச் டிக்கெட் போகச் சொல்வார். அது சாய்மானம் இல்லாத பென்ச் என்பதால் பாட்டி விரும்ப மாட்டார். அகலம் குறைவான அந்த பென்ச்சில் அமர்ந்து பார்ப்பதே பெரும் இம்சை. அக்கால படங்கள் அப்படி முழுப்படத்தையும் இருக்கை நுனியில் அமர்ந்து பார்க்கும்படி இருக்காது.

பாட்டிக்கும் எனக்கும் தூண் மறைக்காத இடமாகத் தேர்வுசெய்து, பாட்டிக்கு தூணில் சாய்ந்து உட்கார விருப்பப்படி மண்ணை அழகாகக் குவித்து சமன் செய்து துண்டை விரித்து இருக்கை அமைப்பேன். அதில் அமர்ந்து கால்நீட்டி சம்பிரம்மமாக வெற்றிலை போடுவார் பாட்டி. கொஞ்ச நேரத்தில் நியூஸ் ரீல் ஆரம்பிக்கும். அதையும் கண்கொட்டாமல் பார்ப்போம். பெரும்பாலும் காந்தியின் தண்டி யாத்திரை, இந்திரா காந்தியின் குடும்பக் கட்டுப்பாட்டுத் திட்டம், ஊரக வளர்ச்சி வங்கியின் செயல் திட்டங்கள் என்று இருக்கும்.

சம்பூர்ண ராமாயணம் கோலாகலமாக ஆரம்பிக்கும். பெரும்பாலும் வயதான பாட்டிகள், உழைக்கும் பெண்கள்தான்

எங்கள் பக்கம் அமர்ந்திருப்பார்கள். படத்தை உடலும் உயிரும் ஒன்றி பார்ப்பார்கள். படம் கிட்டத்தட்ட மூன்றே முக்கால் மணிநேரம் ஓடும். மூன்று இன்டர்வெல் விடுவார்கள். "ரீல் மாத்துறான்" என்போம். சிலர் சம்பந்தமில்லாமல் பேச்சை மாற்றுவதற்கும் அதேபோல் சொல்வோம். முறுக்கு, சோடா, கலர் விற்கும் பையன்கள் நாம் உட்காரும் இடத்திற்கே வந்து விற்பார்கள். படத்தில் ராமாராவ் ராமனுக்கும், கிருஷ்ணனுக்கும் என்றே பிறந்தவர் என்று தோன்றும். முகத்தில் அவ்வளவு சாந்த பாவம், மிக அகலமான புன்சிரிப்பு. சீதையாக எனக்குப் பிடித்த பத்மினி, பாவம் சிவாஜிக்கு பரதன் என்ற ஒப்புக்குச் சப்பாணி வேடம். ஆங்காங்கே நின்றுகொண்டிருப்பார்.

எனக்கு ராவணனின் முறுக்கிய மீசையையும், பத்துத் தலையும் பார்க்கப் பற்றிக்கொண்டு வந்தது. நான் கதைகளில் கேட்டு வெறுத்த உருவம். பெண்களைத் தூக்கிக்கொண்டு செல்பவன். ஆனால் இப்படத்தில் அவன் அட்டகாசமாக வீணை வாசிக்கிறான். நன்றாகப் பாடவும் செய்கிறான். தீமையின் உருவகமாக நினைத்து வைத்திருந்த ராவணனின் இந்தப் பக்கம் எனக்கு அதிர்ச்சியை அளித்தது. பாட்டியை உலுக்கினேன். "பாட்டி, ராவணன் நல்லா பாடுறானே, எப்பிடி?"

"அவன் சிவபக்தன்னு சொன்னேன்ல, அதான் பாடுறான். சும்மா நொய்நொய்ங்காம படத்த பாரு."

அனுமன் வந்து செய்யும் சாகசங்கள் சிரிப்பை வரவைத்தன. திரை அரங்கமே சிரிப்பில் அதிர்ந்தது.

முடிவில் கொஞ்சம் தூங்கிவிட்டேன். ஆனால் பாட்டி ராமர் பட்டாபிஷேகத்துக்கு என்னை எழுப்பினார். அது பார்த்தால் புண்ணியமாம். திரும்ப வரும்போது வழக்கம்போல சண்டித்தனம் செய்தேன். தூக்கத்தோடு எப்படி நடப்பது? கண் தானாக மூடுகிறது. பாட்டியால் என்னைத் தூக்கவும் முடியாது. பாட்டி திடகாத்திரம்தான். ஆனால் நான் கொஞ்சம் புஷ்டியான குழந்தையாக இருப்பேன். தரதரவென்று தரையில் போட்டு இழுக்காத குறையாக பாட்டி இழுத்து வருவார்கள். எப்படியோ

வந்து படுக்கையில் விழுவதுதான் தெரியும். பின்னிரவில் பாட்டியுடன் திண்ணையில் படுத்திருக்கும்போது தாழ்ந்து தெரியும் நிலவில் ராமரின் முகம் தெரிவதாக எண்ணிக்கொண்டு கனவும் விழிப்புமான ஒரு நிலையில் படுத்திருப்பேன். சன்னல் வழியாக அந்தப் பக்கம் சென்றுவிட்டிருப்பேன், புராணகாலத்திற்கு.

மறுநாள்தான் உற்சாகம். நினைத்து நினைத்து ஒவ்வொரு சீனாக நினைவுகூர்ந்து பாட்டியுடன் விவாதிப்பது, அதற்கும் மறுநாள் வகுப்பில் தோழிகளுக்குக் கதை சொல்வது என்று அந்த வாரமே வண்ணமயமாக இருக்கும். கடந்தகாலத்திற்கு, புராணகாலத்திற்குச் செல்லமுடியும் என்பதனால் எனக்கு பாட்டியின் புராணக்கதைகளைக் காட்சி ரூபமாகக் காண்பிக்கும் படங்கள் எல்லாமே பிடித்திருந்தன. திருவிளையாடல், கந்தன் கருணை, திருவருட்செல்வர், மனோகரா, உத்தமபுத்திரன், மணாளனே மங்கையின் பாக்கியம் போன்ற படங்கள். தெய்வங்கள் வரம் தந்தன. கெட்டவர்களைச் சபித்தன. மனிதனைப் பாம்பாக்கின. கல்லாக்கின. கல் திரும்பவும் விமோசனம் பெற்று மனிதனாகியது. அழகன் குரூபியானான். நல்லவர்கள் படம் முழுக்கக் கதறினார்கள். கெட்டவர்கள் கிளைமாக்ஸில் கதறினார்கள்.

ஆனால் எல்லா புதிய படங்களையும் பார்த்துவிடும் கல்யாணி கதையை வகுப்பில் வந்து சொல்லி எனக்குப் பொறாமையை உண்டு பண்ணுவாள். அலாவுதீனும் அற்புதவிளக்கும், ராம் ராபர்ட் ரஹீம், மேல்நாட்டு மருமகள், தாய் மீது சத்தியம், நீயா போன்ற படங்களின் கதையைப் பெருமூச்சுடன் கேட்டுக்கொள்வேன். பாட்டியிடம் 'நீயா' பற்றி சொல்லி பாம்பு பழி வாங்கும் கதை என்று அப்பாவிடம் அனுமதி கேட்கச் சொன்னேன்.

"பாம்பாம், பழிவாங்குதாம், படிக்கிற புள்ளய கெடுக்காதீங்கம்மா, நீங்க வேணா போய் பாத்துட்டு வாங்க" என்றார்.

பாட்டி என்னை விட்டுத் தனியே பார்க்கச் சென்றார். மறுநாள்

முழுவதும் நான் பாட்டியுடன் சண்டை. ஆணித்தரமாக ‘டூ’ விட்டுவிட்டேன்.

‘டீன்ஏஜ்’ காலகட்டத்தில் ஒவ்வொரு படமும் என்னை மிகவும் பாதிக்கும். கதாபாத்திரங்களின் உணர்ச்சிக்குள் நான் முழுசாகவே போய் விடுவேன். சோகப்படத்தில் மிகுந்த சோகத்திற்கு ஆளாவேன். ஒருமுறை எட்டாம் வகுப்பு படிக்கும்போது திருவாரூர் தேரோட்டம் முடிந்து மாலைக்காட்சி. புதுப்படத்திற்கு டிக்கெட் கிடைக்காமல் பேபி தியேட்டரில் ஓடிக்கொண்டிருந்த ’தங்கப்பதுமை’ என்னும் படத்திற்குப் போனோம். என் பாட்டி உட்பட எல்லோருக்கும் ஏன் சென்றோம் என்று ஆகிவிட்டது நான் அடித்த ரகளையில். சிவாஜிக்கு கண்பார்வை போய்விடும் ஒரு காட்சியில். வீட்டிற்கு வருவார். பத்மினி அவரைப் பார்த்து அத்தான் அத்தான் என்று கதறிய கதறலைக்கண்டு நான் அழுத அழுகையில் எங்கள் பாட்டி ஒரு தீர்மானம் எடுத்தார்கள். இனி அருணாவைக் கூட்டிக்கொண்டு சிரிப்பு படம் மட்டும் தான் பார்க்கவேண்டும். பிள்ளைக்குத் தேரோட்டம் பார்த்த சந்தோஷமே போய்விட்டது.

எங்கள் ஆலத்தூர் ஒரு விவசாய கிராமம் என்பதால் நான்கைந்து மாதங்களுக்கு ஒருமுறை ஸ்பிக் யூரியா, ஃபாக்டம்பாஸ் உர விளம்பரத்திற்காக ஒரு பெரிய வேன் வரும். அதில் ப்ரொஜெக்டர் கொண்டுவருவார்கள். இரு பள்ளிகளுக்கும் பொதுவான விளையாட்டுத் திடலில் திரை கட்டி இருட்டியவுடன் ஒன்பதுமணி போல் படம் போடுவார்கள். சிலசமயம் அப்பா அனுமதிக்க மாட்டார். மார்கழிப் பனியில் வெட்டவெளியில் பார்ப்பதால் சளி பிடிக்கும் என்பார். நல்ல பிள்ளையாக நானும் பாட்டியும் திண்ணையில் படுத்து விடுவோம். கொஞ்ச நேரம் கழித்து விளம்பர சத்தம் இங்கு கேட்கும். கால்மணி நேரத்திற்கு மேல் விளம்பரம் ஓடும். வீட்டைத்தாண்டி சிறிய பிள்ளையார் கோவில், அதை ஒட்டி மண்டகப்படி, பிறகு திடல். தம் பிடித்து ஓடினால் ஒரு நிமிடத்தில் போய்விடலாம்.

ஹாலின் உள்ளே படுத்திருக்கும் அப்பாவின் குறட்டைக்காகக் காத்திருப்போம். அந்த இனிய சைரன் முழங்க ஆரம்பித்தவுடன் தலையணையை நெடுக்குவாட்டில் வைத்துப் போர்வையை போர்த்திவிட்டு செருப்பு போடாமல் கிளம்பிவிடுவோம். ஓடி உட்காரும்போது டைட்டில் ஓடிக்கொண்டிருக்கும். படத்தில் கால்மணி நேரத்திற்கு ஒருமுறை அந்த விளம்பரத்தை மட்டும் சகிக்கப் பழகினால் போதும். படம் நல்ல அனுபவமாக இருக்கும். முற்றிலும் இலவசமாக ஒரு படம், பாதி ஊரும் அந்த திடலில்தான் இருக்கும். கொஞ்ச நேரத்திலேயே குழந்தைகள் எல்லோரும் அந்த விளம்பரத்தைப் பாட பழகிவிடுவோம்.

“என்னண்ணே, உங்க வய மட்டும் கதுரு நல்லா விளெஞ்சிருக்கே, என்னுது தேம்பிப்போயி கெடக்குது.”

“நீ ஸ்பிக்கு யூரியா போடலியா, போட்டுப் பாரு, அப்புறம் பாரு.”

ஸ்பிக் யூரியா; 18: 46 என்று கோரசாக நாங்கள் பாட ஒரே கோலாகலம்.

அன்று ‘அண்ணன் ஒரு கோவில்’ போட்டிருந்தார்கள். பாசமான அண்ணன் தங்கை கதை. ஒன்றிப் பார்த்துக் கொண்டிருந்தோம். நடுவில் வந்தது வினை. சிவாஜியையும், சுஜாதாவையும் போலீஸ் துரத்தும். இருவரும் காதலர்கள். காட்டில் நெருக்கமாக அடுக்கி வைக்கப்பட்ட மரக்கட்டைகளுக்கு நடுவே இருவரும் நெருங்கிப் படுத்துக்கொண்டு பாட்டு பாடுவார்கள். *‘நாலு பக்கம் வேடருண்டு, நடுவினிலே மானிரண்டு. காதல்... இன்பக் காதல்.’*

பாட்டி என் தலையைக் கழுத்தோடு சேர்த்துப் பிடித்து அவர்களின் மடியில் குப்புற அழுத்துகிறார்கள். நானோ அம்மாதிரி நெருக்கமான காட்சியை அதுவரை பார்த்ததில்லை. என்ன செய்கிறார்கள்? சிவாஜி, சுஜாதாவின் கழுத்தில் வாசம் பிடிக்கிறார். அறிந்துகொள்ளும் ஆவல் மீதூறுகிறது. கடைசியில் “பாட்டி, கழுத்து வலிக்குது. மூச்சு முட்டுது.” மெலிதாகக்

கத்துகிறேன். "பாத்து தொல கண்றாவிய, படமா எடுக்குறானுங்க, தீவட்டி தடியனுங்க..." மறுநாள் அப்பா கண்டுபிடிக்கவில்லை. அந்த ரகசியமே கிளுகிளுப்பாக இருந்தது.

பின்பு நான் கொஞ்சம் வளர்ந்தபின் மாதம் ஒருமுறை பட்டுக்கோட்டைக்குக் குடும்பத்துடன் புதுப்படம் பார்க்கச் செல்வோம். மளிகைச் சாமான்கள் இதர சாமான்கள் வாங்கி முடித்து மேட்னி ஷோ போவோம். பட்டுக்கோட்டையில் நீலா, ஐயா, ராஜாமணி, முருகையா, என்று நான்கு தியேட்டர் இருப்பதால் மணிக்கூண்டு அருகே நின்று தீவிர விவாதம் புரிவோம், எந்த சினிமா செல்வது என. எனது 'சாய்ஸ்' பெரும்பாலும் கமல், ஸ்ரீதேவி தான். தம்பி ரஜினி படம் என்பான், அம்மா அப்பாவுக்கு சிவாஜி, கே ஆர் விஜயா. அதிகமும் என் விருப்பம் நிறைவேற்றப்படும்.

ரஜினி படத்தில் முள்ளும் மலரும் எனக்கு மிகப் பிடித்தது. சிவாஜி படம் ஜெனரல் சக்கரவர்த்தி, சந்திப்பு, திரிசூலம் போன்றவை பார்த்திருக்கிறோம். ஆனால் சிகப்பு ரோஜாக்கள், இளமை ஊஞ்சலாடுகிறது, ரோஜாப்பூ ரவிக்கைகாரி போன்ற படங்கள் அப்பா, அம்மா மட்டும் போய் பார்ப்பார்கள். முடித்து வரும்போது எனக்கு பிடித்த அருண் ஹோட்டலில் மசால் தோசையோ, ரவா ஆனியனோ சாப்பிடுவோம். சாப்பிட்டு முடித்த பின்னர் அப்பா எனக்கும் தம்பிக்கும் மட்டும் குலாப் ஜாமூனும் வாங்கித்தருவார். பாட்டிக்கு பார்சல் வாங்கிக் கிளம்புவோம்.

நான் எட்டாம் வகுப்பு படிக்கும்போது பட்டுக்கோட்டையில் வீரா என்று ஒரு ஏ.ஸி. தியேட்டர் திறந்தார்கள். அம்மா நான்கு நாட்கள் தம்பியைக் கூட்டிக்கொண்டு புள்ளமங்கலம் போய்விட்டாள். நான் சோர்வுற்று இருந்ததால் அப்பா என்னை ஏ.ஸி. தியேட்டர் கூட்டிச் சென்றார். என்ன அழகான சொகுசான தியேட்டர். பால்கனியில் முதல்முறையாக அமர்ந்து படம் பார்த்தோம். சீட்டில் உட்கார்ந்தவுடன் நம்மை அப்படியே உள்ளே வாங்கிக்கொண்டது. அவ்வளவு மென்மை, ஸ்டீரியோஃபோனிக்கில் ஏதோ மென்மையான

சங்கீதம் ஓட, அரங்கத்தின் உள்கட்டமைப்பு, இதமான குளிர் எல்லாம் சேர்ந்து மெய் மறந்துவிட்டேன்.

“அப்பா, எவ்ளோ நல்லாருக்கில்லப்பா” என்றேன்.

“சும்மாவா, இருபது ரூபா டிக்கெட்” என்றார்.

கஞ்சூஸ் என்று மனதிற்குள் சொல்லிக்கொண்டேன். நிகழ்காலம்! இனிய குளுமையான ரகசியமான காலம். அதற்கு இருபது என்ன இருநூறு கொடுக்கலாம்.

பத்தாம் வகுப்பில் கிளாஸ் கட் அடித்துவிட்டு நானும் செல்வகுமாரியும் பார்த்த வைதேகி காத்திருந்தாள் என்னால் மறக்க முடியாத படம். தினமும் பஸ் ஸ்டாண்டைக் கடந்து ஸ்கூல் செல்லும்போதெல்லாம் அப்படத்தின் போஸ்டர் கண்ணில் பட்டு எங்கள் ஆசையைத் தூண்டிக்கொண்டே இருந்தது. நூறு நாளைக் கடந்து ஓடிய அப்படத்தில் ரேவதி வேறு அழகுப் பதுமையாக இருந்தார். பார்க்கவேண்டும் என்ற ஆசை கூடிக்கூடி வந்தது. மதியம் மட்டும் ஹெச். எம் சிஸ்டர் அனுமதியோடு லீவ் கிடைத்துவிட்டால் பார்த்துவிடலாம் என்று தீர்மானித்தோம். எனக்கு ஏற்கனவே டிமிக்கி சுந்தரி என்று ஹெச்.எம். சிஸ்டர் பட்டப்பெயர் வைத்திருந்தார், அடிக்கடி லீவ் எடுப்பேன் என்பதால். ஆனால் ஸ்கூல் ஃபேர்ஸ்ட் எடுப்பதால் என்னைக் கோபித்துக்கொள்ளவும் மாட்டார். கடைசி மூன்று மாதங்கள் அவர்தான் எங்களுக்கு கணிதம் எடுத்தார். கணிதத்தில் எப்போதும் ‘சென்டம்’ எடுப்பேன். அதனால் எனக்கு அவரிடம் விசேஷ சலுகை. மதியம் ஹெச். எம். சிஸ்டர் ரூமுக்குச் சென்று உடம்பு சரியில்லாததுபோல் நடித்தேன். துணைக்கு செல்வகுமாரியையும் கூட்டிக்கொண்டு எங்கள் வீட்டிற்கு போகிறேன் என்றேன். உடனே அனுமதி கிடைத்தது.

காம்பவுண்டை விட்டு வெளியில் வந்ததும் சிரித்துக்கொண்டு நாங்கள் ஓடிய காட்சியை சிஸ்டர் மட்டும் பார்த்திருந்தால் வெயிலில் கொடுமணலில் முட்டிபோட வைத்திருப்பார்.

பரக்கப் பரக்க வியர்த்து வழிந்து டிக்கெட் எடுத்து பென்ச்சில் அமர்ந்து பார்த்தோம். பாடல்கள் எல்லாம் அருமை. படமும் நன்றாக இருந்தது. முடிந்து நல்லபிள்ளையாக வீட்டிற்குப் போய்விட்டோம். ஆனால் படம் நாங்கள் நினைத்ததுபோல கொண்டாட்டமாக இருக்கவில்லை. ரேவதி விதவை. வெள்ளைப்புடவையுடன் ஆடினார். ஒரே சோகம். ஆனால் அந்தச் சோகம் நெஞ்சை அழுத்தியது. இப்படியெல்லாம் இருக்கிறது பெண்களின் வாழ்க்கை என்று அந்தப் படம் சொன்னது.

பதினொன்று, பன்னிரெண்டாம் வகுப்பில் திருச்சியில் ஹாஸ்டலில் தங்கிப் படித்தேன். அப்போது சினிமா என்பது எனக்கு உணர்ச்சிகரமான காதலின், நவீன நாகரிகத்தின், பெண்ணின் தனித்துவத்தை உணர்த்தும் ஒரு வாசலாக இருந்தது. சன்னலின் திசை திரும்பி விட்டிருந்தது. முற்றிலும் புதிய உலகம். எதிர்கால உலகம். அன்று மௌன ராகம் மிகப் பிடித்த படமாக இருந்தது. திவ்யா என்ற கதாபாத்திரம் ஒரு தனித்துவம் மிக்க ஆளுமை என்பதே எனக்கு முக்கியமாகப் பட்டது. அதற்கு முன்பு ஜானி படத்தின் ஸ்ரீதேவி மனதுக்கு நெருக்கமான ஒரு ஆளுமையாக இருந்தார். கண்ணியமும், நாசுக்கும் கூடிய, குறைவாகப் பேசும், மென்மையாக சிரிக்கும் அழகிய ஆனால் புகழின் உச்சியில் இருக்கும் ஒரு பெண். பெண்மை ததும்பும் அவரது அழகிய அசைவுகள், பார்வை, புன்னகை...

பிறகு நாயகிகள் உடுத்தும் ஆடைகள், ஃபாஷன் வகைகள், காதல் இதன்மேல் கவனம் திரும்பியது. ஹாஸ்டலில் என் ரூம் மேட் லக்ஷ்மி ஒரே நேரம் கமல் போலவும், சத்யராஜ் போலவும் நடித்துக் காட்டுவாள். கும்மாளமாக இருக்கும். பத்து மணிக்கு ஹாஸ்டல் வார்டன் ரவுண்ட்ஸ் வருவார். அந்த அம்மணியின் குரல் ஆண்குரல் போலவே மிரட்டும். லைட்டை அணைத்துவிட வேண்டும். மெழுகுவர்த்தி பொருத்திவைத்து எங்கள் கலைநிகழ்ச்சியைத் தொடர்வோம்.

அவள் அடிக்கடி சொல்வாள். "அருணா, நீ கண்டிப்பா லவ் மேரேஜ் தாண்டி பண்ணிப்ப."

"எப்டி சொல்ற?"

"ஒன் கண்ண பாத்தா தெரியுது."

"யெஸ். லவ் மேரேஜ்தான். அரேஞ்டு மேரேஜ் ஒரே போர்."

மெதுவாக கிளுகிளுப்புடன் சிரித்துக்கொள்வோம்.

மதுரை வேளாண் கல்லூரிக்குப் படிக்க வந்ததும் எங்களுக்கு வாரத்தில் சனிக்கிழமை தோறும் ஒரு படம் கல்லூரி ஆடிட்டோரியத்தில் திரையிட்டார்கள். அதில் எல்லா படங்களும் கலந்துவரும். அப்போது என் ரசனை கொஞ்சம் தேறிவிட்டது. படத்தை தர்க்கபூர்வமாக அணுகும் ஒரு நிலையை அடைந்துவிட்டேன். போலியான உணர்ச்சிச் சித்தரிப்புகள், செயற்கைத் தருணங்களை மனம் இனம் காணும் பயிற்சியை அடைந்துவிட்டது. அதற்குப் பிறகு நான் கல்லூரியில் அழுத ஒரே படம் உதிரிப்பூக்கள். அதன் கதையம்சம், யதார்த்தமான சூழல், குறைவான வசனங்கள், காட்சி வழியாகவே கதை சொல்லும் விதம், இயல்பான நடிப்பு என எல்லாவிதத்திலும் அப்படம் என்னைக் கவர்ந்தது.

கல்லூரியில் சினிமா போடுவதென்பது ஒரு குட்டித்திருவிழா போல. அரங்கமே கேலிக்கூச்சல்களாலும் விசில்களாலும் அதிரும். டீன் மட்டும் வரமாட்டார் என்பதால் பசங்கள் தறிகெட்டுத் திரிவார்கள். குவாட்டர்ஸில் தங்கியிருக்கும் மற்ற பேராசிரியர்களும் வருவார்கள். யார் கண்டுகொள்வது? பெண்களும் கூச்சலிட்டுக் கும்மாளமிடுவோம். சினிமா என்றாலே கூட்டம்தான், கொண்டாட்டம்தான். ஆங்கில சாகசப்படங்கள், தமிழ்க் காதல் படங்கள், கதாநாயகர்கள் கதாநாயகிகள்...

அன்றெல்லாம் தூர்தர்சனின் தேசிய ஒளிபரப்பில் வாரம் தோறும் ஞாயிறு அன்று பிராந்தியமொழிக் கலைப்படங்களை

ஒளிபரப்புவார்கள். நான் தற்செயலாக அவற்றைப் பார்க்க ஆரம்பித்தேன். படம் தொடங்கும்போது கொஞ்சபேர் இருப்பார்கள். பத்துப் பதினைந்து நிமிடங்களில் பெரும்பாலானவர்கள் கிளம்பிச் சென்றுவிடுவார்கள். என் தோழி கலைச்செல்வி அருப்புக்கோட்டை என்பதால் அவள் வார இறுதிகளில் ஊருக்குப் போய்விடுவாள்.

கலைப்படங்கள் எனக்கு என்ன அளித்தன என இன்று யோசிக்கிறேன். யதார்த்த வாழ்வின் சிக்கலின் உண்மையான தருணங்கள், அபத்தங்கள், உணர்ச்சிகளில் சிக்கிச் சீரழியும் மனிதனின் அகம் போன்றவற்றை. பாதேர் பாஞ்சாலி, அபுர்சன்ஸார், எலிப் பத்தாயம், போக்குவெயில், சிதம்பரம், நிர்மால்யம், கொடியேற்றம் போன்ற படங்கள் நிகழ்த்திக்காட்டின. உணர்ச்சியே இல்லாத கதைசொல்லல் முறையில் அது எப்படி நமக்குக் கடத்தப்படுகிறது? 'இதில் உணர்ச்சிக் கொந்தளிப்பு அடையவோ, குதூகலிக்கவோ ஒன்றுமில்லை, ஏனென்றால் இது வாழ்க்கை' என அவை சொல்கின்றன என்று தோன்றுகிறது.

கல்லூரி விடுதியின் மனமகிழ் மன்ற டி.வி ஹாலில் ஒரு ஞாயிறன்று மதியம் தூர்தர்ஷன் பார்த்துக் கொண்டிருந்தேன். ஒரு மணல்மேடு. தகிக்கும் கோடை. கூர்ந்து பார்த்தால் ஆவியெழுவது தெரிவது போன்ற பிரமை. சிறிதுநேரம் அந்த மேடு மட்டுமே தெரிகிறது. நேரம் செல்லச்செல்ல ஒரு உருவம் தெளிவில்லாமல் மேட்டின் பின்புறமிருந்து நம்மை நோக்கி வருகிறது. கொஞ்ச நேரத்தில் உருவம் தெளிகிறது. ஒல்லியான, முகம் ஒடுங்கிய வேட்டி கட்டிய இளைஞன். தலை வாரப்படவில்லை. முகம் உச்சபட்ச பதற்றத்தில், ஆவேசத்தில் என மாறிமாறி தென்பட அந்த மணல் மேட்டை ஒரு பைத்திய வெறியுடன் சுற்றுகிறான். ஒரு தெளிவற்ற உருவம் கையில் சட்டியில் உள்ள தீக்கங்குகளோடு அவன் பின்னாலேயே சுற்றுகிறது. அந்தச் சட்டியும் தீக்கங்குகளும் நாம் சுடுகாட்டில் இறுதிச்சடங்கில் மட்டுமே பார்க்கக்கூடிய ஒரு காட்சி. ஒரு கட்டத்தில் அவன் தலையைப் பற்றிக்கொண்டு மயங்கிச் சரிகிறான்.

இந்தக் காட்சியை அதற்கு மேல் பார்க்க முடியாமல் நெற்றிப்பொட்டை பற்றிக்கொண்டு குனிந்துகொண்டேன். ஒரு காட்சி சட்டகமாக என்னைப் பாதித்த, பலநாள் பின்தொடர்ந்த ஒரு திரை அனுபவம் இது. மலையாள திரை இயக்குனர் அரவிந்தனின் போக்குவெயில் படத்தின் காட்சி. சுத்தமாக ஒரு வார்த்தைகூட மொழி புரியாத என் இருபதாவது வயதில் அப்படத்தைப் பார்த்தேன். ஆள் ஒழிந்த கல்லூரியின் காரிடாரில் அவ்விளைஞன் நடந்து நடந்து வருவான். அந்தக் காட்சி குறைந்தது ஐந்து நிமிடங்களாவது திரையில் நீடிக்கும். வெறுமை நிறைந்த வகுப்பறைகள், கதவுகள், ஜன்னல்கள், காரிடாரின் மறுபுறம் நிற்கும் காங்கிரீட் தூண்கள். காமிரா ஒவ்வொன்றாகத் தொட்டுத்தொட்டுக் காட்டும் அந்த வெறுமை.

திடீரென்று உணர்ந்தேன். அந்த அறையில் நான் மட்டுமே இருந்தேன். ஹரிப்பிரசாத் சௌரஸ்யாவின் புல்லாங்குழலின் மீட்டலுடன் படம் வெறும் காட்சியோட்டமாக ஓடிக்கொண்டிருந்தது. அந்த முழுத்தனிமையில் அந்தப் படம் எனக்குள் ஓடிக்கொண்டிருப்பதை ஒரு சிறு ஜன்னல் வழியாகப் பார்த்துக்கொண்டிருந்தேன்.

★★★

8

சின்னஞ்சிறு மலர்

ஆசிரியர்களின் குழந்தைகளாக இருப்பதில் ஒரு சுகமும் உண்டு. அதே சமயம் ஒரு வலியும் உண்டு. அது ஒரு கொடுமை. சக ஆசிரியர்களின் கவனிப்பும், அக்கறையும் கிடைக்கும் அதே நேரம் பெரும்பாலான மாணவர்களின் பொறாமையும், பகைமையும் நம்மைச் சூழும். நான் இதையெல்லாம் வெட்டிவிட்டு அவர்களில் ஒன்றாகும் கலையைக் கற்றிருந்தேன்.

எல்லோரையும் போல எனக்கும் பள்ளியின் முதல் வகுப்பின் முதல்நாள் அனுபவம் மிகக் கொடுமையானதாக இருந்தது. அதுநாள்வரை அம்மாவின் முந்தானையைப் பிடித்துக்கொண்டு ஒவ்வொரு பீரியடுக்கும் அம்மா செல்லும் வகுப்பறைக்கு ஒரு குட்டித் தண்ணீர்பாட்டிலோடு [தொப்பி வைத்த ராணுவ வீரன்] அலைவேன். அம்மா பாடம் எடுக்கும்போது மேஜையை ஒட்டித் தரையில் அமர்ந்து குழந்தைகள் அமர்ந்திருக்கும் வரிசையைப் பார்த்தவாறு, எனக்கு அப்பா வாங்கித் தந்த கலர் படங்கள் நிரம்பிய புத்தகங்களைப் படம் பார்த்து சீரியஸாக படிப்பதுபோல் பாவனை காட்டுவேன். படிப்பைவிட பாவனையை அதிகம் பழகிக்கொண்டேன். போரடித்தால் வகுப்பறைக்கு வெளியில் சென்று பறவைகள் கும்மாளமிடும் மாமரத்தை வேடிக்கை பார்ப்பேன். இல்லையெனில்

பெல்லடிக்கும் பியூன் மாமாவிடம் நாட்டு நடப்புகளை உரையாடிக் கொண்டிருப்பேன்.

இப்படி காற்றுபோல் திரிந்துகொண்டிருந்த என்னை ஒருநாள் புது கவுன் அணிவித்து, புது சிலேட், பலப்பம், புத்தகங்கள் வைக்கப்பட்ட பையும், சாக்லேட் டப்பாவுமாக அம்மா பள்ளிக்கு அழைத்துச் சென்றாள். ஹெச்.எம் ரூமிற்குச் சென்று கொஞ்சநேரம் எல்லா ஆசிரியர்களுக்கும் சாக்லேட் கொடுத்துவிட்டு என்னை அம்மா ஒன்றாம் வகுப்புக்கு விடச் சென்றாள். நானும் வரவிருக்கும் பேராபத்தை உணராமல் எல்லா குழந்தைகளுக்கும் சிரித்துக்கொண்டே சாக்லேட் வினியோகம் செய்தேன். முடித்து கடைசி சாக்லேட்டை வாயில் இட்டு எல்லோருக்கும் டாடா காண்பித்து பையைத் தூக்கிக்கொண்டு அம்மாவுடன் கிளம்பும்போது ஒரு முரட்டுக்கரம் என் கையைப் பற்றி வகுப்பறைக்குள் நிறுத்தியது. நிமிர்ந்தால் சுந்தர்ராஜன் சார். எப்போதும் என்னிடம் சிரித்துப் பேசும் இவர் ஏன் இப்படி கண்டிப்பாக பார்க்கிறார்?

“பாப்பா தொப்பை காலைல எத்தன இட்லி சாப்பிட்டுச்சு?” என்றெல்லாம் கேட்பாரே. நானும் மூணு என்று விரலைக் காண்பிப்பேனே?

“அம்மா” என்று அலறியபடியே திமிறுகிறேன். அம்மா திரும்பிப் பார்க்காமல் சென்று கொண்டிருக்கிறாள். புத்தகப் பையை ஒரு திசையிலும், தண்ணீர் குப்பியை ஒரு புறமும் தூக்கி வீசுகிறேன். வகுப்பறையின் சிமென்ட் தரையில் விழுந்து கையையும் காலையும் உதைத்துக்கொண்டு வீறிடுகிறேன். கண்ணீர் தாரைதாரையாகப் பொழிகிறது. பக்கத்து வகுப்பறையிலிருந்து ஜெயக்கண்ணு டீச்சரும், சத்தியபாமா டீச்சரும் வந்து என்னைச் சமாதானம் செய்கின்றனர். சத்தியபாமா டீச்சர் தன் மடியில் எப்போதும்போல என்னை இருத்தி கண்ணீரைத் துடைக்க ஜெயக்கண்ணு டீச்சர் அவர் ஃப்ளாஸ்க்கிலிருந்து காஃபி ஊற்றித் தருகிறார். குடித்து முடித்து கொஞ்சம் சமாதானம் ஆகி மற்ற குழந்தைகளைப் பார்க்கிறேன். எல்லோர் முகத்திலும் புன்னகை. போய் நானாக அவர்களுடன் முதல்வரிசையில் தரையில் அமர்கிறேன்.

இன்டெர்வெல்லில் எல்லா குழந்தைகளும் என்னைச் சூழ்ந்து என்னுடன் பேசுகிறார்கள். எனது கண்ணீரால் அழிந்த மைபொட்டை தன் பாவாடை நுனியால் துடைக்கிறாள் கல்யாணி. மாலாவும் வெற்றிச்செல்வியும் என் குப்பியை எடுத்துத் தந்து என் புத்தகத்தை அடுக்குகிறார்கள். மற்ற பெண் குழந்தைகள் என் வண்ணத்துப்பூச்சி போல் உள்ள கவுனின் ஃப்ரில்களை, அதில் வைத்துத் தைக்கப்பட்ட வெல்வெட்டைத் தொட்டுப் பார்க்கிறார்கள். கிருஷ்ணமூர்த்தி ஓடிச் சென்று எலந்தைப்பழம் வாங்கி வந்து எனக்கு நீட்டுகிறான். மணிகண்டனும் குள்ளபிஸ்கட் கார்த்திகேயனும் எனக்கு கலர் சாக்பீஸ் தருகிறார்கள். சூழ்ந்திருக்கும் அன்புக்கரங்கள், பாசமான பளபளக்கும் கண்கள், ஆறுதல் வார்த்தைகள், பாப்பா என்ற செல்லம் கொஞ்சும் குரல்கள் நான் மெய்மறந்து விட்டேன். என் வாழ்நாள் முழுதும் நான் மறக்க முடியாத ஒரு காட்சி.

மறுநாளிலிருந்து அதி உற்சாகமாக பள்ளி செல்ல ஆரம்பித்தேன். தோழமைகள், விளையாட்டுகள், படிப்பு, நீதிபோதனை கதை வகுப்புகள், வீட்டில் எனக்குக் கிடைக்காத கல்கோணா, அவித்த சக்கரைவள்ளிக் கிழங்கு, அவித்த பனங்கிழங்கு, எலந்தைப் பழம், குச்சி ஐஸ், கலர் ஜவ்வுமிட்டாய் என்று பள்ளி எனக்கு தினம் ஒரு வண்ணத்தைக் காட்டியபடி இருந்தது. எல்லாம் ஓசியில்தான். கலர் ஜவ்வுமிட்டாய் தின்கிற அன்று மட்டும் வீட்டில் அடிவிழும். அப்பா பேசமாட்டார், விசிறிமட்டை காம்பும், ஹேங்கரும் நம்மோடு பேசும். அந்த ஜவ்வுமிட்டாயின் வண்ணம் எளிதில் கரைகிற மாதிரி எவனும் கண்டுபிடிக்கவில்லை. எத்தனை முறை கொப்பளித்தாலும் நிறம் போகாது.

சிறுவர்கள் மூவரும் என் உயிர்த்தோழர்கள் ஆனார்கள். என் வீட்டுக்குப் பக்கத்தில் இருக்கும் கிருஷ்ணமூர்த்திதான் எனது மெய்க்காப்பாளன். அவன் துணையுடன்தான் பள்ளி செல்வேன். ஒரு அடியோ, திட்டோ ,கேலியோ என்மேல் விழ அனுமதிக்க மாட்டான். வகுப்பில் நானே மற்றவர்களைவிட கொஞ்சம் உயரம்தான். ஆனால் அவன் இன்னும் உயரமாக இருப்பதால் வகுப்பே அவனுக்கு பயப்படும். என்னிடம் மட்டும் பாப்பா, பாப்பா என்று அடிமையாக இருப்பான். படிப்பில் அவன் சுமார்தான். என் ரகசிய பட்டப்பெயரான ‘அருமுழி, அருவாமுழி’ எங்காவது உச்சரிக்கப்பட்டால் அடுத்த நிமிடம் இவன் பாய்ந்து தாக்குவான். அதனால் கொஞ்சம் தெனாவெட்டாகவே திரிவேன்.

மணிகண்டனும் [வெள்ளுலுவை], கார்த்திக்கேயனும் [குள்ளபிஸ்கட்] என்னிடம் அன்பாக இருப்பார்கள். படிப்பில் எங்கள் மூவருக்கும்தான் போட்டி. மணிகண்டன் பயங்கர கலராக இருப்பான். மற்றவன் குட்டை. எட்டாம் வகுப்பு வரை ஒரே குழுவாகத்தான் இருப்போம். ஆறாம் வகுப்பில் படிப்பாளி சங்கர் வந்து சேர்ந்தான். கல்யாணி [பொம்முக்குட்டி], மாலா [தின்னிப் பண்டாரம்], வெற்றிசெல்வி[ஒட்டட குச்சி] இவர்கள் அனைவரும் உயிர்த்தோழிகள்.

முதல் சண்டை எனக்கும் கார்த்திகேயனுக்கும் வந்தது ஐந்தாம் வகுப்பு படிக்கும்போது. அவன் பேச்சுப்போட்டியில் எப்போதும் முதல்பரிசைத் தட்டிச் செல்வான். அவன் அப்பா என் அப்பாவுடன் மேல்நிலைப் பள்ளியில் தமிழாசிரியராக வேலை பார்த்தார். அவனது பேச்சுப்போட்டிக்கு அருமையாக எழுதிக்கொடுப்பார். சரித்திர ஆசிரியரான என் அப்பாவும் சளைத்தவரல்ல. மேற்கோள்களை ஆங்காங்கே தூவி பிரமாதமாக எழுதிக் கொடுப்பார். ஆனால் கார்த்தியின் குரல் திருவிளையாடலில் வரும் சுந்தராம்பா குரல்போல் வெண்கலக் குரல். என்னுடையது அவ்வளவு எழும்பாது. அத்துடன் அவன் ஏற்ற இறக்கங்களுடன் அழகாகப் பேசுவான். அவனுக்கே முதல் பரிசு கிடைக்கும். அடுத்த பரிசு எனக்கு.

அவன் மேடையேறி இறங்கியதுமே காற்றுபோன பலூன்போல் என் உற்சாகம் வடிந்துவிடும்.

ஐந்தாம் வகுப்பில் அம்மாவின் யோசனையின்படி நான் 100 திருக்குறள் ஒப்பிக்கப் போகிறேன் என்று ஹெச். எம். ஜெயராமன் சாரிடம் சொன்னேன். அவர் புதிய விஷயம் எதுவாக இருந்தாலும் உற்சாகம் தருவார். மன்னார்குடியிலிருந்து தினமும் வந்துபோய்க் கொண்டிருந்தார். வீட்டிலும் பள்ளியைத்தான் நினைத்துக் கொண்டிருப்பார் என்று நாங்கள் பேசிக்கொள்வோம். ஆசிரியர்களின் வருகை, மாணவர்களின் வருகை, படிப்பு, ஒழுங்கு, கட்டுப்பாடு, சுத்தம், வகுப்பறைகளின் சுத்தம், சுற்றுப்புறத்தின் சுத்தம், மதிய உணவின் தரம் என்று ஒருவர் எப்படி இவ்வளவு விஷயங்களைக் கவனத்தில் கொள்கிறார் என்பதே எங்களுக்கு மலைப்பாக இருக்கும். கார்த்திகேயனிடம் நான் திருக்குறள் பற்றி மூச்சுவிடவில்லை.

தினமும் அம்மா என்னை ஐந்து மணிக்கு எழுப்பினாள். முதல் ஒருவாரம் கண் எரிந்தது. ஆனால் முதல் பரிசை வெல்லும் ஆவலில் தொடர்ந்து மனப்பாடம் செய்தேன். அம்மா நான்கு மணிக்கே எழுந்து சமைப்பாள். காலையில் எழுந்து முகம் கழுவி பல் தேய்த்தவுடன் அம்மா முந்தினநாள் இரவு காய்ச்சி எடுத்துவைத்த பாலில் டீ போட்டு தருவாள். வேறு விளக்குகள் போட்டால் மற்றவர்கள் தூக்கத்திற்கு இடையூறு என்பதால் சமையலறை நிலைப்படியிலேயே அமர்ந்து படிப்பேன். கொல்லைப்புறத்திலிருந்து வரும் குளிர்காற்று, பூச்சிகளின் சத்தம், அதிகாலையின் அமைதி இவற்றுடன் அந்தத் தேனீரை இருவரும் அமைதியாக அருந்துவோம்.

அம்மா காய்கறி அரியும் நேர்த்தியை வைத்த கண் வாங்காமல் பார்த்தபடியே படிப்பேன். தினமும் பத்துக் குறள் அம்மாவிடம் ஒப்பிப்பேன். கரி அடுப்பில் வேகும் பருப்பின் மணம், உலையில் வேகும் சோறின் மணம், குழம்பின் மணம் என அடுக்களை களேபரமாக இருக்க, பாத்திரத்தில் கரண்டி படும் ஓசைகூட கேட்காமல் அம்மா சமையல் செய்யும் நறுவிசை பார்த்துக்கொண்டேயிருக்கலாம். அம்மா அம்மியில்

கொல்லையில் அரைக்கும்போது பக்கத்தில் விளக்கை பிடித்துக்கொண்டு நிற்பது ஒரு சுகம். அம்மா கரி அடுப்பின் புகை, மரத்தூள் அடுப்பின் புகை சூழ தேவதைபோல இருப்பாள்.

நூறு குறளையும் மணிமணியாக ஒப்பித்து முதல் பரிசைத் தட்டிச் சென்றேன். அன்று வேறு ஏதோ காரணம் சொல்லி கார்த்தி என்னிடம் சண்டையிட்டான். அப்புறம் மணிகண்டன் எங்கள் இருவருக்கிடையே சமாதான தூதுவராகச் செயல்பட்டான். படிப்பில் நான் எல்லோரையும் பின்னுக்குத் தள்ளிவிடுவேன். எங்கள் வீட்டில் நான்கு மணியிலிருந்து ஆறுமணி வரை மாலையில் விளையாட அனுமதிப்பார்கள். அம்மா லைட் போடுவதுதான் கணக்கு. படிக்க உட்கார வேண்டும். இடையில் கரன்ட் கட்டானால் கத்திக்கொண்டு தெருவில் விளையாட இறங்கி விடுவோம்.

பள்ளித்தோழர்கள்தான் என் விளையாட்டுத் தோழர்களும். எல்லோரும் அடுத்தடுத்த தெருதான். சனி, ஞாயிறுகளில் முழு நேரமும் விளையாட்டுதான். ஒளிந்து பிடித்து விளையாடும் ஐஸ் நம்பர் ஒன், மல்லிப்பூவே மல்லிப்பூவே மெல்ல வந்து கிள்ளிப்போ, பூப்பறிக்க வருகிறோம், கபடி, கிட்டிப்புல் இதெல்லாம் வெளி விளையாட்டுகள். தாயம், பல்லாங்குழி, வளையல் துண்டுகளைக் கலந்து எல்லோருக்கும் கொடுத்து ஒரே கலர் ஒரே டிசைன் சேர்ப்பவர்கள் ஜெயிப்பது, பிறகு திருடன் போலீஸ், ராஜா ராணி சீட்டு குலுக்கி விளையாடுவது இவை உள் விளையாட்டுகள். அப்பா நான் ஆறாம் வகுப்பு படிக்கும்போது கேரம் போர்டு வாங்கினார். நிறைய பேர் வந்து பார்த்து விளையாடிச் சென்றனர். என் தோழர்கள் எல்லோருக்கும் விளையாட்டைச் சொல்லிக்கொடுத்தேன். சனி, ஞாயிறு பகல்களில் பாட்டிக்கு கண் உறங்க முடியாமலானது. உடனே போர்டை கிருஷ்ணமூர்த்தி வீட்டுத் திண்ணைக்கு மாற்றி விளையாடினோம். அதில் பெரும்பாலும் மணிகண்டன்தான் ஜெயிப்பான். ஸ்ட்ரைக்கரை நேர்த்தியாகச் சுண்டும் அவன் ஸ்டைலைப் பார்த்துக் கொண்டேயிருக்கலாம். ரெண்டு டீமாக விளையாடுவோம். அவன் டீமில் என்னைச் சேர்த்துக்கொள்ள

மாட்டான். நான் எதிர் டீமில் இருக்க வேண்டும். என்னை ஜெயிக்க வேண்டும் அவனுக்கு.

விளையாட்டு எனக்கு எவ்வளவு இனிப்பானதோ அவ்வளவு கசப்பானது பள்ளியில் நடத்தப்படும் விளையாட்டுப் போட்டி. இரண்டாம் வகுப்பில் படிக்கும்போது நடத்தப்பட்ட ஆண்டிறுதி விளையாட்டுப் போட்டியில் எனக்கு நிகழ்ந்த அவமானம் என் விளையாட்டுப் போட்டி கனவுகளுக்கே முற்றுப்புள்ளி வைத்தது. அந்த விளையாட்டுப் போட்டியில் ஓட்டப்பந்தயத்திலும், நீளம் தாண்டுதலிலும் பேர் கொடுத்திருந்தேன். கிருஷ்ணமூர்த்தி உயரம் தாண்டுதல், நீளம் தாண்டுதல், சாக்கு ஓட்டம்[சாக்கில் கால் விட்டுக்கொண்டு ஓடுதல்], இசை நாற்காலி என்று எல்லாவற்றிலும் ஜெயித்து ஆட்ட நாயகனாகத் திகழ்ந்தான். அவனுக்கு நாங்கள் 'ஓ ஓ' வென்று கத்தி உற்சாகம் கொடுத்துக் கொண்டிருந்தோம்.

அது முக்கியமான நாள் என்பதால் அம்மா எனக்கு நல்ல கவுனை அணிவித்தாள். அப்போது நாகரீக வரவாக வந்திருந்த நைலான் வளையல்கள், பம்பாயிலிருந்து என் மாமா எனக்கு வாங்கித் தந்திருந்த ஆப்பிள் விதைகளால் செய்யப்பட்டவை போலிருந்த மணி, ஜெயக்கண்ணு டீச்சர் எனக்கு ஆசையாக சூட்டிய சிகப்பு ரோஜா என ஒரு வண்ணமிகு வண்டாக விளையாட்டுத்திடலை நோக்கிப் பறந்தேன்.

திடலின் ஒருபுறம் போடப்பட்டிருந்த பந்தலில் கலர் பேப்பர்களால் செய்யப்பட்ட டிசைன்கள் தொங்க, மைக்கில் எங்கள் கட்டைக்குரல் ஐய்யாவு சார் போட்டி அறிவிப்பு செய்து கொண்டிருந்தார். கிரவுண்டைச் சுற்றி வெள்ளைக் கோலமாவால் எல்லை குறிக்கப்பட்டிருந்தது. போட்டியில் வீரர்கள் நிற்கும் இடம், ஓடி எட்ட வேண்டிய இலக்கு எல்லாம் மாவால் வரையப்பட்டிருந்தது. இலக்கில் இரு அண்ணன்கள் ஒரு கலர் ரிப்பனை குறுக்காகப் பிடித்துக்கொண்டு நின்றனர்.

பி.டி. மாஸ்டர் என்ன செய்யவேண்டும் என்று விளக்குகிறார். அவரைக் கூர்ந்து கவனிக்கிறேன். அவர் சொல்கிறார், நான்

“ரெடி, ஒன், டூ, த்ரீ, ஜூட் என்று விசில் அடித்ததும் ஓடி அந்த ரிப்பனைத் தொடவேண்டும்.” என் நெஞ்சு படக் படக் என அடிக்க ஆரம்பித்து விட்டது. அவர் ஒன், டூ, த்ரீ என்றதுமே பிள்ளைகள் சிட்டாகப் பறக்கிறார்கள். நான் ஜூட்டுக்கும் விசிலுக்கும் காத்து நிற்கிறேன். ஓடு, ஓடு எனக் கையசைக்கிறார் மாஸ்டர். மற்றவர்கள் பாதி கிரவுண்டைக் கடந்திருக்க நான் கட்டக்கடைசியாக ஓடுகிறேன். சுற்றிலும் நின்றவர்கள், “பாப்பா, எல்லாரையும் தொரத்திக்கிட்டு ஓடுது” என சொல்லி கேலியாகக் கைகொட்டி சிரிக்க, நான் அவமானத்தால் குறுகி அம்மாவைப் பார்க்கிறேன். அம்மாவின் முகம் பதைக்கிறது. அவள் நேரவிருக்கும் ரகளையை உணர்ந்துவிட்டாள்.

அப்படியே திடலில் விழுந்து நான் வழக்கமாக நிகழ்த்தும் கலை நிகழ்ச்சியை நிகழ்த்துகிறேன். வளையல்கள் உடைத்து வீசப்படுகின்றன. அழகிய பாம்பே மணி சின்னாபின்னமாகிறது. பூ தரையில் மிதிபடுகிறது. அம்மா ஓடிவந்து தூக்கி அணைத்து சமாதானப்படுத்துகிறாள். நான் தோற்றது பெரிதில்லை. எல்லோரும் ஜூட் சொல்வதற்குள் விதிகளை மீறி ஓடி ஜெயித்தார்கள். நான் விதிகளுக்குக் கட்டுப்பட்டதால் தோல்வியடைந்தேன். திக்கித்திணறி அழுகைக்கிடையே நான் என் தரப்பைச் சொன்னேன். அதற்குள் விஷயம் கேள்விப்பட்டு ஜெயராமன் சார் கிரவுண்டுக்கு வந்தார். நான் மூன்றாம் இடம் ஜெயித்ததாக மைக் அறிவித்தது. நான் மூன்றாமிடத்தை வீரப்பனுடன் பகிர்ந்துகொண்டேன். எனக்கு விழா முடிவில் கலர் சோப் டப்பா பரிசாக வழங்கப்பட்டது. ஆறுதல் பரிசாம். உண்மையிலேயே எனக்கிழைக்கப்பட்ட அநீதிக்கு மிகுந்த ஆறுதலான பரிசுதான்.

பாட்டுப்போட்டியிலும் பங்கு பெறுவேன். அதில் பரிசை வாங்கிவிடுவேன். நான் நிறைய பாடல்களைக் கேட்கும் ரேடியோ பைத்தியம் என்பதால் அது எனக்கு எளிதானது. பெரும்பாலும் பாரதியார் பாடல்கள், நாட்டுப்பற்று பாடல்கள் தான் பாட வேண்டும். சினிமா பாடலுக்கு ஒருபோதும் ஜெயராமன் சார் சம்மதிக்க மாட்டார். ஆனால் டான்ஸ் என்றாலே எனக்கு

அலர்ஜி. என் பெற்றோர் தன் பெண் சகலகலாவல்லியாக, கலைவாணியின் திருவுருவாகத் திகழவேண்டும் என்று ஆசைப்பட்டார்கள். மூன்றாம் வகுப்பில் எனக்கு வகுப்பெடுத்த கமலா டீச்சர் நடனத்தில் வல்லவர். அவர் ஆடுவதைக் கண்கொட்டாமல் பார்க்கலாம். அவருடைய கையின் அசைவுகள் காற்றில் கொடிகள் துவண்டு ஆடுவதுபோல் அவ்வளவு அழகு. அவர் என்ன சொல்லிக் கொடுத்தாலும் என் கைகள் குச்சிபோல் ஆடும். அந்த நெளிவு, துவளல் எதுவுமே எனக்கு வரவில்லை. இதை உணர்ந்து நான் ஆடமாட்டேன் என்று அம்மாவிடம் அடம் பிடித்தேன். அம்மா "அதெல்லாம் ஒண்ணுல்ல... நீ ஆடு. நெத்திச்சுட்டி, மேக்கப் செட் எல்லாம் வாங்கிட்டேன்" என்றாள்.

ஆண்டுவிழாவுக்கு ஊரே திடலில் கூடும். மேக்கப்மேன் போட்டுவிட்ட வேஷத்தில் நான் வேறு யாரோ போல் இருந்தேன், ரோஸ் கன்னமும் லிப்ஸ்டிக்குமாக. பரத நாட்டிய அலங்காரத்துடன் கலர் லைட்டுகளின் ஒளிவெள்ளத்தில் 'பொம்முக்குட்டி' கல்யாணி நல்ல புஷ்டியான கண்ணன் வேஷத்தில் இருக்க, நான் கண்ணம்மாவாக ஆடினேன். அவள் புல்லாங்குழலை வைத்துக்கொண்டு நின்றால் போதும். நான்தான் சுற்றிச்சுற்றி வந்து, 'தீராத விளையாட்டுப்பிள்ளை' என்ற பாட்டுக்கு ஆடவேண்டும். ஓரளவு சமாளித்துவிட்டேன். பாட்டி பாராட்டினார். அம்மா அன்று இரவு வீட்டிற்கு வந்தவுடன் திருஷ்டி சுத்திப் போட்டாள். காரமிளகாயும் உப்பும் பயங்கரமாக வெடிக்க, "ஊர் கண்ணே புள்ள மேல பட்டிருக்கு" என்றாள். 'ரெண்டுமே வெடிக்கிற சமாச்சாரம். வெடிக்காம என்ன பண்ணும்.' என்று உள்ளுக்குள் சிரித்துக் கொண்டேன். அப்பா மட்டும் "மூஞ்சிய ஏன் பாப்பா கசப்பு மருந்து குடிச்ச மாதிரி வச்சிருந்த" என்றார். சிருங்கார பாவம் என்னை மீறி அப்படி வழிந்திருக்கிறது.

அன்று தொடக்கப் பள்ளியில் எங்களுக்குக் கடைசிநாள் என்பதால் நாங்கள் மேக்கப் ரூமில் கலாட்டாவாகப் பேசிக்கொண்டும் சிரித்துக்கொண்டும் இருந்தோம். நாடகக் கதாபாத்திரங்களுக்கு மேக்கப் மேன் மேக்கப் போட்டுவிட்டு

கெஞ்சாத குறையாக எங்களிடம், "பேசாதீங்க" என்று சொல்லிக் கொண்டிருந்தார். பேசினால் மேக்கப் கலைந்துவிடுமாம். கார்த்திகேயன் வண்டி வண்டியாக வசனம் பேச வேண்டுமே. அவன்தான் நாடகத்தில் முருகன். எல்லார் வசனமும் எங்களுக்கு மனப்பாடம். தென்னந்தோப்பில் எத்தனை முறை ஒத்திகை பார்த்திருப்போம். கார்த்திகேயனின் வேல் பவுன் நிற பளபள பேப்பர் ஒட்டப்பட்டு எடையில்லாமல் இருந்தது. அதைத் தூக்கிப்போட்டுப் பிடித்து ஒருவருக்கொருவர் விளையாடிக்கொண்டிருந்தோம். நான் பார்வதி. வசனம் குறைவுதான். நாதா, ஸ்வாமி, என்று சிவனை சமாளித்து, துடுக்கான முருகனை சமாதானப்படுத்த வேண்டும்.

"உன் தந்தையின் கோபம் நீ அறிவாய் அல்லவா? முருகா, வேலவா, கதிர்வேலா" என்று நான் கெஞ்ச முருகன் "எனக்கென்று ஒரு நாடு, என் மக்கள், நான் அங்கு போகிறேன். முடிந்தால் என்னை அங்கு வந்து பாருங்கள்." என்று கிளம்பிவிடுவான். பரமசிவனாக மணிகண்டன். அவன் என்னைவிட கொஞ்சம் உயரம் கூடுதல். ஒத்திகையின்போதே சிரித்து மானத்தை வாங்குவான். எப்போதும் புன்னகை தவழும் அவன் முகத்தில் உக்கிரமோ கோபமோ வருவேனா என்கிறது. அவனை திட்டிக்கொண்டேயிருப்போம்.

அன்றைய எங்கள் நாடகத்துக்கு உச்சக்கட்ட அப்ளாஸ். ஊர் மக்கள் அனைவரும் ஒன்றிப்பார்த்து சிலாகித்தனர். நடிப்பில் கார்த்திகேயன் எங்களையெல்லாம் தூக்கிச் சாப்பிட்டுவிட்டான். கணீர் குரலில் அவன் மைக்கில் வசனம் பேசும் அழகில் நாங்களே அயர்ந்துவிட்டோம். 'மூதன்னையே, ஔவையே' என்று அவன் ஔவையைப் பார்த்துக் கேட்கும் கேள்விகளில் அசரவைத்தான். நாடகத்துக்கு அவன் தந்தைதான் வசனகர்த்தா. அவனுக்காக அவர் மாய்ந்து மாய்ந்து எழுதிய வசனத்தில் சிவன் தருமியிடம் பேசும் வசனமும் சரிசமமாகக் கலக்கப்பட்டிருப்பதைப் பிறகுதான் உணர்ந்தோம். ஔவையாக கோபாலும் அசத்தினான். பிள்ளையாராக குண்டு செல்வமணி எங்களைச் சுற்றிவந்து பழத்தை வாங்கிக் கொண்டு ஒரு இடத்தில் உட்கார்ந்துவிட்டான்.

எங்கள் குழுவின் ஒற்றுமை எல்லோரும் பார்த்துப் பொறாமைப்படும்படி இருந்தது. மறுநாள் பள்ளியின் கடைசிநாள். எங்களுக்கும் தொடக்கப் பள்ளியின் கடைசிநாள். ஹெச்.எம். ஜெயராமன் சார் அஸெம்பிளியின் முன் எங்களை நிறுத்தி பாராட்டி, ‘உதாரண குழந்தைகள்’ என்றார். கல்வியில் மட்டுமல்ல, எல்லா கலைகளிலும் இதுபோல் சிறந்து விளங்க வேண்டும் என்றார். மிகவும் நெகிழ்ந்திருந்தார். அவரையும் மற்ற ஆசிரியர்களையும் பிரிவதை நினைத்து நாங்களும் கலங்கி இருந்தோம்.

அப்பள்ளியில் இருந்த காலங்களில் கட்டிடங்களுக்கு மத்தியில் இருந்த சிறிய அஸெம்பிளி கிரவுண்டில் ஓரத்தில் நடப்பட்ட நெட்டிலிங்க மரத்துக்கெல்லாம் என் தலைமையில் கிருஷ்ணமூர்த்தியும் பிறரும் வட்டவடிவ பேசின் குழி அமைக்க நானும் பிறரும் தண்ணீர் கொண்டுவந்து ஊற்றுவோம். வகுப்பறைகளில் எல்லோரும் பத்துப் பைசா போட்டு தண்ணீர் குடிக்க மண்பானையும், டம்ளரும், பெருக்க துடைப்பமும் வாங்குவோம். தினமும் முறைவைத்து ஆண்கள் தண்ணீர் எடுத்துவர, பெண்கள் வகுப்பறையைப் பெருக்கி சுத்தம் செய்வோம். குழுக்களாகப் பிரிந்து மூன்று நாட்களுக்கு ஒருமுறை கிரவுண்டை சுத்தம் செய்வோம். மதிய உணவு பரிமாற ஆண்கள் குழுக்களாகப் பிரிந்து செய்வார்கள். மதிய உணவில் போடப்படும் மக்காச்சோள உப்புமா எனக்கு மிகவும் பிடிக்கும். தினம் பரிமாறும் முன்பே எனக்குப் பூவரச இலைகளைக் கோட்டித் தைத்து அதில் ஆவி பறக்க, கை சூடு பொறுக்க முடியாமல் கொண்டுவந்து தருவான் கிருஷ்ணமூர்த்தி. நான் வீட்டில் கொண்டுவைத்து சாப்பிடுவேன்.

வீட்டில் அம்மா என்ன பலகாரம் செய்தாலும் நான் வாயில் இடும் முன்பே வாசலில் விளையாடும் எல்லோருக்கும் எடுத்து ஓடுவேன். அம்மா, “நீ தின்னுட்டு எடுத்துப் போ” என்பாள். அதுவரை எனக்குப் பொறுக்காது. எல்லோரும் பங்கிட்டுக்கொள்வோம். இரண்டு கல்கோணா இருந்தாலும் ஆடைக்கு அடியில் வைத்து காக்காய்கடி கடித்துப்

பங்கிட்டுக்கொள்வோம். ஒட்டு மாங்காய் ஒன்று கிடைத்தாலும் கதவிடுக்கில் வைத்து உடைத்துப் பங்கிடுவோம். கிட்டத்தட்ட எங்கள் ஊருக்கும் முசிறி என்ற கிராமத்துக்கும் எல்லையாக உள்ள தேவுணி குளத்துக்கு சனி, ஞாயிறுகளில் போய் குளிப்போம். அப்போது அம்மா அழுக்குத் துணியை என் தலையில் கட்டுவாள். சோப்புப் போட்டு ஊறவைத்து வைத்திருப்பாள். கும்மி அலச வேண்டும். கல்யாணியும், மாலாவும் எனக்கு உதவுவார்கள். சிலசமயம் தம்பியும் வரவேண்டும் என்று அடம்பிடிப்பான். என்னால் அவனை கேரியரில் வைத்து டபுள்ஸ் அடிக்க முடியாது. அவனை கிருஷ்ணமூர்த்தியோ, மணிகண்டனோ வைத்து அழைத்து வருவார்கள்.

போகும் வழியில் நின்று நின்று மரமேறித் தொங்கி விளையாடி.... காய், பூலான் பழம், காட்டு எலந்தை, தாழையின் நடுப்பகுதி, பழுத்த கோவைக்கனி என்று தின்று சுவைத்துச் செல்வோம். தம்பி பயந்தாங்கொள்ளி. கேரியரிலேயே உட்கார்ந்திருப்பான். சின்னப்பையன். நீச்சல் தெரியாது. படிக்கட்டில் உட்கார்ந்து சொம்பால் தலையில் தண்ணீரை அள்ளி விட்டுக்கொள்வான். அக்குளத்தில் தண்ணீர் படிகம் போல் இருக்கும்.

எங்களுக்குள் அதிகமும் சண்டை வருவது சினிமா விஷயத்தில்தான். ஆண்கள் மூவரும் சிவாஜி ரசிகர்கள். நாங்கள் எம்.ஜி.ஆர். ரசிகர்கள். எனக்கு கறுப்பு வெள்ளை பட எம். ஜி.ஆரின் சிரிப்பு மிகமிகப் பிடிக்கும். அதற்கே டிக்கெட்டின் ‘பாதிக் காசு போய்விடும்’ என்பேன், ‘மீதிக் காசு’ என்று சிரிப்பான் மணிகண்டன். ‘தியேட்டர் ஓனருக்கு... போடா’ என்பேன். அதேபோல் கமல் எங்களுக்கும் ரஜினி அவர்களுக்கும் பிடிக்கும். கலைந்த சிகையுடன் ஸ்டைலாக வரும் ரஜினியை எனக்கும் பிடித்திருந்தாலும் வீம்புக்காகச் சண்டையிடுவோம்.

ஏழாம் வகுப்பில் எங்களுக்கு கண்ணபிரான் என்ற ஹெச். எம். பொறுப்பேற்றார். கல்வி, விளையாட்டு போன்ற எல்லா விஷயங்களிலும் எங்கள் பள்ளியை உதாரண பள்ளியாக மாற்றினார். ஃபுட் பால், வாலி பால் விளையாட்டுக் குழுக்களை ஏற்படுத்தினார். கிருஷ்ணமூர்த்தி ஒரு அணியிலும்,

மணிகண்டன் எதிர் அணியிலும் தலைவனாக ஆனார்கள். இருவரும் வெளியூர் ஃபுட்பால் டீம்களுடன் மோதிவிட்டு சிலசமயம் கோப்பைகளுடன் திரும்பினார்கள். மணிகண்டன் சொல்வான் கிரவுண்டில் வந்து பார்க்கச் சொல்லி. நான்குமணி எதிர்வெயிலில் எனக்குத் தலைவலி வரும் என்பதால் தவிர்த்துவிடுவேன்.

எட்டாம் வகுப்பில் எங்கள் மாலை நேர விளையாட்டுகள் இதனால் இல்லாமலாயின. அம்மாவும் ஓடிப்பிடித்து விளையாடுவது, ஒளிந்து விளையாடுவது இதெல்லாம் வேண்டாம் என்பதை மறைமுகமாக உணர்த்தினாள். ‘தடிப்பசங்க மாதிரி நிக்காதே’, ‘பொம்புளப் புள்ளயா லச்சணமா இரு’ என அவ்வப்போது சொல்லப்பட்டது. எங்கள் வீட்டில் அப்பா ரேடியோ வாங்கியதால் என் கவனம் மாலை நேரம் பாட்டுக் கேட்பதில் திரும்பியது. சனி, ஞாயிறு பகல்களில் மட்டும் கேரம் விளையாடினோம்.

அந்த வருடம் ஆண்டுவிழாவில் ஒரு குழு நடனம் ஆடினோம். நான், மாலா, வெற்றிச்செல்வி, கல்யாணி, பவுனம்மாள், ராஜி. ஆறுபேரை வைத்து ஜோதி டீச்சர் பயிற்சி கொடுத்தார். அவர் கொஞ்சம் சுமித்ரா சாயலில் இருப்பார். எனக்கு வரலாறு, புவியியல் எடுத்தார். எனக்கு அவரை மிகவும் பிடிக்கும். பாடல் ‘ஆயிரம் தாமரை மொட்டுக்களே’ மெட்டில் அமைக்கப்பட்டது. எங்கள் உள்ளூர் பள்ளிக்கவிஞர் சொக்கலிங்கம் சார்…

‘ஆயிரம் பிள்ளைகள் பாருங்களே…
எங்கள் ஆனந்தப் பள்ளியில் சேருங்களே…
இங்கு எங்கள் ஹெச். எம். கண்ணன் சார்…’

இப்படியாக ஹெச். எம் புகழையும், பள்ளியின் புகழையும் சேர்த்து பரணி பாடி வைத்திருந்தார். எங்களுக்கு ஃபிஸிக்ஸ் லேபின் ஒரு அகன்ற பகுதியில் ரிகர்சல் தரப்பட்டது. நாங்கள் அறுவரும் வார இறுதிகளில் எங்கள் தொடர்வீடுகளின் விறகு அடுக்கப்பட்ட ஒரு மறைவான இடத்தில் ஒத்திகை பார்ப்போம். அப்போது குஞ்சு குளுவான்கள் எல்லாம்

வந்து எட்டிப்பார்க்கும். அதன் நடுவில் கிருஷ்ணமூர்த்தியும், மணிகண்டனும் சைக்கிளில் ஒரு காலும், கீழே ஒரு காலுமாக வந்து பார்ப்பான்கள். நாங்கள் விரட்டுவோம். “இதுக்கே வெக்கப்படுறீங்க, இன்னும் ஒரு வாரத்துல ஊரே தெரண்டு பாக்கும்.” என்பான் மணிகண்டன். “அத நாங்க பாத்துக்குறோம், இப்ப நீ போ” என்று விரட்டுவேன். எப்படியோ ஆண்டுவிழாவில் ஜோதி டீச்சர் நிறைவடையும் விதமாக ஆடினோம்.

பாஸ்கா போய்விட்டு வந்தபிறகு கொஞ்ச நாட்களிலேயே டேலன்ட் டெஸ்ட் எனப்படும் போட்டித்தேர்வு பட்டுக்கோட்டையில் ஆண்கள் மேல்நிலைப் பள்ளியில் எங்களுக்கு நடந்தது. நானும் மணிகண்டனும் எழுதத் தேர்வாகியிருந்தோம். அப்பா என்னை அழைத்துச் சென்றார். அதே பஸ்ஸில் அவனும் வந்தான். அவன் முகம் வாடியிருந்தது. ‘நல்லா படிச்சியா’ என்று ஜாடையால் கேட்டேன். பலவீனமாக ஆமோதித்துப் புன்னகைத்தான். நான் தேர்வை திருப்திகரமாக எழுதினேன். முடிந்து பஸ்ஸில் வரும்போது அடுத்த இருநாட்களில் புள்ளமங்கலம் போகும் கனவில் பஸ்ஸில் போட்ட பாடலில் மெய்மறந்து வந்தேன்.

எட்டாம் வகுப்பு முழு ஆண்டுத் தேர்வின்போது அப்பாவிற்கும் அய்யாவு என்ற ஆசிரியருக்கும் ஒரு சண்டை வந்து அது கைகலப்பில் முடிந்தது. வீட்டில் அமைதியின்மை நிலவியது. அய்யாவுவின் சொந்த ஊர் ஆலத்தூர் என்பதால் நாங்கள் மாற்றலில் போக வேண்டியிருந்தது. அப்பா தனக்கும் அம்மாவுக்கும் மதுக்கூருக்கு மாற்றல் கேட்டு விண்ணப்பம் கொடுத்தார். இவ்விஷயத்தை யாரிடமும் சொல்லக் கூடாது என்றார். நானும் சொல்லவில்லை.

மே மாத விடுமுறை முடிந்து நாங்கள் ஊர் திரும்பி மதுக்கூரில் வீடு பார்த்து அங்கு மாறினோம். ஜாகை மாறுவதற்கு பொருட்களை அடுக்க, கட்ட, ட்ரக்கில் ஏற்ற என் தோழர்கள் அனைவரும், பியூன்கள், பால்கார அண்ணன், ராவுத்தர் மாமா என எல்லோரும் உதவினர். நாங்கள் யாரும் பேசிக்கொள்ளவில்லை. மனம் கனத்திருந்தது. அம்மாவும் சக டீச்சர்களைப் பிரியும்

துயரத்தில் இருந்தாள். அப்பாவின் வண்டி, என் சைக்கிள் எல்லாவற்றையும் ட்ரக்கில் அனுப்பி விட்டோம். மெயின் ரோடுக்குப் போய் பஸ் ஏற நடந்து போகும் வழியெங்கும் கலங்கிய கண்களையும், பிரியாவிடை தந்தவர்களையும் பார்த்துக்கொண்டே கையசைத்துச் சென்றோம்.

என் குழுவினர் ஆறு பேரும், அம்மாவின் சக ஆசிரியைகளும் பஸ் நிறுத்தம் வரை வந்தனர். நான் என் தோழிகள் மூவரையும் கட்டியணைத்து அழுது கொண்டிருந்தேன். கிருஷ்ணமூர்த்தி சத்தமாக தேம்பிக் கொண்டிருந்தான். மணிகண்டனும் கார்த்தியும் கலங்கிய கண்களுடன் நின்றிருந்தனர். பஸ் வந்தது. ஏறி அமர்ந்து கண்ணீருடன் கையசைத்தேன். பஸ் நகர்ந்ததும் அம்மாவின் மடியில் விழுந்து அழுதேன்.

டேலன்ட் டெஸ்ட் முடிந்து வந்து மறுநாள் புள்ளமங்கலம் செல்ல பேக்கிங் முழு வீச்சில் என் வீட்டில் நடந்தது. அன்று மாலை அம்மா சத்யபாமா டீச்சர் வீட்டில் எதையோ கொடுத்துவரச் சொன்னாள். அவர்கள் வீடு கொஞ்சம் தொலைவு. நான் கொடுத்துவிட்டு ஒரு குறுகிய பாதை வழியாக பாட்டு பாடியபடியே விரைந்து திரும்பிக் கொண்டிருந்தேன். குறுகிய பாதையை நாங்கள் ஒழுங்கை என்போம். குறுக்கே மணிகண்டன் சைக்கிளில் வந்து நின்றான்.

“அருணா, ஒங்கிட்ட ஒரு விஷயம் கேக்கணும்.”

“முன்னெல்லாம் பாப்பான்னு கூப்பிடுவ. இப்ப அருணாங்கிற. அது வீட்டுல என்னோட செல்லப்பேரு.”

“நீ இன்னும் என்ன சின்னப் பாப்பாவா?” பாதி கிண்டலும் எரிச்சலுமாகச் சொன்னான்.

என்ன அழுத்தம் திருத்தமாகப் பேசுகிறான். முன்பெல்லாம் மல்லாக்கப் போட்ட பல்லியின் நிறத்தில் வெளிறிப் போயிருப்பான். இப்போது நிறம் ஆரோக்கியமான சிவப்புக்கு வந்துவிட்டது. எங்கள் குழுவிலேயே உயர்தர உடை அணிபவன் அவன்தான். அவன் அப்பா ஆபீஸர். ஹெல்த் இன்ஸ்பெக்டர். இப்போது இன்னும் நாகரீகமாக உடை அணிகிறான். முகமும்

திருத்தமாக ஆகிவிட்டது.

“ஒங்கப்பா மதுக்கூருக்கு ட்ரான்ஸ்ஃபர் அப்ளை பண்ணியிருக்காரா? ஒங்க அம்மாவுக்கும் சேர்த்து.?”

அதை நான் யாரிடமும் சொல்லவில்லையே... இவனுக்கு எப்படித் தெரிந்தது?

“ஒனக்கு எப்டி தெரிஞ்சுது?”

“அதுவா இப்ப முக்கியம். உண்மையா இல்லையா? சொல்லு.”

“ஆமா. அடுத்த வருஷம் ஒன்பதாவது நான் அங்க சேரப்போறேன்.”

“எங்களல்லாம் பிரிஞ்சு போறது ஒனக்கு கஷ்டமா இல்லியா?”

“கஷ்டமாத்தான் இருக்கு.”

“கஷ்டமாத்தான் இருக்குன்னு சிரிச்சுகிட்டே சொல்ற.”

“சிரிப்பு வருது. என்ன செய்ய? மதுக்கூர் கொஞ்சம் பெரிய டவுனாம்.”

“அருணா, நீ நெனக்கிற மாதிரி அது பட்டுக்கோட்ட மாதிரி இருக்காது. மதுக்கூர் டவுன் பஞ்சாயத்துதான். ஸ்கூலும் ஷிஃப்ட் சிஸ்டமாம். நம்ம கண்ணபிரான் சார் மாதிரி அங்க நல்ல ஹெச்.எம். இல்ல. பசங்களும் சரியான தறுதலைங்க.”

“அதுக்குள்ள இதெல்லாம் விசாரிச்சிட்டியா? அப்பா முடிவெடுத்துட்டார். ஆனா ஒரு வருஷம்தான் மதுக்கூரில. அதுக்கப்புறம் அப்பா பட்டுக்கோட்டையில சொந்தவீடு வாங்கி அங்க என்ன கான்வென்ட்ல சேத்துடலாம்னு இருக்கார்.”

அவன் முகம் தொங்கிப்போனது. மவுனமாகத் தலையைக் குனிந்து கொண்டான்.

“நான் அர்ஜென்டா போகணும்” என்று சொல்லி வீட்டிற்கு ஓடினேன்.

★★★

9

மனோகரன் சாரும் ஜோதி டீச்சரும்

அந்தச் செய்தியை அப்பா அம்மாவிடம் சொல்லிக் கொண்டிருந்ததைக் கேட்டதுமே எனக்குப் படபடப்பாய் இருந்தது. கண்கூட இலேசாக இருட்டிக்கொண்டு வந்தது. உடனே ஜோதி டீச்சரின் முகம்தான் மனதில் வந்தது. போய் அவரிடம் சொல்லவேண்டும். அவர் எப்படி இதை எதிர்கொள்கிறார் என்று பார்க்கும் குரூர ஆசை ஒன்றும் மனதில் முகிழ்த்து அடங்கியது. செய்தி இதுதான். மனோகரன் சாருக்கு வீட்டில் பெண்பார்த்து முடிவு செய்துவிட்டார்களாம். நிச்சயதார்த்தம்தான். அதற்குத்தான் அவர் வியாழனிலிருந்து லீவ் எடுத்துச் சென்று திங்கள் திரும்பிவிட்டார். பெண் மைசூர். பணக்காரப் பெண்.

“ஏன் மைசூர்?” என்று அம்மா கேட்டாள்.

“அவங்க எல்லாம் அந்தக் காலத்துல, கொள்ளுத்தாத்தா காலத்துலேயே ஸ்ரீரெங்கப்பட்டணத்துலே இருந்து இங்க வந்து மதுரை ஸ்ரீவில்லிபுத்தூர்ல செட்டில் ஆன கொங்கணி

ப்ராமின்ஸ்டி. பின்ன அங்க பாக்காம தமிழ்நாட்டுலயா பாப்பாங்க...” அப்பா சொன்னார்.

எனக்கு இருப்பு கொள்ளவில்லை. சைக்கிளை எடுத்துக்கொண்டு டீச்சர் வீட்டுக்குச் சென்றேன். வாசலில் ஸ்டாண்ட் போடும்போதே கவனித்தேன். பேபி டீச்சர் மட்டும் பூத்தொடுத்துக்கொண்டு திண்ணையில் உட்கார்ந்து இருந்தார். என்னைப் பார்த்ததும் கொல்லைப்புறம் விரலைக் காண்பித்தார். விரைந்தேன். கிணற்றின் திட்டைப் பார்த்தவாறு சாய்ப்பில் அமர்ந்திருந்த ஜோதி டீச்சரின் முதுகுப் பக்கமே எனக்கு எல்லாவற்றையும் சொல்லிவிட்டது. என் கால்கள் துவண்டன.

என் மெல்லிய கொலுசு சத்தம் கேட்டுத் திரும்பிய அவர் புன்னகைக்க முயன்றார். “வாடி அருணா, என்ன சேதி?”

“ஒண்ணுல்ல... ஒங்களுக்குத் தெரியுமா? அப்பா சொல்லி இப்பதான் எனக்குத் தெரியும்.”

“கொஞ்சநாள் முன்னாடியே எனக்குத் தெரியும்டி. அவங்க வீட்ல ரொம்ப ஆர்த்தடாக்ஸ். இதெல்லாம் ஒத்துக்க மாட்டாங்க.”

‘ஆர்த்தடாக்ஸ்’ என்ன வார்த்தை? புரியவில்லை. அப்பாவிடம் பிறகு கேட்கவேண்டும். அப்புறம் ஏன் பழகினார்? இந்தக் கேள்வி என் மனதில் தொக்கி நின்றது.

“அவர் பழகும்போதும், பேசும்போதும் ஜாக்ரதையாவே இருந்தார். அப்பவே இது இப்படித்தான் முடியும்னு எனக்குத் தெரியும்.” ஒரு பெருமூச்சு வந்தது அவரிடமிருந்து. அப்பா, எதிர்பார்த்த அளவு பாதிப்பு இல்லை. ஒரு ஆசுவாசம் தோன்றியது எனக்கு. பாவமாகவும் இருந்தது.

“காப்பி போட்டுத் தரட்டுமாடி?” என் வறண்ட தொண்டைக்கு அது தேவையாக இருந்தது. அவரும் குடித்தால் தேவலையாக இருக்கும் என்று எனக்குத் தோன்றியது. ‘ம்’ என்று தலையசைத்தேன். காப்பி போடும் அவரைக் கடைக்கண்ணால் பார்த்தேன். என்ன அழகு ஜோதி டீச்சர்? சுமித்ரா மாதிரியே...

வகுப்பெடுக்கும்போது கண்ணாடியை அவளைப் போலவே கைவைத்து ஏற்றி விடுவார். பின்னல் தொடை வரை நீண்டு அவர் நடக்கும்போது அழகாக அசையும். கம்பீரம், அதே சமயம் பிரியம் தெரியும் கன்னம் குழியும் புன்னகை. எனக்கு மட்டும் எதையோ சேர்த்துக் குழைத்த புன்னகை அவரிடம் வெளிப்படும். அடிமையாக இருந்தேன் அவரைப் பார்த்த நாள் முதல்.

காப்பியை எடுத்துக்கொண்டு திண்ணைக்கு வந்தோம்.

“லிட்டில் ஃப்ரெண்டு வந்ததும் தான் மூடு மாறிச்சோ அம்மணிக்கு” என்றார் பேபி டீச்சர்.

“ஆமா, அவ ஏதோ மேஜிக் பண்றா, சரி அருணா ரேடியோ போடு.”

ஆவலோடு ஆன் செய்தேன். சிலோன் ரேடியோ. ஓலா, ஓலா ஓலலா… ஓல ஓலா…ஓல ஓலா… ஹம்மிங் ஒலித்தது.

“அருணா, ஒனக்குப் புடிச்ச பாட்டுடி. நீ சின்னப்புள்ளைல எப்பிடி பாடுவ இந்தப் பாட்ட. எங்க பாடு”

மீன்கொடி தேரில்… மீன்கொடிதேரில்… மீன்கொடிதேரில்… நாலைந்து வரிகளும் இதை வைத்தே பாடிவிடுவேனாம். அம்மா சொல்வாள். பாடிக்காட்ட மூவரும் சிரித்தோம். அப்பாடி என்றிருந்தது. அடுத்த பாடல் வந்தது. ‘அழைத்தால் வருவாள், கேட்டால் தருவாள், அவள்தானே மனைவி.’

இருவரும் குஷி மூடிற்கு மாறிவிட்டனர். “அருணா… கேட்டால் தருவாள் என்னன்னு சொல்லு பாக்கலாம்…”

“எனக்குத் தெரியாதா? காப்பிதான்” என்றேன். இருவரும் குலுங்கிக் குலுங்கி சிரித்தனர். நான் வளர்ந்துவிட்டேன் என்றோ, எட்டாம் வகுப்பு படிக்கும் எனக்கு அது முத்தம் என்று தெரிந்திருக்காது என்றோ எண்ணிச் சிரிக்கும் அவர்களின் அறியாமையை நினைத்து மனதிற்குள் சிரித்துக்கொண்டேன்.

பாட்டு முடிந்தது. தொடுத்த பூவின் ஒரு சிறு பகுதியைக் கிள்ளி எனக்குச் சூட்டினார் பேபி டீச்சர். அவர் எனக்குப் பாடம் எடுக்க வருவதில்லை. வேறு செக்‌ஷனுக்குச் செல்வார். சயின்ஸ் எடுப்பார். எனக்கு ஸ்டீஃபன் சார் தான் சயின்ஸ்க்கு.

“நான் கௌம்புறேன் டீச்சர்” என்று வெளியில் வந்தேன்.

வெளியில் ஓட்டி வரும்போது காற்றில் இலேசான குளிர். இருட்டிவிட்டது. அம்மா தேடுவாள். மனோகரன் சார் நினைவு தன்னிச்சையாக வந்தது.

மனோகரன் சார்... பெயர் மட்டுமல்ல; ஆளும் அதி மனோகரம். பள்ளியில் வகைதொகையில்லாமல் ஆறாம் வகுப்பிலிருந்து பன்னிரெண்டாம் வகுப்பு பெண்கள் வரை எல்லோரும் அவரை சைட் அடித்தோம். கமல், ஒருதலைராகம் சங்கர், மோகன் யாருமே அவருடன் போட்டியிட முடியாது. அவ்வளவு அழகு.

நல்ல உயரம், அளவான சுருள்முடி, பொன்னிறம், எங்கள் ஊரில் யாரும் அப்படியொரு நிறத்தைப் பார்த்ததே கிடையாது. பள்ளியே வியந்தது. அவர் வகுப்பில் வந்தால் ‘லைட் போட்ட மாதிரி இருக்கு’ என்று பேசிக்கொண்டார்கள். ப்ளஸ் ஒன், ப்ளஸ் டூவுக்கு மட்டும் கணிதம் எடுத்தார்.

மாத்ஸில் எம்மெஸ்ஸி எம்மெட் முடித்த கையோடு போஸ்டிங் கிடைத்து வந்திருந்தார். இவர்கள் எல்லோரும் ஒரே பாட்ச் தான். என் அப்பா வீட்டுக்கு வந்து ஒரே பீத்தல் அவரைப்பற்றி. இவ்வளவு சின்ன வயசுல என்ன படிப்பு. யுனிவெர்சிடி கோல்ட் மெடலிஸ்ட்டாம். என்னைப் பார்த்துக் கோபமாக ஒரு வசை. “நீயும்தான் படிக்கிறீயே லெச்சணமா” என்று.

‘என்ன அநியாயம், நான் இப்போதே யுனிவெர்சிட்டி போக முடியுமா?’

ஆனால் மனோகரன் சார் ஆலத்தூருக்கு வந்த தினம் ஞாபகம் வந்து எனக்கு புன்னகை வந்தது. கிட்டத்தட்ட அது அப்போதைய கிராமப் படங்களில் வரும் வழக்கமான

காட்சிபோல் இருந்தது. மெயின்ரோட்டில் இறங்கி சூட்கேசுடன் நடந்து வந்ததில் வியர்த்துக் களைத்திருந்தார். அது ஒரு ஞாயிறு மாலை. பொதுவாக திங்கள் பள்ளியில் ஜாயின் செய்பவர்கள் ஞாயிறு மாலையே பள்ளிக்கு வந்து ஃபிஸிக்ஸ் லேபில் தங்கிக்கொள்வார்கள்.

பள்ளிக்கு அருகிலேயேதான் எங்கள் குடிதண்ணீர் கிணறு. அம்மாவுடன் நானும் சிறிய குடத்துடன் வருவேன். நான் அம்மாவிடம் எதையோ சொல்லிக்கொண்டிருக்க அம்மா கவனத்துடன் கிணற்றைப் பார்த்தபடி நீர் இறைத்துக் கொண்டிருந்தாள். பின்னால் இவர் வந்து நின்றதைத் தாமதித்தே கவனித்தேன்.

“என்ன வேணும்?” என்றேன்.

“கொஞ்சம் தண்ணீர்” குப்பியை நீட்டினார். உடனே நான் என் சிறிய குடத்திலிருந்து தண்ணீரை நிரப்பினேன். ஆவலுடன் குடித்துவிட்டு மீண்டும் நீட்டினார். மீண்டும் நிரப்பினேன். முகம் தெளிந்தது. அம்மா அதற்குள் திரைத்துக் கட்டிய புடவையைத் தழைத்து விட்டிருந்தாள். நான் அவரையே வைத்த கண் வாங்காமல் பார்த்துக் கொண்டிருந்தேன். கொஞ்சம் வெட்கமாகவும் இருந்தது.

“ஸ்கூல் ஃபிஸிக்ஸ் லேப் எங்கயிருக்குன்னு ஒனக்குத் தெரியுமா? காட்ட முடியுமா?” என்னைப் பார்த்துக் கேட்டார்.

நான் அம்மாவைப் பார்த்தேன். ‘போய் காட்டிட்டு வா’ என்று சைகையில் சொன்னாள்.

“வாங்க” என்றபடி அவருக்கு முன்னால் நடந்தேன். ஊரில் பல ஆசிரியர்களுக்கு இதுபோல் வழிகாட்டியாக இருந்திருக்கிறேன். அது என்னவோ என் தலையில்தான் இப்பொறுப்பு எப்போதும் வந்து விழுகிறது.

சூட்கேஸும் இன்னொரு பையுமாக அவர் கஷ்டப்படுவதுபோல் தோன்ற, “சூட்கேஸ நான் தூக்கிட்டு வரேன் சார், எங்கிட்ட குடுங்க” என்றேன்.

“இல்ல, ஒன்னால முடியாது. நல்ல வெயிட்” என்று பையைத் தந்தார்.

வாங்கிக்கொண்டே “ஃபர்ஸ்ட் போஸ்டிங் இங்கயா ஒங்களுக்கு, என்ன சப்ஜக்ட்?” என்றேன்.

கொஞ்சம் அயர்ந்துவிட்டார் போல. “ரொம்ப தைரியமான பொண்ணாயிருக்கியே...”

“எங்க அப்பாவும் இந்த ஸ்கூல்தான். சற்குணம் சார்... பிடி அஸிஸ்டன்ட்...”

“ஓ... அதான். நான் மேத்ஸ் மெயின். ஃபர்ஸ்ட் போஸ்டிங்தான். ஹையர் செகண்டரிக்கு எடுப்பேன். நீ என்ன படிக்குறே? பேர் என்ன?”

“அருணா. எயித் போறேன். நாளைக்குத்தானே ரீ ஓப்பனிங்.”

அதற்குள் லேப் வந்துவிட்டது. நான் உள்ளே ஓடிச்சென்று தங்கியிருந்த மற்ற ஆசிரியர்களான சந்திரமவுலி சார், ராஜாமணி சார், சுவாமிநாதன் சார் இவர்கள் வசம் அவரை ஒப்படைத்துவிட்டு வெளியே வந்தேன்.

ஒருவாரம்வரை அவரைப் பார்க்கும் சந்தர்ப்பம் வாய்க்கவில்லை. அதற்குள்ளாகவே அவர் பள்ளியில் பேசுபொருளாயிருந்தார், நிறம், குணம், பாடம் நடத்துதல் சம்பந்தமாக. வகுப்பு மிக அருமையாக எடுக்கிறார் என்றும், ஆனால் மிகுந்த கண்டிப்பு என்றும்.

ஒரு வாரம் கழித்து புதிதாக ஜாயின் செய்யவந்த ஜோதி டீச்சருக்கும் பேபி டீச்சருக்கும் நான்தான் பாடிகார்ட் போல வீட்டுக்கே கூட்டி வந்துவிட்டேன். ஏனெனில் அவர்கள் அங்கு பார்த்துச்சென்ற வீடு ரெடியாகவில்லை. ஏதோ பராமரிப்பு பணிகள் பாக்கி உள்ளதால் மூன்று நாட்கள் ஆகும் என்றார்கள். எங்கள் வீட்டுக்கே அழைத்து வந்தேன். அம்மாவும் அப்பாவும் ஒன்றும் சொல்லவில்லை. வரவேற்று உபசரித்தார்கள். ஜோதி டீச்சரின் சொந்த ஊர் வைத்தீஸ்வரன் கோயில், பேபி டீச்சர்

சுவாமி மலை. இருவரும் பி.டி அஸிஸ்டன்ட் தான்.

இருவரும் அந்த முதல்நாள் இரவிலேயே என்னுடனும், பாட்டியுடனும் நன்கு பழகிவிட்டனர். நான், பாட்டி, டீச்சர் இருவரும் வரிசையாகத் திண்ணையில் படுத்துக்கொண்டோம். அந்த மூன்று நாட்களில் எங்களுக்குள் ஆழமான பிணைப்பு உருவாகிவிட்டது.

ஒருவாரம் கழித்து அம்மா உரப்படை, இனிப்படை இரண்டும் செய்தாள். "அடைக்கு ஊறப்போட்டிருக்கியாடி? சுடும் போது பாப்பாகிட்ட ஒரு எட்டுமணி போல லேபுக்குக் கொடுத்தனுப்பு. நான் அங்கதான் இருப்பேன்." என்று அப்பா சொன்னார். அப்பா தினமும் காப்பி குடித்து, நியூஸ் கேட்டு ஆறேமுக்காலுக்கு லேபுக்குப் போனால் ஒன்பது மணிக்கு தான் இரவு வீட்டுக்கு வருவார்.

"எத்தன பேர்?"

"மூணு பேர். ராஜாமணி சார் லீவுல போயிட்டார்."

"சரி. நீங்க வீட்டுல வந்து சாப்புடுங்க."

அம்மா எல்லாம் பக்குவமாகச் செய்து என்னிடம் கொடுத்தனுப்பினாள்.

ஒரு பாக்ஸில் இனிப்படை, இன்னொன்றில் கார அடை, தனியாக ஒரு சிறிய டப்பாவில் காரச் சட்னி, கொஞ்சம் தொட்டுக்கொள்ள நாட்டுச் சர்க்கரை. இத்தனையையும் தூக்கிக்கொண்டு உள்ளே போனால் அரசியல் விவாதம் அங்கே தூள் பறந்துகொண்டு இருக்கிறது. எல்லோரும் என்னைத் திரும்பிப் பார்த்துவிட்டு விவாதத்தில் திரும்பவும் மூழ்கி விட்டனர்.

மனோகரன் சார் மட்டும் என்னை நோக்கி புன்னகையுடன் வந்தார். என் கையில் இருப்பதை வாங்கிக்கொண்டார். "என்ன இது?" என்று மெல்லிய குரலில் கேட்டார்.

“அடை. அம்மா செஞ்சாங்க.” நானும் மெல்லிய குரலில் பதில் சொன்னேன். இதுதான் நாகரீகம் போலிருக்கிறது. இனிமேல் இவரிடம் நாம் எப்போதும் பேசுவதுபோல் காட்டுக்கத்தல் கத்தக் கூடாது. ஸ்டைலாகப் பேசவேண்டும்.

“நெறய பாக்ஸ் இருக்கே...”

“இனிப்பு, ஒறப்பு ரெண்டும்.”

“எங்க ஊர்ல இனிப்பு போளி, கார போளி செய்வோம்... இதுபோல.”

“ஒங்க ஊர் எது?”

“மைசூர் பக்கத்துல”

“அப்பா மதுரைக்குப் பக்கம்னு சொன்னாங்க.”

“இப்ப இருக்குறது மதுர. பூர்வீகம் மைசூர். மைசூர் கேள்விப்பட்டிருக்கியா?”

“ம்ம்... ஹைதர் அலி, திப்பு சுல்தான், மெர்க்காரா, காவேரி...”

“ம்ம்.. குட்.”

அதற்குள் அப்பா பக்கத்தில் வந்து, “எல்லோருக்கும் எடுத்துவை பாப்பா.” என்றார்.

நான் எல்லோர் தட்டையும் கழுவி அடையை எடுத்து வைத்துவிட்டு, “அப்பா நான் போறேன். நீங்க பாத்திரத்த எடுத்து வந்துடுங்க” என்றேன்.

மறுநாள் நான் எதேச்சையாக கெமிஸ்ட்ரி லேப் பக்கம் சென்றேன். அதற்கு வெளிப்புறம் ஒரு திருகு பைப் உண்டு. அந்தத் தண்ணீரில் மாங்காய் ஒன்றைக் கழுவ. அதற்குப் பக்கத்தில்தான் பன்னிரெண்டாம் வகுப்பு. கணித வகுப்பு முடிந்து வெளியில் வந்தவர் என்னைப் பார்த்து புன்னகைத்தபடியே அருகே வந்தார்.

“இங்க என்ன பண்ற, அருணா?”

நான் மாங்காயை அனிச்சையாகப் பின்னே மறைத்தேன்.

“என்ன அது?”

தயக்கத்துடன் காட்டினேன்.

சிரித்துக்கொண்டே, “அன்னிக்கு அடை ரொம்ப நல்லாயிருந்துச்சு. எனக்கு எங்க அம்மா ஞாபகம் வந்துது. ஒனக்கும், அம்மாவுக்கும் தாங்க்ஸ்.”

நான் பேச்சை மாற்றும்விதமாக, “இந்த ஸ்கூல் ஒங்களுக்குப் புடிச்சிருக்கா?”

“ம்ம். புடிச்சிருக்கு.”

“ஆனா பசங்க நீங்க ரொம்ப ஸ்டிரிக்ட்ன்னு சொல்றாங்க. யார்ட்டயும் பேச மாட்டீங்களாம்.”

“ஆமா, நான் ரொம்ப ஜுனியர். அப்படித்தான் இருக்கணும். இல்லாட்டி பசங்க தலையில ஏறி மொளகா அரைச்சுருவாங்க.”

பெல்லடித்தது. “சயின்ஸ் பீரியட் போகணும்.” என்றேன்.

“பாப்போம்” என்றார். ஆங்காங்கே தலைகள் எட்டிப் பார்த்தன. பன்னிரெண்டாம் வகுப்பின் அக்காக்களின் பொறாமைக் கண்கள் என்னைச் சூழ்ந்தன. லன்ச் பிரேக்கில் ஒரு சீனியர் மாணவியர் குழு என்னை நோக்கி வந்தது.

“என்ன அருணா, ஒங்கிட்ட மட்டும் அந்த சிடுமூஞ்சி சார் அப்டி சிரிச்சுப் பேசுறாரு…”

“யார சொல்றீங்க?”

“மனோகரன் சாரத்தான்.”

“அவர் எங்கப்பாவோட க்ளோஸ் ஃப்ரெண்ட். எனக்கும் ஃப்ரெண்ட். அதுனாலதான்.”

“ஓகோ” அவர்கள் முகத்தில் ஒரு எகத்தாளமும் கேலியும் தெரிந்தது. நான் கண்டுகொள்ளாமல் மாலையில் வீட்டை நோக்கி சைக்கிளை மிதித்தேன். வீட்டில் வந்தாலும் அப்பா வாயிலிருந்து அவரைப் பற்றிய புகழாரங்கள் வந்த வண்ணமிருந்தன.

“என்ன மனுஷன், எவ்ளோ அறிவு... தெறம. இருந்தாலும் எவ்ளோ பொலைட் தெரியுமா? சொக்கத் தங்கம்டி.” என்றார் அம்மாவிடம்.

பிறகு எப்படியும் நான்கு நாட்களுக்கு ஒருமுறை நான் லேபுக்குச் செல்வேன். அம்மா செய்யும் பருப்பு வடை, உளுந்து வடை, பஜ்ஜி, பக்கோடா கொடுப்பதற்காக என்று. அப்பாவிற்கு அவர்களுக்குக் கொடுக்காமல் சாப்பிடத் தோன்றாது.

பாட்டியும் “பாவம்... பொண்டாட்டி புள்ளங்கள பிரிஞ்சிருக்காங்க. நாக்கு செத்துப்போய் கெடப்பாங்க. இத சாப்டா ஒரு ஆறுதலாயிருக்கும். கொண்டு போ.” என்பார்.

போகும்போதெல்லாம் மனோகரன் சார்தான் என்னிடம் பேசுவார். அவர் சரிக்கு சமமாக என்னை நடத்துவார். அப்பாவின் நண்பர்களில், என் பேச்சைக் காதுகொடுத்துக் கேட்கும் ஒரே ஆள். மற்றவர்கள் பாப்பா என்று சின்னப் பாப்பாவைப் போல் என்னை நடத்துவார்கள். அதேபோல் ஒரு தோழியைப் போலவே என்னை நடத்துபவர் ஜோதி டீச்சர். என் நண்பர்களுடன் வெளி விளையாட்டுகள் குறைந்தபோது மாலைப் பொழுதுகளில் ஜோதி டீச்சர் வீட்டில் பழியாய் கிடப்பேன். அவர்களுக்கு பூத்தொடுத்துக் கொடுத்து சின்னச்சின்ன உதவிகள் செய்வேன். இரு டீச்சர்களும் என்னைப் போலவே ரேடியோ பைத்தியம். நான் பாடல் ஆரம்பிக்கும் முதல் வாத்திய இசையிலேயே பாடலைக் கண்டுபிடித்துச் சொல்லி பாராட்டு மழையில் நனைவேன்.

சிலசமயம் சனி, ஞாயிறு விடுமுறைகளில் அவர்களுடன் பட்டுக்கோட்டைக்கு சினிமாவுக்கு அனுப்புமாறு அம்மாவிடம்

வந்து கேட்பார் ஜோதி டீச்சர். எப்போதாவது அனுப்புவார் அப்பா. சில நாள் அவர்களின் வீட்டை சுத்தப் படுத்துகிறேன் பேர்வழி என்று இறங்குவேன். “நீ சும்மா இருடி அருணா” என்பார்.

“ஏன்... நான் ஒர ஒதுங்க வைக்கிறது ஒங்களுக்குப் புடிக்கலயா?”

“ஆமா, ஒங்க வீட்டுல கட்டிலவிட்டு கீழிறங்க மாட்டன்னு ஒன் அம்மா என்கிட்ட சொன்னாங்க.”

“பொய்யி, நான் நல்ல தண்ணி தூக்கிட்டு வருவேன். விறகு வாங்கி சைக்கிள்ள கட்டி எடுத்துட்டு வருவேன். மில்லுல நெல்லரச்சுட்டு வருவேன். இதெல்லாம் அம்மா சொல்ல மாட்டாங்களே...”

“சரி சரீ... நீ பெரிய ஆளுதான். இங்க நீ என் செல்ல அருணாக்குட்டி, சரியா?”

நான் சந்தோஷத்தில் துள்ளிக்கொண்டு திரிவேன். சுதந்திர தினம் வந்தது. ஆடல் நிகழ்ச்சிக்கு பத்தாம் வகுப்பு பெண்களுக்கு பயிற்சி கொடுத்தார் ஜோதி டீச்சர். ‘இந்திய நாடு என் நாடு, இந்தியன் என்பது என் பேரு’ பாட்டு போட்டு பயிற்சி செய்ய டேப் வேண்டும். யாரிடம் போவது? எனக்கு சட்டென்று மனோகரன் சார் நினைவு வந்தது. அவர் டேப் வைத்துப் பாட்டுக் கேட்பதைப் பார்த்திருக்கிறேன். ஜோதி டீச்சர் எப்படியாவது கேட்டு வாங்கிவா என்றார். “ஒன் ஃப்ரெண்டுதானே, தருவார்.”

நான் அன்று மாலையே லேப் சென்றேன். வாசலிலேயே நின்றிருந்தார். என் கையைப் பார்த்தார்.

“இன்னிக்கு ஒண்ணும் பலகாரம் இல்லயா? சும்மா வந்திருக்க.”

“அது... அதுவந்து ஒங்க டேப் ரெகார்டர் வேணும். ஜோதி டீச்சர் டான்ஸ் ப்ராக்டீஸ் கொடுக்குறாங்க, கொஞ்சம் புள்ளங்களுக்கு. அதுக்கு வேணுமாம். கேக்கச் சொன்னாங்க.”

“அவங்களுக்கு வேணும்னா அவங்கள வந்து கேட்க சொல்லு.”

எனக்கு குபீரென்று ரத்தம் தலைக்கேறியது. அவரைப் பார்த்தபோது அவர் அதே குறும்பு சிரிப்புடன் நின்றிருந்தார். சைக்கிளை வேகமாக மிதித்தேன். வீட்டிற்குப் போகவும் பிடிக்கவில்லை, ஜோதி டீச்சரைப் பார்க்கவும் பிடிக்கவில்லை. என் தோல்வி எனக்கே அவமானமாக இருந்தது.

ஜோதி டீச்சர் வந்து கேட்டால்தான் கொடுப்பாராமே? ஏன்? என்னப் பாத்தா மனுஷியா தெரியலயா? இவரோடு பேசவே கூடாது இனிமேல். என்னிடம் வந்து கெஞ்சி மன்னிச்சுடு அருணான்னு சொன்னாதான் பேசுவேன். ஜோதி டீச்சரிடம் நடந்ததைச் சொன்னேன். முதல்முறையாக அவர் முகத்தில் நாணமொன்று குடியேறியதைக் கண்டதும் எனக்கு எரிச்சல் வந்தது. எப்படியோ அதன்பிறகு இருவரும் ஆங்காங்கே சேர்ந்து பேசிக்கொண்டும் சிரித்துக்கொண்டும் தென்பட ஆரம்பித்தார்கள். மாலை நேரங்களில் புதிதாகத் தொடுத்த பூவைச் சூடிக்கொண்டு டீச்சர் சிவன்கோவிலுக்குப் போக ஆரம்பித்தார். அவர்கள் அங்கு சந்தித்துப் பேசுவது வழக்கமாகியது. எல்லாம் என் காதுக்கு எப்படியோ வந்துவிடும்.

ஆனால், ஜோதி டீச்சர் எப்போதும் போலவே என்னை செல்லங்கொஞ்சிக் கொண்டிருந்தார். அவர்மேல் எனக்கு கோபம் வரவேயில்லை. அதே பாசம்தான். ஆனால் இருவரையும் சேர்த்துப் பார்த்தால் பிடிக்கவில்லை. அதே சமயம் அவர்கள் இருவரையும் மாலையும் கழுத்துமாக கற்பனை செய்து பார்த்தேன். மிகவும் சந்தோஷமாக இருந்தது. ரொம்ப பொருத்தமான ஜோடி எனத் தோன்றியது.

கிட்டத்தட்ட ஒருமாதம் கழித்து ஒருநாள் மாலை அம்மா ஏதோ பலகாரம் என்னிடம் கொண்டுபோகச் சொன்னாள். “நான் கொண்டுபோக மாட்டேன். தம்பிகிட்ட கொடுத்தனுப்பு” என்று அடம் பிடித்தேன். “அவன் எங்கயாவது தடுக்கி விழுந்து எல்லாத்தையும் கொட்டி நாசமாக்கிருவான் பாப்பா. நீ போடா என் கண்ணுல்ல...”

“சரி, கொண்டா” வேண்டாவெறுப்போடு போனேன்.

போனவுடன் நிமிர்ந்தே பார்க்காமல் ஒயர் கூடையை வைத்து விட்டு வேகமாகத் திரும்பினேன்.

“அருணா, நில்லு.” என்றவாறே வந்தார் மனோகரன் சார்.

“நான் ஓடனே போகணும்” என்று வெளியில் வந்தேன். வேகமாக வந்தவர், காரிடாரில் என் வழியை மறைத்தவாறு நின்றுகொண்டார். விளக்கில்லாததால் அரை இருள். உள்ளிருந்து வந்த வெளிச்சம் மெல்லிய திரைபோல் கிடந்தது.

“ஏன் எம்மேல கோவமா? ஒருமாசமா ஒன்ன பாக்கவே முடியல.”

“கோவம்லாம் இல்ல...” என் குரல் எனக்கே கேட்கவில்லை.

“இல்ல. என்னப் பாத்துப் பேச மாட்டேங்குற. ஏதோ கோபம்.”

நான் மவுனமாகவே நின்றிருந்தேன்.

“சாரி. நிஜம்மாவே உன்ன நான் ஏதாவது ஹர்ட் பண்ணியிருந்தா...”

“சரி. நான் வர்றேன்.”

அதன்பின் சில நாட்களில் மனோகரன் சார் ஊரில் இருந்து அவர் அம்மாவைக் கூட்டிவந்து வாடகைக்கு வீடெடுத்து மெயின் ரோட்டில் குடியேறினார். பால் டெப்போவை ஒட்டினாற்போல வீடு. இருவருக்கு மிக வசதியானது. பால் காய்ச்சி குடியேற எங்களை மட்டும் அழைத்திருந்தார். அப்பா என்னையும் தம்பியையும் அழைத்துச் சென்றார். அப்பா பார்த்துத் தந்த வீடுதான். சாரின் அம்மா சார் போலவே நல்ல நிறம். அதிகம் பேசவில்லை. ஆனால் சிரித்த முகத்துடன் உபசரித்தார்.

“அம்மணிக்கு கோபமெல்லாம் போச்சா?” என்றார் சார் என்னிடம். வாய்விட்டுச் சிரித்தேன்.

காலாண்டுத் தேர்வில் கணிதத்தில் நான் மதிப்பெண்

குறைந்திருந்தேன். என் வகுப்பில் எல்லோருமே குறைவாக எடுத்திருந்தோம். சிவஞானம் சாரால் வந்த வினை. அவர் ஒரு தூங்குமூஞ்சி. கணிதம் நன்றாகவே எடுக்க மாட்டார். எங்கள் செக்‌ஷனுக்கு அவரைப் போட்டுவிட்டார்கள்.

அப்பா மதிப்பெண் குறைந்ததற்கு என்னைத் திட்ட நான் அழுதுகொண்டே காரணம் கூறினேன். அம்மா, "புள்ளய திட்டி என்ன பிரயோஜனம், மனோகரன்கிட்ட கேட்டுப் பாருங்க, அவர் டியூஷன் எடுப்பாரான்னு" என்றாள்.

அப்பா கேட்க அவர் ஒத்துக்கொண்டார். திங்கள், புதன், வெள்ளி மூன்று நாட்கள் மாலை ஐந்து மணி முதல் ஏழு மணி வரை. முதல்நாளே, "அருணா, இப்ப உள்ள கரெண்ட் போர்ஷன் முதல்ல சொல்லித் தர்ரேன். பழைய போர்ஷன சைட் பை சைட் படிச்சுக்கலாம்..." என என் மிரட்சியைப் போக்கினார்.

அவர் சொல்லித்தரும்போது எல்லாம் எளிமையாகி விடுகின்றன. நானே மிக எளிதில் விளங்கிக்கொள்வேன். என் விரைவைப் பார்த்து அவருக்கும் திருப்தி. முதல் வாரத்திலேயே பதற்றம் போய் இலகுவானேன்.

"அருணா, நாளைலேர்ந்து ஜியாமெட்ரி எடுப்பேன். பாக்ஸ் எடுத்துட்டு வந்துடு."

"பாக்ஸ் இல்ல, வாங்கணும்."

"இந்த ப்ராண்ட் வாங்கு." *CAMEL* காட்டினார்.

"என்ன சொல்லு பாப்போம்."

"கமல்..." என்று சொல்லிவிட்டு அவரையே பார்த்தேன்.

"கொழுப்பா, மூன்றாம் பிறை ஶ்ரீதேவின்னு நெனப்பு."

"சினிமால்லாம் பாப்பீங்களா?"

"பின்ன, நான் என்ன சாமியாரா?"

“ஸ்ரீதேவி புடிக்குமா? எனக்கு அவள ரொம்பப் பிடிக்கும்.”

“அது ஒரு குண்டுப் பூசணி. எனக்கு சாந்தி கிருஷ்ணா பிடிக்கும். பன்னீர் புஷ்பங்கள்.”

“அவ ரொம்ப சின்னப் பொண்ணு. அது நடிக்கும்போது அவளுக்கு பதினேழு வயசாம்.”

“இதெயெல்லாம் மண்டையில ஏத்திப்பியா நீ?”

“பின்ன... எல்லாம்தான் தெரிஞ்சுக்கணும். அப்பா சொல்வார். ஒருத்தங்களோட பேசும்போது அவுங்க ஏரியா ஆஃப் இன்ட்ரெஸ்ட் என்னன்னு தெரிஞ்சு போரடிக்காம பேசணும். ஒங்களுக்கு பாலிடிக்ஸ் பிடிக்கும்னா அதுவும் பேசுவேன்.”

“அப்புறம் அப்பா என்னல்லாம் சொல்வார்?”

“மத்தவங்களோட பேசும்போது நம்மள பத்தி அவங்க கேட்டாலொழிய நாமளா பேசக்கூடாது. காமன் இன்ட்ரெஸ்ட் உள்ள விஷயங்கள ஷார்ட் அண்ட் ஸ்வீட்டா பேசணும். ஹ்யூமரா பேசணும். ஒன் சைடா பேசிட்டே போக்கூடாது. அவங்க பேசறதையும் காது குடுத்துக் கவனமா கேட்கணும்.”

“குட் லெஸன். அப்டியே ஃபாலோ பண்ணித்தான் இவ்ளோ ஸ்வீட்டா பேசறியா?”

கிண்டலடிக்கிறாரா? நிஜமாகவே புகழ்கிறாரா? முகத்தில் கிண்டல் இல்லை.

மறுநாள் அவர்கள் அம்மா ஒரு கேசரி செய்திருந்தார்கள். மஞ்சள் நிறம். அவ்வளவு சுவையாக இருந்தது. திண்ணையில் தான் க்ளாஸ் எடுப்பார். அவர் சேரில் இருக்க நான் எதிர்புறம் நாடாக்கட்டிலில் அமர்ந்து கணக்குப் போடுவேன். ஒரு கிண்ணத்தில் ஸ்பூன் இட்டு எனக்குத் தந்தார்.

நான் துளித்துளியாக சுவைத்துச் சாப்பிட்டுக் கொண்டிருந்தேன். அவர் எப்போதும் போல் ஆங்கில செய்தித்தாளைப் படித்துக் கொண்டிருந்தவர்...

“இன்னுமா சாப்பிட்டு முடிக்கல, டைம்பாஸ் பண்றியா?”

“இல்ல. ரொம்ப டேஸ்டா இருக்கு. என்ன போட்ருக்காங்க?”

“இது பைன் ஆப்பிள் கேசரி. எங்க ஊர்ல ஃபேமஸ்.”

“ரசிச்சு சாப்பிட வேண்டாமா? இனிப்பு மட்டும் நாக்குல எல்லா எடத்துலயும் படுற மாதிரி கொஞ்சம் கொஞ்சமா சாப்பிடணும். எந்தம்பி அவுக்குனு முழுங்குவான்.”

“அப்புறம் ஒன் சாப்பாட்டுத் தியரிய கொஞ்சம் எடுத்துவுடு.”

“காப்பிய எப்டி குடிப்பீங்க?”

“சூடா.”

“அதில்ல. நான் டீயோ, காப்பியோ நாலு சொவத்துக்குள்ள குடிக்க மாட்டேன். மனுஷங்கள பாத்துட்டு குடிக்க மாட்டேன். தொடுவானம் இல்லாட்டி ஏதாவது செடி, கொடி, இயற்கை பாத்துட்டுக் குடிப்பேன். அப்பா கூட கிண்டல் பண்ணுவாங்க.”

“பயங்கர ரசன. வேற என்னல்லாம் புடிக்கும்.?”

“மழ பேஞ்சு முடிச்சதும் அந்த சாஃப்ட் மண்ணு மேல வந்திருக்குமே, அதில வெறும்காலோட நடக்கப் பிடிக்கும். அப்புறம் புதுசா பொறந்த கன்னுக்குட்டி பாத்திருக்கீங்களா?”

“ம்ம்.. சொல்லு.”

“உடம்பெல்லாம் ஒரு கலர்ல இருக்கும். நெத்தி மட்டும் வெள்ளயா நெத்திச்சுட்டி மாதிரி இருக்கும். அதோட கழுத்த கட்டிப்புடிச்சு அந்த நெத்திச்சுட்டில முத்தம் குடுக்கப் புடிக்கும்.”

“ஹா… ஹா” என்று சத்தமாக சிரித்தார்.

“அது ரொம்பக் கஷ்டம். எப்டி துள்ளும் தெரியுமா? பர்ப்பஸ்ஸே இல்லாம துள்ளிக்கிட்டுக் கெடக்கும்.”

“ஒன்ன மாதிரி…” கண்ணில் சிரிப்பு மின்னியது.

முதல்முறையாக எனக்கு வெட்கம் வந்தது.

“அப்றம்...”

“விழுப்புரம்... அவ்ளோதான்.”

பேச்சுவாக்கில் நேரம்போனது தெரியவில்லை. “அருணா, தனியா போய்டுவியா. பயம் இல்லல்ல.?”

“இல்ல. சைக்கிள்ல லைட் இருக்கு.” சொல்லிவிட்டேனே ஒழிய திக்திக் தான். பேய்க்கதைகள் எல்லாம் ஞாபகம் வ்ந்து சில்லிட வைத்தன. முருகேசன் வீடு தாண்டியதும் கொஞ்ச இடத்துக்குத் தெருவிளக்கு இல்லை. முருகா முருகா என்று சொல்லிக்கொண்டே மிதித்தேன். வேகமாக வரும்போது எனக்கு இணையாக இன்னொரு சைக்கிள்.

“அருணா, ஏன் இப்டி பேய்வேகத்துல போற?” -மணிகண்டன்.

“இப்டியா பயமுறுத்துவ? அறிவில்ல ஒனக்கு.?”

“சாரி அருணா. அவர்ட்ட நானும் டியூஷன் சேந்துக்கறேன். சொல்லுவியா? மேத்ஸ்ல மார்க் கம்மின்னு என் அப்பா திட்டுறார்.”

“நீ வந்து கேட்டுக்கோ. நா மாட்டேன்.”

“அந்தாள் சிடுமூஞ்சி. பயமாயிருக்கு.”

“அந்தாள்னு மரியாதையில்லாம சொன்னா இருக்கு ஒனக்கு.”

“ஒன்கிட்ட மட்டும்தானே அவர் சிரிச்சுப் பேசுறார். அப்டி என்ன பேசிப்பீங்க?”

“தட்ஸ் நன் ஆஃப் யுவர் பிஸினெஸ்.”

அப்பா புதிதாக எனக்கு சொல்லிக் கொடுத்த இந்த ஒற்றை வரி மந்திரம் நன்றாக வேலை செய்தது. பேச்சு மூச்சு இல்லாமல் வந்து கொண்டிருந்தான். வீட்டிற்கு வந்துவிட்டேன்.

இன்னொரு நாள் சார் அம்மா வந்து, “பச்ச மொளகா சட்னி வைக்கவா?” என்று கேட்டுக் கொண்டிருந்தார். அவர் “ம்ம்...” என்றார்.

எனக்கு பக்கென்று சிரிப்பு வந்தது. “சிரிக்கிற மாதிரி என்ன நடந்துச்சு இங்க?” என்றார்.

“நெஜமாவே ஒங்களுக்குத் தெரியாதா?”

“என்ன?”

“பள்ளியில் தங்களுக்குச் சூட்டப்பட்டிருக்கும் திருநாமங்களில் அதுவும் ஒன்று. மைசூர் மஹாராஜா.”

“கொழுப்பு கூடிக்கிட்டே வருது ஒனக்கு. வேற என்னல்லாம் பேர்?” ஆர்வமில்லாததுபோல் கேட்டார்.

“சிடுமூஞ்சி, தொட்டாசிணுங்கி, பச்ச மொளகா... அப்றம் எங்க வீட்ல ஒங்க பேரு சொக்கத்தங்கம். அப்பா வச்சது.”

“அப்றம் நீ ஒண்ணு வச்சிருப்பியே எனக்கு.”

“இல்ல.”

“பொய்.”

“சத்தியமா இல்ல.”

“நீ பொய் சொல்றத ஈசியா கண்டுபிடிச்சுருவேன் அருணா.”

“மைசூர் சாண்டல். இதுதான் நான் வச்ச பேரு.”

“ஏன் அப்டி?”

“அந்த சோப் கலர்ல இருக்கீங்க. ஒங்க வீட்ல அந்த சோப்தானே... எங்கப்பா லைஃப்பாய மாத்த மாட்டார். அதான் நான் இப்டியிருக்கேன்.”

“எப்டி?”

“கறுப்பா...”

“நீ மாநிறம்தானே. கலர்ல என்ன இருக்கு.”

ஜோதி டீச்சரும் சுற்றி வளைத்து டியூஷன் பற்றி கேட்பார்கள்.

“எப்டி எடுக்கிறார்டி...”

“ரொம்ப நல்லா.”

“எங்க உக்காந்து சொல்லித்தருவார்?”

“அவர் சேர்ல. நான் கட்டில்ல...”

“பக்கத்துல ஒக்காருவாரா?”

“ம்ம்... எப்பவாவது.” வேண்டுமென்றே பொய் சொன்னேன். டீச்சரை சீண்டிப் பார்க்கும் ஆசை வந்தது. சார் உண்மையிலேயே ஜெண்டில்மேன். பக்கத்தில் வர மாட்டார். கிள்ளவோ, அடிக்கவோ, தொடவோ மாட்டார். குட்டுவது போல் கையைக் கொண்டுவந்து பாவனை செய்வார். குட்ட மாட்டார்.

“அடிப்பாரா?”

“இல்ல. காத பிடிச்சுத் திருகுவார்.”

அய்யோ... டீச்சரின் முகம் எப்படி கறுக்கிறது? எனக்கு குஷியாக இருந்தது.

ஒருநாள் போகும்போது சார் காப்பி குடித்துக் கொண்டிருந்தார். “அருணா, என்ன ரொம்ப மாத்திட்ட நீ. பாரு நானும் தொடுவானத்த பாத்துட்டுக் குடிச்சிட்டிருக்கேன்.”

“அப்டி வாங்க வழிக்கு.” நான் ஏதோ சொல்ல சத்தம் போட்டு சிரித்தார்.

“நீங்க இப்பல்லாம்தான் சத்தம் போட்டு சிரிக்கிறீங்க...”

“ஆமால்ல...” அவர் அம்மா வெளியில் வந்தார். “அருணா

ஒன்னோட பழகினப்புறம்தான் இவன் இப்டி சிரிச்சே நான் பாக்குறேன்" என்று சொல்லிவிட்டு உள்ளே சென்றார்.

அவர் முகம் தீவிரமானது. "ஒனக்கு ஒண்ணு தெரியுமா... எங்க அப்பா ஒரு டாம் ப்ரொஜெக்ட்ல பெரிய இன்ஜினீயரா இருந்தார். நான் ஒரே பையன், ரொம்ப செல்லம். எனக்கு பதினாலு வயசு இருக்கும்போது கிட்டத்தட்ட இப்ப ஒன்னோட வயசு... எங்கப்பா ஒரு கார் ஆக்ஸிடென்ட்ல இறந்து போனார். என்னால அப்ப அத ரொம்ப நாளைக்கு நம்பவே முடியல. அப்டியே ஒடுங்கிப் போயிட்டேன். யாரோடயும் அதிகம் பேசாதவனா சிடுமூஞ்சியா ஆயிட்டேன்."

"என் தாய்மாமா என்னைப் படிக்கவச்சார். அவ்வளவு ஆவேசத்தையும் படிப்புல காமிச்சேன். மைசூர் யுனிவர்சிட்டில கோல்ட் மெடல் வாங்குனேன். காலேஜ்ல அந்த வயசுல லேடிஸ் மேல ஒரு இன்ட்ரஸ்ட் வரும்ல. அதுகூட எனக்கு வரல."

"இங்க வேலைல ஜாயின் பண்ணப்புறம் இந்த ஃப்ரெண்ட்ஸ் கூட பழகி நான் கொஞ்சம் நார்மலா ஆனேன். ஆனா என்ன ரொம்ப ஜாலியானவனா மாத்துனது நீதான்."

நான் கண்ணீருடன் புன்னகைத்தேன்.

பிறகுதான் ஒரு மாதத்தில் அவர் நிச்சயதார்த்தம் நடந்தது. திருமணத்திற்கு என் அப்பாவும் பள்ளி ஆசிரியர்களும் சென்றனர். ஜோதி டீச்சரும், பேபி டீச்சரும் செல்லவில்லை. திருச்சியிலிருந்து பெங்களூர் வரை டிரெயின். மைசூரில் கோலாகலமாகத் திருமணம். அப்பா போய்வந்து வாய் ஓயாமல் புகழ்ந்து கொண்டிருந்தார்.

"கல்யாணம் எப்டிங்ற? கிராண்ட். ஸ்வீட்டே நாலஞ்சு... பெரிய விருந்து, ஜாம்ஜாம்னு... எங்களையெல்லாம் பெரிய ஹோட்டல்ல தங்க வச்சார். மாப்பிள்ளை ஊர்வலம் பெரிய கண்டெசா கார்ல."

“பொண்ணு எப்டி?” என்றாள் அம்மா.

“மைசூர் ராஜபரம்பரைல வந்த பொண்ணு மாதிரி தகதகன்னு நல்ல அழகான பொண்ணு. நம்ம மனோகரனும் அழகுல கொறச்சலா என்ன? அவ்ளோ பொருத்தம். எவ்வளவு நக... நாம வாழ்நாள்ல அவ்ளோ நக பாத்துருக்க மாட்டோம்டி.”

எனக்கு எரிச்சல் வந்தது. அப்பா போட்டோ காட்டினார். பார்த்தேன். பெண் பேரழகு. சாரும் மலர்ந்த முகத்துடன் இருந்தார். பெண் இருந்த இடத்தில் ஜோதி டீச்சரைக் கற்பனை செய்தேன். உடனே ஜோதி டீச்சரைப் பார்க்க வேண்டும் போல் இருந்தது.

போனேன். வழக்கம்போல் அடுக்களை ஜன்னல் வழியே இலக்கற்றுப் பார்த்துக் கொண்டிருந்தார். முகம் களையிழந்திருந்தது. பக்கத்தில் இந்த கல்யாண போட்டோ. வா என்று கையை நீட்டினார். மனம் பொங்கியது.

ஓடிப்போனேன். அணைத்துக்கொண்டார். அவரிடம் ஒரு சிறு கேவல் வந்து அடங்கியது. சூடான கண்ணீர் என் நெற்றியில் விழுந்தது. எனக்கும் தொண்டை அடைத்துக் கண்ணீர் வந்தது.

★★★

10

யசோதை

இரண்டு நாட்களாகத் தஞ்சாவூரிலிருந்து ஒரு சேதியும் வரவில்லை. அத்தையும் பாட்டியும் பேசிக்கொள்ளவில்லை. முகத்தை எப்போதும் உம்மென்று வைத்துக் கொண்டிருந்தார்கள். என் அத்தை எப்போதும் சிரித்த முகத்துடன்தான் இருக்கும். என்ன ஆயிற்று? நான் அப்போதுதான் விளையாடிவிட்டு வீட்டுக்குள் நுழைந்தேன்.

"அத்த, ஏன் எப்ப பாத்தாலும் ரெண்டு பேரும் உம்முன்னே இருக்கீங்க? அம்மாவும் அப்பாவும் எப்ப வருவாங்க?" அத்தையின் மடியில் உட்கார்ந்து அசைந்துகொண்டே அதன் தாவங்கட்டையைப் பிடித்தேன். அத்தை தலை கூட வாரிக்கொள்ளாமல் என்னமோ போல் இருந்தது.

"நறங்காதடி, எறங்கு. இப்பதான் ஒனக்கு அம்மா ஞாபகம் வந்துச்சா?"

"அதான் நீ என்ன அம்மா மாரி நல்லா பாத்துப்பியே?"

"வாய் மட்டும் நல்லா பேசு."

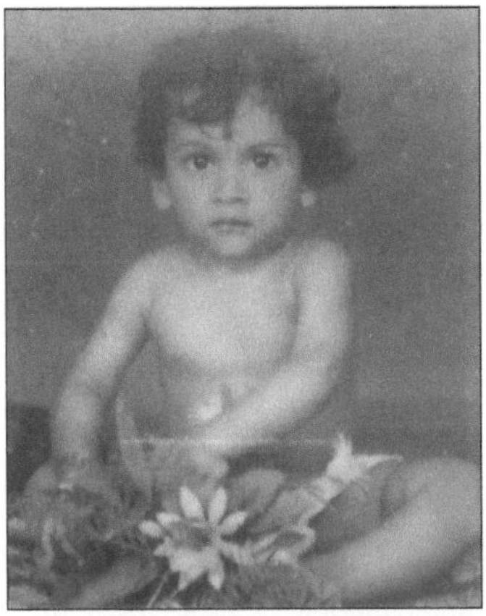
தம்பி லெனின் கண்ணன்

"எப்ப வருவாங்க?"

"தெரியிலடா" என்று சொல்லும்போது மீண்டும் அத்தையின் முகம் இருண்டது. பாட்டி பெருமூச்சு விட்டுக்கொண்டு வெற்றிலையை மென்று கொண்டிருந்தார்.

"ஏம்மா, சாப்பிடுற நேரம் பாத்து வெத்தலய போடுறீங்க..." அத்தை கடிந்துகொண்டது.

"எனக்கு பசியில்ல."

"காலையிலயும் சாப்பிடல. வெளயாடுறீங்களா?"

"போடி. போக்கத்தவளே..."

அதற்குள் பக்கத்துவீட்டு உஷா மாமி வந்தார்.

"என்ன விஜி, ஏதாச்சும் சேதி தெரிஞ்சுதா?" கவலையுடன் கேட்டார்.

"இல்லக்கா. முந்தாநா நைட் அட்மிட் பண்ணப்புறம் மறுநா சாய்ந்தரம் வரைக்கும் புள்ள கண்ணு முழிக்கல. ராஜாமணி சார் வந்து தகவல் சொன்னார். அதுக்கப்பறம் தகவல் இல்ல." சட்டென்று அத்தை குலுங்கி அழுதது.

"விஜயா... இதப்பாரு, பாப்பா என்னமோ ஏதோன்னு பயந்திரப் போறா. அழுவாதே. நான் புள்ளையார் கோவில்ல வேண்டிகிட்டேன். நாம சாயந்திரம் சிவன் கோவிலுக்குப் போவோம். நாளக்கி எல்லாம் சரியாகி வந்துடுவாங்க."

நான் பயந்துபோய் அத்தையின் முகத்தைப் பார்த்துவிட்டு அதன் தொடையினைக் கட்டிக்கொள்ள அத்தை மூக்குறிஞ்சியபடியே என் தலையைத் தடவியது.

மூன்று நாள் முன்பு சாயந்தரம் நிறைய நேரம் விளையாடிவிட்டு நான் வீட்டுக்கு வந்தேன். அத்தை "அருணா வா... படிக்க ஒக்காரு." என்றது.

"இருத்த, நான் மூஞ்சி கைகால் எல்லாம் கழுவ வேண்டாமா? காப்பி குடிக்க வேண்டாமா?"

"டாட்ஜ் பண்றதுல மன்னிடி நீ... எனக்குத் தெரியும். சீக்கிரம் வா. பாடத்த எடு. சயின்ஸூம், புவியியலும் இன்னிக்கு சொல்லித்தரேன்."

புத்தகத்தை எடுத்துக் கொடுத்தேன். "புத்தகம் என்ன லெச்சணமா வச்சிருக்க நீ. அதுக்கு வாயிருந்தா கதறும்..."

"அதான் அதுக்கு வாயி இல்லல்ல. தம்பி ஓரத்த எல்லாம் கடிச்சி வச்சிருக்கான். நான் என்ன பண்றது?"

"எல்லாத்துக்கும் ஒரு ஆன்ஸர் வச்சிருப்பியாடி? தம்பி மேல பழியா? சரி வா, இன்னிக்கு நிலா பத்தி படிப்போம். நிலாவுக்கு சந்திரன்னு பேர். சந்திரன் பூமியின் இயற்கை துணைக்கோள்."

"அப்டின்னா?"

"கோள்கள் எத்தனன்னு சொல்லு."

"ஒம்பது."

"துணைக்கோள்னா கோள் மாதிரி பெரிசா இருக்காது. சின்னது. சந்திரன் நம்ம பூமிய சுத்திச்சுத்தி வரும். ஒரு மாசத்துக்கு ஒரு ரவுண்ட் அடிக்கும்."

"அத்த, அப்ப அது நம்ப தம்பி மாதிரி."

"ஏண்டி அப்டி சொல்ற?"

"அவந்தான் என்ன சுத்தி சுத்தி வரானே." அத்தை சிரித்தது.

"கண்ணா, இங்க வா." என்றேன். ஆவலோடு வாயில் எச்சில் வழிய "க்கா, க்கா" என்று என்னைப் பார்த்து தத்தி நடந்து வந்தான். தரையில் உட்கார்ந்திருந்த என் தோளில் ஒரு கையை

ஊன்றி இன்னொரு கையால் என் ரிப்பனைப் பற்றினான். “அத்த, எப்பபாரு, இவன் என் ரிப்பன்லேயே கைய வைக்குறான். போடா” என்று பிடித்துத் தள்ள முயன்றேன்.

அப்போதும் சிரித்தான். “க்கா, க்கா” என்றான். “என்ன எப்டி கூப்டுறான் பாரு. காக்காவ கூப்பிடுற மாரி...”

“இல்லடி, அவன் ரெண்டு வயசு சின்னக் கொழந்ததான... நல்ல பிரைட் கலர்தான் அவனுக்குப் புடிக்கும். அதான் ரிப்பன்ல கை வைக்கிறான். பெரிசா வளந்தப்புறம் நல்லா ஒன்ன அக்கான்னு கூப்பிடுவான்.”

“இந்த வாணி ஊத்தியா? என்ன மாரி நல்லா பேசுவானா?” தம்பி முத்தம் கொடுப்பதுபோல் என் கன்னத்தை நக்கி ஈரமாக்கினான். நான் துடைத்துக்கொண்டேன்.

“நீ மட்டும்... சின்னபுள்ளல எப்டி இருந்த தெரியுமா? கழுத்துல ஒரு ஸ்கார்ஃப் கட்டி விடுவோம். வாணி ஊத்தி அது நனைஞ்சு இருக்கும் எப்பவும்.”

“பொய்யி... போ”

“அம்மாவ கேட்டுப் பாரு... ஒனக்கு வாணிஸ்ரீ ன்னு பட்டப்பேர் வச்சிருந்தோம்.”

“ஏன் அப்டி?”

“அவ அப்ப இருந்த ஒரு நடிகை. சரி சரி... நீ பேச்ச மாத்தி அப்டியே டைம்பாஸ் பண்ணுவ. திருட்டுக்கழுத. வா, படிக்கலாம்.”

“அத்த, ஒரு ஐடியா. நீ ஈசிசேர்ல அப்டியே இரு. நீ சூரியனாம்... நான் பூமியாம்... இவன் நிலாவாம். நான் ஒன்ன சுத்துவேன், இவன் என்ன சுத்துவான், எப்டி ஐடியா?”

“ஐடியாவுக்கு ஒன்னும் கொறச்சல் இல்ல. நிலாவுல மொதல்ல கால் வச்சவுங்க யாரு?”

“ஹை...ஹை... எனக்குத் தெரியுமே. நீல் ஆம்ஸ்ட்ராங், எட்வின் ஆல்ட்ரின்” ஈசிசேரின் பின்புறம் தொங்கியபடியே ஆடினேன். தம்பி என் தோளைப் பிடித்து என்னுடனே ஆடினான். இருவரும் கொஞ்சநேரத்தில் தடுமாறி விழுந்தோம்.

“ஏய் அருணா... என்ன பண்றே?” என்று அத்தை ஓடிவந்து அவனைத் தூக்கியது. அவன் அப்போதும் சிரித்தான்.

“அடுத்த பாடம் எடு. புவியியல்... திபெத் இன்னிக்கு.”

“அப்டின்னா என்னத்த?”

“திபெத்னா ஒரு நாடு. நம்ம இமயமல இருக்குல்ல...”

“ஆமா நீ சொன்னியே, நம்ம நாட்டுக்கு வடக்கே இருக்கு. அதுலதான் ஒயரமான சிகரம் எவரெஸ்ட் இருக்கு.”

“என் சக்கர குட்டியே... நல்லா ஞாபகம் வச்சிருக்கியே.”

“முத்தா குடு.” கன்னத்தைக் காட்டினேன்.

என் அத்தை எனக்கு முத்தம் தந்தது. தம்பி தொங்கி அத்தையின் மடியில் ஏறினான். “அவனுக்கும் வேணுமாண்டி... கண்ணாக்குட்டூ... ம்ம்ம்” என்று அவனைக் கொஞ்சியது அத்தை.

“நான் என்ன செஞ்சாலும் காப்பியடிப்பான்.”

“சரி, பாடத்துக்கு வா. அந்த இமயமல மேல இந்த திபெத் நாடு இருக்கு. பனிமலங்குறதுனால நல்லா குளிரும். அதுனால எல்லாரும் கம்பளி ஸ்வெட்டர் போட்டுப்பாங்க. அந்தக் கம்பளிக்காகவும் பாலுக்காகவும் அவங்க ’யாக்’ குன்னு ஒரு மாடு வளப்பாங்க. அது இப்டித்தான் இருக்கும்.” அத்தை புத்தகத்தைக் காட்டியது.

“அத்த, எரும மாடவிட பெரிசா இருக்குல்ல.”

“ஆமா, டபுள் சைஸ் இருக்கும். அப்றம் அந்தப் பால்ல இருந்து வெண்ண எடுத்து உடம்பு பூரா பூசிப்பாங்க.”

“ஏன்?”

“குளிர்ல தோல் வெடிச்சுறாம இருக்க.”

“குளிப்பாங்களா?”

“குளிக்கிறதா? குளிச்சா வெரச்சு செத்துருவாங்கடி.”

“ஐயே, அப்ப நாறுவாங்க...” மூக்கைப் பிடித்தேன். தம்பியும் என் மூக்கைப் பிடிக்கத் தாவினான்.

அம்மா தினமும் மோரில் கடைந்தெடுக்கும் வெண்ணையைத் தண்ணீரில் போட்டு வைத்திருப்பாள். அது அழகாக பந்துபோல் மிதந்து கொண்டிருக்கும். நான் அவ்வப்போது தெரியாமல் எடுத்துத் தின்பேன். இரண்டு நாட்களுக்கு ஒருமுறை அதை உருக்குவாள். ஒருநாள் பிந்திவிட்டால் அதில் ஒரு நாற்றம் வரும்.

“அப்றம் இங்க வா, திபெத் உலகத்தின் கூரை. உலகத்தின் உயரமான இடம்.”

“அப்ப அங்க இருந்து நம்மளயெல்லாம் பாப்பாங்கள்ல?”

“இல்ல... பனி எங்க பாத்தாலும் கெடக்கும்.” என்று அத்தை சொல்லிக்கொண்டே எழுந்தது.

“அதுல இப்டி சொய்ங்னு சறுக்கி வெளயாடலாம்.” என்று ஈசிசேரின் மேல்பகுதியிலிருந்து சறுக்கினேன்.

தம்பியும் ஏற முயன்றான். “போடா” என்று அவனை விலக்கினேன்.

அதற்குள் அம்மா ஃபாரெக்ஸ் கலக்கி தம்பிக்கு எடுத்து வந்தாள், “ஐ” என்று நான் குதித்தேன். இன்றைக்கு இட்லி இல்லை போலிருக்கிறது.

“பாருங்க அண்ணி. இவளுக்கு குஷிய...”

“பாதிய இதுதானே திங்குது.”

“எனக்கு சின்னபுள்ளைல நீங்க ஃபாரெக்ஸ் கொடுக்கவேயில்ல.”

“ஒரு மாசத்துக்கு மூணு டின் காலி பண்ணுவேடி, பகாசூரி.”

“பொய்யி.”

அந்த ஃபாரெக்ஸ் டின்னில் என் தம்பி மாதிரியே அழகான குண்டுக் குழந்தை படம் போட்டிருக்கும். முதலில் குப்புறப் படுத்திருக்கும், மண்டி போடும், எழுந்து பிடித்துக்கொண்டு நிற்கும். அம்மா கலக்கிய கிண்ணத்தை ஒருபுறம் வைத்துவிட்டு “இங்க வாடி, செல்லம்” என்று தம்பியை முத்தமிட்டு எதிரில் உட்காரவைத்து ஸ்பூனால் ஊட்டினாள். ஒவ்வொரு வாயையும் அவுக் அவுக் என்று முழுங்கினான். என் கண் கிண்ணத்திலேயே இருந்தது. எப்போதும் அவன் மீதி வைப்பது எனக்கு.

இன்றைக்கு நிறைய மீதி வைத்துவிட்டான். ஜாலியாக இருந்தது எனக்கு. ஆவலுடன் தின்றேன். அம்மா பள்ளியில் நடந்த எதையோ சொல்ல நானும் அத்தையும் அம்மாவும் சிரித்துப் பேசிக்கொண்டிருந்தோம். கொஞ்சநேரத்தில் தம்பி சுருண்டு படுத்துவிட்டான். அம்மா தொட்டுப் பார்த்துவிட்டு, “விஜயா, புள்ள உடம்பு கொதிக்குது” என்றாள்.

“இருங்க அண்ணி, போனமாசம் எனக்கு ஜொரம் வந்தப்ப டாக்டர் கொடுத்த மாத்திரை மிச்சம் இருக்கு. குடுப்பமா?”

“இப்ப பாதி மாத்திர குடுப்போம். காலைல டாக்டர்கிட்ட தூக்கிட்டுப் போவோம். இந்த நேரம் பாத்து இவர வேற காணமே... நடுச்சாமம் வர என்ன பேசுவாங்களோ, லேப்ல தங்கிருக்க ஸ்டாஃப்களுக்குப் பொழுதுபோகாம இவர புடிச்சு வச்சுக்கிறாங்க.”

அம்மா பாதி மாத்திரையைக் கரைத்து சங்கினால் தம்பிக்கு மல்லுக்கட்டி கொடுத்தாள். பின் படுக்கவைத்தாள். நான் பக்கத்தில் உட்கார்ந்திருந்தேன். அப்பா ஒன்பது மணிக்கு வந்தார். விஷயம் கேட்டதும் கவலையுடன் தம்பியைத் தொட்டுப் பார்த்தார்.

எல்லோருக்கும் அம்மா தோசை சுட்டாள். சாப்பிட்டோம். அத்தை பாத்திரம் தேய்த்தது. பிறகு பாட்டி, அத்தை, அப்பா மூவரும் திண்ணையில் பேசிக்கொண்டிருந்தார்கள். அம்மா அடுக்களையில் ஏதோ வேலையில் இருந்தாள். நான் படுத்திருந்த தம்பியின் அருகில் உட்கார்ந்து அவனையே பார்த்துக்கொண்டிருந்தேன். அவன் பெரிய வதங்கிய ரோஜாப்பூ மாதிரி இருந்தான். எனக்கு ஒரு மாதிரி இருந்தது. ஜுரம் இல்லையென்றால் படுக்கும் முன்பு என்னுடன் எப்படி விளையாடுவான். தலையணையை எடுத்து மாறிமாறி அடித்துக்கொண்டு மெத்தையில் உருண்டு விளையாடுவோம்.

திடீரென்று கையையும் காலையும் 'வெடுக் வெடுக்' கென்று உதைத்துக்கொண்டான். 'ம்ம்' என்று முனகினான். கண் மேலே சொருகியது.

நான் "அப்பா" என்று அலறியபடியே வெளியே ஓடினேன். ஓடிய வேகத்தில் நிலைப்படியில் தடுக்கி விழுந்தேன்.

"என்ன கழுத" என்றார் அப்பா.

அழுகையின் இடையே, "தம்பிய வந்து பாருங்க" என்றேன் தேம்பியபடியே.

"ஐயோ" என்று அம்மாவும் அத்தையும் அலறினார்கள்.

"இரு இரு" என்றபடி அப்பா தம்பியைக் கையில் எடுத்துத் தடவினார். ஜட்டியைக் கழற்றிப் பார்த்தார். படுக்கையை உதறிப் பார்த்தார். உசுப்பினார். மேலே சொருகிய விழி அப்படியே இருந்தது.

அதற்குள் சத்தம் கேட்டு பெட்டிக்கடை ராவுத்தர் மாமா, பக்கத்து வீட்டு மாறன் அப்பா, குழந்தைசாமி சார், எல்லோரும் வந்து பார்த்தனர். ஒருவருக்கும் ஒன்றும் புரியவில்லை.

"இப்ப என்ன பண்ணலாம்?" அப்பாவின் கண்ணும் கலங்க ஆரம்பித்துவிட்டது.

ராவுத்தர் மாமா, “ஹெச்.ஐ. சார கூப்பிட்டா என்ன?” என்றார்.

உடனே என் அத்தை வெறும்காலோடு தெருவில் இறங்கி ஓடியது. நானும் கூட ஓடினேன்.

அடுத்த தெருவில் அவர் வீடு இருந்தது. அத்தை அவர்கள் வீட்டினுள் ஓடி விஷயத்தைச் சொன்னது. அவர் பாதி சாப்பிட்ட கையோடு கை கழுவிவிட்டு, ஸ்டெதஸ்கோப்பையும் வேறு ஒரு பெட்டியையும் தூக்கியபடி வந்தார். சமையலறையிலிருந்து வந்த மணிகண்டன் அம்மாவும், அவனும் எங்களைக் குழப்பத்துடன் பார்த்தனர்.

வீட்டிற்கு வந்த அவர் தம்பியின் ஜுரத்தைப் பரிசோதித்தார். நாடித்துடிப்பையும், இதயத்துடிப்பையும் பார்த்தார்.

“எவ்ளோ நேரமா இப்டி இருக்கான்.?”

“அரமணி நேரம் இருக்கும்” என்றாள் அம்மா அழுதபடி.

“சார், நீங்க இப்பவே தஞ்சாவூர் மெடிக்கல் காலேஜ் கொண்டுட்டுப் போயிருங்க. இது கொஞ்சம் காம்ப்ளிகேட் கேஸ் போல இருக்கு. பல்ஸ் கொறய ஆரம்பிச்சா பிரச்சனையாய்டும். புள்ளக்கி கான்ஷியஸ் இல்ல.”

“ஐயோ” என்று அப்பா தலையிலடித்துக் கதறினார். நானும் ஓவென்று அழுதேன். என்னை உஷா மாமி சமாதானப்படுத்தினார். உடனே ராவுத்தர் மாமாவும் மாறன் அப்பாவும் கார் பிடிக்க விரைந்தனர்.

மெயின் ரோட்டில் இருந்து கார் வந்து வீட்டு வாசலில் நின்றது. அம்மா அழுதபடியே கையில் கிடைத்ததெல்லாம் எடுத்து ஒரு பையில் திணித்துக் கொண்டிருந்தாள். அத்தை ஃப்ளாஸ்க்கில் சுடுதண்ணீர் நிரப்பிக் கொடுத்தது. ராவுத்தர் மாமா “சார், பணம் இருக்கா? கொஞ்சம் வச்சுக்கிறீங்களா” என்றார். அப்பா, “இருக்கு” என்றார்.

ஹெச்.ஐ.சார், “விஜயா, புள்ளக்கி என்ன மாத்திர கொடுத்த?

ப்ரிஸ்க்ரிப்ஷன் இருக்கா?" என்றார். அத்தை துண்டுச்சீட்டைக் கொண்டுவந்து அப்பாவிடம் தர, " ஏதாவது ரெஃபரென்ஸுக்குக் கேப்பாங்க சமயத்துல" என்றார் ஹெச்.ஐ. சார்.

பாட்டி தம்பிக்குத் திருநீறு பூசிவிட்டார். அம்மா, அப்பா, தம்பி, மாறன் அப்பா எல்லோரும் காரில் ஏறி கிளம்பிச் சென்றனர். காரின் புகை மணம் குமட்டலை வரவைத்தது. ஒவ்வொருவராகப் பேசியபடியே கலைந்தனர். "மெடிக்கல் காலேஜ் போனா ஒரு பயமும் இல்ல விஜயா. போ, போய் புள்ளய தூங்க வச்சிட்டுத் தூங்குங்க" இதையே எல்லோரும் சொன்னார்கள். அத்தையும், பாட்டியும் நெடுநேரம் தூங்கவில்லை.

மறுநாள் நான், அவன் குப்புத்துக்கொள்ளும் போட்டோவை எடுத்துத் தரச்சொல்லி ரொம்ப நேரம் பார்த்துக் கொண்டிருந்தேன். தம்பியில்லாமல் வீடே எனக்குப் பிடிக்கவில்லை. பிறகு அப்பா அம்மாவின் கல்யாணத்துக்குக் கிடைத்த பெல்ஜியம் கண்ணாடியை மெதுவாகத் தூக்கி அப்பா அதன் கீழே எழுதியிருந்த, 'கண்ணன் வருவான்' என்ற எழுத்தை வெறித்துப் பார்த்துக் கொண்டிருந்தேன்.

எனக்கு நன்றாக நினைவிருந்தது. தம்பி அம்மாவின் வயிற்றில் இருந்தபோது அப்பா ஒருநாள் இந்தக் கண்ணாடியைக் கீழே இறக்கி வைத்திருந்தார். நான் ஓடி வந்தேன். "என்னப்பா பண்றீங்க?"

"தள்ளி நில்லு. கண்ணாடிகிட்டே போகாதே. அது பெல்ஜியம் கண்ணாடி."

"அப்டின்னா என்னப்பா?"

"உலகத்துலேயே பெல்ஜியம் நாடுதான் நல்ல குவாலிட்டி கண்ணாடிய செய்ற நாடு. என் கல்யாணத்துக்கு என் ஃப்ரெண்ட்ஸ் வாங்கிக் கொடுத்தது."

"ஆமா, இதுல பாத்தா நான் அழகா இருக்கேன்லப்பா" முன்னும்

பின்னும் திரும்பிப் பார்த்துக்கொண்டேன். சாதாரணமாக அது நான் பார்க்க முடியாத உயரத்தில் இருக்கும்.

கழற்றிய இடத்தில் அப்பா கலர் ஸ்கெட்ச்சைக் கொண்டு, ‘கண்ணன் வருவான்’ என்று எழுதி ஒரு ரோஜாப்பூவும் வரைந்தார். குடத்துடன் வந்த அத்தை, “அண்ணி இங்க வந்து பாருங்க, அண்ணன் கைவண்ணத்த.” என்றது.

அம்மா வந்து பார்த்து இடுப்பில் கை ஊன்றியபடியே வயிறைத் தடவிக்கொண்டு சிரித்தாள்.

“பொம்புளப் புள்ள பொறந்தா என்ன பண்ணுவீங்கண்ணே...”

“நீ வேணாப் பாரேன். கண்ணன் தான்.”

அம்மாவை அடுத்த வாரத்தில் ஆலத்தூர் ஆரம்ப சுகாதார நிலையத்தில் சேர்த்தார்கள். அங்கு லேடி டாக்டர் நல்ல கைராசி என்றார்கள். அன்று மாலையே அப்பா சிரித்த முகத்துடன் எல்லா ஆசிரியர்களுக்கும் சாக்லேட் வினியோகித்தார். ஆண் குழந்தை. அத்தை என் வாயில் ஜீனியை அள்ளிக் கொட்டியது. நான் முழுங்க முடியாமல் திணறினேன். மறுநாள் நானும் அத்தையும் பாட்டியும் தம்பியைப் பார்க்கப் போனோம். ஆஸ்பத்திரி அங்கு இரு கட்டிடங்களாக இருக்கும். ஒரு கட்டிடத்தில் தினமும் வந்துபோகும் நோயாளிகளைப் பார்ப்பார்கள். அதில் தருமராஜ் டாக்டர் இருப்பார்.

குரோட்டன்ஸ் இருபுறமும் வைக்கப்பட்டு பார்க்க அழகான கட்டிடம் அது. அதன் பின்புறம் வார்ட். அதில் பெட் இருக்கும். மொத்தம் பன்னிரண்டு அறைகள் எதிரெதிராக. அதற்கெல்லாம் முன்புறம் உள்ள அறையில் கம்பவுண்டர் இருப்பார். அதற்கு எதிர்புறம் உள்ள அறையில் காந்திமதி நர்ஸ் இருப்பார். ஊசி போடுவார். அந்த அறையைப் பார்த்தாலே எனக்கு நடுக்கம்தான். நாங்கள் எப்போதும் டாக்டர் தரும் சீட்டை கம்பவுண்டரிடம் தந்து மாத்திரை வாங்கிக்கொள்வோம்.

எப்போதும் பாட்டில் கொண்டுசெல்ல வேண்டும். அந்த

கம்பவுண்டர் மிக்ஸர் என்று ஒரு திரவத்தைக் கொடுப்பார். ஜுரம் என்றால் டாக்டர் கண்டிப்பாக அதை எழுதிவிடுவார். அது குடிக்க உமட்டிக்கொண்டு வரும். மாத்திரையைக் கரைத்த மாதிரி இருக்கும் அதன் சுவை. நான் என் தோழர்களுடன் வந்தால் பாதியைக் கீழே ஊற்றிவிட்டு மீதியில் பைப் தண்ணீரை நிரப்பி எடுத்துப் போவேன். அது குடிக்க பரவாயில்லாமல் இருக்கும்.

அம்மா அட்மிட் ஆகியிருந்த இரண்டாம் அறையில் நுழைந்தோம். முடி பின்னாமல் கொண்டை போட்டிருந்தாள். பொட்டும் வைக்கவில்லை. அம்மா சிரித்துக்கொண்டே இருந்தாள். பக்கத்தில் பெரிய வெள்ளை எலி மாதிரி தம்பி கிடந்தான். அசிங்கமாக இருந்தான். எனக்குப் பிடிக்கவேயில்லை. தள்ளி நின்றுகொண்டேன். அம்மா, “பாப்பா கிட்ட வாடா, தம்பிப் பாப்பா பாரு, தொட்டுப் பாரு” என்றாள்.

எனக்கு அம்மா மேலும் கோபம் வந்தது. என் புள்ளமங்கலம் பாட்டி ஃப்ளாஸ்க்குடன் உள்ளே நுழைந்து எல்லோருக்கும் காப்பி கொடுத்தார். நான் பாட்டியைக் கட்டிப்பிடித்து மடியில் முகம் புதைத்துக்கொண்டேன்.

வீட்டிற்கு வரும்போது “ஏண்டி உம்முன்னு வர்ரே?” என்றது அத்தை.

“எனக்குப் புடிக்கவேயில்ல அவன. குமுதம் புக்கு, அமுல் டின்ல எல்லாம் புள்ளங்க எவ்ளோ அழகா இருக்கு. எனக்கும்தான் வந்து பொறந்துருக்கானே ஒரு தம்பி, எலிக்குஞ்சு மாரி” என்றேன்.

“இல்லடா. நீ பாத்துட்டே இரேன். ஆறுமாசத்துல அழகா ஆய்டுவான்.”

‘லெனின் கண்ணன்’ என்று அப்பா பேர் வைத்தார். அத்தை சொன்ன மாதிரியே வளர வளர அழகானான். குப்புறப் படுத்துக்கொண்டு வெறும் தரையில் நீச்சலடித்தான். வாணி ஊற்றினான். பொக்கை வாயைக் காட்டிச் சிரித்தான். நான்

போகும் திசை நோக்கி சங்கு சக்கரம் சுற்றுவதுபோல் சுற்றினான். தொட்டிலில் நான் ஆட்டும்போது என்னை நோக்கி எம்பினான். விழித்துக்கொண்டு சில சமயம் அவனே தாலாட்டுபோல் ஏதோ சொல்லிக்கொண்டு கிடப்பான். இறங்க முயன்று பாதி தொட்டிலிலும், மீதி தரையிலுமாக இழுபடுவான். மண்டியிட்டு வந்து என்மேல் விழுவான். எந்தப் பொம்மை கொடுத்தாலும் கடிப்பான். என் புத்தகத்தின் ஓரத்தையெல்லாம் கடித்து வைப்பான். நான் சிலசமயம் அவனை அடிப்பேன்.

சாப்பிடும்போது தேவைக்கு மேல் ஊட்டினால் பூ... பூ என்று துப்பி விளையாட்டுக் காட்டுவான். நான் அவனைப் பல சமயம் தூக்க முயன்று குடை சாய்ந்து விடுவேன். அம்மா ஓடி வருவாள். “பாப்பா கீழ போட்டுருவ” என்பாள்.

என் விளையாட்டுத் தோழர்களும் அவனைத் தூக்க ஆசைப்படுவார்கள். கிருஷ்ணமூர்த்தி மட்டும் கொஞ்சம் பெரியவன். அவன் ஈசியாகத் தூக்கிவிடுவான். கல்யாணிக்கும், மணிகண்டனுக்கும் நான் தர மாட்டேன்.

“நீ போய் ஒன் தம்பிய தூக்குடி” என்பேன். கல்யாணி, “என் தம்பி வளந்துட்டான்” என்பாள். மணிகண்டன், “எனக்குத் தம்பியே இல்ல. கொஞ்ச நேரம் தாயேன்” என்பான்.

“போய் ஒங்க அம்மாகிட்ட தம்பிப் பாப்பா வேணும்னு கேளு”

அத்தை என்னைத் திட்டும். “நீ தூக்காதேன்னு எத்தன வாட்டி சொல்லியிருக்கேன்.”

“எந்தம்பிய நான் தூக்கக் கூடாதா?”

“நீ கொஞ்சம் வளந்து ஸ்ட்ராங் ஆனப்புறம் தூக்கலாம்.”

“அப்ப அவனும் வளந்துருவானே...”

“வாயாடி. ஒங்கிட்ட பேசி ஜெயிக்க முடியாதுடி என்னால.”

அத்தை, தம்பியைக் குளிப்பாட்டுவதைப் பார்ப்பது எனக்கு ரொம்பப் பிடிக்கும். காலில் போட்டுக்கொண்டு குளிப்பாட்டும்.

அப்பாவும், அம்மாவும் திருமணமான புதிதில்.

அத்தை அபி அத்தையுடன்.

வெந்நீர் விளாவியவுடன் நான் சோப், துண்டு எல்லாம் எடுத்து வைப்பேன். வெந்நீரை நான் விடவேண்டும் என்று ஆசைப்படுவேன். “முகத்துல படாம மொள்ளமா ஊத்து” என்று சொல்லும். நான் ஊற்றுவேன். வெந்நீர் படும் இடம் மட்டும் சிவந்து சிவந்து வெளிறும்.

“ஏன்த்த, இவன் இவ்ளோ கலரா இருக்கான். பாரு, ஒன்ன விட” என்று அத்தையின் தொடையைத் தொட்டுச் சொல்லுவேன்.

“அப்டி சொல்லக் கூடாதுடா. நம்ம கண்ணு பட்டுரும் புள்ள மேல.”

எனக்கு அவன்மேல் பொறாமை வரும். நான்தான் கறுப்பாகப் பிறந்துவிட்டேன். ஆனால் பாட்டி என்னிடம் சொல்லியிருக்கிறார். “கறுப்பே அழகு, காந்தலே ருசி” என்று.

துடைத்து அவனுக்குச் சாம்பிராணி போடுவோம். பின் மை பொட்டுவைத்து பவுடர் போடுவது எல்லாவற்றிலும் நான் உதவி செய்வேன். அத்தை சில சமயம் தொட்டிலை ஆட்டியபடியே, ‘கண்ணன் வருவான், கதை சொல்லுவான், வண்ணமலர் தொட்டில் கட்டி தாலாட்டுவான், குழலிசைப்பான், பாட்டெடுப்பான், வலம்புரி சங்கெடுத்து பாலூட்டுவான்.’ என்று மெதுவாகப் பாடும்.

நான் உடனே அத்தையுடன் டூ விடுவேன். “எனக்கு நீ தாலாட்டுப் பாடவே இல்லல்ல.”

“ஒனக்கு அத்தைமடி மெத்தையடி, ஆடி விளையாடம்மா பாடினேண்டி” நான் அம்மாவிடம் கேட்டு உறுதிப்படுத்திக் கொண்டேன்.

மறுநாள் ராவுத்தர் மாமாவும், ராஜாமணி சாரும் திரும்ப தஞ்சாவூர் சென்றனர். போய்விட்டு வந்து அத்தையிடம், “ரெண்டு நாள் கழிச்சுதான் புள்ளக்கி நினைவு திரும்புச்சாம். இங்க குடுத்த மாத்திர ஏதோ ஒத்துக்கலயாம். அது பத்தாயிரத்துல ஒருத்தருக்கு அப்படி அலர்ஜி ஆகுமாம். புள்ளய படுக்கப்

போட்டுட்டு டாக்டருங்க ஏதோ புக்க பொரட்டுறாங்களாம், அவங்களுக்குள்ள பேசிக்குறாங்களாம். டீச்சருக்கும் சாருக்கும் உயிர் போய் உயிர் வந்துச்சாம். இப்பவுமே ரெண்டு பேரு மூஞ்சயும் பாக்க சகிக்கல. நாளக்கி வந்துடுவாங்க, யா அல்லா” என்றார்.

அன்று மாலையே அத்தை என்னைக் கூட்டிக்கொண்டு சிவன் கோயில் சென்றது. தம்பி பேரில் அர்ச்சனை செய்தோம். மறுநாள் கார் வந்து வாசலில் நின்றது. ஊரில் நிறைய பேர் வந்து தம்பியைப் பார்த்துச் சென்றனர். தம்பி தூங்கிக் கொண்டே இருந்தான். தஞ்சாவூரில் மாத்திரை கொடுத்திருந்தார்களாம். அன்று இரவு எல்லோரும் சாப்பிட்டுப் பேசிக்கொண்டிருந்தோம்.

நான் அம்மா மடியில் படுத்துப் புரண்டுகொண்டிருந்தேன். “எந்திரி பாப்பா, அம்மா காலு வலிக்குது.” என்றாள்.

“அண்ணி, மூணு நாள்ல புள்ள ஏங்கிப்போயிட்டா அண்ணி. பேச்சே கொறஞ்சுடுச்சி. சைலன்ட்டா ஆயிட்டா. எனக்கே ஒரு மாதிரி இருந்திச்சு.”

தம்பி திடீரென்று சிணுங்கினான். “விஜயா பாத்துக்க, பால காச்சுறேன்” என்றாள் அம்மா. பாலை ஆற்றியபடியே அம்மா என்னருகே அமர்ந்தாள். தம்பி மெல்ல எழுந்து அமர்ந்தான். கண்ணைக் கசக்கினான். விழித்துக் கொஞ்சநேரம் எல்லோரையும் அமைதியாகப் பார்த்தான். சிரித்துக்கொண்டே, “க்கா, க்கா” என்று என்னை நோக்கி தத்தி நடந்து வந்து என்மேல் விழுந்தான். கட்டிப்பிடித்து, “கண்ணா, கண்ணா” என்று பைத்தியம் போல் அவனுக்கு முத்தம் கொடுத்துக் கொண்டேயிருந்தேன். அழுகை வந்தது, சிரிப்பும் வந்தது.

★★★

11

நுரை

என் அத்தையை நாளை பெண் பார்க்க வருகிறார்கள். அம்மாதான் என்னிடம் சொன்னாள். அப்படியென்றால் என்னவென்று பாட்டியிடம் கேட்டேன். அத்தையைக் கல்யாணம் செய்துகொள்ளும் மாப்பிள்ளையும் அவர்கள் வீட்டில் உள்ளவர்களும் நேரில் வந்து அத்தையைப் பார்ப்பார்கள். பிடித்திருந்தால் அடுத்த மாதமே திருமணம். ஹை, ஜாலி என்று நினைத்துக்கொண்டேன். என் தோழி வெற்றிச்செல்வியின் அத்தை திருமணம் இரண்டு மாதங்களுக்கு முன் நடந்தது. வீட்டுவாசலில் பந்தல் போட்டு அலங்காரம் செய்தார்கள். நாங்கள் எல்லாம் போய் விளையாடினோம்.

ஒருவாரம் முன்பிருந்தே வீட்டில் களேபரம் தொடங்கிவிட்டது. அப்பா வெள்ளையடிக்க ஏற்பாடு செய்தார். பொருட்களை நாங்களும் அவர்களுமாகத் தூக்கி வெளியில் வைத்தோம். அம்மா நான்கு நாள் லீவ் எடுத்துவிட்டாள். வெள்ளையடிக்க வந்த ரெண்டு அண்ணன்களும் எங்களுக்கு எட்டாத உயரத்தில் ஏணிவைத்து ஏறி ஒட்டடை அடித்தனர். ஓட்டுக் கூரையிலிருந்து கொஞ்சம் தேள் குஞ்சுகளும் தேள்களும் தரையில் விழுந்து

பரபரப்பாக ஓடின. அம்மா துடைப்பம் வைத்து ஆத்திரம் தீர அடித்தாள். அது என்னமோ தெரியவில்லை, அம்மாவை மாசம் ஒரு தேள் இரவு நேரத்தில் கடித்துவிடும்.

நான்தான் ஹெச்.ஐ. சாரைக் கூப்பிட ஓடுவேன். அவர் வந்து ஊசி போடுவார். பிறகு கடிபட்ட இடத்தில் சின்ன வெங்காயம் நசுக்கி அழுத்தித் தேய்த்துப் பிடித்துக் கொண்டிருப்பேன். அம்மாவிற்கு வேர்க்கும். விசிறி விடுவேன். அத்தை டீ போட்டுக் கொடுக்கும். அம்மாவை எழுப்பி எந்த நேரம் டீ கொடுத்தாலும் குடித்துவிடுவாள். அம்மா டீ பைத்தியம். விசிறிக்கொண்டே தூங்கி விழுவேன். அம்மா என்னைப் படுத்துக்கொள்ளச் சொல்வாள். நடப்பது எதுவுமே தெரியாமல் அந்தக் களேபரத்திலும் அப்பா குறட்டைவிட்டுக் கொண்டிருப்பார்.

வெள்ளையடிக்கும் முன் சுண்ணாம்புக் கற்கள் போல உள்ள துண்டுகளை ஒரு மண்தொட்டியில் இட்டுத் தண்ணீர் விட்டனர். அது கொதிக்கும் தண்ணீர் போல கொப்பளித்தது. அதில் ஒரு நீலப்பொடியை இட்டு கலக்கினர். அது என் அப்பா வாரத்திற்கு ஒருமுறை வெள்ளைச் சட்டைக்குப் போடும் நீலப்பொடி போலவே இருந்தது. என் நண்பர்கள் சூழ வேடிக்கை பார்த்தோம். கரைத்து அடித்த அன்று மாலையே எங்கள் வீடு அழகானது.

தேவையில்லாத பழம்பாய்கள், தட்டுமுட்டுச் சாமான்கள் எல்லாவற்றையும் அம்மாவும், அத்தையும் ஒதுக்கினர். பட்டாணி வந்து எடுத்துச் சென்றார். அவரும் அவர் மனைவியும் அரசமரத்தடியில் வாசம். பட்டாணி பேசியே நான் பார்த்ததில்லை. சிரிப்பார். பல்லெல்லாம் கறையாக இருக்கும். பானைகள், பித்தளைக் குடங்கள், தவலைகள் எல்லாம் புளிபோட்டுத் துலக்கினோம். புதிதாக மின்னியது. நான் புளி தேய்த்து ஊறவைப்பேன். அத்தை சாம்பல் இட்டுத் தேய்க்கும். தேய்க்கும்போது அத்தை முகம் கூர்ந்து இருக்கும். மற்ற பாய்கள், பெட்ஷீட்டுகள், தலையணை உறைகள் எல்லாவற்றையும் ஆற்றில் போய் நானும் அத்தையும் துவைத்துக்கொண்டு வந்தோம்.

முந்தினநாள் செய்யசெய்யத் தீராத வேலைகள் வந்துகொண்டிருந்தன. அம்மா என்னை மருதாணி பறித்துவர அனுப்பினாள். அது ஜெயாக்கா வீட்டில் இருந்தது. அவர்களிடம் கேட்டுவிட்டு நானும் கல்யாணியும் கொல்லைப்பக்கம் போய் பறித்தோம். ஜெயாக்கா மெல்ல என்னை அழைத்து இரு கைகளையும் சேர்த்துப் பிடித்துக்கொண்டு கேட்டது. ஜெயாக்கா கொஞ்சம் குண்டு. "அருணா, அத்தக்கி மாப்பிள எந்த ஊரு? என்ன வேலை? பாக்க எப்டியிருப்பாரு?"

"மாப்ள கறம்பக்குடி. ஹைஸ்கூல் வாத்யாரு. நாளக்கிதான் வருவாரு. நானே இன்னம் பாக்கல. பாத்தப்றம் சொல்றேன்" என்றேன்.

"அத்தக்கி போஸ்டிங் வந்துருச்சா?"

"வந்துருச்சி. அண்டமி ஸ்கூல். இன்னம் அத்தை ஜாயின் பண்ணல."

ஜெயாக்கா பாவம். வீட்டுக்குள்ளேயே அடைந்து கிடக்கும். ரேடியோ கேட்கும். கதைப்புத்தகம் வாசிக்கும். நான் போனால் என்னை விடாது. பேச்சுக் கொடுத்துக்கொண்டேயிருக்கும்.

பறித்து வந்தவுடன் அடுத்த வேலை காத்திருந்தது. அம்மா என்னை மருதாணி அரைக்க சொன்னாள். "ஏண்ணி, அவளால அரைக்க முடியுமா? நான் அரைக்கிறேன்" என்றது அத்தை.

"கையெல்லாம் முழுசும் செவந்துரும் விஜயா. அப்றம் எங்க மருதாணி போடுவ?"

"நா அரைக்கிறேம்மா. சின்ன அம்மில அரைக்கிறேன்" என்றேன். சின்ன அம்மி அடுக்களையின் உள்ளேயே இருந்தது. வெளியே இருந்த பெரிய அம்மி தடிமாடு சைசுக்கு இருக்கும். அந்தக் குழவியை என்னால் அசைக்கக்கூட முடியாது. என் உயரத்திற்கு அரைக்கவும் எட்டாது. எப்படியோ சின்ன அம்மியில் திப்பித்திப்பியாக அரைத்துக் கொடுத்தேன். சில மருதாணி இலைகள் எப்படிக் குழவியை உருட்டினாலும்

தப்பித்துவிடுகின்றன. நான் அரைக்கும்போது அருகே உட்கார்ந்து, அத்தை என்னையே பார்த்துக்கொண்டு இருந்தது. "ஏந்த்த? என்னையே பாக்குற?"

"என் அருணாக்குட்டி வேல செய்யும்போது ரொம்ப அழகா இருக்காளே. என்ன பண்றது? கடிச்சுத் தின்றவா?"

"பாத்துட்டே இரு, நாந்தான் ஒன்ன கடிச்சித் திங்கப்போறேன் நாளக்கி. நீ பட்டுப்புடவ கட்டி அழகா இருப்பேல்ல, அப்ப..." சிங்கம் மாதிரி வாயைப் பிளந்தேன். அத்தை சிரித்துக்கொண்டே இருந்தது.

"பச்சரிசி ஊற வச்சிருக்கேன். அரைச்சு மாக்கோலம் போடணும். ஒருத்தராவது வராங்களா பாரேன். எல்லாம் ஜோடி ஜோடியா கடசி நேரம் வந்து நிக்கும்" என்றாள் அம்மா.

அம்மாவுக்கு நிற்க நேரமில்லாமல் வேலை இருந்துகொண்டே இருந்தது. அப்பா பொருட்கள் வாங்க கடைத்தெருவுக்குப் பறந்து கொண்டேயிருந்தார். "எல்லாத்தையும் யோசிச்சு ஒரேதிரியா சொல்ல மாட்டியாடி.... நெனைச்சு நெனச்சு சொல்லுவியா?" அம்மாவுக்கு டோஸ் விட்டார் அப்பா. அம்மா கெஞ்சல் மிகுந்த குரலில், "எப்படியும் உதிரிமுல்ல பூ, மல்லிப் பூ எல்லாம் நாலு மணிக்கு மேலதான் வரும். அப்ப போம்போது கேசரி பவுடரும் முந்திரியும் திராட்சையும் வாங்கிட்டு வாங்க." ஹை. என் மனது துள்ளிக் குதித்தது. நாளைக்கு நல்ல வேட்டுதான்.

நல்லவேளையாக சீதா பெரியம்மாவும், கௌரி பெரியம்மாவும் வந்தனர். அப்பாடா என்றிருந்தது. பெரியப்பாவெல்லாம் நாளைக்கு வருவார்களாம். எனக்கு தின்பண்டம் நிறைய வாங்கி வந்திருந்தனர். நானும் பாட்டியும் திண்ணையில் வைத்து தின்றோம். தம்பி "க்கா" என்று வாயைப் பிளந்துகொண்டு வந்தான். அவனுக்கு நான் ஜாங்கிரியின் ஒரு துண்டு மட்டும் கொடுத்தேன். அத்தை பார்த்தால் திட்டும். நாம் சாப்பிடும் பலகாரம் அவனுக்கு ஒத்துக்கொள்ளாது என்று சொல்லும்.

"இந்தக் கதவெல்லாம் தொடச்சி நெலப்படிக்குப் பொட்டு

வைக்குறது யாரு” என்றார் பாட்டி.

“இந்தோ செய்றோம் மாமி” அடக்கமாகச் சொல்லிக்கொண்டே பாட்டிக்குத் தெரியாமல் பழிப்பு காட்டினார் சீதா பெரியம்மா. நைசாகப் பேசுவதில் அவர் கில்லாடி.

அப்பா மெயின்ரோட்டில் இருந்து வாங்கிக் கொடுத்தனுப்பிய புதிய பாய்கள், பந்திப் பாய்கள் வந்து இறங்கின. பியூன் குமரன் அண்ணாதான் கொண்டுவந்து தந்தார். நான் எல்லாவற்றையும் பக்குவமாக வாங்கி இரண்டு சேரைப் போட்டு அழகாக அடுக்கினேன். உடனே சீதா பெரியம்மா, “அருணா எவ்வளவு சூட்டிகையா இருக்கா, கருத்தா எல்லா வேலையும் பண்றா” என்றார். என் அத்தை கல்யாணத்துக்கு நான் பண்ணாமல் யார் பண்ணுவார்களாம் என்று நினைத்துக் கொண்டேன்.

“நீ எத்தனாவது படிக்கிறேடி?”

“ரெண்டாவது.”

“எங்க வெண்ணிலாவ ஒத்தவதானா இவ. அவ பொறந்து ரெண்டுமாசம் கழிச்சுதான இவ பொறந்தா கௌரிக்கா. ஆனா இவ நல்ல உயரம். எம்பொண்ணுதான் நறங்கிப்போய் கெடக்குறா.”

“அவ்வளவு ஊட்டம். அதான் விஜயா ஊட்டி ஊட்டி வளக்குதே இவள...”

உண்மைதான். என் அத்தை என்னை அப்படி ஊட்டி வளர்க்கும். இரவில் பால் குடிக்க மறந்து நான் படுத்தாலும் எழுப்பிக் கொடுத்துவிடும். தினமும் மாலை ஒரு ஆரஞ்சு உரித்துக் கொடுக்கும். அப்போது நான் மிக கவனமாக இருப்பேன். ஒரு சுளையை விளையாட்டுக் காட்டி அதன் வாயருகே கொண்டுசென்று தின்பதுபோல் பாவனை காட்டும். உடனே அதன் கையைப் பற்றிக்கொண்டு நான் சிணுங்குவேன். “ம்ம்... எனக்கு” என்பேன்.

மாக்கோலம் போட இரு பெரியம்மாக்களும் பொறுப்பேற்றுக் கொண்டனர். ஹாலிலும், திண்ணையிலும் போட்டனர். அடுக்களையிலும், அரங்கு ரூமிலும் போடவில்லை. நானும் பாட்டியும் அத்தையும் வாசலில் கட்டிலைப் போட்டு உட்கார்ந்து கொண்டோம். போய் கோலத்தை எட்டிப் பார்த்தேன். அம்மா மாதிரி அழகாகப் போட அவர்களுக்கு வரவில்லை. அம்மா சிக்குகோலம் மட்டுமல்ல, பூக்கோலமும் அழகாகப் போடுவாள். அம்மா கைவண்ணத்தில் அன்னப் பறவை, ஸ்டார் கோலம், காக்காய் மூக்கு கோலம், மாவிலைப் பூக்கோலம், பூனை, பொங்கல் பானை எல்லாம் அழகாக இருக்கும். சிக்குகோலத்தில் எனக்கு அம்மா போடும் குத்துவிளக்கும், கிருஷ்ணன் தொட்டிலும், சந்தன பேலாவும் மிகவும் பிடிக்கும்.

இரண்டு பெரியம்மாக்களும் ‘ஊசு ஆசு’ என்று போட்டு முடித்தனர். அவர்கள் தொடர்ச்சியாகப் போடும்போது கை நிறுத்திய இடத்திலெல்லாம் மாவு அதிகம் வழிந்து அழகைக் கெடுத்தது. ஆனால் காய்ந்தபிறகு வீடே விழாக்கோலம் பூண்டது. அத்தைக்கு ஜெயாக்கா வந்து மருதாணி வைத்துவிட்டது. எங்கத்தைக்கு எப்போதும் நன்றாகச் சிவக்கும். நான் மருதாணி போட்டுக்கொள்ளும் அன்று என் பாட்டி என்னைப் பழம்பாயில் படுக்கவைப்பார். மருதாணியில் பாதி பாயில் கிடக்கும். சத்தியபாமா டீச்சரும், உஷா மாமியும் பூக்கட்டினர். அவர்களுக்குப் பூவை இரண்டிரண்டாக எடுத்துவைத்து நான் உதவினேன். மாலாவும் வந்து உதவினாள். சத்தியபாமா டீச்சர், மதியம் அம்மா ஊறவைத்த அரிசி உளுந்து இரண்டையும் அவர்கள் வீட்டில் ஆட்டித் தந்தார்கள். நான்தான் பெரிய தூக்குவாளியில் வைத்து தூக்க முடியாமல் கொண்டு சென்றேன். கிருஷ்ணமூர்த்தி வீடு தாண்டிச் செல்லும்போது அவன் ஓடி வந்தான். “பாப்பா என்ன இது... தூக்க முடியாம தூக்கிட்டுப் போற” என்றான்.

“அரிசி, உளுந்து ரெண்டும் ஆட்டுறதுக்கு டீச்சர் வீட்டுக்குக் கொண்டுபோறேன்” என்றேன்.

”கொண்டா, நான் தூக்கிட்டு வரேன்.”

“நீ அரிசி மட்டும் தூக்கு. நான் உளுந்து தூக்குறேன், அது வெயிட் கம்மிதான்.”

“இல்ல… கொண்டா. ரெண்டையும் நான் எடுத்துக்கிறன்.” நான் கொடுத்துவிட்டேன். எனக்கு கை சிவந்து கடுத்தது.

அங்கும் இங்கும் ஓடி எனக்கு கால் கடுத்தது. இரவு அன்பழகன் சித்தப்பாவும் தேவகி சித்தியும் சந்திரகலா மாமியும் வந்தனர். எல்லோருக்கும் பந்திப்பாய் விரித்து இரவுணவு பரிமாறினோம். வீடே கலகல என்று இருந்தது. முடித்து சிலர் வெற்றிலைப்பாக்கு போட்டு கட்டிலிலும், வாசலில் விரித்த பனம்பாயிலும் உட்கார்ந்து பேசிக்கொண்டிருந்தனர்.

என் அப்பா, “அன்பழகா, நீ தஞ்சாவூரிலிருந்து வந்துட்ட, இங்க இருக்குற ஊரணிபுரத்துல இருந்து இந்த உத்தமசீலன் வரானா பாரு.”

“விடுங்க அண்ணே, காலையில வந்துட்டுப் போறாரு.”

“திருவாளியத்தான். அவனப்பத்தி ஒனக்குத் தெரியாது. நைட்டே வந்தா சரபோஜி மஹாராஜாவோட கௌரவம் கொறைஞ்சிடாது.”

“ம்ம்…”

“காலையில வருவான் பாரு… மாப்பிள்ள வீட்டுக்காரங்க வர்ற நேரத்துக்கு. மைனர் மாதிரி.”

ஏதோ பேச்சை மாற்றினார் சித்தப்பா. உண்மையில் என் அப்பாவுடன் கூடப்பிறந்தவர்கள் உத்தமசீலன் சித்தப்பா, விஜயா அத்தை, இந்திரா அத்தை. இந்திரா அத்தை சித்தப்பா வீட்டில் இருந்தது. அப்பா மூத்தவர். மற்றவர்கள் எல்லாம் இன்னொரு பாட்டிக்குப் பிறந்தவர்கள். என் தாத்தாவுக்கு இரண்டு தாரம். அந்தப் பாட்டிக்கு ராஜப்பா, செல்லையன், அன்பழகன், லீலா, மங்கை, கலா, உமா ஆகியோர்.

நான் அத்தை மடியில் படுத்திருந்தேன். அத்தை என் தலையை

வருடியது. எப்போது உறங்கினேன் என்று தெரியவில்லை. காலையில் விதம்விதமான சத்தத்தில் எனக்கு விழிப்பு வந்துவிட்டது.

வீடு எல்லா விளக்குகளும் எரிய ஜெகஜோதியாக இருந்தது. எழுந்து திண்ணையில் உட்கார்ந்ததுமே பார்த்தேன். அங்கு என்னுடைய பாய் மட்டுமே இருந்தது. எல்லோரும் எழுந்துவிட்டார்கள். பாய்கள், பெட் ஷீட்கள் எல்லாம் அழகாக மடித்து வைக்கப்பட்டிருந்தன. புதிதாக நேற்றிரவு திண்ணையில் கட்டப்பட்ட புடவைத் தொட்டிலில் அம்மு என்ற ஒருவயது மணிமேகலை தூங்கிக் கொண்டிருந்தாள். அன்பழகன் சித்தப்பாவின் குழந்தை. வாசலில் சந்திரகலா மாமி கோலம் முடியும் தருவாயில் இருந்தாள்.

அப்பாவும் சித்தப்பாவும் பல வீடுகளிலிருந்து வாங்கப்பட்ட சேர்களை வரிசையாகப் போட்டனர். உடனே ஹாலுக்கு ஓடினேன். அத்தை குளித்து கைகளில் புது வளையல்கள் இட்டு புது செயின் போட்டு தலைமுடியை உலர்த்திக் கொண்டிருந்தது. பக்கத்து தாம்பாளத்தில் தொடுத்த பூவினை பந்துபந்தாக உருட்டி வைத்திருந்தனர். அபிதா அத்தை, அத்தைக்கு முன்புறமாக அமர்ந்து அதன் கால் நகங்களுக்கு நெயில்பாலிஷ் போட்டுவிட்டுக் கொண்டிருந்தது. அபி அத்தை இருந்ததால் தயங்கினேன். இல்லையென்றால் நான் அத்தையைக் கட்டிப்பிடித்து, ‘ஊத்த முத்தா’ கொடுத்திருப்பேன்.

“ஊத்த அருணாக்குட்டி நல்லா வாசமா இருக்காளே” என்று தினமும் என்னை எழுப்பியவுடன் அத்தை என் வயிற்றில் கிச்சுகிச்சு மூட்டும்.

அபி அத்தை திரும்பிப் பார்த்து என்னை அழைத்தது. “அருணா உயரமாயிட்டாளே” என்றது. என் அத்தையின் உயிர்த்தோழி. நான் பிறக்கும் முன்பு அத்தை தஞ்சாவூரில் பிலேக் ஹைஸ்கூலில் படித்தது. அப்போது என் பாட்டியும் அத்தையும் குடியிருந்த வீட்டின் அண்டைவீட்டில் அபி அத்தையும் அவர்கள் அம்மாவும் குடியிருந்தார்கள் பூக்காரத்தெருவில்.

இருவரும் ஆறாம் வகுப்பில் இருந்து பதினொன்றாம் வகுப்புவரை ஒன்றாகப் படித்தார்கள். இருவரும் ஒருவரை ஒருவர் பார்த்துவிட்டால் டியூப்லைட் போட்ட மாதிரி முகம் ஒளிரும். மெல்லிய குரலில் பேச்சும் சிரிப்பும். என்னதான் பேசுவார்களோ? எனக்குப் புரியாது.

பிறகு ஒருமுறை எனக்கு ஐந்து வயதாகும்போது அத்தையுடன் தஞ்சை போனேன். அபிஅத்தை வீட்டில் தங்கினோம். ஒருநாள் முழுதும் அக்னி நட்சத்திர வெயிலில் பெரிய கோவில், சிவகங்கா கார்டன், சரஸ்வதி மஹால், மாரியம்மன் கோவில் எல்லாம் போய்விட்டு வந்து படுத்தால் என்னால் மறுநாள் காலையில் எழ முடியவில்லை. உடம்பு கொதித்தது. தொண்டை உலர்ந்து நெறிகட்டி வலித்தது. கைகால் வலியுடன் தலையும் கனத்து வலித்தது. நான் அழாமலேயே கண் கலங்கிக் கலங்கி வழிந்தது.

அத்தை தொட்டுப் பார்த்துவிட்டுப் பதறிப்போனது. அபிஅத்தையின் அம்மா என் கவுனைக் கழற்றிவிட்டு உடம்பெல்லாம் பார்த்தார். "புள்ளக்கி அம்ம போட்டிருக்கு விஜயா" என்றார். எனக்கு ஒன்றும் புரியவில்லை. அத்தை கலக்கத்துடனும் குழப்பத்துடனும், "இப்ப என்ன பண்றதும்மா?" என்றது. "ஒண்ணுல்ல... ஒரு வாரம் ஆகும் அம்ம இறங்க. இப்ப ஊருக்குத் திரும்ப முடியாது. இங்கயே தங்கு. அண்ணனுக்கு ஒரு லெட்டர் போட்டுத் தெரிவிச்சுடு. கவலப்படாதே. நான் இருக்கேன்ல" என்றார்.

அன்று முழுவதும் அத்தை உறங்கவில்லை. நிலைப்படியில் வேப்பிலைக் கொத்தைக் கட்டினார்கள். வேப்பிலைக் கொத்து ஒன்றால் என்னை வருடிக்கொண்டும் எனக்குக் கதை சொல்லிக்கொண்டும் இருந்தது அத்தை. கொப்புளங்களில் மஞ்சள் பூசுவார்கள். என் உடம்பில் கொப்புளங்களைப் பார்க்கும்போது எனக்கு பயம் வரும். "அத்த, இது சரியாய்டுமா?" என்பேன். "ஒரு வாரத்துல சரியாய்டும். நம்ம வீட்டுக்குப் போலாம்" என்று சொல்லும். ஒவ்வொரு நாளும் ஒரு கஷாயம் காய்ச்சித் தருவார்கள் அபிம்மா. கசப்பு குமட்டும். நாளாக நாளாக எனக்கு உடம்பு அரித்தது. ஜுரம் குறைந்தது. சுடச்சுட

கஞ்சி வைத்துத் தருவார்கள். அத்தை எனக்கு மல்லுக்கட்டி கொடுத்துவிடும். அப்பா வந்து பார்த்துவிட்டுக் கவலையுடன் போனார். ஆரஞ்சு நிறைய வாங்கி வந்தார். எல்லாம் சரியாகி கொப்புளம் அமுங்கியவுடன் வெந்நீரில் மஞ்சளும் வேப்பிலையும் கலந்து குளிப்பாட்டியது அத்தை. அதற்குப் பின் இப்போதுதான் அபிஅத்தையைப் பார்க்கிறேன்.

அடுக்களையின் வாசனையால் ஈர்க்கப்பட்டு எட்டிப்பார்த்தேன். யாரும் கண்டுகொள்ளவில்லை. என் அம்மா என்னை திரும்பிக்கூட பார்க்கவில்லை. "அம்மா, எனக்கு வெந்நீர் போட்டியா? நான் எப்ப குளிக்கிறதாம்?" நிலைப்படியில் நின்று குரலை உயர்த்திக் கேட்டேன்.

"பாப்பா... போ, போய் தொட்டித்தண்ணியில குளி."

"பச்ச தண்ணிலயா"

"இங்க வேல நடந்துகிட்டுருக்கு, தொல்ல பண்ணாத" என்றார் சந்திரகலா மாமி. அவர் முகம் எப்பவும் சிடுசிடு என்று இருக்கும். நான் மறைவில் போய் அவருக்குப் பழிப்புக் காட்டிவிட்டுக் குளிக்கப்போனேன்.

குளித்துவிட்டு வந்து, "அம்மா, என்ன டிரெஸ் போட்டுக்க நான்?" என்றேன்.

சீதா பெரியம்மா, தேங்காய் திருவியபடியே, "ஏதாவது ஒண்ண போடுடி... உன்னையா பொண்ணு பாக்க வராங்க..." என்று சிரித்தார். எனக்கு கோபம் வந்து முறைத்தபடியே அம்மாவைப் பார்த்தேன். "பொங்கலுக்கு வாங்குன புது கவுன போட்டுக்க. அத்தைய பீரோவுல இருந்து எடுத்துக் கொடுக்கச் சொல்லு. நீ எடுக்குறேண்னு எல்லாத்தையும் கலச்சுப் போடாதே" என்றாள் அம்மா.

கௌரி பெரியம்மா பெரிய இட்லித் தட்டில் இட்லி ஊற்றிக் கொண்டிருந்தார். சந்திரகலா மாமி ஆட்டுக்கல்லில் சட்னி அரைத்தார். பச்ச மொளகா சட்னி வாசம் தூக்கியது. எனக்கு

எப்போதும் வெள்ளை நிறத்தில் இருக்கும் பச்சமிளகாய் சட்னிதான் பிடிக்கும், சிவப்பு மிளகாய் சட்னியைவிட. இட்லி சாம்பார் ஒரு அடுப்பில் கொதித்துக் கொண்டிருந்தது. தேவகி சித்தி உளுந்தவடையைத் தட்டி எண்ணெயில் போட்டு எடுத்துக் கொண்டிருந்தார். அம்மா கூர்ந்த முகத்துடன், வியர்வை வழிய கேசரி கிண்டிக்கொண்டிருந்தாள். அந்த கலரும், நெய் வாசமும் என் ஆவலை உந்தின. இவர்கள் எல்லாம் இல்லையென்றால் அம்மாவிடம் அடம் பிடித்து வாங்கி சுடச்சுட தின்றிருப்பேன்.

அம்மா, “கௌரிக்கா, செத்த வாங்களேன்... இந்தப் பக்குவம் போதும்ல. எறக்கிடவா” என்றாள்.

“எறக்கு சரோ, அதான் அருமையா வந்துருச்சே... பலகாரத்துல ஒன்ன தட்டிக்க முடியுமா?” என்றார் கௌரி பெரியம்மா எழுந்து எட்டிப்பார்த்துவிட்டு. அம்மா கேசரியில் கில்லாடி. ஆனால் ஏன் பெரியம்மாவிடம் கேட்கிறாள்? நான் புது கவுன் அணிந்து, தலைசீவி, பூ வைத்து அலங்கரித்து வாசலுக்குப் போனேன். அத்தைக்கு உஷா மாமியும், அபி அத்தையும் அலங்கரித்து விட்டார்கள். சந்தன பேலாவில் சந்தனம் கரைத்திருந்தது. வாசலில் அப்பா எனக்கு ஒரு வேலை தந்தார்.

“பாப்பா, இங்க வா. இந்த வெத்திலைய ரெண்டு ரெண்டா எடுத்து வச்சுட்டு அதுமேல ஒரு சுபாரி பாக்கெட்ட வக்கணும். வை இந்தத் தாம்பாளத்துல.”

நான் கவனத்துடன் செய்துகொண்டிருக்கும்போது கிருஷ்ணமூர்த்தி, கல்யாணி, வெற்றிசெல்வி, மாலா, மணிகண்டன் எல்லோரும் வந்தனர். கார்த்தி வீடு மெயின்ரோட்டில் இருப்பதால் அவன் பள்ளியில் மட்டுமே எங்களுடன் விளையாடுவான். எல்லோரும் பேசிக்கொண்டே செய்தோம். அப்போது உத்தமசீலன் சித்தப்பாவும், மங்கை சித்தியும் வந்தார்கள். கண்மணி கைக்குழந்தை.

அப்பா அவர்களைப் பார்த்தவுடன் முகம் கடுகடுப்பாக, “ வா, வா மங்க” என்றார் ஒப்புக்கு. அத்தை எழுந்து திண்ணைக்கு

வந்து, "வாண்ணே, இந்திராவ கூட்டிட்டு வரலயா?" என்றது. "அது... எங்க அம்மா வந்துருக்காங்க விஜயா. அவங்களுக்குத் துணையா விட்டுட்டு வந்தோம்" என்றார் மங்கை சித்தி. "உள்ள வாங்க" என்று அத்தை கூட்டிப்போனது. சித்தப்பா தலைகுனிந்தபடி திண்ணையில் தனித்து அமர்ந்திருந்தார். எனக்கு சித்தப்பாவைப் பார்க்கப் பாவமாக இருந்தது. நான் மெல்ல அருகே சென்றேன். "சித்தப்பா, காப்பி கொண்டு வரட்டா?"

நிமிர்ந்து சிரித்தபடி, "அருணா, இவ்ளோ பெரிய மனுஷியாயிட்டியே" என்று என் இரு கைகளையும் சேர்த்துப் பிடித்துக் கொண்டார்.

"போங்க, பொய் சொல்றீங்க" என்று சித்தப்பாவிடம் சொல்லியபடி கடைக்கண்ணால் அப்பாவைக் கவனித்தேன். கடுகடு முகத்துடன் இருந்தார். ஓடிப்போய் காப்பி எடுத்து வந்தேன். ஹாலில் கண்மணியுடன் என் தம்பியும், அம்முவும் விளையாடிக் கொண்டிருந்தனர். மங்கை சித்தி உள்ளே போய் பஜ்ஜிக்கு வாழைக்காய் நறுக்கிக் கொடுத்துக் கொண்டிருந்தார். "இந்த மெல்லிசு போதுமா அக்கா, இன்னம் மெல்லிசா சீவட்டா..."

அம்மா, "தேவலாம் மங்க, இதேபோல ஒத்தாப்ல சீவு" என்றாள்.

பந்திப்பாய் விரிக்கப்பட்டது. முதல் பந்தியிலேயே நான் பாய்ந்து அமர்ந்தேன் என் தோழர்களுடன்.

"அருணா, கெஸ்ட்ட முதல்ல சாப்புடச் சொல்லிட்டு நீ சாப்புடணும்" மீசையை முறுக்கிக் கண்ணை உருட்டினார் அன்பழகன் சித்தப்பா. அவர் போலீஸ்.

"போங்க சித்தப்பா, எனக்கு ரொம்ம்ம்பப் பசிக்குது."

"சாப்டு, சும்மா வெளயாட்டுக்கு" சிரித்துக்கொண்டே கண்ணைச் சிமிட்டினார்.

எல்லோரும் சாப்பிட்டு முடித்தோம். செல்லையன் பெரியப்பா, ராஜப்பா பெரியப்பா, லீலா அத்தை, கும்பகோணம் கலியமூர்த்தி சித்தப்பா, சரசு அத்தை, மீனாட்சி அத்தை எல்லாம் வந்து சாப்பிட்டு வெற்றிலை போட்டு மாப்பிள்ளை வீட்டினர் வருகைக்காகக் காத்திருந்தோம். அத்தை பட்டுப்புடவை கட்டி அழகாகக் கண் மையிட்டு குனிந்து அமர்ந்திருந்தது. அதன் மடியில் படுத்துப் புரள வேண்டும்போல் இருந்தது. நிறையபேர் சுற்றி அமர்ந்திருந்ததால் அடக்கிக் கொண்டிருந்தேன்.

எல்லோரும் ஹாலில் இருந்ததால் அடுக்களைப் பக்கம் நழுவினேன். தண்ணீர் குடிக்கப் போவதுபோல் செருமிக்கொண்டு போனேன். அம்மாவுக்கு என்னைத் தெரியும். எல்லா பலகாரத்தையும் எடுத்து பாத்திரத்தில் இட்டு இலையால் மூடி உயரத்தில் வைத்திருந்தாள். கேசரித் தாம்பாளமும் மேலேதான் இருந்தது. மெல்ல வெந்நீர் போடும் பித்தளைப் பானையை சத்தமில்லாமல் கவிழ்த்துவைத்து ஏறிப் பார்த்தேன். எல்லாப் பலகாரங்களும் என் கண்மட்டத்தில். ஒரு நிமிடம் எனக்கு மாயாபஜார் கல்யாண சமையல் சாதம் பாட்டு ஞாபகம் வந்தது. அதில் அவருக்கு முன்னால் இதுபோல் நிறைய பலகாரங்கள் வரும். சாப்பிட்டுக்கொண்டே இருப்பார். வாய் கொள்ளுமளவு கேசரியை அமுக்கினேன். சத்தம் காட்டாமல் வந்து உட்கார்ந்து விட்டேன்.

திண்ணையில் பாட்டி கூந்தலை உலர்த்தியவாறே வெற்றிலை இட்டு உத்தமசீலன் சித்தப்பாவுடன் பேசிக் கொண்டிருந்தார்கள். இரண்டு கார் வந்து நின்றது. பத்துப் பன்னிரெண்டு பேர் இறங்கினார்கள். எல்லோரும் எழுந்து வரவேற்றோம். நான் மாப்பிள்ளை யார் என்று பார்த்தேன்.

மாப்பிள்ளையின் அப்பா, “கடைசி நேரத்துல எலெக்‌ஷன் டூட்டி ட்ரெய்னிங் போட்டுட்டாங்க. அதுனால பையன் வர முடியல. அப்புறமா வரேன்னு சொல்லச் சொன்னான்” என்றார்.

“அதுனால என்ன, நீங்க இவ்ளோ பேர் இருக்கீங்க, அதுபோதும்”

என்றார் அப்பா சிரித்தபடி. எனக்கு சப்பென்று ஆனது. அத்தை பாவம், ஏமாந்துவிடும். அவர்கள் வந்து ஆண்கள் சேரிலும், பெண்கள் விரித்த புதுப்பாயிலும் அமர்ந்தனர். காப்பி சூடாகப் போடப்பட்டது. எல்லோருக்கும் கேசரி, வடை, பஜ்ஜி வழங்கப்பட்டது. அத்தை காப்பி ட்ரேயை எடுத்து வந்து எல்லோருக்கும் கொடுத்தது. அதிகம் நிமிரவில்லை.

“இங்க உட்காரும்மா...” என்று மாப்பிள்ளையின் அக்கா தன்னருகே அத்தையை அமர்த்திக்கொண்டார். மாப்பிள்ளையின் இன்னொரு அக்காவும், அண்ணனும், அப்பாவும், அம்மாவும் வாசலில் போய் நின்று தனியே பேசினர். நாங்கள் எல்லோரும் அவர்கள் வார்த்தைக்காகக் காத்திருந்தோம். அப்பா நாற்காலி நுனியில் அமர்ந்திருந்தார். பேரமைதி நிலவியது.

வந்தவரில் ஒருவர் செருமிக்கொண்டே கொஞ்சம் சத்தமாக, “பொண்ணு எங்களுக்குப் புடிச்சிருக்கு. அடுத்தமாசம் நல்ல நாள்ல முகூர்த்தவலை, அதுக்கு அடுத்தமாசம் கல்யாணம் வச்சுக்குவோம். இப்ப தட்ட மாத்திக்குவோம். பையன் எடையில வந்து பொண்ண பாக்கட்டும். கல்யாணச் செலவு மொத்தமும் நீங்கதான்” என்றார்.

அப்பாவின் முகமும் எல்லோர் முகமும் மலர்ந்தது. நான் ஓடி அத்தை முகத்தைத் தூக்கினேன். அத்தை இலேசாக சிரித்துக்கொண்டே, “போடி” என்றது.

“ரெண்டு மூணு தாம்பாளம் தாங்க” என்று கேட்டு வாங்கி அதில் பூ, பழம், வெற்றிலை, குங்குமம், மஞ்சள், கண்ணாடி எல்லாம் எடுத்துவைத்து தட்டு மாற்றினர். மூத்தவர் என்பதால் ராஜப்பா பெரியப்பா எங்கள் பக்கம் தட்டைக் கொடுத்து வாங்கினார். எல்லோரும் புன்னகையுடன் பிரிந்தனர். மாப்பிள்ளையின் மூத்த அக்கா, “விஜி, இங்க வா” என்று சொல்லி அத்தைக்கு திருநீறும், குங்குமமும் பூசிவிட்டார்.

அவர்கள் காரில் ஏறி கிளம்பினர். இங்கே எல்லோரும் கலகலப்பாகப் பேச்சைத் தொடங்கினர், எப்படி வைக்கலாம்,

கல்யாணம் எங்கே வைக்கலாம் என. எல்லோரும் ஒன்றாக அமர்ந்து இப்படி பேசுவதைப் பார்ப்பது எனக்கு மிகவும் பிடிக்கும். எங்கள் வீட்டில் ஆள் நிறைந்திருப்பது எனக்கு எப்போதும் சந்தோஷம் தருவது. ஒவ்வொருவராகக் கிளம்பிப் போகும்போது என்னமோ மாதிரி இருக்கும்.

நான் மெல்ல அடுக்களைக்கு நழுவினேன். இம்முறை தென்னந்தோப்பில் விளையாடும் என் நண்பர்களுக்குப் பலகாரம் தர விரும்பினேன். மெல்ல குண்டானில் ஏறி நின்று ஒரு வாழைஇலைத் துண்டில் கேசரியை எடுத்தேன். அம்மா இம்முறை கேசரியைக் கட்டம்கட்டமாகத் துண்டுகளாக்கி வைத்திருந்தாள். கேசரியில் நெய்வாசம் தூக்கியடித்தது. பிறகு கொல்லைப் புறம் போய் விழுந்துகிடந்த தென்னை மட்டையிலிருந்து ஒரு ஈர்க்கிலை உருவினேன். அதை உளுந்துவடையின் ஓட்டையில் விட்டு ஏழெட்டு வடைகளைக் கோர்த்தேன். இன்னும் கொஞ்சம் பஜ்ஜியையும் எடுத்துக்கொண்டேன்.

சிட்டுப்போல ஓடினேன். என்னைக் கண்டதும் என் நண்பர்கள் ஓடிவந்து சூழ்ந்தனர். எல்லோருமாகச் சாப்பிட்டோம். எனக்கு இன்னும் இன்னும் என்று கேட்டு எல்லோரும் பகிர்ந்து சாப்பிட்டோம். மாலாதான் அதிகம் சாப்பிடுவாள். அவளுக்குப் பெயரே தின்னிப் பண்டாரம்.

கொஞ்சநேரம் விளையாடிவிட்டு வீட்டுக்குத் திரும்பி ஒன்றும் நடக்காததுபோல் வந்து அமர்ந்துகொண்டேன். அம்மா கண்டுபிடித்துவிடுவாள். எல்லாவற்றிலும் அம்மாவுக்குக் கணக்கு இருக்கும். அவள் கண் எங்கெல்லாம் பாயும் என்றும் சொல்லமுடியாது.

இரவு நேரம் ஆகஆக பேச்சு கல்யாண செலவுகளுக்குத் தாவியது. மெல்ல, “என்ன செய்யப்போற சற்குணம்?” என்றார் ராஜப்பா பெரியப்பா. அவர் கொஞ்சம் பழையகால சிவாஜி போல அகலமுகமாக இருப்பார். பெரிய பல்லுடன் சத்தமாகச் சிரிப்பார். நேரேதிர் செல்லையன் பெரியப்பா. சிரிக்க காசு கொடுக்க வேண்டும். அப்பா அப்படி கிண்டலாகச் சொல்வார்.

“இல்லண்ணே, சரோஜா பி.எஃப்., என்னோட பி.எஃப். பணம், கொஞ்சம் டி.ஏ அரியர்ஸ், ஆர். டி.ல கொஞ்சம் பணம் போட்டிருக்கேன். பாத்துக்கலாம். நகதான் விஜயாவுக்குத் தோடு, ஜிமிக்கி, ஒரு சின்ன செயின் மட்டும் புதுசு வாங்கினேன். அப்றம் சரோஜாவோட நெக்லஸ், செயினத்தான் போடவேண்டி வரும். அவங்க கேக்கலன்னாலும் நாம போடணும். அவங்க வீட்டு பொம்பளங்க நெறயா நக போட்டுருக்காங்க. நம்ம விஜயா அங்க போறப்ப சங்கடப்படக்கூடாது.” என்றார் அப்பா.

“இல்ல தம்பி, பல சமயம் ஓசி வாங்கிப் போட்டுட்டும் வருவாங்க காட்டிக்கிறதுக்கு... என்ன கௌரி?” என்றார் ராஜப்பா பெரியப்பா. கௌரி பெரியம்மா முறைத்தார்.

“நம்ம வீட்டுல நடக்கிறத சொன்னேன்” என்றார் தணிவாக.

அவரே, “என்ன உத்தமசீலா, இங்க வா, நீ என்ன பண்ணப்போற ஒன் தங்கச்சிக்கு?”

“நான் ஒத்த சம்பளக்காரண்ணே. என் மாமி கொடுத்த பழைய வீட்ட இப்ப ரிப்பேர் பண்ணிக் கட்டிக்கிட்டுருக்கேன். ரொம்ப டைட்டா இருக்கு. அதனால இந்த ரெண்டு வளயல் மட்டும்தான் என்னால முடியும்” என்று ஒரு ரோஸ் கலர் காகிதத்தில் பொதிந்த அழகிய இரு தங்க வளையல்களை ராஜப்பா பெரியப்பாவிடம் தந்தார் என் சித்தப்பா.

என் அப்பாவிற்கு எங்கிருந்து அப்படி ஒரு கோபம் வந்தது என்று தெரியவில்லை. அதை வாங்கித் தூக்கிக் கடாசினார்.

“மயிரு, இந்த மயிரத்தான் தூக்கமுடியாம ஊரணிபுறத்துலேர்ந்து தூக்கிட்டு வந்தியா? நீ ஒண்ணும் கொடுக்கவும் வேண்டாம். என் வாசப்படி மிதிக்கவும் வேண்டாம்.” சித்தப்பா அதிர்ச்சியில் ஒன்றும் சொல்லத் தோன்றாமல் பார்த்தார்.

ராஜப்பா பெரியப்பா, “பொறுமையா இரு சற்குணம். வார்த்தய வுடாத.”

“பின்ன என்னண்ணே, அவனுக்கும் தங்கச்சிதானே... ஒரே வயித்துலதான பொறந்தோம். தூக்கிட்டு வரான் அங்கேருந்து. போ, போய் ஒன் மாமியார் வீட்டுக்கு சிங்கியடி. அதுக்குதான நீ லாயக்கு. யார் உதவியும் வேண்டாம். நானே பாத்துக்கறேன் எல்லாத்தையும்” என்றார் அப்பா.

பாட்டி செருமிக்கொண்டே நடுக்கூடத்துக்கு வந்தார்கள். “சற்குணம்” என்றார்கள். அப்படி கூப்பிடவே மாட்டார் என் பாட்டி. “ஏ தம்பி” என்றுதான் கூப்பிடுவார். முகமே மாறிவிட்டது. வேறு பாட்டிபோல் இருந்தார். “அவனால அவ்வளவு தான் முடியும். இந்திரா கல்யாணத்துக்கு நல்லா செய்வான். வீணா இப்ப சண்ட போடாத.”

“ஓகோ... செல்லமவனுக்கு நீங்க சப்போட்டா? மடில போட்டுக் கொஞ்சுங்க அவன. என் மூஞ்சில முழிக்கச் சொல்லாதீங்கம்மா அவன. அவன் விஜயா கல்யாணத்துக்கு வரக்கூடாது.”

“சரி, நானும் அவனோட போறேன்” என்றார் பாட்டி தீர்மானமாக. அப்பா ஒன்றும் சொல்லவில்லை. முறைப்புடனே இருந்தார்.

எனக்கு பகீரென்றது. இந்த அப்பா ஏன் எல்லாவற்றையும் கெடுத்துக் குட்டிச்சுவராக்குகிறார். எல்லார் சிரிப்பும் போய் விட்டது. வீடே வேறுமாதிரி ஆகிவிட்டது. சித்தப்பா பாவமாக நடுஹாலில் தலையைக் குனிந்து அமர்ந்திருந்தார். எல்லோரும் மவுனமாக இருந்தனர். ராஜப்பா பெரியப்பா மீண்டும், “தம்பி, கொஞ்சம் பொறுமையா இரு” என்றார்.

“இல்லண்ணே, நான் முடிவு பண்ணிட்டன்” என்றார் அப்பா.

சித்தப்பா தலை தூக்கினார். கம்மிய குரலில் பெரியப்பாவிடம், “நான் கெளம்புறண்ணே. இனிமே இந்த வாசல் மிதிக்க மாட்டேன்.” அந்தக் குரலும் முகமும் பார்த்து எனக்கு கண் கலங்கியது. அத்தையின் புடைவையைப் பிடித்துக் கொண்டு அத்தையை நிமிர்ந்து பார்த்தேன். மை போட்ட கண்களில் கண்ணீர் துளும்பி நின்றது.

“மங்க, கிளம்பு” என்றார் சித்தப்பா. நிறைய பெண்கள் “இந்த ராத்திரியிலா” என்றார்கள். மங்கை சித்தி கண்மணியை இடுப்பிலும் பையைக் கையிலும் தூக்கிக்கொண்டு வெளியில் வந்தார். இருவரும் இறங்கினார்கள். அதற்குப் பிறகு அந்த உறவு என்றென்றைக்குமாக முறிந்தது.

பாட்டி, “தம்பி நில்லு. நானும் வரேன்” என்றார். பையில் எல்லாம் திணித்திருந்தார்.

அத்தை திண்ணையின் தூணைப் பற்றியபடி மெல்லிய குரலில் கண்ணீருடன் “அம்மா, அண்ணே” என்றது.

சித்தப்பா அத்தையின் அருகே வந்து, “கல்யாணம் கோவில்லதான் நடக்கும். நான் அம்மாவ கூட்டிட்டு வருவேன், கவலப்படாதே” என்றார்.

மூவரும் இறங்கினர். எனக்கு நிலைமையின் கனம் அப்போதுதான் உறைத்தது. “பாட்டீ“ என்று கத்திக்கொண்டே பின்னால் ஓடினேன். அழுகையின் ஊடே, “பாட்டி, நீங்க போகாதீங்க, என்ன விட்டுட்டுப் போகாதீங்க” என்று சொல்லிக்கொண்டே புடவையைப் பிடித்து இழுத்தேன்.

“பாப்பா, நீ போடி. நான் அப்புறமா வருவேன்” என்றார் பாட்டி.

கிட்டத்தட்ட ராவுத்தர் மாமா பெட்டிக்கடை வரை கூடவே ஓடினேன். கடைசி ஆயுதமாகக் கீழே மண்தரையில் விழுந்து புரண்டேன். ராஜப்பா பெரியப்பா வந்து என்னைத் தூக்கி வீட்டுக்கு எடுத்துச் சென்றார்.

வெகுநேரம் அழுது தேம்பியபடி அத்தைமடியில் தூங்கிவிட்டேன். அத்தையின் முகம் கல்போல இருந்தது.

★★★

12

இரண்டு அன்னப்பறவைகள்

மாமா வரப் போகிறார் என்ற தகவல் கிடைத்ததிலிருந்து நான் இருப்புக் கொள்ளாமல் துள்ளிக்கொண்டிருந்தேன். அப்பா அம்மாவிடம் இந்த சேதியை அத்தையின் காதில் விழுகிற தொனியில் சொல்லிக்கொண்டிருந்தார். நான் அடுக்களையில் நிற்கும் அத்தையின் புடவைத் தலைப்பைப் பிடித்துக்கொண்டு சுழன்றேன். "என்னடி?" என்றது அத்தை ரகசியக் குரலில்.

"அத்த... நாளக்கி மாமா வரார் ஒன்ன பாக்க..."

"அதுக்கென்ன?"

"எனக்கு ஜாலியா இருக்கு. ஒனக்கு இல்லயா?"

"இல்லயே..."

"பொய்யி."

"போடி. வேலயப் பாரு."

“போ, ஒன்னோட டுக்கா.”

“ஏய் அருணா, இங்க வாயேன்... நாளக்கி ஒரு வேல பண்ணுவியா?”

“என்ன சொல்லு.”

“மாமாவ மெதுவா பேச்சுக் குடுத்துப் பேசவை. நீந்தான் எல்லாரோடயும் நல்லா பேசி டக்னு ஃப்ரெண்டாயிடுவியே...”

“ஆமா, அதுக்கென்ன?”

“அப்றம்...அப்றம்... நம்ம ஹால்ல ஒரு மாடம் இருக்குல்ல?”

“பாட்டி துண்ணூரு வச்சிருப்பாங்களே. நமக்கு ஒடம்பு சரியில்லனா பூசி விடுவாங்களே. அந்த மாடமா?”

“அதேதான். அதுகிட்ட அவர கூப்பிட்டு நிக்கவச்சு மாடத்த விட அவரு எவ்ளோ ஒயரமா இருக்காருன்னு பாப்பியா? புரியுதா?”

“சரி, மொதல்ல நீ இப்ப வந்து நில்லு.”

“எதுக்குடி?”

“நான் பாத்துக்குறேன். நீ எவ்ளோ ஒயரம்னு...”

அத்தை வந்து நின்றது. நான் தள்ளி நின்று பார்த்தேன். அத்தையின் தோள்பட்டை உயரத்துக்கு மாடம் இருந்தது.

மறுநாள் மாமா, அவர் சித்தப்பா ஒருவருடன் அத்தையைப் பார்க்க வந்திருந்தார். மாமா நல்ல உயரம். அத்தை மாதிரியே நல்ல கலர். மீசை அப்பா மாதிரி அளவாக இல்லை. கொஞ்சம் நீட்டி விட்டு ‘ப’ வைக் கவிழ்த்துப் போட்ட மாதிரி வளர்த்திருந்தார். டைட் பெல்பாட்டம், ஃபுல் ஹாண்ட் சட்டை அணிந்து இன் செய்து பட்டை பெல்ட் அணிந்திருந்தார்.

ஸ்வீட்டும் மிக்சரும் கொடுத்தோம். காப்பியை மட்டும் அத்தை எடுத்துக்கொண்டு வந்தது. மாமா அத்தையைப் பார்த்தார்.

அத்தை பார்த்ததா என்று தெரியவில்லை. அத்தை புது ஜிமிக்கியும் கம்மலும் போட்டிருந்தது. பாசிப்பச்சை நிற கிரேப் சில்க் புடவை கட்டியிருந்தது. அதைத்தான் அத்தை கட்டவேண்டும் என்று நான் பிடிவாதம் பிடித்தேன். அது கட்டும்போது அத்தை ரொம்ப அழகாக இருக்கும்.

என் அம்மா, "அது ரொம்ப ஒல்லியா காட்டுமே விஜயா. பட்டுப்புடவை கட்டேன்." என்றாள்.

"இல்லண்ணி. இது சும்மா பாக்க வர்ரதுதான. கொஞ்சம் சாதாரணமா இருக்கறதுதான் நல்லது. அவ சொல்றது சரியாருக்கும்."

"சரி."

கொஞ்ச நேரம் அப்பா சேரில் அமர்ந்து வேலை பற்றியும், எலெக்ஷன் டூட்டி பற்றியும் மாமாவிடம் பேசிக் கொண்டிருந்தார். அம்மா சுவரில் சாய்ந்துநின்று கேட்டுக்கொண்டிருந்தாள். அத்தை அடுக்களையில் இருந்து ஒரு சத்தமும் வராமல் கேட்டுக் கொண்டிருந்தது. அவ்வப்போது கதவிடுக்கில் கண்மை போட்ட கண்கள் தெரிந்தன. மாமாவின் சித்தப்பா வெற்றிலை துப்ப வெளியில் சென்று காறிக்கொண்டிருந்தார். அப்பாவும் அம்மாவும் உடன் சென்றனர்.

மாமா அருகில் இருந்த ஸ்டூலில் கிடந்த விகடனைப் புரட்டிக் கொண்டிருந்தார். நான் மெல்ல அருகே சென்றேன்.

“நீங்க சார்தான? எத்தனாவதுக்கு பாடம் நடத்துவீங்க?” என்றேன்.

“பத்தாவது வரைக்கும்.”

“புள்ளங்கள அடிப்பீங்களா?”

“ம்ம்... போக்கிரித்தனம் பண்ணா தொலச்சுடுவேன்...” கண்ணை உருட்டினார். உடனே சிரித்தார். “ஆம்புளப் பசங்களத்தான். பயப்புடாத.”

“நான் ஒண்ணும் பயப்படல.”

“ஒன் பேரென்ன? என்ன படிக்குற?”

”அருணா, ரெண்டாவது.” கொஞ்சம் பயம் போய் இன்னும் அருகே சென்றேன்.

“நெத்தில என்ன ஒங்களுக்கு?” அவர் நெற்றியில் உள்ள சிறு தழும்பை சுட்டிக்காட்டிக் கேட்டேன்.

“சின்னப்புள்ளயில அருவா வெட்டிருச்சு.”

“எனக்கும் ஒரு தழும்பிருக்கும் பாருங்க” காட்டினேன்.

“அச்சச்சோ, எப்டி வந்துச்சி இது?”

“ஒரு வயசுல சுட்ட பாலு ஊத்திருச்சி.”

“யார் ஊத்தினாங்க?”

“நானேதான். தட்டிவிட்டுக்கிட்டேன்.”

அத்தை எனக்கு பலமுறை அச்சம்பவத்தைக் கதைபோல் சொல்லும். அன்று எனக்கு ஒரு வயது பிறந்தநாள். அப்பா பள்ளி முழுவதும் ஆசிரியர்களுக்கு பார்ட்டி வைத்தாராம்.

அம்மா வீட்டில் ஸ்வீட் செய்தாளாம். எல்லோரும் பட்டுக்கோட்டை போய் கோலாகலமாக ஏதோ ஒரு படம் மாட்னி பார்த்திருக்கிறார்கள். பிறகு பட்டுக்கோட்டை நாதன் ஸ்டுடியோவில் என்னை உட்காரவைத்தும், ஒரு நாய் பொம்மையைப் பிடித்தவாறு நிற்கவைத்தும், அம்மா, அப்பா இருவரும் தூக்கி வைத்துக்கொண்டும் போட்டோ எடுத்திருக்கிறார்கள்.

அன்று மாலை பட்டுக்கோட்டை ஹோட்டலில் சாப்பிட்டதால் பிறகு வீட்டிற்கு வந்து சும்மா பேசிக்கொண்டு இருந்திருக்கிறார்கள். அம்மா எப்போதும் போல் முதல்நாள் இரவு மறுநாளைக்கான விடிகாலை தேனீருக்குப் பால் காய்ச்சி ஹாலில் உள்ள ஷெல்ஃபில் வைப்பாள். அதுபோல் வைத்துவிட்டு ஷெல்ஃபின் கதவைச் சாத்த மறந்து சென்றுவிட்டாள். நான் ஆவலுடன் அங்கு தத்தி நடந்து சென்றதைப் பேச்சு சுவாரசியத்தில் யாரும் கவனிக்கவில்லை.

நான் கீழே அடுக்கியிருந்த தலையணைகளில் ஏறி நன்றாக எக்கி அந்தச் சொம்பினை எடுக்க முயன்று அப்படியே தட்டிவிட்டேன். அது என் தலையில் கொட்டி நெற்றியில் வழிந்திருக்கிறது. கொதிக்கும் பால். நான் அலறியதில் என் அப்பா, அம்மா, அத்தை, பாட்டி அனைவரும் துடித்துக் கதறியிருக்கின்றனர்.

அப்பா உடனே பைத்தியம் பிடித்ததுபோல் என்னைத் தூக்கிக்கொண்டு செருப்புகூட போடாமல் கதறிக்கொண்டு ஆஸ்பத்திரியை நோக்கி ஓடியிருக்கிறார். “எம் புள்ளய கொன்னுட்டாளே, எம் புள்ளய கொன்னுட்டாளே” இதையே சன்னதம் வந்ததுபோல் சொல்லிக்கொண்டு ஓடியிருக்கிறார். ஊரில் நிறைய பேர் என்னிடம் நான் வளர்ந்தபிறகு சொல்லியிருக்கிறார்கள். “அன்னக்கி ஒன்னய தூக்கிட்டு சர்குணம் சார் ஓடுன ஓட்டம் இருக்கே... கண்ணுக்குள்ள நிக்கிது. நீ பொழச்சு வந்தது மறுபொறப்பு” என்பார்கள். நான் அப்பாவை நினைத்துப் பெருமைப்படுவேன்.

நல்லவேளையாக அப்போது ராமகிருஷ்ணன் டாக்டரும், ஜோசஃப் டாக்டரும் வெளியூர் என்பதால் ஆலத்தூர் ஆரம்ப சுகாதார நிலையத்தின் குவார்ட்டர்ஸில் தங்கியிருந்தனர். அவர்கள் வந்து உடனே அட்மிட் செய்து கொடுத்த சிகிச்சையில் என் புண் ஆறியது. பத்துநாள் பெட்டில் வைத்திருந்தார்களாம். அப்பாவிடம் அவர்கள் தழும்பு சில வருடங்களுக்குப் பிறகே மாறும் என்றார்களாம். அப்பா விம்மியபடியே தலையசைத்தாராம்.

அம்மா சொல்வாள். “ராமகிருஷ்ணன் டாக்டர் ஒன்ன பேபி டால்னுதான் சொல்வார்.”

ஜோசஃப் டாக்டர், “கண் தப்பிச்சது பை காட்ஸ் கிரேஸ்” என்று சொல்லி ‘ஓ ஜீசஸ்’ என்று சிலுவை போட்டுக் கொள்வாராம்.

இந்தக் கதையை நான் உணர்ச்சிகரமாகச் சொன்னதைக் கேட்டு மாமா கலங்கிவிட்டார். என் நெற்றித் தழும்பினை மெல்ல தடவினார். நானும் காட்டிக்கொண்டிருந்தேன். எனக்கு என் மாமாவை ரொம்பப் பிடித்துவிட்டது.

உடனே “எங்கத்தைய ஒங்களுக்குப் புடிச்சுருக்கா?” என்றேன்.

“எங்க பாத்தேன்? சடார்ன்னு வந்துச்சு, படார்ன்னு போய்டுச்சி ஒங்க அத்த.”

“எங்க அத்தைக்கு ‘தாட்பூட் தஞ்சாவூர்னு’ ஒரு பட்டப்பேர் உண்டு.”

“நல்ல பேரு” என்று சிரித்தவர், “யாரு வச்சது?”

“மணிகண்டன் அம்மா வச்சது. என்னையும் அவங்க அப்டிதான் சொல்வாங்க. அத்த பெரிய தாட்பூட். நான் சின்ன தாட்பூட்.”

“ஏன் அப்டி?”

“ரொம்ப சீக்கிரம் எல்லா வேலையும் செஞ்சுடும்.”

“சரி...அருணா, இங்கவா ஒரு சேதி, நான் ஒங்க அத்தைய

நல்லா பாக்கணும். தண்ணி கொண்டு வரச்சொல்லு” என்று என் காதில் சொன்னார்.

நான் உடனே சத்தமாக, “அத்த, மாமாவுக்குத் தண்ணி வேணுமாம், ஒன்ன பாக்கணுமா....ம்” சொல்லி முடிப்பதற்குள் அவசரமாக என் வாயைப் பொத்தி சிரித்தார். சிரித்தபடியே அடுக்களையைப் பார்த்தார். அத்தையும் சிரித்தபடியே எட்டிப்பார்த்தது. இருவரும் பார்த்துக் கொண்டனர்.

நான் உடனே திட்டத்தின் அடுத்தக்கட்ட நடவடிக்கையில் இறங்கினேன். “மாமா, இங்க வாங்களேன்” என்று கைபற்றி அழைத்துச் சென்றேன். மாடத்துக்கு அருகே நிற்க வைத்தேன். அவர் தலை மாடத்தையும் தாண்டி எங்கள் அம்மா அப்பா கல்யாண போட்டோவைத் தொடும்போல் இருந்தது.

“எதுக்கு இங்க நிக்க வைக்குற?”

“எல்லா போட்டோவையும் காட்டி ஒங்களுக்கு யார் யார்னு சொல்ல வேண்டாமா? இது எங்கத்தையும் அபி அத்தையும் தஞ்சாவூர்ல ட்ரெயினிங் படிக்கும்போது எடுத்தது.”

“ஏன் ஒங்கத்த இதுல இப்டி இருக்கு?”

“எப்டி?”

“ஃபோட்டோவா எடுக்குறேன்னு கேமராகாரர பாத்து மொறைக்குது.”

மாமா சிரித்தார். நானும் சிரித்தேன். அடுக்களையில் கண்ணாடி வளையல் சத்தம் கேட்டது.

“அப்றம்... இது பாட்டி, தாத்தா. இது சித்தப்பா, சித்தி. இது தம்பி. இது நான், ஒரு வயசுல நாய்பொம்மைய எப்டி பயப்புடாம புடிச்சிக்கிட்டு சிரிக்கிறேன் பாருங்க.”

“கில்லாடிதான் நீ.”

பிறகு கிளம்பி சென்றார்கள். கிளம்பும்போது, “அம்மா, விஜயா....

கொஞ்சம் சுடுதண்ணி கொண்டுட்டு வா” என்றார் அந்த சித்தப்பா. கொண்டு வந்தபோது அத்தை கொஞ்சம் தலை நிமிர்ந்து வந்தது. மாமாவும் அத்தையும் பார்த்துக்கொண்டனர்.

அவர்கள் கிளம்பியதும் ஓடிச்சென்று அத்தை மடியில் தொபுக்கடீர் என்று விழுந்தேன். அத்தை என்னைக் கட்டிக் கொண்டது.

“அத்த, எப்டி நம்ம ஐடியா. மாமாவ உயரம் பாத்துட்டேன். நம்ம அம்மா அப்பா கல்யாண போட்டா வரைக்கும் இருக்குது அவங்க தல.”

“சரி, அவுரு ஒன் காதுக்குள்ள சொன்னத ஏன் சத்தம்போட்டுச் சொன்ன?”

“அப்பதான நீ பாப்ப. மாமாவ எனக்கு ரொம்பப் புடிச்சிருக்கு. என்ன மாதிரியே அவங்களுக்கும் நெத்தில தழும்பு இருக்கு.”

“ம்ம்… கன்னுக்குட்டி, செல்லக்குட்டி” என்று அத்தை கொஞ்சநேரம் என்னைக் கொஞ்சி நெற்றித்தழும்பில் முத்தமிட்டது.

அடுத்த இருவாரங்களில் முகூர்த்த ஓலை எனப்படும் நிச்சயதார்த்தம் நடந்தது. அவர்கள் வீட்டிலிருந்து பதினைந்து பேர் வந்திருந்தார்கள். நல்லநாள் பார்த்து கல்யாண தேதி குறித்தார்கள். கல்யாணம் புதுக்கோட்டை மாவட்டம் திருவரங்குளம் கோவிலில் நடக்க இருந்தது. அவர்கள் அத்தைக்குப் பிடித்த கலர் என்னவென்று கேட்டனர், பட்டுப்புடவை எடுக்க. அத்தையும் அம்மாவும் சேர்ந்து பேசி முழுசாக அரக்கு கலரில் இருக்கலாம், இல்லையெனில் வெந்தய கலரில் காப்பிப் பொடி கலர் பார்டர் அல்லது கத்தரிப்பூ கலர் பார்டர் இருக்கலாம் என்றனர். அவர்கள் அத்தையின் அளவு ஜாக்கெட் வாங்கிச் சென்றனர்.

அத்தைக்கு அப்பா இன்னொரு புது செயின் வாங்கி வந்தார். அதில் தாமரைப்பூ டாலர் தொங்கியது. நான் அதைத் திருப்பி

திருப்பி அழகு பார்த்தேன். "ரொம்ப நல்லாருக்கு அத்த."

"ஒனக்கு இந்த மாதிரி ஒரு டாலர் செயின் இருந்துதே... ஞாபகம் இருக்கா?"

"ம்ம்... இருக்கு. தம்பி பொறக்க முன்னாடிதான."

"ஆமா. அது அன்னப்பறவ."

அப்போதெல்லாம் நாங்கள் எல்லோரும் சேர்ந்து வெளியில் செல்லும்போது, அத்தை என்னிடம் வீட்டில் வைத்தே, "அருணா, ஒன்னோட செயின நான் போட்டுக்கிறேண்டி. எல்லாரும் இருக்கும்போது செயின் ஒன்னோடதுன்னு சொல்லி மானத்த வாங்கிடாதடி" என்று சொல்லும். நானும் "சரி" என்பேன். ஏதாவது சண்டை வருவதுபோல் இருந்தால் சத்தமாக "என் செயின குடு" என்பேன்.

ஆனால், யார் திருமணத்திற்கோ போகும்போது நான் என் செயின் டாலரைப் பராக்குவாக்கில் கடித்துவிட்டேன். அந்த டாலரில் இரண்டு அன்னப் பறவைகள் ஒன்றையொன்று எதிரெதிர் பார்த்தபடி இருக்கும். அதன் கண்ணில் சிவப்புக்கல் பதிக்கப்பட்டிருக்கும். நான் கடித்ததில் இரண்டு அன்னங்களும் ஒரே அன்னமாயின.

நான் அம்மாவிடம் சிரித்துக்கொண்டே, "அம்மா, இதோபார், நான் ரெண்டு வாத்தையும் ஒண்ணாக்கிட்டேன்" என்றேன்.

அம்மா முகம் கோபத்தில் எரிந்தது. சுளீரென்று என் முதுகில் ஒன்று வைத்தாள். மேற்கொண்டு அடிப்பதற்கு முன்பு அத்தை பாய்ந்துவந்து என்னை இழுத்துப் போனது. "ஏண்ணி, இப்டி அடிக்கிறீங்க புள்ளய..."

"கொழுப்பெடுத்தது. பண்ணி வெச்சுருக்குற காரியத்த பாரு."

"இருக்கட்டும். சரி பண்ணிடலாண்ணி."

"அவ்வளவும் நீ குடுக்குற செல்லம்."

“தங்கநகையெல்லாம் அப்டி கடிக்கக் கூடாதுடா.”

விசும்பிக் கொண்டே “சரித்த, இனிமே கடிக்க மாட்டேன்” என்றேன்.

மேலும் ஒரு மாதம் ஆகியது. கல்யாணத் தேதி நெருங்கியது. அம்மாவும் அப்பாவும் பத்திரிகை கொடுக்கச் சென்றார்கள். அம்மாவின் தென்னம்பூ செயினும், கழுத்தை ஒட்டிய ஒரு நெக்லஸும் புதுப்பிக்கப்பட்டன. அம்மாவின் இரு வளையல்களும் புதிதாக இருந்ததால் அப்படியே அத்தை போட்டுக்கொண்டது. கழுத்தை ஒட்டிய நெக்லஸை அம்மா போட்டுக்கொள்ளும்போது அம்மாவைப் பார்த்தால் கே.ஆர். விஜயா போல் இருக்கும். அவர் ‘பூமாலையில் ஓர் மல்லிகை’ பாட்டில் அப்படி நெக்லஸ் போட்டு வருவார்.

பந்தல்காரர், அலங்காரம், ட்யூப்லைட், சவுண்ட் சர்வீஸ் எல்லாம் சொல்லி ஏற்பாடாக்கப்பட்டன. அப்பாவுடன் ராஜாமணி சாரும், மாறன் அப்பாவும் அலைந்தனர். ராவுத்தர் மாமாவும் அப்பாவும் பலகார மாஸ்டரை கும்பகோணத்திற்குப் போய் புக் செய்து வந்தார்கள். கல்யாணம் புதுக்கோட்டை. அதனால் ஊர் ஜனங்கள் வரமுடியாது என்பதால் முடிந்தபின் இங்கு வரவேற்பு வைக்கலாம் என்று முடிவாகியது.

கல்யாணத்திற்கு முந்தின நாள் எல்லோரும் கிளம்பி மாலைவாக்கில் திருவரங்குளம் போய் சேர்ந்தோம். அந்த ஊர் கறம்பக்குடி, ஆலங்குடி இரண்டு ஊர்களையும் தாண்டி இருந்தது. வெயில் கடுமையாக இருந்தது. எங்கள் ஊர் மாதிரி ஆறு, ஏரி, குளம், வயல்கள் இல்லாமல் வேறு மாதிரி இருந்தது. நான் வழியெல்லாம் தண்ணீர், தண்ணீர் என்று பரிதவித்துக்கொண்டே இருந்தேன்.

ஒரு வழியாக எல்லோரும் போய்ச் சேர்ந்தோம். தங்குவதற்கு ஒரு சத்திரம் புக் பண்ணியிருந்தார்கள். மாப்பிள்ளை ரூம், மணப்பெண் ரூம் தனித்தனியாக இருந்தது. அம்மாவும், கௌரி பெரியம்மாவும் அத்தையுடன் ரூமில் படுத்துக் கொண்டார்கள்.

நாங்கள் எல்லோரும் கூடத்தில் படுத்துக்கொண்டோம். கூடத்திற்கு நடுவில் அங்கணம் இருந்ததால் நன்றாகக் காற்று வந்தது. புறவாசலில் பெரிய சிமெண்ட் தொட்டியில் தண்ணீர் நிரப்பப்பட்டிருந்தது. போனதுமே எல்லோரும் குளியல் போட்டோம்.

இரவில் இட்லியும், கிச்சடியும் போட்டார்கள். ஒரு இட்லியே என்னால் தின்ன முடியவில்லை. அவ்வளவு பெரிசு. வீட்டில் சாதாரணமாக நாலு இட்லி சாப்பிடுவேன். காப்பி அருமையாக இருந்தது. சாப்பிட்டதுதான் தெரியும். உறக்கம் கண்ணைச் சுழற்றியது.

காலையில் பரபரப்பாகக் கிளம்பி எல்லோரும் கோவிலுக்குச் சென்றோம். அத்தை அரக்கு கலர் பட்டுப்புடவை கட்டி, தென்னம் பூ செயின், தாமரை டாலர் செயின், சாதா செயின், நெக்லஸ் போட்டிருந்தது. ஒரு கையில் தங்க வளையல்களும் இன்னொரு கையில் கண்ணாடி வளையல்களும் அணிந்திருந்தது. நெற்றியில் நெத்திச்சுட்டியும், இருபுறமும் சந்திரப்பிறை, சூரியபிறை அணிந்து பூச்சடை அலங்காரம் செய்து இருந்தது. ரொம்ப அழகாக இருந்தது. எனக்குப் புதிதாக எடுத்த மாம்பழ கலர் பட்டுப்பாவாடை சட்டையை நான் அணிந்திருந்தேன்.

மாமா அத்தை கழுத்தில் தாலி கட்டினார். என்னை யாரோ பின்பக்கமாகக் கண்ணைப் பொத்தினார்கள். நிமிர்ந்து பார்த்தால் சித்தப்பா. நான் அவர் கையைப் பிடித்துக்கொண்டு ‘பாட்டி எங்கே?’ என்று வாயசைத்துக் கேட்டேன். ‘டும் டும்’ மேள சத்தத்தில் ஒன்றுமே கேட்கவில்லை. சித்தப்பா ஒரு தூண்பக்கம் கை காட்டினார். பாட்டியும், இந்திரா அத்தையும் நின்றுகொண்டிருந்தனர். ஓடிப்போய் பாட்டிமேல் விழுந்தேன். பாட்டி என்னை அணைத்து தடவிக்கொண்டேயிருந்தார். இந்திரா அத்தையும் என்னை அருகே அமர்த்திப் பேசிக்கொண்டிருந்தது.

திரும்பும்போது காரில் அத்தை மடியில் உறங்கியபடியே வந்தேன். மாமாவும் அத்தையும் கழுத்து கொள்ளாத பெரிய மாலையைப்

போட்டிருந்தனர். அத்தை 'மாலை கனமாக இருக்கிறது' என்று மாமாவிடம் முணுமுணுத்தது. வீடுபோய்ச் சேர்ந்து பாலும் பழமும் சாப்பிடும்வரை மாலையைக் கழற்றக்கூடாதாம். மாமா ஒரு ஐடியா செய்தார். ஒரு சின்ன நூலை உருவி மாலையின் கழுத்துப்பக்க கம்பை கார் சீட்டின் பின் கம்பியில் கட்டிவிட்டார். நான் "எப்டி மாமா ஐடியா..." என்று அத்தை காதில் கிசுகிசுத்தேன். அத்தைக்குப் பெருமைதான்.

அத்தையின் கையில் உள்ள பூச்செண்டை நான் வைத்திருந்தேன். அதில் இருந்த ரோஜாப்பூவுக்கு அவ்வளவு வாசம். மாமா அத்தை காதில் ஏதோ பேசியபடியே வந்தார். அத்தை சிரித்துக்கொண்டும், வெட்கப்பட்டுக்கொண்டும் இருந்தது.

வீட்டிற்கு வந்ததும் அம்மா பாலும் பழமும் கொடுத்தாள். ஒரு டம்ளரில் பால் எடுத்து அதில் வாழைப்பழத்தை சிறு துண்டுகளாக்கிப் போட்டுக்கொடுத்தாள். அத்தை குடித்தது. உடனே மாமா "ஏ தாட்பூட் தஞ்சாவூர், எனக்கும் கொஞ்சம் வை" என்று அத்தையிடம் சொல்லிவிட்டு என்னைப் பார்த்துக் கண்சிமிட்டினார்.

மறுநாள் காலை நான் குளிக்கலாம் என்று பாத்ரூம் சென்றால் மாமா குளித்துக் கொண்டிருந்தார். எங்கள் பாத்ரூம் தென்னங்கீற்றால் சுற்றிலும் அடைக்கப்பட்டு சிறிய வாசல் மட்டும் இருக்கும். உள்ளே இரண்டு பெரிய சிமென்ட் தொட்டிகள் எப்போதும் நீர்நிரம்பி இருக்கும். ஒரு மண்தொட்டி. நான் எப்போதும் ஒரு பித்தளை அரை அண்டாவில் வெந்நீர் கலந்து குளிப்பேன். கீழே சிமென்ட் தரை. பலகைக் கட்டையில் அமர்ந்து குளிப்போம். அதைப் பாட்டி மணைப்பலகை என்று சொல்லுவார். தண்ணீர் வெளியே ஓடி வாழைக்கும், தென்னைக்கும் பாயும். ஒரு துவைக்கும் கல்லும் அங்கே இருக்கும்.

நான் உள்ளே சென்றதும் "மாமா, நீங்க குளிக்கிறீங்களா? ஓங்களுக்கு யாரு முதுகு தேச்சு விடுவா?" என்றேன்.

மாமா பாவமாக முகத்தை வைத்துக்கொண்டு, "எனக்கு இங்க யாரையும் தெரியாதே, ஓங்கத்ததான் வரணும்" என்றார்.

நான் உடனே அடுக்களைக்குள் பாய்ந்தேன். இருந்த பெண்களின் கூட்டத்தில் அத்தையைக் காணவில்லை. "அத்த எங்க? அத்த எங்க?" என்றேன்.

"என்னடி அருணா?" என்றார்கள் நிறைய பேர்.

அத்தை அடுக்களை நிலைப்படிக்கு வந்து, "என்னடி" என்றது. அத்தை குளித்து முடியை உலர்த்தி கண்ணாடி வளையல்களின் சத்தத்துடன் இருந்தது.

"அத்த, மாமா ஒன்ன கூப்பிடுறாங்க. நீ போய் முதுகு தேச்சு விடணுமாம்."

எல்லோரும் சிரித்த சிரிப்பில் நான் மிரண்டுவிட்டேன். எதற்கு இப்படி சிரிக்கிறார்கள்? இதில் சிரிப்பதற்கு என்ன இருக்கிறது? அத்தை என்னை முதுகு தேய்த்துக் குளிப்பாட்டி விடுமே.

"போடி, விஜயா" என்று நிறைய பேர் சொல்ல "போங்க அண்ணி" என்று முகத்தை புடவையால் மூடிக்கொண்டு அத்தை உள்ளே ஓடிவிட்டது.

நான் காலை டிஃபன் சாப்பிட்டுவிட்டு நண்பர்களுடன் விளையாடிக் கொண்டிருந்தேன். என் நண்பர்களுக்குப் பலகாரம் கொடுக்க ஆசைப்பட்டு மெல்ல ஹாலுக்குள் எட்டிப் பார்த்தேன். ஹாலுக்குள் யாருமில்லை. ஆண்கள் கூட்டமெல்லாம் பந்தலிலும், பெண்கள் எல்லோரும் புறவாசலிலும், அடுக்களையிலுமாக கைவேலையாக இருந்தனர். அப்பா தற்காலிகமாக ஹாலில் கட்டில் கிடந்த மூலையை மரத்தடுப்பு வைத்து தடுத்திருந்தார். அது திண்ணையில் நெல் பத்தாயத்தை மறைக்க வைத்திருந்த தடுப்பு.

அந்தக் கட்டிலுக்குக் கீழேதான் பெரிய பெரிய டின்களில் பலகாரங்கள் வைக்கப்பட்டிருந்தன. பதுங்கிப் பதுங்கிப்

போனேன். போய் எட்டிப்பார்த்தால் அத்தை கட்டிலில் உட்கார்ந்திருந்தது. அத்தை மடியில் மாமா படுத்திருந்தார். அத்தை அவர் முடியை மெதுவாகக் கோதியபடி மெதுவான குரலில் ஏதோ பேசிக்கொண்டிருந்தது. அத்தை என்னைப் பார்த்துவிட்டது. “வாடி அருணா” என்றது. மாமா எழுந்து அமர்ந்தார். இருவரும் சிரித்தனர்.

நான் வெளியே ஓடி வந்துவிட்டேன். தூணைப் பிடித்துக்கொண்டு உட்கார்ந்தேன். எனக்கு கோபமும், எரிச்சலும் வந்தது. நான் என் அத்தை மடியில் படுத்திருப்பது போல் மாமா படுத்திருக்கிறார். அத்தை என்னைக் கொஞ்சுவது போல் அவரைக் கொஞ்சுகிறது. கல்யாணம் ஆகி ஒருநாள்தான் ஆகியிருக்கிறது. எனக்கு யாரையுமே பிடிக்கவில்லை.

கொஞ்சநேரம் உட்கார்ந்திருந்தேன். கேமரா ஒன்றைத் தூக்கிக்கொண்டு ஒரு அண்ணன் வந்தார். நான் உடனே அப்பாவைத் தேடிப்போய் சொன்னேன். கல்யாணம் முடிந்த அன்று இரவே அப்பா அம்மாவிடம் சொல்லிக் கொண்டிருந்தார். “சரோஜா, இங்க வா. மாப்ள வீட்டுக்காரங்க ஒண்ணும் சொல்லல. ஆனா எவனோ கல்யாணத்துல போட்டோ எடுக்கலன்னு கிளப்பி விட்டுருக்கானுங்க. என்ன பண்றதுடி?”

“நெறவா நடந்த கல்யாணம்னு ஒன்னு இருக்குதா என்ன? மோளாசு பண்றதுக்குன்னே இருப்பானுங்க.”

“என்ன பண்ணலாம்?”

அம்மா உடனே, “நம்ம பட்டுக்கோட்ட அசோக் ஸ்டுடியோ ஓனர் தம்பி செல்வராஜ் வடக்குத் தெருதான். செத்த கேட்டுப் பாருங்களேன். வீட்டுக்கு வந்து எடுப்பியா தம்பின்னு? அந்தக் கொறய ஏன் வப்பானே? எப்படியும் பொண்ணு மாப்பிள பட்டுப்புடவையோட உள்ள கல்யாண போட்டோ காலாகாலத்துக்கும் வச்சு பாதுகாக்க வேண்டியது. அத செஞ்சுரலாம்” என்றாள். நான் அம்மாவைக் கட்டிக்கொண்டு

முத்தமிட்டேன். அம்மா எல்லாவற்றுக்கும் எளிய தீர்வு வைத்திருப்பாள். அப்பா முழிபிதுங்கும் இடங்களை எல்லாம் அனாயாசமாக சரிசெய்வாள்.

அப்பா கேமரா அண்ணனை ஹாலுக்குள் கூட்டிக்கொண்டு வந்து அமரச்செய்து என்னை காப்பி பலகாரங்கள் கொடுக்கச் சொன்னார். எடுத்து வந்து கொடுத்தேன். அப்பா ஹாலின் மையத்தில் இருந்து கொஞ்சம் சத்தமாகச் செருமியபடி சொன்னார். "விஜயா, ரெண்டுபேரும் ட்ரெஸ் பண்ணி ரெடியாவுங்க. போட்டோ எடுத்திரலாம்."

அத்தையும் மாமாவும் அரைமணி நேரத்தில் ரெடியாகி வந்தார்கள். அத்தை எல்லா நகைகளையும் அணிந்திருந்தது. நானும் புது கவுன்தான் அணிந்திருந்தேன். அம்மாவிடம் ஓடிச்சென்று என் அன்னப்பறவை டாலர் செயினை வாங்கிப்போட்டுக் கொண்டேன். அம்மா அத்தைக்கு நகைகளைப் புதுப்பிக்கக் கொடுக்கும்போது என் டாலர் செயினையும் சரி செய்திருந்தாள். போட்டோ அண்ணன் அத்தையையும் மாமாவையும் சரியாக நிற்கவைக்க என்னவோ சொல்லிக் கொண்டிருந்தார். நான் ஆவலுடன் போய் அத்தைக்கும் மாமாவுக்கும் நடுவில் நின்றேன்.

போட்டோ அண்ணன், "சார், இது செஸ்ட் வரைக்கும் எடுக்குற போட்டோ, பாப்பா ஃப்ரேமுக்குள்ள வராது. தள்ளிப் போச்சொல்லுங்க" என்றார்.

மாமா, "எட்டிப்போய் நில்லு அருணா. இன்னொரு போட்டோ அப்பா, அம்மா நம்ம எல்லாரும் சேர்ந்து எடுத்துக்கலாம்." என்றார். அத்தையைப் பார்த்தேன். அது என்னைக் கண்டுகொள்ளாமல் கண்ணாடி பார்த்து பவுடரை சரி செய்து கொண்டிருந்தது. கண்ணாடியைப் பிடித்திருந்த தேவகி சித்தி அத்தையின் நெக்லஸை சரியாகப் போட்டுவிட்டார்.

உடனே வெளியில் வந்தேன். எதுவும் பிடிக்கவில்லை. எல்லாரும் சாகட்டும் என நினைத்தேன். உட்கார்ந்தவாக்கில் ஆத்திரம்

தீர அன்னப்பறவையை மீண்டும் கடித்து ஒன்றாக்கினேன். செயினைக் கழற்றித் தூக்கி எறிந்தேன். அத்தை திண்ணைக்கு வந்தது. “வாடி, எல்லோரும் சேர்ந்து போட்டோ எடுத்துக்கலாம்” என்றது. கையைப் பிடித்து இழுத்தது. “என்ன விடு, என்ன விடு” என்று தொங்கிக்கொண்டே அத்தையின் கையைக் கடித்தேன். வலியில் விட்டுவிட்டது.

ஒரே ஓட்டமாக ஓடி தென்னந்தோப்பில் உள்ள மறைவிடத்தில் தனியாக அமர்ந்தேன். அங்கே ரிப்பேர் ஆன மாட்டுவண்டி ஒன்று குடை சாய்ந்து கிடக்கும். எப்போதும் நாங்கள் அதில் ஒளிந்து விளையாடுவோம். தனியாக உட்கார்ந்தவுடன் அழுகை வந்தது. கொஞ்ச நேரம் அழுதேன். பாட்டி ஞாபகம் வந்தது. எப்போ அழுகை வந்தாலும் அத்தை இல்லையென்றால் நான் பாட்டியிடம்தான் போவேன். கதை சொல்லி சிரிக்க வைத்துவிடுவார்கள்.

கொஞ்சம் வெயில் தாழ்ந்து வீட்டிற்குப் போனேன். ஜன்னல் வழியாக ஹாலுக்குள் பார்த்தேன். மாமாவின் குறட்டை சத்தம் கேட்டது. அத்தை தலைசீவிக்கொண்டே மெல்லிய குரலில் பாடிக்கொண்டிருந்தது. என்ன பாட்டு? காதுகொடுத்துக் கேட்டேன். ‘உன்னிடத்தில் என்னைக் கொடுத்தேன், உன்னை உள்ளமெங்கும் அள்ளித்தெளித்தேன்.’ அத்தையின் முகத்தைப் பார்த்தேன். சந்தோஷமாக ரசித்துப் பாடிக்கொண்டிருந்தது. தனியாக இருக்கும்போது இவ்வளவு சந்தோஷமாக யாராவது இருப்பார்களா? எனக்கு அத்தையைக் கட்டிக்கொள்ள வேண்டும்போல் இருந்தது. ஓடிப்போய் “அத்த” என்று அதன்மேல் விழுந்தேன். அத்தை என்னை அணைத்து “செல்லக்குட்டிக்கு எம்மேல கோபமா?” என்று முத்தமிட்டது. நானும், “இல்லத்த... சும்மா” என்று சொல்லி முத்தமிடுவதுபோல் அதன் கன்னத்தைக் கடித்தேன்.

★★★

13

பாதுஷாவும் சந்திரகலாவும்

அத்தையின் கல்யாணம் என்றாலே இனிப்புதான். அத்தை கல்யாணத்தை நாங்கள் இனிப்பு சாப்பிட்டே கொண்டாடினோம். பலகார மாஸ்டருக்கு அப்பாவும் ராவுத்தர் மாமாவும் கும்பகோணம் சென்று அட்வான்ஸ் கொடுத்துவிட்டு வந்தார்கள். என்னென்ன பலகாரம் என்று நாங்கள் அமர்ந்து விவாதித்தோம். எனக்குப் பரீட்சை முடிந்து மே மாத லீவ் என்பதால் தினம் தினம் வீட்டில் ஜாலியாக இருந்தது. முறுக்கு, மிக்ஸர், ஜாங்கிரி, பூந்தி, பாதுஷா என்று முடிவானது.

பாதுஷா எனக்கு மிகப்பிடித்த பலகாரம். அது திகட்டவே திகட்டாது. அரை தித்திப்பாக இருக்கும். நான் சொன்னதும் அப்பா உடனே ஒத்துக்கொண்டார்.

அப்பா, “எவ்வளவு பண்றதுடி?” என்றார் அம்மாவிடம். கொஞ்சநாளாக அப்பாவின் கொஞ்சல் ஜாஸ்தியாக இருப்பதாக அத்தை என்னிடம் கிசுகிசுத்தது. ஆமாம். நானும் கவனித்தேன். அப்பா எரிந்து விழுவதில்லை. அம்மாவிடம் சண்டை போடுவதில்லை.

“எல்லாம் முந்நூறு. முறுக்கு மட்டும் ஐந்நூறு. மிக்ஸர் ஐந்து கிலோ. பூந்தி மூணு கிலோ.”

“எப்டி கணக்கு?”

“முதல் மறுவீடு போறப்ப எல்லாம் நூத்தி ஒண்ணு மாப்ள வீட்டுக்குக் குடுத்து உடணும். அப்றம் நம்ம சொந்தக்காரங்க எல்லாருக்கும் கைல குடுத்து உடணும். அப்றம் தெரு ஜனங்களுக்கு, உங்க ஸ்டாஃப், எங்க ஸ்டாஃப் எல்லாருக்கும். அப்றம் ஆடிக்கு நாம பலகாரம் கொடுக்கணும் மாப்ள வீட்டுக்கு. அது நாமளே பண்ணிக்கலாம்.”

அப்பா யோசனையுடன் தலையசைத்தார்.

அன்று முழுவதும் எனக்கு கொண்டாட்டம். கல்யாணத்திற்கு முதல்நாளே பந்தல்காரர்கள் வந்து எங்கள் வரிசை வீடுகளின் மூன்றுவீட்டு வாசல்களையும் அடைத்தாற்போல் பந்தல் போட்டிருந்தார்கள். காலையில் நிறைய நாற்காலிகள், பென்ச்கள் வந்திறங்கின. இரு வாழைகள் குலைகளுடன் கொண்டு வரப்பட்டு பந்தலின் வாசலில் கட்டப்பட்டது.

ட்யூப்லைட்டுகள், கலர் லைட்டுகள். என் தோழர்கள் எல்லோரும் என் வீட்டிற்கு வந்துவிட்டார்கள். பேசிக்கொண்டும் விளையாடிக்கொண்டும் வேலை நடப்பதைப் பார்த்துக்கொண்டும் இருந்தோம். மணல் பரப்புவதற்காக மணல் ஒரு இடத்தில் குவித்துப் போடப்பட்டிருந்தது. அதில் உட்கார்ந்துகொண்டு ஒரே அரட்டை.

கிருஷ்ணமூர்த்தி கேட்டான், “பாப்பா, நீ யார கல்யாணம் பண்ணிப்ப?”

நான் யோசித்துவிட்டு சொன்னேன். “ஏரோப்ளேன் ஓட்டறவங்கள.”

“ஏன்?”

“ஜாலியா பறக்கலாம். அதில போம்போது கீழே எட்டிப்பாத்து

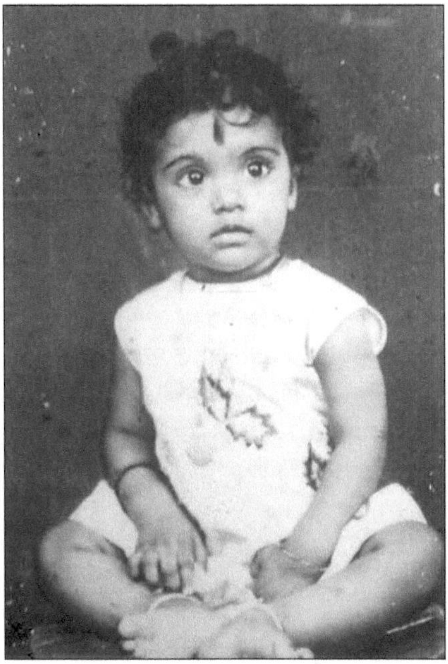

ஓங்களுக்கெல்லாம் டாட்டா காட்டுவேன்."

"அது ரொம்ப ஓயரத்துல போகும். நாங்கள்ளாம் தெரியமாட்டோம்" என்றான் மணிகண்டன்.

"கீழ தணிச்சு ஓட்டச் சொல்வேன். மூர்த்தி, நீ யார கல்யாணம் பண்ணிப்ப?"

"நான் டீச்சர. நம்ம ஜெயக்கண்ணு டீச்சர் மாரி சைட் ரோஸ் வச்ச டீச்சர."

"நீ" என்றேன் மணிகண்டனிடம்.

அவன் யோசித்துவிட்டு, "டாக்டர். ஏன்னா நான் டாக்டர் ஆவேன்னு அப்பா சொன்னார்" என்றான்.

"ஏய்... ரெண்டு டாக்டரும் வருவாங்க ஊசி போட.... தப்பிச்சு ஓடிருன்னு நாங்கள்ளாம் ஓடிருவோம்." என்று பயந்த மாதிரி நடித்துக்கொண்டு நான் சொல்ல எல்லாரும் சிரித்தோம்.

"கல்யாணி, நீ யாரடி பண்ணிப்ப?" என்றேன். அவள் வெட்கத்துடன், "வாத்யார" என்றாள்.

"ஐயே, எனக்கு வாத்யார பாத்தாலே புடிக்காது" என்றேன்.

"மாலா, நீ?" அவள் நிமிர்ந்து உட்கார்ந்து, "ஆப்பிஸர்" என்றாள்.

"டையெல்லாம் கட்டிக்கிட்டு பேன்ட் சூட் போட்டு வருவாங்களே, அவங்களா?" என்றேன்.

“ஆமாம்” என்றாள்.

“வெற்றி, நீ?”

“நான் ஜவுளிக்கட வச்சிருக்கிறவர கல்யாணம் பண்ணிப்பேன். டெய்லி ஒரு ட்ரெஸ் போடலாம்.”

அப்பாடியோ, என்ன ஐடியா அவளுக்கு என்றிருந்தது.

கலர் கொண்டுவந்த அண்ணன் சோடா, கலர் பெட்டிகளை இறக்கினார். அதில் சாதா சோடா, ஜிஞ்சர் எனப்படும் சோடா, கறுப்பு கலர் பவன்டோ, ஆரஞ்சு கலர் எல்லாம் இருந்தது. கொண்டுவந்து வைத்துவிட்டுப் பக்கத்திலேயே காவல் இருந்தார். எழுந்து போகிற மாதிரி தெரியவில்லை.

நாங்கள் உடனே கொல்லைப்புறம் சென்றோம். சமையல் பாத்திரங்கள், அண்டாக்கள், உருளிகள், குண்டான்கள் வந்து இறங்கின. வெற்றிலை போட்டவாறே ஒரு குல்லா போட்ட வயதான பாய் எல்லோருக்கும் கட்டளை பிறப்பித்துக் கொண்டிருந்தார். கைவைத்த முண்டா பனியனும் கீழே கைலியும் அணிந்து பச்சை நிற பட்டை பெல்ட் போட்டிருந்தார். மளிகைப் பொருட்கள், காய்கறிகள் எல்லாம் அவர் சரிபார்த்தார். ஒருவர் லிஸ்ட்டைப் படிக்க இன்னொருவர் பொருட்களின் அளவை சோதித்தார். நெய்யை மட்டும் பாய் முகர்ந்து பார்த்து திருப்தியுடன் தலையசைத்தார்.

கொல்லைப்புறமும் பந்தல் போடப்பட்டிருந்தது. நான்கு அடுப்புகள் பெரிதுபெரிதாகக் கல் வைக்கப்பட்டு உண்டாக்கப்பட்டன. பெரிய குண்டான்களும், தேக்ஸாக்களும் ஏற்றப்பட்டன. அப்பா ஒரு வாரத்திற்கு முன்பே விறகை வாங்கிக் குவித்திருந்தார். இரண்டு மாட்டுவண்டி விறகு வந்து இறங்கியது. பட்டாணி வந்து விறகைக் கோடாலி கொண்டு பிளந்து காயவைத்தார். அவருக்கு சாப்பாடும் ரெண்டு ரூபாயும் கொடுத்தால் ஒரு வண்டி விறகை மதியத்திற்குள் பிளந்து போட்டுவிடுவார்.

காய்கறிகள் அரிய, தேங்காய் துருவ இரு ஆண்கள். அவர்கள் கைகள் கைகளா இல்லை மிஷின்களா என்று நாங்கள் குசுகுசுவென்று பேசிக்கொண்டோம். அவ்வளவு வேகம். வேலை செய்வதைப் பார்ப்பதே அழகாக இருந்தது. கீழே பனம்பாய் விரித்து அரிந்து குவித்துக் கொண்டிருந்தனர்.

முட்டைக்கோஸ், கேரட், பீட்ரூட், வாழைக்காய், கத்திரிக்காய், அவரைக்காய், உருளை, தக்காளி, பெரிய வெங்காயம் எல்லாம் சற்று நேரத்தில் அரிந்து முடிக்கப்பட்டன. அந்த வண்ணவண்ணக் குவியல்களைப் பார்த்து யார் யாருக்கு என்ன கலர் புடிச்சிருக்கு என்று பேசிக்கொண்டோம். எனக்கு கேரட் கலரும், பீட்ரூட் கலரும் பிடித்திருந்தது. அந்த கலரில் அம்மாவிடம் சொல்லி கவுன் வாங்கவேண்டும் என்று நினைத்துக்கொண்டேன்.

அடுக்களையில் நம் அம்மாக்களும் பெரியம்மாக்களும் சித்திகளும் சத்தம் போட்டுக்கொண்டு பரபரப்பாகச் செய்வதை அவர்கள் சத்தம் அதிகமில்லாமல், நிதானமாக, அதே சமயம் மின்னல் வேகத்தில் செய்து முடித்தார்கள். சாம்பார், வத்தக் குழம்பு, மோர்க் குழம்பு, அவியல், பொரியல், கூட்டு, வறுவல், பாயசம் எல்லாம் கொஞ்சநேரத்தில் ரெடியாயின. கடைசியாக அப்பளம் பொரித்தார்கள்.

சாதம் வடித்தார்கள். ஒரு மூங்கிலால் செய்யப்பட்ட பெரிய புதிய கூடையில் சாதத்தைக் கஞ்சியுடன் கொட்டினார்கள். கஞ்சி வழிந்தோடியது. பந்திப்பாய் விரித்து பந்தி பரிமாறினார்கள். நாங்கள் மூக்குமுட்ட சாப்பிட்டோம். கையெல்லாம் மணத்தது. ஒருவர் மூக்கில் ஒருவர் கைவைத்து மணம் பார்த்துக்கொண்டோம், யார் கை அதிகம் மணக்கிறதென்று. தெருவாசிகள், ஆசிரியர்கள், டீச்சர்கள், தெரிந்த ஊர்க்காரர்கள் என்று கூட்டம் அதிகமாக இருந்தது.

அப்பா வருகிறவர்களுக்கு கல்கண்டும் சந்தனமும் கொடுத்து வரவேற்கும் பொறுப்பை எனக்கும் என் தோழர்களுக்கும் கொடுத்திருந்தார். கொஞ்சநேரம் நல்லாயிருந்தது. பிறகு

போரடித்தது. எனக்கு எப்போது கொல்லைப்பக்கம் போவோம் என்றிருந்தது. அங்கு பலகாரங்கள் செய்ய ஆரம்பித்து விடுவார்கள். பார்க்க முடியாதோ என்று தோன்றியது.

கூட்டம் குறைந்தவுடன் கொல்லைப்பக்கம் போனோம். அங்கு மைதா, கடலை மாவு, அரிசி மாவு எல்லாம் கும்மட்டமாக குவிக்கப்பட்டு இருந்தது. முதலில் பூந்தி செய்யத் தொடங்கினார்கள். கடலைமாவைப் பிசைந்து அம்மா மணிக்காரா செய்வதுபோல் இவர் பலமடங்கு பெரிய சாரணியை வைத்துக்கொண்டு மாவை உரச பெரிய எண்ணெய் சட்டியில் பூப்போல எல்லாம் விழுந்து நுரையுடன் பொரிந்தன.

பார்க்க முண்டியடித்தோம். “உம்ம்...” என்று உறுமினார் பாய். பயத்தில் பின்னடைந்தோம். “ யாரும் எண்ண சட்டிக்கிட்ட வந்தா நான் புடிச்சு சாக்குக்குள்ள போட்டுக் கொண்டுபோய்டுவேன் ஒங்கள... அதோ பாரு, அந்தச் சாக்குல” என்று கைகாட்டினார். எட்டியே நின்றுகொண்டோம். மணிக்காராவை ஜீராவில் முக்கி எடுத்து கல்கண்டும், திராட்சையும் போட்டதும் ருசியான பூந்தியாகியது. பிறகு முறுக்கை அவர்கள் கை பிழியும் விரைவையும், சரியான அளவையும் கண்ணெடுக்காமல் பார்த்தோம். முறுக்கு எண்ணெயில் பொரியும் மணம் எங்களை நாவூறச் செய்தது.

எனக்குப் பிடித்த பாதுஷாவை, பாயே தன் கையால் மைதா மாவு பிசைந்து முதலில் துணியால் மூடி மாவை ஊறவைத்தார். இன்னொரு அண்ணனிடம் நாங்கள் கேட்டோம், ஏன் மூடிவைக்கிறார் என. அப்போதுதான் பாதுஷா சாஃப்ட்டாக வருமாம். நிறைய நேரம் கழித்து அவரே அந்த அழகான வடிவத்தில் செய்தார். அது கார்த்திகையில் வைக்கும் அகல்விளக்கை எனக்கு நினைவுபடுத்தியது. எண்ணெயில் பொரித்த பாதுஷாவை ஜீராவில் முக்கினார்கள்.

அப்போது எனக்கு முன்பு ஒருமுறை அத்தை பாடம் நடத்தியது ஞாபகம் வந்தது. அத்தை “ அக்பர் பாதுஷா அவையில் தான்சேன் என்ற இசைக்கலைஞர் இருந்தார்” என்றது.

உடனே நான், "அத்த, அக்பருக்கும் பாதுஷா ரொம்ப புடிக்குமா?" என்றேன்.

"தின்னிப் பண்டாரம், எப்பவும் தீனி நெனப்புலயே இரு. அது இல்லடி."

"பின்ன என்ன?"

"பாதுஷான்னா உருதுல பேரரசர், மஹாராஜான்னு அர்த்தம்."

"ஓ... அப்டியா?"

என் நண்பர்களைக் கேட்டேன். "எனக்கு பாதுஷா புடிக்கும். ஒங்களுக்கு?"

மூர்த்தி, "எனக்கு மைசூர்பாக்கு" என்றான்.

"ஏன்?"

"பாக்க கட்டம் கட்டமா கலர் நல்லாயிருக்கும்."

"கலரையா திங்கப் போற?"

மணிகண்டன், "எனக்கு சந்திரகலா" என்றான்.

எனக்கு கடுப்பானது. "அப்போ எனக்கு அது பிடிக்காது." என்றேன்.

"நீ தின்னிருக்கியா?"

"இல்ல"

"திங்காம எப்டி சொல்ற?"

"எப்டி இருக்கும்? வரஞ்சு காட்டு." மண்ணில் வரைந்தான். அழகாகத்தான் இருந்தது.

"எனக்குப் புடிக்கல."

"ஏன்?"

“புடிக்கலனா புடிக்கல.”

மீண்டும் கொல்லைப்பக்கம் போனோம். நாங்கள் போகும்போது மிக்ஸர் செய்து கொண்டிருந்தார்கள். முதலில் மணிக்காரா, பிறகு ஓமப்பொடி போல் செய்து அதை நொறுக்கினார்கள். நிலக்கடலை பொட்டுக்கடலை, அவல், கறிவேப்பிலை எல்லாம் வறுத்து அதில் இட்டு கலக்கினார்கள். “அதுக்கு ஏன் அந்தப் பேரு... சொல்லுங்க பாப்போம்” என்றேன். யாரும் சொல்லவில்லை. நானே சொன்னேன். “எல்லாத்தயும் போட்டு மிக்ஸ் பண்ணுவதால் மிக்ஸர்.”

பாய் வாயே திறக்கவில்லை. சைகைகளினாலேயே எல்லோருக்கும் கட்டளைகள் இட்டார். பலகாரங்கள் அணிவகுத்தன. எனக்கு திரும்பவும் மாயாபஜார் நினைவு வந்தது. எங்கள் எல்லோரையும் அழைத்து ஒவ்வொருவருக்கும் இலையில் வைத்து நிறைய பலகாரங்கள் தந்தார். திகட்டத் திகட்டத் தின்றோம்.

வாசலுக்கு வந்தோம். சவுண்ட் சர்வீஸ் வண்டியில் இரண்டு ஸ்பீக்கர்கள், ஒயர்கள், சவுண்ட் பாக்ஸ்கள், ரெக்கார்ட் ப்ளேயர், இசைத்தட்டுகள் அடங்கிய ஒரு பெட்டி வந்தது. ஒரு ஆள் கவனத்துடன் இறக்கினார். எல்லோரும் மகிழ்ச்சியின் உச்சிக்குப் போனோம். நம் விருப்பத்துக்குப் பாட்டு போடச் சொல்லி கேட்கலாம். அவருக்கு ஆயத்தங்கள் செய்யவே நிறைய நேரம் பிடித்தது. நடுவயதாக இருந்தார். எப்படி ஃப்ரெண்ட் பிடிக்கலாம் என ஆலோசித்தேன். வெற்றிலைப்பாக்கு போடுபவர் போல் தெரியவில்லை. உடனே அடுக்களைக்குப் போய் ஒரு லோட்டாவில் காப்பியை நிரப்பி ஒரு டம்ளரையும், கொஞ்சம் மிக்ஸர், முறுக்கு எடுத்து வந்தேன். முகம் மலர்ந்தார்.

“கொஞ்சம் தண்ணியும் கொண்டா... நீ பொண்ணுக்கு எப்டி சொந்தம்?”

“பொண்ணு எங்க அத்தைதான்.”

“அப்டியா...”

பிறகு ஒரு ஸ்பீக்கர் பாக்ஸை தென்னைமரத்திலும், ஒரு பாக்ஸை தெருவின் மெயின்ரோடைப் பார்த்து இருக்கும் கிலுவை மரத்திலும் கட்டினார். முதலில் ஒரு பக்திப்பாட்டைப் போட்டார். எல்லோரும் சூழ்ந்து அமர்ந்து கேட்டோம். ஒவ்வொரு இசைத்தட்டுக்கும் ஒரு கவர் இருந்தது. அதிலிருந்து வெளியில் எடுக்கும்போது மிகுந்த கவனத்துடன் எடுத்தார். பஞ்சுத் துணியால் மெதுவாகத் துடைத்தார். நடுவில் உள்ள ஊசியை ஒவ்வொரு முறையும் துடைத்தார்.

அடுத்த பாடல், 'மல்லிகை முல்லைப் பூப்பந்தல், மரகத மாணிக்கப் பொன்னூஞ்சல், மஞ்சள் வாழை மாமரங்கள், பச்சை மாவிலைத் தோரணங்கள்... எல்லாம் எதற்காக... நமக்கு கல்யாணம் அதற்காக...' நன்றாகத்தான் இருந்தது. அடுத்து, 'வசந்தத்தில் ஓர் நாள்... மணவறை ஓரம்... வைதேகி காத்திருந்தாளோ...', 'மணமகளே மருமகளே வா... வா'.

நான் பொறுமையிழந்தேன். 'பழைய பாட்டுக்குப் போய்விட்டாரே.'

நாங்கள் தள்ளிப்போய் நின்று கூடிப்பேசினோம். மூர்த்தி சொன்னான். "திருவிளையாடல் வசனம் போடச் சொல்வோமா?"

அதற்குள் மணிகண்டன், "வீரபாண்டிய கட்டபொம்மன்?"

"மண்டூஸ்... அதுதான் கேட்டுக் கேட்டு கிடக்கே... எனக்கெல்லாம் நல்லா மனப்பாடம். அது வேண்டாம். புதுப்பாட்டு தான் வேணும்." என்றேன்.

"அப்ப நீ போய் சொல்லு. கேப்பாரு."

மெதுவாக போனேன். "ஒங்ககிட்ட மச்சானப் பாத்திங்களா... செவ்வந்தி பூ முடிச்ச சின்னக்கா... ஜானியர்...ஜானியர்.. அந்தப் பாட்டெல்லாம் இருக்கா? போடுவீங்களா? எங்க எல்லோருக்கும் அதுதான் புடிக்கும். எங்க அத்தைக்கும் புதுப் பாட்டுதான் புடிக்கும்" என்றேன்.

“இருக்கே...” என்றவர் உடனே போட்டார். ஸ்பீக்கரில், ‘ராக்காயி... மூக்காயி...கஸ்தூரி.. மீனாட்சி... நெல்லுக் குத்த வாங்கடியோ.... சுத்த சம்பா பச்சநெல்லு குத்தத்தான் வேணும்.... முத்துமுத்தா பச்சரிசி அள்ளத்தான் வேணும்..முல்லை வெள்ளி போல அன்னம் பொங்கத்தான் வேணும்... நம்ம வீட்டுக் கல்யாணம்... இது நம்ம வீட்டுக் கல்யாணம்...’

எங்கள் உற்சாகம் எல்லை கடந்தது. மாலாவும் பொம்முக்குட்டி கல்யாணியும் சுழன்று சுழன்று ஆடினார்கள். நாங்கள் சிரித்தபடி சுற்றிச்சுற்றி ஓடினோம். எங்களுக்குப் பிடித்த பாட்டுகள் எல்லாமே வந்தன. ‘ஆட்டுக்குட்டி முட்டயிட்டு...’ , ‘பருத்தி எடுக்கயில என்ன...’ , ‘மச்சானப் பாத்திங்களா...’ , ‘ஜுனியர்.... ஜுனியர்...’ , ‘கடவுள் அமைத்து வைத்த மேடை...’, ‘தங்கத்தில் முகம் எடுத்து...’ , ‘இதுதான் முதல்ராத்திரி... அன்புக்காதலி... என்னை ஆதரி...’ அவர் விருப்பமும் எங்கள் விருப்பமும் நேயர் விருப்பமாயின.

கலர் அண்ணன் எங்கேயோ போயிருந்தார். “நான் உடனே கலர் குடிப்போமா?” என்றேன். கிட்டே போய்ப் பார்த்தோம். கிருஷ்ணமூர்த்தி, “பாப்பா. குடிக்க முடியாது. அவர் அந்த பாட்டில் மூடிய திறக்குற சாவிய கையோட எடுத்துக்கிட்டுப் போயிட்டார்.” என்றான். இப்படியும் ஒரு மனுஷன் இருப்பாரா? எனக்கு ஆத்திரமாக வந்தது. உடனே மணிகண்டன் ஒரு ஐடியா சொன்னான். “ராவுத்தர் மாமா கடையில போய் நீ கேட்டுப்பாரு. சாவி தருவாரு” என்றான்.

அதற்குள் அவர் வந்துவிட்டார். நான், “எங்க எல்லாருக்கும் கலர் வேணும்.” என்றேன். அவர் உடனே எல்லோருக்கும் பவன்டோ உடைத்து தந்தார். ஆசைதீரக் குடித்தோம். பரவாயில்லை. நல்லவர்தான். தப்பாக நினைத்துவிட்டோம்.

மாமா வெளியில் வந்து, “ஏ... தாட்பூட். ஒன்ன பெரிய தாட்பூட் எதுக்கோ கூப்பிடுது. என்னன்னு போய்க் கேளு” என்றார் சின்னச் சிரிப்புடன்.

நான் அப்போது மணலில் நண்பர்களுடன் பேசிக் கொண்டிருந்தேன். நான் உடனே உள்ளே ஓடி அத்தையிடம்

கேட்டு செய்துவிட்டு மீண்டும் மணல் மேட்டுக்கு ஓடிவந்தேன்.

வந்ததும் மூர்த்தி, “என்ன பாப்பா, ஒன்ன ஒங்க மாமா வேற மாதிரி கூப்பிடுறாங்க” என்றான்.

“நானே சொல்லிக்கொடுத்துட்டேன் பட்டப்பேர. அதயே புடிச்சுக்கிட்டாங்க மாமா. மணி அம்மா வச்ச பேருதான் தாட்பூட் தஞ்சாவூர்.” என்றேன் சலிப்புடன்.

எல்லோரும் வாயால் சொல்லிப் பார்த்துக்கொண்டனர். மணிகண்டனுக்கு மட்டும் சிரிப்பை அடக்க முடியவில்லை.

“ரொம்ப சிரிக்காதே, அப்றம் ஒம்பேர நான் சொல்லுவேன்... ராக்கெட் ராமனாதன்” என்றேன். அதுவும் அவன் அம்மா வைத்ததுதான். வீட்டிற்குள்ளேயே விரைவாக ஓடிக்கொண்டிருப்பான். பிறகு எனக்கு ‘வெள்ள பல்லி’ ஞாபகம் வந்தது. அதைச் சொன்னால் கோபிப்பான் என்பதால் விட்டுவிட்டேன்.

“மூர்த்தி ஒனக்கு என்ன பட்டப்பேரு சொல்லு.”

“அப்பா கிச்சாம்பாங்க, அம்மா கிட்டுன்னு சொல்லும்.”

“அது செல்லப்பேரு... ஒம் பட்டப்பேரு ஸ்கூல்ல ரவுடி ரங்கன்” என்றேன்.

“ஒனக்கு வேற பட்டப்பேர் இருக்கா?”

“எனக்கா... அம்மா அந்துமல்லி, துந்துமல்லிம்பாங்க” என்றேன்.

“அப்டின்னா?”

“ஒரு இடத்துல சும்மா இருக்கமாட்டேனாம். பூ வச்சாகூட கொஞ்சநேரத்துல நாரோட சுத்துவேன். சட பின்னிவிட்ட கொஞ்சநேரத்துல ரிப்பன் அவுந்து தொங்கும். இந்த அந்துமல்லிய நான் எப்டிதான் வளக்கப்போறேனோம்பாங்க. இந்தப் பேரு எனக்கு ரொம்பப் புடிக்கும். சொல்ல நல்லாருக்கு இல்ல.”

எல்லோரும் என்னை அந்துமல்லி துந்துமல்லி சொல்ல நான் சிரித்தேன்.

மணிகண்டன் கேட்டான். “ஒங்க மாமா இவ்ளோ ஒயரமா இருக்கார். போலீஸ் மாதிரி... நீ வாத்யாருங்கிற.”

“மாமாவுக்கு போலீஸ் ஆகணும்னு ஆச இருந்துச்சாம். அதுக்காக வாலிபால் விளையாடி ஒயரமா ஆனாராம். சொன்னார்.”

“ஒனக்கு வாலிபால் புடிக்குமா?”

“எனக்கு அது எப்டி வெளயாடுவாங்கன்னே தெரியாதே. ஒனக்குத் தெரியுமா?”

“ம்ஹூம். ஆனா எனக்கு ஃபுட்பால் புடிக்கும்.”

“ஐயே, எனக்குப் புடிக்காது. ஒரு பந்த எல்லாரும் தொரத்திக்கிட்டு ஓடுவாங்க.”

“எங்க பாத்த?”

“எங்க சுசி அண்ணன் இங்க வெளையாட வந்தாரு... அப்ப பாத்தேன்.”

“யாரு அவரு?”

“செல்லையா பெரியப்பா பையன். பேரு சுசீந்திரன்.”

மூர்த்தி கேட்டான். “வேற என்ன வெளயாட்டுப் புடிக்கும்?”

“கிட்டிப்புல். ஆனா அப்பா பாத்தா அடி நொறுக்கிடுவாங்க. கண்ல பட்டுரும். வெளையாடக் கூடாதுன்னு சொல்வாங்க. நான் ஜெயாக்கா வீட்டு கொல்லப்பக்கம் போய் வெளயாடுவேன்.”

மறுநாள் மறுவீடு. கார் வரும் என்றார்கள். நான், அத்தை, மாமா, தேவகி சித்தி அனைவரும் கறம்பக்குடி போவதாகத் தீர்மானமாகியது. கல்யாணத்திற்கு முன்பே அத்தை என்னிடம் சொல்லியிருந்தது. மறுவீட்டிற்கு நாம் போவோம் என்று. அங்குபோய், ‘நீ என்னைவிட்டு நகரக்கூடாது’ என்றும் ‘அங்கு எல்லோரும் அத்தைக்குப் பழகாதவர்கள், அதனால் நீ என்னுடனே இருக்கவேண்டும்’ என்றது. நானும் ‘சரி’ என்றேன்.

பலகாரங்கள் அனைத்தும் பித்தளைத் தவலைகள், எவர்சில்வர் பாத்திரங்கள், குட்டி அண்டாக்களில் வைக்கப்பட்டு

மூடிபோட்டுத் துணியை வைத்து வேடு கட்டுவதுபோல் கட்டியிருந்தார்கள். சிறிய லாரி போல் ஒன்று வந்தது. அதில் மரக்கட்டில், மரபீரோ, மெத்தை, தலையணைகள், பித்தளை, எவர்சில்வர் பாத்திரங்கள் ஸ்பூன், அரிவாள்மனை முதல் படி, மரக்கா, குத்துவிளக்கு, குடம், தவலை எல்லாம் ஏற்றப்பட்டன. பலகாரம் வைத்திருந்த பாத்திரங்களும் ஏற்றப்பட்டன.

அம்மாவும் அப்பாவும் பார்த்துப் பார்த்து வாங்கியிருந்தார்கள். மாப்பிள்ளை வீட்டில் நாக்குமேல் பல்ல போட்டு குறை ஏதும் சொல்லிவிடக் கூடாது என்பதில் அம்மா கவனமாக இருந்தாள்.

அம்மா எனக்கு புது கவுன் அணிவித்து விட்டிருந்தாள். அத்தை எனக்குத் தலைசீவி பொட்டுவைத்து பூ வைத்துவிட்டது. கார் வரும்வரை நான் விளையாடிக் கொண்டிருந்தேன். கொல்லைப்புறம் கொஞ்சம் பேர் ஆங்காங்கே பந்தலில் அமர்ந்து குழுவாகப் பேசிக்கொண்டிருந்தனர். முந்தினநாள் இரவு வெகுநேரம் வரை பலகாரமும், டிஃபன் தயாரிப்பும் நடந்து முடிந்ததாம். பாய் குழுவினர் சென்றதை நான் பார்க்கவில்லை. எல்லோரும் அவர் சமையலையும், பலகாரத்தையும் பாராட்டிப் பேசினர்.

நான் என் நண்பர்களிடம், “கறம்பக்குடி போறேனே... எப்பிடி இருக்கும் தெரியுமா.? தூரத்துல இருக்கு அந்த ஊரு..” என்று பீற்றினேன். எல்லாரும் சுற்றிச்சுற்றி விளையாடினோம். நான், “இப்ப பாருங்க, ஒரு மேஜிக்” என்றபடி அணைத்து வைக்கப்பட்ட ஒரு காளவாய் அடுப்பில் குதித்தேன். சாம்பல், சினிமாவில் வருவதுபோல் பறந்தது.

சுரீரென்றது. கத்திக்கொண்டு விழுந்துவிட்டேன். யாரோ “அய்யோ, புள்ள” என்று என்னை வந்து தூக்கினார்கள். ‘திகு திகு’ என்றது. வீரிட்டுக் கதறினேன். எல்லோரும் சூழ்ந்தார்கள். “அய்யோ, பாய் சரியா அடுப்ப அணைக்கலையா... இல்ல கொஞ்சம் கங்கு கிடந்திருக்கு...ரொம்ப இல்ல.” பல குரல்கள்.

யார் மடியிலோ கிடந்தேன். அம்மாவை, அத்தையை அழுதுகொண்டே தேடினேன். அத்தையும் அம்மாவும் மாமாவும் கண்ணீரோடு ஓடிவந்தார்கள். அத்தையால் தாள முடியவில்லை.

யாரோ இங்க் பாட்டிலைக் கவிழ்த்தார்கள். அப்பா வந்து "ஏன் கழுத.?" என்று கண்ணீரோடு பரிதவித்தார். மூர்த்தியும், மணிகண்டனும் விசிறியைக் கொண்டுவந்து பாதத்திற்கு விசிறினார்கள்.

மாமா உடனே, "அத்தான்... முதல்ல பாப்பாவ கொண்டுட்டு கார்ல ஆஸ்பத்திரிக்குப் போவோம். வந்தப்புறம் நாங்க கிளம்புறோம்." அன்பழகன் சித்தப்பாவும், பெரியப்பாவும், "பொண்ணு, மாப்பிள்ள மொதமொத ஆசுபத்திரி போக்கூடாது. வா, சற்குணம். நாம போய் காட்டிட்டு வரலாம்" என்றனர்.

எனக்கு சிகிச்சை கொடுத்து வீடு வந்த பிறகு மறுவீடு கிளம்பினார்கள். அத்தை என்னைக் கண்ணீருடன் முத்தமிட்டுக் கிளம்பியது. வெண்ணிலாவுக்கு அதிருஷ்டம் அடித்தது. அவள் அத்தையுடன் போகிறாள். நான் படுத்தவாறே கையசைத்தேன். எனக்கு எரிச்சலையும் வலியையும் விட அத்தையை அழ வைத்தது கஷ்டமாக இருந்தது. கண்ணீர் காதுகளில் வழிந்து தலையணையை நனைத்தது.

என்னைத் திண்ணையில் காற்றோட்டமான இடத்தில் படுக்கவைத்தார்கள். அம்மாவுக்கும் அப்பாவுக்கும் நிறைய வேலைகள் இருந்துகொண்டே இருந்தன. அப்பா ஒரு சிறிய ஹாண்ட்பேக்கைத் தூக்கிக்கொண்டே அலைந்தார். எல்லோருக்கும் பணம் செட்டில் செய்து நோட்டில் கணக்கு எழுதி வைத்தார். முந்தினநாள்தான் மொய்ப்பணம் வந்ததை நான், மூர்த்தி, மணிகண்டன் மூவரும் ரூபாய் பிரித்து அடுக்கிக் கொடுத்தோம். ரெண்டு ரூபாய், ஐந்து ரூபாய், பத்து ரூபாய், இருபது ரூபாய், ஐம்பது ரூபாய்களைப் பிரித்து அடுக்கிக் கொடுக்க, அப்பா எல்லாம் எண்ணி வரவு வைத்தார். மொய் நோட்டில் கலியமூர்த்தி சித்தப்பா பேர், ஊர் எல்லாம் எழுதி வரவு வைத்தார். அவர் கையெழுத்து என் அப்பா கையெழுத்தைப் போலவே அழகாக இருக்கும்.

என் நண்பர்கள் எல்லோரும் என்னுடனே இருந்து பேசிக்கொண்டிருந்தனர். அம்மா அடிக்கடி பாலும், வெந்நீரும்,

பழங்களும் கொடுத்தாள். பேசிக்கொண்டிருக்கும்போது எரிச்சல் தெரியவில்லை. அப்படியும் நான் முகத்தைச் சுளிக்கும்போது மூர்த்தியும் மணிகண்டனும் விசிறியை எடுத்துக் காலில் விசிறினார்கள். “ரொம்ப எரியுதா பாப்பா” என்று கேட்டனர். நான் “கொஞ்சம்” என்றேன். ஆனால் நன்றாக எரிந்தது. எனக்கு திடீரென்று ஒன்று தோன்றியது. ரெண்டு பக்கமும் இவர்கள் ராணிக்கு சாமரம் வீசுகிறார்கள். நான் கல்யாணியைக் கைதட்டி, “யாரங்கே? நடன நிகழ்ச்சிகள் ஆரம்பமாகட்டும்” என்றேன். பொம்முக்குட்டி ஆடினாள். ஜாலியாக இருந்தது.

திடீரென்று மணிகண்டன் அவன் வீட்டிற்கு ஓடிவிட்டு வந்தான். வரும்போது கையைப் பின்பக்கம் மறைத்திருந்தான். வந்து கட்டிலில் உட்கார்ந்து, “கண்ண மூடு” என்றான். நான் கண்ணைமூடித் திறந்தபோது அவன் கையில் அவன் வரைந்து காட்டிய சந்திரகலா பலகாரம். “எங்கப்பா நேத்து பட்டுக்கோட்ட போனப்ப வாங்கிட்டு வந்தாங்க. நாந்தான் கேட்டேன்” என்றான். எல்லாருக்கும் ஒன்று கொடுத்தான். “பாப்பாவுக்கு மட்டும் ஸ்பெஷல் ரெண்டு” என்றான். நான் இருகைகளிலும் வாங்கிக்கொண்டேன். சாப்பிட்டேன். நன்றாக இருந்தது.

“எப்டி இருக்கு?” என்றான்.

“ரொம்ப நல்லாருக்கு.”

“அன்னிக்குப் புடிக்காது சொன்ன.”

“இப்ப புடிக்கும்.”

எல்லோரும் ரொம்பநேரம் சிரித்துக் கொண்டேயிருந்தோம். கல்யாணியும், மணிகண்டனும் சிரிக்கும்போது ரொம்ப அழகாகிவிடுவார்கள். இருவருக்குமே கன்னத்தில் குழிவிழும். நான் எல்லோரையும் பார்த்துக்கொண்டேயிருந்தேன். புண்ணின் எரிச்சல் தெரியவேயில்லை.

★★★

14

அரசி

ருசியில் என் பாட்டிக்கு இருந்த பிடிவாதம் தனித்துவமானது. உணவு என்றில்லை, எல்லா விஷயங்களிலும். தோசை, கல்லில் இருந்து தட்டில் விழவேண்டும். அவசர ஆத்திரத்திற்குக்கூட சுட்டு வைத்ததைத் தின்ன மாட்டார். வீட்டில் எடுத்து உருக்கிய புத்தம்புது நெய் விட்டு தோசை வார்க்க வேண்டும். சாம்பாருக்கு பிஞ்சு ஆம்பலாபட்டு கத்திரிக்காய் வேண்டும். எங்கள் ஊர் ஆம்பலாபட்டு கத்திரிக்காய், நெய்மணத்துடன் இருக்கும்.

இரண்டாம் டிகாஷன் கலக்கப்பட்டால் காப்பியைக் குடிக்காமல் நகர்த்தி வைத்துவிடுவார். கறந்த நுரையுடன் வரும் மென்சூட்டில் இருக்கும் பசும்பாலில்தான் காப்பி போடவேண்டும். நாடியம்மாள் அக்கா காலையில் ஆறரை மணிக்கெல்லாம் கொல்லைப்புறமாகக் கொண்டு வருவார். சொம்பை வாங்கி ஊற்றிவிட்டு இலேசாகத் தண்ணீர்விட்டு கலக்கி ஊற்றிவிட்டுக் கொடுத்துவிட வேண்டும். சுத்தமாகக் கழுவி கொடுக்கக் கூடாது என்று ஒரு வழக்கம் இருந்தது. பால் தொடர்பு என்றும் நீடிக்க வேண்டும்.

பாட்டிக்கு சாதம் குழைந்தால் பிடிக்காது. சாதம் ஒட்டாமல் இருக்க வேண்டும். அம்மா சாதம் வடிக்கும்போது கண்ணும் கருத்துமாக இருப்பாள். கடுகு தாளிப்பதில்கூட பாட்டி நுட்பங்களைச் சொல்வார். போட்ட கடுகு எல்லாம்

வெடிக்க வேண்டும்... ஆனால், வெடித்த கடுகு கரிந்துவிடக் கூடாது. கடைசிக் கடுகும் வெடித்ததும் மிகச்சரியான சமயத்தில் தாளித்துக் கொட்ட வேண்டும். வேலைக்குப் போகும் அம்மா அவசரமாகச் செய்வதால் அவ்விஷயத்தில் எப்போதும் புகார்.

வதக்கும்போது சின்ன வெங்காயமும் வெந்தயமும் சேர்ந்து எண்ணெயில் வேகும் ஒரு மணம் வரும். அது வந்தால் மட்டுமே மீன்குழம்பு அமைந்து வந்திருக்கும் என்பார் பாட்டி. அம்மா பல சமயங்களில் சின்ன வெங்காயத்திற்குப் பதில் பெரிய வெங்காயம் போட்டுவிடுவதால் சாம்பார் நன்றாக இருப்பதில்லை என்று முணுமுணுப்பார். அம்மா அவரிடம் படாத பாடுபட்டாள். தாங்க முடியாமல் அம்மா வெடித்து விடுவதும் உண்டு.

கறி வறுப்பதில், ஊறுகாய் இடுவதில், அப்பளம் பொரிப்பதில் எல்லாம் இதேபோல நுட்பங்கள், அறிவுரைகள், நிபந்தனைகள். அம்மா முணுமுணுப்பாள். "அங்க ஜம்பமா ஒக்காந்துட்டு சொன்னாப் போறாது. வந்து செஞ்சு பாக்கச்சொல்லு. ஸ்கூலுக்குப் போறதா? இதுகிட்ட மல்லுகட்றதா எனக்கு?" எனக்கு அம்மாவைப் பார்க்க பாவமாக இருக்கும்.

பாட்டிக்கு கும்பகோணம் கொழுந்து வெற்றிலைதான் வேண்டும். ராவுத்தர் மாமா கடையில் சொல்லிவைத்து வாங்குவார். சீவல் பிடிக்காது, கொட்டைப்பாக்கு வாங்கி பாக்குவெட்டியில்

வைத்து வெட்டிக்கொள்வார். புகையிலை போட மாட்டார், அதனால் பற்கள் ஆரோக்கியமாக இருக்கும். புடவையில் நல்ல திக் கலர் தான் பிடிக்கும். என் நினைவில் அவர் பதினாறு கஜம் புடவைதான் கட்டுவார். பாட்டி நிறமாக இருப்பதால் அடர்வண்ணப் புடவை அவருக்கு எடுக்கும். பெரும்பாலும் நல்ல 'மெரூன் கலர்', அல்லது ஆழ்ந்த ஊதா, கருநீலம், பளிச்சிடும் கத்தரிப்பூ நிறம், சிவப்பென்றால் தாமரைப்பூ வண்ணம். தன் புடவையைத் தானே துவைத்து அழகாக மடித்து வைப்பார். எல்லாவற்றுக்கும் பொருந்தும்படி வெள்ளை நிற ரவிக்கை அணிவார். நீலம் முக்கிச் சுடரும் வெள்ளையில் அது இருக்கும். முன்புற பித்தான் வைத்த ரவிக்கையில் கடைசிப் பித்தான் இருக்காது. நுனியை இழுத்து முடிந்துகொள்வது போன்ற பாணி.

சினிமாவிலும் பாட்டி ரசனை தனித்துவமானது. புராணப்படங்களில் எல்லா தர்க்கமீறல்களையும் அனுமதிப்பார். யதார்த்தப் படங்களில் உண்மை இல்லையென்றால் குறை சொல்லுவார். அதுவும் சிவாஜியின் நீண்ட வசன மழை அவருக்குப் பிடிக்காது. அப்பாவுக்கும் பாட்டிக்கும் இவ்விஷயத்தில் விவாதம் நடக்கும். நானும் 'சபாஷ், சரியான போட்டி' என்று காராசேவுடன் உட்கார்ந்து விடுவேன். பாட்டியின் வாதங்களுக்கு வலு சேர்க்கும் விதமாக நானும் எடுத்துக் கொடுப்பேன். பாட்டிக்கும் என்னைப் போலவே கறுப்பு வெள்ளை படங்களில் வரும் இளமையான எம்.ஜி.ஆர் மிகவும் பிடிக்கும்.

மருமகள்கள் யாருக்கும் பாட்டியைப் பிடிக்காது. எங்கே போனாலும் சண்டை, குறைகூறல். ஓரிரு மாதங்களில் திரும்பி வந்துவிடுவார். என் அத்தையே பாட்டியை வைத்துத் தாக்குப்பிடிக்க முடியாமல் இரண்டு வருடங்களில் கொண்டுவந்து விட்டுவிட்டது. பாட்டி யாரோடும் ஒத்துப்போகவில்லை. பாட்டியின் ரசனையும் அதில் இருந்த பிடிவாதமுமே அவரை அக்கால குடும்ப அமைப்பிலிருந்து வெளித்தள்ளியது.

பாட்டியின் சொந்த ஊர் நாகப்பட்டினம். பிறந்த வருடம் 1923 ஆக இருக்கலாம். பாட்டியின் அப்பா ரயில்வே வேகன்கள்

தயாரிக்கும் இடத்தில் ஃபிட்டர் ஆக இருந்தார். அந்தத் தொழிற்சாலை திருச்சி பொன்மலைக்கு மாற்றப்பட்டதால் அங்கு இடம் மாறினர். அங்கு மேலகல்கந்தார்கோட்டை எனும் இடத்தில் குடியிருந்தனர். பாட்டி சொல்வார்... அவர்கள் இருந்த குடியிருப்புப் பகுதிக்கும், ஆங்கில இந்தியர்களுக்கான ரயில்வே குவார்ட்டர்ஸ்க்கும் இடையில் சீனப்பெருஞ்சுவர் மாதிரி ஒரு சுவர் இருந்தது என்று. பாட்டி நகைச்சுவையாகவும் கச்சிதமாகவும் பேசுவார். பாட்டி எதையுமே நீட்டி முழக்க மாட்டார்.

பாட்டி அவர் அப்பாவுக்கு ஒரே மகள். சிறுவயதிலேயே தாயை இழந்ததால் அப்பா அவரைச் செல்லமாக வளர்த்தார். விதவையாகி வீட்டோடு வந்த தன் அத்தையின் பராமரிப்பில் பாட்டி வளர்ந்தார். என்போலவே பாட்டி, அத்தை செல்லம். பாட்டியின் அப்பா கோவிந்தசாமிப் பிள்ளை நல்ல உயரமும், நிறமும் உடைய ஆஜானுபாகுவான ஆள். அவர் மறுமணம் செய்துகொள்ளவில்லை. அவர் அக்கா கூடவே இருந்து தன் குழந்தையைக் கவனித்ததனால் இன்னொரு பெண்ணை நினைக்கவில்லை.

பாட்டியின் அத்தை ஆளுமை மிக்கவராக இருந்திருக்கிறார். அவர் கணவர் இறந்தபிறகு அவரது அரிசிமண்டியைத் தானே எடுத்து நடத்தியிருக்கிறார். அவருக்குக் குழந்தை இல்லாததால் சம்பாதிப்பதை எல்லாம் என் பாட்டிக்காக செலவு செய்தார். சொந்தமாகக் குதிரையும், குதிரை வண்டியும், குதிரை வண்டியோட்டியும் வைத்திருந்தார்கள். வண்ணச்சீரடி மண்மகள் அறிந்திலள் போலத்தான் பாட்டி வளர்க்கப்பட்டிருக்கிறார். சிங்கப்பூரில் என்ன தங்கநகை டிசைன் உண்டோ, அதை என் பாட்டிக்குப் போட்டு அழகு பார்ப்பாராம் அவர் அத்தை.

பாட்டி ஆங்கில இந்தியப் பள்ளியிலும், பிறகு கான்வென்ட்டிலும் படித்ததால் அக்காலத்துக் கணக்கில் சுதந்திர சிந்தனைகளுடன் வளர்ந்திருக்கிறார். எட்டாம் ஃபார்ம் வரை படித்திருக்கிறார். ஆங்கிலமும் வாசிப்பார். ஆனால் ஆங்கிலேயரையோ ஆங்கில இந்தியரையோ பற்றி உயர்வான எண்ணமோ, தன்னைப் பற்றிய தாழ்வுணர்ச்சியோ என் பாட்டியிடம் இருந்து நான்

பார்த்ததில்லை.

பாட்டியின் அப்பா கொஞ்சம் மேட்டிமைகுணம் நிறைந்தவராக இருந்திருக்கலாம். நவீனச் சிந்தனைகளும் கொண்டிருந்திருக்கலாம். அவர் செய்த ஒரே தவறு பன்னிரெண்டு வயதிலேயே மகளுக்குத் திருமணம் செய்து வைத்தது. திருவோணம் என்ற மூன்று தெருக்களை மட்டுமே கொண்ட ஒரு கிராமத்தில், கிராமத்துப் பள்ளி ஆசிரியருக்கு மணமுடித்துக் கொடுக்கப்பட்டதுதான் பாட்டியின் வாழ்க்கையின் முதல் வீழ்ச்சி. அங்கு ஊர், மனிதர்கள், வாழ்க்கை முறை எதுவும் அவருக்கு சுத்தமாகப் பிடிக்கவில்லை. ஒரே மாதத்தில் பிடிவாதம் பிடித்து பொன்மலைக்குத் திரும்பி தன் படிப்பைத் தொடர்ந்தார்.

பிறகு தன் பதினாறாவது வயதில்தான் திருவோணம் போனாராம். அதற்குள் என் தாத்தா ஸ்ரீ ராமச்சந்திரமூர்த்தி, ஜகதாம்பாள் என்ற பெண்ணை இரண்டாவதாக மணமுடித்துக் கொண்டார். ஜகதாம்பாள் படிதாண்டா பதிவிரதை. பணிவிடை செய்வதற்காகவும் பணிந்து நடப்பதற்காகவும் மட்டுமே பயிற்சி எடுத்துக்கொண்டவர். ரசனை, அறிவுத்திறன், தனித்தன்மை, ஆளுமை எதுவுமே இல்லாத இலட்சியப் பெண். ஆகவே நல்ல மனைவி, நல்ல அம்மா, நல்ல குடும்பத்தலைவி.

ஜகதாம்பாள் பாட்டிக்கு ராஜப்பா பெரியப்பா, செல்லையன் பெரியப்பா, லீலாவதி அத்தை ஆகியோர் பிறந்த பிறகுதான் ராஜம்மா பாட்டி பிறந்தவீட்டில் இருந்து கிளம்பி திருவோணத்திற்குக் கணவனுடன் வாழ்வதற்காகப் போயிருக்கிறார். பாதிநாள் இருவருக்கும் ஒத்துப் போகவில்லை. ஆகவே மீண்டும் தன் பிறந்தகம் சென்றார் பாட்டி. பெரும்பாலான நாட்கள் பாட்டி திருச்சியில் தன் தந்தை வீட்டில்தான் இருந்திருக்கிறார். என் அப்பா நன்றாகப் படித்ததால் தாத்தா தன்னுடனே வைத்து திருவோணத்திலும், கறம்பக்குடியிலும் படிக்க வைத்திருக்கிறார்.

உத்தமசீலன் சித்தப்பா ஒன்றாம் வகுப்பிலிருந்து பதினொன்று வரை பொன்மலை சேக்ரட் ஹார்ட் கான்வென்ட்டில் படித்திருக்கிறார். அவரும் என் அத்தைகளும் பாட்டியுடனே

இருந்திருக்கிறார்கள். என் அப்பா திருவோணத்தில் மாற்றாந்தாய் கொடுமையை அனுபவித்திருக்கிறார். அதுவும் பதிவிரதைகளின் இயல்புதானே? ஆனால் அப்பா மே மாத, இதர விடுமுறைகளில் பொன்மலை போய் சுதந்திரமாக இருந்திருக்கிறார். தினமும் மாலை கோலாகலம்தானாம். குதிரை வண்டியில் நாடகம் பார்க்கப் போவதும், சினிமா பார்க்கப் போவதும், நல்லுசாமி உடையார் ஹோட்டலில் டீயும், பக்கோடாவும், மசால் தோசையும் சாப்பிடுவதுமாக இருந்திருக்கிறார்கள். அப்பா இப்போதும் அந்த நாட்களை ஏக்கத்துடனும், குதூகலத்துடனும் நினைவு கூர்வார். அந்த டீ, பக்கோடாபோல் பிறகு எங்கேயும் சாப்பிட்டதில்லை என்பார்.

மே மாத விடுமுறை முடிந்து போகும்போது பாட்டியின் அத்தை அப்பாவிற்கு மூன்று செட் யூனிஃபார்ம் ட்ரெஸ் எடுத்து திருச்சியின் நல்ல டெய்லர்களிடம் கொடுத்து மாடர்னாக தைக்கச்சொல்லி, புதுசெருப்பும் வாங்கிக் கொடுத்து அனுப்புவார் என அப்பா நெகிழ்ச்சியுடன் பல சந்தர்ப்பங்களில் நினைவுகூர்வார். என் பாட்டிக்கு எதிலும் அழகும் நேர்த்தியும் முக்கியம். அக்காலத்தில் எங்கும் அதெல்லாம் காணக்கிடைக்காது. அந்த மனப்பான்மையால் என் பாட்டிக்கு சிக்கனம் என்றால் என்னவென்றே தெரியாமல் போய்விட்டது.

குடும்பத்திற்கு சுத்தமாக ஒத்துவராதவர் என்ற பிம்பமே அவரைப் பற்றி இன்று பலருக்கும் இருக்கிறது. எங்கும் நிலைக்காதவர், எதிலும் நிறைவடையாதவர், பிறரை ஒரு பொருட்டாக நினைக்காதவர். ஆனால் அவரின் அபூர்வ குணங்கள் எல்லாமே எனக்கு மிகப் பிடித்தவை. அவ்வளவு செல்வச்செழிப்பில் வளர்ந்திருந்தாலும் அடுத்தவரின் துன்பத்தை காணச் சகிக்கமாட்டார் என் பாட்டி. பிறர் கஷ்டத்தைக் கண்டால் தன் கையிலிருப்பது எதுவாயிருந்தாலும் அப்படியே கொடுத்து விடுவார். இளிச்சவாய், ஏமாளி என்று பொது சமூகத்தால் ஏளனம் செய்யப்படுவார்.

ஒரே செயலைச் செய்துகொண்டு ஒரே இடத்தில் அடைந்து கிடக்கமாட்டார். ஊர் சுற்றுவது அவருக்கு மிகப் பிடித்தமான

ஒன்று. கடைசிக் காலங்களில் திருவண்ணாமலை, மேல்மருவத்தூர், திருப்பதி என்று பல ஊர்களுக்கும் குழுக்களுடன் சேர்ந்து பயணம் சென்றார். அதுவுமே அவருக்கு ஒத்துவரவில்லை. ஒரு குறிப்பிட்ட சமயத்தில் வந்து வாகனத்தில் ஏறி ஆட்டு மந்தைகள் போல் போவதை அவர் வெறுத்தார். பல சந்தர்ப்பங்களில் அந்த டூரிஸ்ட் பஸ்ஸை வேண்டுமென்றே தவற விட்டுவிடுவார். பிறகு தன் மனம்போல் சுற்றிப் பார்த்துவிட்டு தானாக பஸ் பிடித்து வீட்டுக்கு வருவார். கேட்டால், “எனக்கு வரத்தெரியாதா? வாயிருந்தா வங்காளம் வரை போகலாம்” என்பார்.

ஆண் குழந்தைகளை ஒருவிதமாகவும் பெண் குழந்தைகளைக் கொஞ்சம் குறைத்தும் நடத்துவது என் பாட்டிக்கு மிகப் பிடிக்காத ஒரு விஷயம். என் வீட்டில் அப்படி இல்லை. ஆனால் எந்த வீட்டிலாவது அதைப் பார்க்க நேர்ந்தால் பொறுக்க மாட்டார். குழந்தைகள் படிப்பே கதி என்று கிடப்பதையும் அவர் வெறுத்தார். குழந்தைகளுக்குக் கதைகள், வாசிப்புப் பழக்கம் எல்லாம் வேண்டும் என நினைப்பார்.

கடைசிக்காலம்வரை அவர் வாசித்துக்கொண்டே இருந்தார். எங்கள் தர்மபுரி வீட்டிற்கு வந்திருக்கிறார். ஜெயகாந்தன், புதுமைப்பித்தன் எல்லாம் படித்தார். மூன்றே நாளில் புதுமைப்பித்தனின் முழுத்தொகுப்பைப் படித்து முடித்துவிட்டார். ஜெயன், “என்ன அருணா, இந்த வேகத்துல போனா நம்ம லைப்ரரிய ரெண்டு மாசத்துல படிச்சு தீத்துருவாங்க ஒன் பாட்டி” என்றார்.

என்னை என் பாட்டி முத்தமிட்டுக் கொஞ்சியதில்லை. அந்த வகையான கொஞ்சல் குலாவல் எல்லாம் அவருக்கு வராது. ஆனால் நான் மடியில் படுத்தால் என் முதுகை நீவும் கரங்களில் அந்த அன்பு தெரியும். கழுத்தைக் கட்டிக்கொண்டு தொங்கினால் சட்டென்று விலக்குவார். “மேல விழுந்துதான் கொஞ்சணுமா ஒனக்கு” என்பார். “பின்ன எப்டி பாட்டி, கொஞ்சல்னா அதுதானே” என்பேன். தூங்கும்போது கால் தூக்கிப்போட்டால் சுள்ளென்று ஒன்று வைப்பார். என் அத்தைமேல் கால் தூக்கிப்போட்டு படுப்பேன். அது பழகி

பின் அத்தை திருமணம் ஆகிப்போனதும் ரொம்ப கஷ்டப் பட்டேன். பாட்டியின் அடிக்கு பயந்து நடுவில் தலையணை வைத்துக்கொண்டு படுப்பேன்.

எல்லாக் குழந்தைகளும் அவருக்குச் சமம்தான். நான் பெரும்பாலானோரைக் கவனித்திருக்கிறேன். அவர்கள் தன் குழந்தை, தன் பேரப்பிள்ளைகளை மட்டும் கொஞ்சுவார்கள். உண்மையில் அவர்கள் குழந்தை எனும் பேரனுபவத்தை அறியாதவர்கள் என்றே தோன்றும். அவர்களுடையது வெறும் உயிரியல் ரீதியான உணர்வுதான். என் பாட்டி எனக்கு எப்படியோ அதேபோல்தான் என் தோழர்களுக்கும் கொடுப்பார். வேறுபாடே அவருக்குத் தெரியாது.

என் அம்மா புள்ளமங்கலம் போய்விட்டால் வீடே என் பாட்டியின் ஆளுகைக்குக் கீழே வந்துவிடும். பாட்டி சமைப்பார். தெருவரை மணக்கும், அவ்வளவு ருசியாக. பாட்டியின் தியரிகளில் ஒன்று... ‘ருசிச்சு சாப்பிடத் தெரிஞ்சவங்கதான் நல்லா சமைப்பாங்க.’ எல்லாக் குழந்தைகளும் வீட்டிற்குள் வந்து ஆட்டம் போடுவோம். மாலை எல்லோரையும் சினிமா அழைத்துப் போவார், தன் காசில் டிக்கெட் எடுத்து.

எங்களுக்குத் தண்ணீர் இறைத்துக்கொடுக்க தொப்ளூ என்றொரு பெண் இருந்தாள். அவள் பள்ளிக்கல்விக்குள் வராதவள். என்னைவிட நான்கைந்து வருடங்கள் மூத்தவள். ஆனால் நறங்கி. என்னைவிட குள்ளமாக இருப்பாள். அவள் தொப்புள் கொஞ்சம் வெளித்தள்ளி தெரிவதால் ஊரில் அந்தப் பெயர்தான். அவள் பெயர் மங்கையர்க்கரசி. என் பாட்டி மட்டுமே அவளை ‘மங்க’ என்று கூப்பிடுவார். கேலியோ இழிவோ செய்ய மாட்டார்.

மங்கை எனக்கு நல்ல தோழி. அவள் தண்ணீர் தூக்க வந்தால் மட்டுமே கணக்கு. காலண்டரில் அம்மா குறிப்பாள். அவள் வந்த நாட்களைவிட வராத நாட்களே அதிகம் இருக்கும். சம்பளம் உண்டு. அதைத் தவிர பழையது போட்டால் விரும்பிச் சாப்பிடுவாள். என் அம்மா அவளைக் கொல்லைப்புற படிக்கட்டில் உட்காரவைத்து சாப்பிட வைப்பாள். ஆனால்

பாட்டி அடுக்களைக்குள் அவளை உட்காரவைத்து எனக்குப் போடுவதுபோலவே அவளுக்கும் சூடாக நெய்தோசை வார்த்து சாப்பிடச் செய்வார்.

பிச்சைக்கு வரும் சாமியார்களிடம் திருவோட்டில் அரிசியிடும்போது சிறிய சுண்டால் கும்மட்டமாகக் குவித்துப்போடச் சொல்வார். மரியாதையுடனும் புன்னகையுடனும் அதை இடவேண்டும் என்பார். அவர்கள் ஆசி நமக்கு முக்கியம் என்பார். என் அம்மா வேண்டாவெறுப்பாக ஒரு கைப்பிடி மாத்திரம் இடுவதையும் நான் கவனிப்பேன்.

கீரைக்காரிகள், தெரு வியாபாரிகள், நடை பாதை விற்பனையாளர்கள், சுமந்துவந்து விற்பவர்களிடம் அவர் பேரம் பேசி ஒருபோதும் நான் பார்த்த்தில்லை. “பாவம், அவன் கைக்கும் வாய்க்கும் காணாது பாப்பா. வேகாத வெயில்ல வந்து விக்குறான். அவன்ட்ட பேரம் பேசுறது பாவம்” என்பார். வாழ்க்கையின் வழியே அவரிடம் நான் கற்றது அனேகம். “நாம சேத்துவச்சு கோட்ட கட்டவா போறோம்” என்பார். அம்மா “அள்ளிக் கொடுக்கச் சொல்லு... நாம போண்டியாகி நிற்போம்” என்பாள்.

சொந்தக் குழந்தைகளிடமும் பாட்டியால் இசைந்து போக முடியவில்லை. அவர்கள் வாழ்ந்த உலகமே பாட்டிக்கு ஒத்துப்போகவில்லை. பைசாக்கணக்குகளின், சில்லறைச் சண்டைகளின், வெட்டிப் பெருமிதங்களின் உலகம் அது. எங்கள் வீட்டிலும், சித்தப்பா வீட்டிலும், அத்தை வீட்டிலும், பின்னர் தனியாக ஒரு பெண்மணியைத் துணைக்கு வைத்துக் கொண்டும் மாறி மாறி இருந்தார். அலைக்கழிப்பான வாழ்க்கை. பேரப்பிள்ளைகள் ஏராளம். ஆனால் எவர்மேலும் பெரிய பற்று எல்லாம் இருக்கவில்லை. என்மேல் மட்டும் அவருக்குத் தனி அன்பு உண்டு என்று சொல்வார்கள். கடைசிக் காலங்களில் என் பேரை அடிக்கடி சொல்வாராம்.

நான் என் வாழ்வில் பெரிய ஒரு கொடையாக நினைப்பது என் இரு குழந்தைகளையும் அவர் தொட்டுத் தூக்கியிருக்கிறார் என்பது. அஜியைக் குளிக்கவைத்து உணவூட்டியிருக்கிறார். அஜி பிறந்து முதல் மூன்று மாதம் நான் அம்மா வீட்டில்

சீராடியபோது என்னைப் பாட்டிதான் கவனித்துக் கொண்டார். அம்மா என் பிரசவத்திற்கு முன்பே இரு மாதங்கள் விடுப்பு எடுத்து மதுரையில் தனி வீட்டில் தங்கி என்னைக் கவனித்துக்கொண்டார். அப்போது மதுரையில் பெருங்குடியில் வேலைக்கான பயிற்சியில் நான் இருந்தேன். அதனால் குழந்தை பிறந்தபிறகு அம்மாவால் விடுப்பு எடுக்க முடியவில்லை. பாட்டிதான் அஜியைக் குளிப்பாட்ட எனக்குக் கற்றுத்தந்தார். மார்க்கெட் போய் பால்சுறா கருவாடு, நெத்திலி மீன், ஆட்டு ஈரல் என்று வாங்கிவந்து அத்தனை புரதச்சத்து நிறைந்த உணவுகளை எனக்கு சுவையாக சமைத்துத் தந்திருக்கிறார். குழந்தையை நெற்றியை வழித்து நெட்டி முறிப்பார். பாதத்தின் உள்ளங்கால் பகுதியை மட்டும் முத்தமிடுவார்.

ஆனால், பாட்டி கையிலெடுத்தால் அழுகிற குழந்தை அழுகையை நிறுத்திவிடும். அவர் கரம் ஏதோ மாயக்கரம் போல. வயிற்றைத்தொட்டுப் பார்த்துவிட்டு கடினமாக இருந்தால், குழந்தை வாயை முகர்ந்து அஜீரணத்தைக் கண்டுபிடித்துச் சொல்வார். மூன்று மாதம் வரை தலை நிலைக்காததனால் வரும் சிறிய கழுத்துச் சுளுக்கை மிக லாவகமாக நீவி எடுத்து விடுவார். நடு இரவில் குழந்தை அழும்போது எனக்கு பயம் வரும். தன் தூக்கத்தைப் பற்றி அலட்டிக்கொள்ளாமல் “கொண்டா, புள்ளய எங்கிட்ட குடு” என்று சிறிதுநேரம் மடியில் போட்டு ஆட்டி அழுகையை நிறுத்திவிடுவார். அப்போதெல்லாம் பாட்டி எனக்குப் பெரிய தெம்பாக இருந்தார். நூறு குழந்தைகள் பெற்ற பேரன்னை போல் தெரிவார்.

கதைகளின் களஞ்சியமான என் பாட்டி ஒவ்வொரு புராணக்கதைகளின் வழியே சொன்ன வாழ்க்கைப் பாடங்கள் பல.

ஒருமுறை, “ராமனுக்கு ஒரு சொல், ஒரு வில், ஒரு இல்” என்றார். “அது என்ன பாட்டி ஒரு இல்?” என்றேன் நான். “ஒரே ஒரு துணைவி” என்றார். உடனே நான், “நம்ம தாத்தா பேரும் ராமச்சந்திரன்தானே?” என்றேன். ஒரு சிறிய கசந்த புன்னகையுடன் “பேரு வச்சா மட்டும் போறுமா?” என்றார். வேறு எப்போதும் அக்கசப்பை நான் அவரிடம் உணர்ந்ததில்லை.

தாத்தாவைப் பற்றி பேச்சு வந்தால், "அவரு கிடக்குறாரு" என்பார் பெரிய சிரிப்புடன்.

எல்லா மகன்களும் மருமகள்களும் எங்கள் ஜகதாம்பா பாட்டியை மட்டுமே புகழ்வார்கள். "ராமன் இருக்குற இடந்தான் சீதைக்கு அயோத்தி. அந்தம்மா அப்டி கடசிவரைக்கும் இருந்திச்சி. இதுதான் கால்ல சக்கரம் கட்டிகிட்டு சுத்துச்சி" என்று என் பாட்டியை ஏளனமாகச் சொல்வார்கள். "பெத்த புள்ளைங்களுக்காக அம்மா வாழணும். தனக்காக வாழ்ந்தா அது என்ன பொம்புளை?" என்பார்கள்.

ஜெகதாம்பா பாட்டியாக இருக்கத்தான் அத்தனை பெண்களுக்கும் சொல்லிக் கொடுக்கப்படுகிறது. அவரைத்தான் பிள்ளைகளும் பேரப்பிள்ளைகளும் உணர்ச்சிகரமாக நினைவு கூர்கிறார்கள். படையல் வைத்துக் கும்பிடுகிறார்கள். தாய்மையின் வடிவம் அவர்தான். ஆனால் கடைசிவரை அடிமை, கணவனுக்குப் பின் பிள்ளைகளுக்கு.

ராஜம்மா பாட்டி அரசியாகவே வாழ்ந்தார். கிட்டத்தட்ட தொண்ணூற்றைந்து வயதுவரை வாழ்ந்து, பெரியநோய் ஏதுமில்லாமல் மறைந்தார். கடைசிக்காலத்தில் கொஞ்சம் நினைவு தவறிவிட்டது. எவருடனும் இருக்கப் பிடிக்காமல் ஒரு முதியோர் விடுதியில் போய் இருந்தார். அங்கிருந்து ஒருநாள் எங்கோ சென்றுவிட்டார். பல மாதங்கள் தேடியும் எங்கிருக்கிறார் என்றே கண்டுபிடிக்க முடியவில்லை. பறவைகள் இறப்பதுபோல மறைந்துவிட்டார்.

இன்று அவரை எவரும் அன்பாக நினைத்துக்கொள்வதில்லை. எவரும் அவருக்காக நெகிழ்ந்து கண்ணீர் விடுவதுமில்லை. நினைவுவந்தால்கூட அவரை ஒரு ஏளனத்துடனோ விமர்சனத்துடனோதான் பேசிக்கொள்கிறார்கள். வேங்கை போல வாழ்வதும் பறவைபோல மறைவதும்தான் வாழ்க்கை என்று எனக்கு இன்று தோன்றுகிறது. நான் பாட்டியிடம் பால் குடித்ததில்லை, ஆனால் அவருடன்தான் எனக்கு பால்தொடர்பு இருக்கிறது.

★★★

15

ராவுத்தர் மாமாவின் கணக்கு

ஆலத்தூரின் அதி முக்கியத் தெருக்களின் சங்கம சந்திப்பில் அமைந்திருந்தது ராவுத்தர் மாமா கடை. தெருக்கள் என்னவோ நான்கைந்துதான். தெற்குத் தெரு, வடக்குத் தெரு, மேலத் தெரு, கிழக்குத் தெரு, நடுத்தெரு. பிரதான சந்திப்பில் இருந்ததுதான் அக்கடையின் விசேஷம். அமைதியில் ஆழ்ந்த அக்கிராமத்தின் கொஞ்சம் உயிர்த்துடிப்பான பகுதி அந்தச் சந்திப்பு. அதனால் அவர் கடையில் எப்போதும் ஒரு சலனம், உரையாடல், சிரிப்பு இருக்கும். அவரது கடையின் வலதுபுறம் சற்றுத்தள்ளி ஓடிய கால்வாயின் மேற்புறமுள்ள கல்வெர்ட்டின் இருபுறங்களிலும் மக்கள் அமர்ந்து பேசுவதால் ஒரு சந்தடி இருக்கும்.

அவரைப் பற்றி நினைத்துக்கொள்ளும் எவரையும் உடனே முகம் மலரச் செய்யும் மனிதர் அவர். சிவந்த நிறமும், உயரமும் கொண்டவர். நீளவாக்கில் முகம். வயது நாற்பதுகளில் இருக்கும். வழுக்கை இல்லை. சிறிய தொப்பை உண்டு. கைலியை தொப்பைக்கு மேல் சற்று ஏற்றி ஏறக்கட்டியிருப்பார். கைவைத்த பனியன் அணிவார். எப்போதும் சிரித்த முகத்தில் பற்கள்

நீளவாக்கில் இருக்கும். பேசிக்கொண்டே வாடிக்கையாளர்களைக் கவனிக்கும் ஒரு சாதுர்யம். அக்கிராமத்தின் ஒவ்வொருவரிடமும் அவருக்குப் பகிர்ந்துகொள்ள ஏதாவது இருந்தது. அந்த அன்னியோன்யத்தை அவர் வியாபார நிமித்தமாகக் கடைப்பிடிக்கவில்லை. அதில் உண்மையான பிரியம் இருந்தது.

கடை என்னவோ பெட்டிக்கடைதான். இருபது அடிக்கு பதினைந்து அடி என்ற அளவில்தான் இருக்கும். ஆனால் மளிகைப் பொருட்கள் எல்லாம் இருக்கும், அரிசி உட்பட. எல்லாப் பொருட்களையும் மர அலமாரியில் நேர்த்தியாக அடுக்கி வைத்திருப்பார். கண்ணைக் கட்டிவிட்டாலும் பொருட்களை எடுத்துவிடும் ஒழுங்கு அவர் கடையில் உண்டு. உதவியாள் யாரும் இல்லை.

கடைத்திண்ணையில் ஒரு கோடியில் கல் உப்பு நிரம்பிய சாக்கும், மற்றொரு கோடியில் விறகும் உண்டு. விறகு அவசர ஆத்திரத்திற்கு மட்டுமே விற்பார். நிறைய வேண்டுமென்றால் ஆற்றங்கரையில் இருக்கும் முருகானந்தத்தின் விறகுக் கடைக்குப் போகச்சொல்வார். தாழ்வாக வேய்ந்த கூரைத்திண்ணையில் பலதரப்பட்ட மக்கள் உட்கார்ந்து வெற்றிலை போட்டுக்கொண்டும், பீடி புகைத்துக்கொண்டும் இருப்பார்கள். கூரைத்தாங்கு மூங்கில் கழிகளில் ஒன்றில் சுண்ணாம்பு பானை சிறிதாகக் கட்டப்பட்டு அதில் ஒரு குச்சியும் இடப்பட்டிருக்கும். சுண்ணாம்பை அந்தக் குச்சியால் வழித்து எடுத்துக்கொள்ளலாம்.

கடை காலை ஆறு மணிக்குத் திறக்கப்படும். இரவு பத்து மணிவரை சுறுசுறுப்பான வியாபாரம். அவர் அலுத்து சலித்து உட்கார்ந்து நான் பார்த்ததில்லை. மதியம் ஒன்றரை மணிக்குக் கடையை மூடிவிட்டு நான்கு மணிக்கு வந்து திறந்துவிடுவார். வீட்டில் மதிய உணவு உண்டு, ஒரு குட்டித் தூக்கம் போட்டு, குளியலும் போட்டு வருவார்.

இடையில் இடைவெளி கிடைக்கும் சமயங்களில் கணக்கெடுத்துக் கூட்டிவைப்பார். மாதக்கணக்கு வைப்பவர்கள் அதிகம். என்

அப்பாவே கையைக் கடிக்கும் சில மாதங்களில் கணக்கு வைப்பார். பெரும்பாலும் சிகரெட் அட்டைகளை அழகாக நறுக்கி, அடுக்கி அதில் பொடிசாகக் கணக்கெழுதுவார். பெயர் போட்டு பேரேடு பராமரிப்பதைவிட நறுவிசாக இதைச் செய்வார். கூட்டலில் புலி அவர். அப்பாவுக்கு ராவுத்தர் மாமாவின் கணக்குத் திறமை பற்றி அப்படி ஒரு வியப்பு. "மனசுக்குள்ளேயே கணக்க போட்டு முடிச்சிருவாரு" என்பார். ஆனால் அவர் எவரிடமும் கணக்குப் பேசி பணம் வாங்கியதில்லை. வராக்கடன் என்றால் அதை அவர்களுக்கு செய்த உதவியாகவே நினைத்துவிடுவார்.

சிலசமயம் விளையாட நான் கடைப்பக்கம் போனால் என்னைக் கூட்டச் சொல்வார். "ஏ கணக்குப் புலி, வா, இத கூட்டு" என்பார். நானும் பெருமிதம் கலந்த பொறுப்புணர்ச்சியுடன் அதைச் செய்வேன். நான் கூட்டியதை சரி பார்ப்பார். "கணக்கப்புள்ள பேத்தின்னா சும்மாவா" என்பார்.

அவர் ஒருமுறை ஒரு ரகசியத்தை என்னிடம் பகிர்ந்துகொண்டார். அவருக்கு சின்னவயசில் கடன்வாங்கிக் கழித்தல் வரவில்லையாம். "கடன் வாங்காம, குடுக்காம எப்டிரா வியாபாரம் பண்ணுறது?" என்று அவர் வாப்பா இவரை முட்டிபோட வைத்துவிட்டாராம். நான் இதைக்கேட்டு விழுந்து விழுந்து சிரித்தேன். "யார்ட்டயும் சொல்லாதே" என்று கண்சிமிட்டினார்.

நான் அதிகம் விளையாடுவது அவர் கடையில் உள்ள அந்த விறகு நிறுக்கும் பெரிய தராசில். ஒரு புறம் எடைக்கற்களை அதிகம் தூக்கி வைத்தால் அப்பக்கம் தாழ்ந்து காலியாக உள்ள மறுபக்கம் உயரும். நான் அந்த மறுபக்கத்தில் ஏறி நின்று கொண்டு சுற்றிவிடச் சொல்லுவேன். அதில் நின்று சுழல்வேன். அது எனக்குப் பிடித்தமான விளையாட்டு. சிலசமயம் "எறங்கு, போதும்" என்பார். "மாமா, மாமா இன்னும் ஒரு தடவ" என்பேன். "அப்பாட்ட சொல்லவா" இந்த மந்திரச் சொல்லில் என் சுருதி இறங்கிவிடும்.

அம்மா பெரும்பாலும் என்னைப் பொருட்கள் வாங்க

அனுப்புவாள். நான் ஒயர்கூடையுடன் சென்று வாங்கி வருவேன். ஐந்து பைசாவிற்குள் மீதி வந்தால் அதற்கு எனக்குப் பிடித்த தேங்காய் மிட்டாய் தருவார். தேங்காய் மிட்டாய் என்பது சிறிய இதய வடிவத்தில் தேன் கலரில் இருக்கும். ஒரு மிட்டாய் ஒரு பைசா. தேன் மிட்டாய் என்று ஒன்று உண்டு. அது ஆரஞ்சு கலரில் இருக்கும். நடுவில் ஜீராவை நிரப்பி இருப்பார்கள். அதை நான் தேன் என்று நம்பிக்கொண்டிருந்தேன். ஒரு மிட்டாய் ஐந்து பைசா.

ஆரஞ்சு மிட்டாய், ஆரஞ்சு சுளையின் வடிவில் இருக்கும். மஞ்சள், பச்சை, ஆரஞ்சு வர்ணங்களில் காணப்படும். அதைப் பெரும்பாலும் சுதந்திர தினம், குடியரசு தினங்களில் பள்ளியில் கொடுப்பார்கள். புளிப்பு மிட்டாய் புளிப்பும் இனிப்பும் கலந்த சுவையாக இருக்கும். அதைத்தவிர கல்கோனா, குட்டி சாக்லேட், குச்சி மிட்டாய் என்று பல்வேறு வகைமைகள் முன்வரிசை கண்ணாடிக் குப்பிகளில் கண்ணைக் கவரும் விதமாக வைக்கப்பட்டிருக்கும். நாம் சுட்டிக்காட்டினால் எடுத்துத் தருவார். நாமாக எடுக்கக் கூடாது. குழந்தைகள் அதன் கனத்த கண்ணாடி மூடியை உடைத்து விடுவார்கள் என்று அவர் அஞ்சுவார்.

எந்தக் குழந்தை வந்தாலும் அவர் முகம் புன்னகையில் விரியும். ஏதாவது விளையாட்டுக் காட்டிப் பேசுவார். அவர் கடைக்குள் போகவும், வரவும் ஒரு பாதிக்கதவு இருக்கும். அந்தக் கதவின் கீழே நிற்குமளவுக்கு உயரமே உள்ள குழந்தைகளிடம் கூட அவர் பேச்சுக் கொடுத்து வியாபாரம் செய்வார். மேலே தொங்கும் பாக்கெட்டுகளில் பெரும்பாலும் ரொட்டி, பன், ரஸ்க், வருக்கி போன்றவை இருக்கும்.

குட்டிக்குட்டி பாக்கெட்டுகளில் ஊறுகாய்கள் தொங்கும். அதிலும் உறைப்பே இடாத ஒரு அரை எலுமிச்சம்பழ ஊறுகாய் நல்ல உப்பில் ஊறி இருக்கும். அதைப் பார்த்தாலே எனக்கு தலை நடுக்கும். ஏனென்றால் ஜுரம் வந்தால் அம்மா வீட்டில் போட்ட கார ஊறுகாய் தரமாட்டாள். இதை வைத்துத் தொட்டுக்கொண்டுதான் சுடுகஞ்சி குடிக்க வேண்டும்.

கஞ்சியே தண்டனை, அந்த ஊறுகாயும் சேர்ந்தால் இரட்டைத் தண்டனையாக இருக்கும்.

வெற்றிலையை அழகாக அடுக்கி ஒரு மூங்கில்தட்டில் வைத்திருப்பார். அடிக்கடி நீர் தெளித்து வைப்பார். பாட்டிக்கு வெற்றிலை நான் வாங்கிப்போய் கொடுப்பேன். சிலசமயம் பாட்டியே வந்து ராவுத்தர் மாமாவிடம் சிறிது நேரம் பேசிக்கொண்டிருந்துவிட்டு வாங்கிச் செல்வார். நானும் தம்பியும் தினமும் முட்டை வாங்க மதியத்தில் செல்வோம். எனக்கும் தம்பிக்கும் அம்மா தினமும் ஆம்லேட் போட்டுத் தருவாள். மற்ற அனைவருக்கும் காய்கறிப் பொரியல், கூட்டு. எங்கள் இருவருக்கும் எக்ஸ்ட்ரா ஆம்லேட். அம்மா பள்ளி மதியஉணவு இடைவேளையில் வந்து அவசரமாகக் காலையில் வைத்த குழம்பு, ரசம், பொரியலை சூடு செய்வதற்குள் நாங்கள் இதை வாங்கிக்கொண்டு ஓடுவோம். முட்டை ஒன்று முப்பத்தைந்து பைசா. என் தம்பியிடம் கொடுக்க பயப்படுவார். அவன் அடம்பிடிப்பான். கீழே போட மாட்டேன் என்று பத்திரமாகக் கொண்டு செல்வான்.

தம்பியிடம், “கண்ணா, காலையில எத்தன இக்லி சாப்பிட்ட?” என்று கேட்பார். அவன் ஐந்து விரலைக் காண்பித்து, “மூணு இக்கிலி” என்பான். அவருக்கு நிஜாம் என்று ஒரு மகன் மாத்திரம் உண்டு. அவன் என்னைவிட மூத்தவனாம். ஆனால் உயரம் குறைவாக, வளர்ச்சி இல்லாமல் கை கால் எல்லாம் சூம்பிப்போய் இருப்பான். அவனால் நடக்க முடியாது. பலநாட்கள் கடைக்குள் நாற்காலியில் அவனை உட்கார்த்தி வைத்திருப்பார். அவன் சில வார்த்தைகள் மட்டும் பேசுவான். தலையைச் சற்று சரித்து வைத்திருப்பான். யாரைப் பார்த்தாலும் முகம் மலர்ந்து புன்னகைப்பான். “வாப்பா” என்று அடிக்கடி சொல்லிக்கொண்டேயிருப்பான். அவர் “ம்...ம்” என்று சொல்லிக்கொண்டே அவனிடம் பேச்சு கொடுப்பார். நான் சென்றால், “பாப்பா” என்று சிலசமயம் கஷ்டப்பட்டு சொல்லி விடுவான். நான் உள்ளே சென்று அவன் கன்னத்தைத் தொடுவேன். மகிழ்ச்சியில் கிரீச்சிடுவான்.

பாட்டியிடம் நான் கேட்பேன். "ஏன் பாட்டி, நிஜாம் இப்டி இருக்கான்?" என்று. பாட்டி பெருமூச்சுடன், "பூர்வஜென்ம வினை" என்று சொல்வார். இந்தப் பிறவியில் ராவுத்தர் மாமா நல்லவராக இருந்தாலும் போன ஜென்மத்தில் அறியாது ஏதேனும் பாவம் செய்திருக்கலாம் என்பார். எனக்கு இந்தக் கடவுளை நினைத்து கோபம்கோபமாக வரும். "போன ஜென்ம ஞாபகமே நமக்கு இல்லையே, எப்படி அதற்கு நாம் பொறுப்பாவோம்..." இந்த விஷயத்தைப் பாட்டியிடம் சுற்றி வளைத்துக் கேட்பேன். "அதான் கர்மவினை. நமக்குப் புரியாத நெறைய விஷயங்கள் உண்டு பாப்பா. அதை ஆராயக் கூடாது" என்பார்.

அவரால் உதவி பெற்றவர்கள் அனேகம். எனக்குத் தெரிந்தே சிந்தாமணி அக்கா, நாடியம்மாள் அக்கா அவர்கள் அக்கா தங்கைகளின் திருமணத்திற்குப் பண உதவி பெற்றனர். வட்டி வாங்கிக்கொள்ள மாட்டார். அது குரான் ஆணையின் படி தவறானது என்று ஆழமாக நம்பினார். அவர்கள் எல்லோரும் சிறிதுசிறிதாகத்தான் அவர் கடனை அடைப்பார்கள். போஸ்ட்மேன் குமரன் அண்ணா, ஆஸ்பிட்டலில் தூய்மைப் பணியாளாக வேலை செய்யும் கண்ணம்மா என்று எனக்குத் தெரிந்தே அவர் ஈகைக் குணத்தைப் பற்றிச் சொல்லியிருக்கிறார்கள். யாராக இருந்தாலும் உதவி, ஆஸ்பத்திரி கூட்டிப் போவது போன்ற பல விஷயங்களில் முன்னுக்கு நிற்பார்.

ஞாயிற்றுக்கிழமைகளில் அவர் கடையை மூடிவிடுவார். அன்று மட்டும் ஆற்றங்கரையில் ஆட்டிறைச்சி விற்கப் போய்விடுவார். ஊருக்கே இவர் மட்டும் கறி போடுவதால் நல்ல கூட்டமும், கிராக்கியும் இருக்கும். சிலநாள் அப்பா சைக்கிளில் வைத்து என்னையும் கூட்டிச் செல்வார். எனக்கு துண்டாக்கப்பட்டு, தனியாக வைக்கப்பட்டிருக்கும் ஆட்டின் தலையைப் பார்க்க என்னவோ போல் இருக்கும். அதன் பார்வை என்னையே பார்ப்பதுபோல் இருக்கும். ஒன்றிரண்டு முறை கனவுகளிலும் அதைக்கண்டு அலறியிருக்கிறேன்.

ஒவ்வொரு ஞாயிறும் எனக்கு இம்சை. ஏன்டா ஞாயிற்றுக்கிழமை வருகிறது என்று இருக்கும். கறிக்குழம்பு என்னவோ நன்றாக இருக்கும். அதில் கிடக்கும் கறித்துண்டுகள்தான் என்னை சோதித்தன. நான் எல்லோர் வாயையும் உற்று கவனிப்பேன். எல்லோரையும் போல்தான் நானும் மெல்கிறேன். ஆனால் எனக்கு மட்டும் ஏன் சக்கை மிஞ்சுகிறது? அதைத் துப்பி வைப்பேன். அப்பா திட்டியபடியே, மிரட்டியபடியே இருப்பார். “ஒழுங்கா சாப்பிடல பிச்சிருவேன் பிச்சி” என்பார். கண்ணீரோடு சாப்பிடுவேன். கஷ்டப்பட்டு விழுங்கி விடுவேன்.

பாட்டிதான் என்னைக் காப்பாற்றுவார். “சாப்பிடும்போது புள்ளய திட்டாதே, ஒடம்புல ஒட்டாது” என்பார். “பாப்பாவுக்கு இது புடிக்கலேனா ஈரல் தனியா வாங்கிக்கொடு” என்பார். அது கொஞ்சம் நல்ல திட்டம்தான். பாட்டி உபயத்தால் தப்பினேன். எனக்கு மட்டும் அம்மா ஈரல் வறுத்து வைப்பாள். சுவையாக இருக்கும். சக்கையும் மிஞ்சாது. ‘இந்த ஆடு ஏன் முழுவதும் ஈரலாகவே இருக்கக் கூடாது’ என்று நினைத்துக்கொள்வேன். ரம்ஜான், பக்ரீத், மொஹரம் போன்ற பண்டிகை தினங்களில் மட்டும் தாமரை இலையில் வைக்கப்பட்ட ஆட்டு இறைச்சியை ராவுத்தர் மாமா எங்களுக்கு இலவசமாகத் தருவார். பிரியாணியில் அவர் நிபுணர். அவர் பிரியாணி செய்யும்போதெல்லாம் எங்கள் வீட்டுக்கு வந்துவிடும்.

நாங்கள் மதுக்கூர் மாற்றலாகி வந்தபிறகும் ஒன்றிரண்டு முறை வந்து எங்களைப் பார்த்தார். வரும்போதெல்லாம் வாசன் பேக்கரியில் எனக்குப் பிடித்த பாதுஷா வாங்கி வருவார். நான் எட்டாம் வகுப்பு டேலன்ட் டெஸ்ட்டில் தாலுக்கில் முதன்மையாகத் தேறியதால் அப்பா எனக்கு வாக்களித்தபடி ஹெச்.எம்.டி. வாட்ச் வாங்கித் தந்தார். உடனே மதுக்கூர் ஆசிரியர்கள், மற்றும் ஆலத்தூர் ஆசிரியர்களுக்கும் பார்ட்டி வைக்க வேண்டும் என அப்பா நினைத்தார். அதற்காக ராவுத்தர் மாமாவிடம் பிரியாணி செய்து தருமாறு கேட்டுக்கொண்டார். அப்போது ஒன்பதாம் வகுப்பு காலாண்டுத் தேர்வு முடிந்திருந்தது. ராவுத்தர் மாமா மகிழ்ச்சியோடு ஒத்துக்கொண்டார்.

அப்போதெல்லாம் பிரியாணி மிக அபூர்வம். வருடத்திற்கு ஒருமுறை கிடைக்கும் உணவு.

மதுக்கூர் வீடு கொஞ்சம் வசதியானது. எட்டு வீடுகள் அடங்கிய குடியிருப்பு. கம்பி அழிகள் வைக்கப்பட்ட திண்ணை, பெரிய ஹால், பெரிய பெட் ரூம், வசதியான நின்றுகொண்டு சமைக்கும் அடுப்பு மேடையுடன் கூடிய அடுக்களை, ஸ்டோர் ரூம், கொல்லைப்புறம் சிமென்ட் தளமிட்ட விரிந்த பகுதி. அதில் திருகு பைப், சிமென்ட் தொட்டிகள், மூலையில் பாத்ரூம், டாய்லெட். கொல்லைப்புறம் அடுத்த வீடு தெரியாதபடி மூன்று புறமும் காம்பவுண்ட் சுவரால் சூழப்பட்டிருக்கும். அவ்வீட்டில் அப்பா எனக்குத் தனியாக ஒரு சேர், டேபிள் வாங்கித்தந்து படுக்கையறையில் ஒரு வாசிப்பு பகுதியை ஏற்படுத்தித் தந்திருந்தார்.

ராவுத்தர் மாமா முதல்நாளே வந்து அப்பாவிடம் வாங்கவேண்டிய பொருட்கள் அடங்கிய லிஸ்ட் தந்துவிட்டுச் சென்றார். மறுநாள் அதிகாலையிலேயே வந்துவிட்டார். அன்றைக்கு பிரியாணிக்கு மசால் அரைக்கும் முழுப் பொறுப்பும் என் தலையில் கட்டப்பட்டது. ராவுத்தர் மாமா மசால் பொருட்களான பட்டை, கிராம்பு, ஏலக்காய், புதினா, கொத்தமல்லி இலை, மல்லி, மிளகாய், மஞ்சள், சோம்பு, சீரகம், மிளகு என அரைக்கும் பொருட்களைத் தந்துகொண்டேயிருந்தார். இஞ்சி, பூண்டு, பச்சை மிளகாயை மட்டும் கொரகொரப்பாக அரைக்கச் சொன்னார். அம்மாவுக்கும் ஸ்வீட் செய்யும் வேலை, தயிர் பச்சடி, இதர வேலைகள் இருந்தன. பெரிய அம்மியில் நான் அரைத்த உருண்டைகளை ஒரு தாம்பாளத்தில் வழித்துவைத்துக் கொண்டேயிருந்தேன். விதவிதமான வண்ணங்களில் அவை என் கண்களை மயக்கின. முடித்தபோது என் தாவணி பல வண்ணக்கலவையால் நிறம் மாறியிருந்தது.

ராவுத்தர் மாமா கொல்லைப்புறம் கல் அடுப்பு மூட்டி பெரிய அலுமினிய வட்டப்பாத்திரத்தில் செய்ய ஆரம்பித்தார். நிறைய பெல்லாரியை நைசாக அரிந்தார். இஞ்சியைத் தோல் சீவினார். சிறிய வெங்காயம், பூண்டு இரண்டையும் நான், தம்பி, அம்மா மூவரும் உரித்தோம். நகக்கண்கள் வலித்தன.

பாத்திரம் காய்ந்தவுடன் நெய்யைவிட்டு பெரிய வெங்காயம், சதைத்த பூண்டு, இஞ்சி, பச்சைமிளகாய், பிறகு நான் அரைத்த மசால் ஒவ்வொன்றாக இட்டு படிப்படியாகக் குறைந்த தீயில் வதக்கினார். பிறகு இறைச்சியையும் போட்டு நன்கு வதக்கினார். மணம் எழுந்தது. சிறிது கேசரி பவுடரையும் அதில் இட்டார். அதனால் பிரியாணி கலர் நன்றாக இருக்கும் என்றார்.

கறி முக்கால் திட்டம் வெந்ததும் சீரக சம்பா அரிசியைத் தனியாகக் கொதிநீரில் போட்டு உடனே அத்தண்ணீரை வடித்து அரிசியை அள்ளி இதில் இட்டார். ஏன் அப்படி செய்கிறீர்கள் எனக் கேட்டதற்கு அரிசி வெந்ததும் ஒட்டாமல் பிரியாணி பொலபொலவென நன்றாக இருக்கும் என்றார். சிறிது நேரம் கழித்து, கீழே தீயை முற்றிலும் குறைத்துக் கிடக்கும் கங்குகளைப் பாதி அள்ளி மூடியின் மேல்போட்டு தம் கட்டினார். அன்று எல்லோரும் பிரியாணி அருமை எனப் பாராட்டினார்கள்.

எனக்குதான் மசால் அரைத்ததில் கை இரண்டும் 'திகுதிகு' வென்று எரிந்தது. அம்மா தேங்காய் எண்ணெயை கை முழுவதும் தடவிவிட்டாள். தம்பி விசிறினான். பிரியாணி சமைக்கும்போது நாள் முழுக்க அந்த வாசனையிலேயே இருந்ததால் எனக்குத் திகட்டி வந்தது. தயிர்சாதம் கிடைத்தால் தேவலாம் என்று இருந்தது. அம்மா நல்லவேளையாக தயிர்சாதம் கிளறியிருந்தாள். நானும் ராவுத்தர் மாமாவும் தயிர்சாதம் சாப்பிட்டோம். ஊறுகாயுடன் தேவாம்ருதமாக இருந்தது. அவருக்கும், பாத்திமா மாமிக்கும், நிஜாமுக்கும் மூன்று பொட்டலங்களாக வாழையிலையில் அம்மா பிரியாணி பொதிந்து கொடுத்தாள். போகும்போது அப்பாவைக் கட்டியணைத்து விடைபெற்றுக்கொண்டார். எங்கள் அனைவருக்கும் கண் கலங்கியது. ஆலத்தூரின் நினைவுகளின் பிரதிநிதி போல் அவர் இருந்தார்.

ஆனால் நான் பத்தாம் வகுப்பு படிக்கும்போது ஆலத்தூரிலிருந்து ஒருநாள் ஒரு கெட்டசேதி வந்தது. ராவுத்தர் மாமாவின் மகன் நிஜாம் இறந்துவிட்டான் என. நாங்கள் அனைவருமே பதறிப்போனோம். அவருடைய பிடிமானமே, உலகமே அவனாக இருந்தான். அப்பா போய்விட்டு கலங்கிப்போய்

வந்தார். ராவுத்தர் மாமாவை யாராலும் தேற்ற முடியவில்லை என்று சொன்னார்.

பிறகு ஒரு வருடம் கழித்து நாங்கள் அனைவரும் பட்டுக்கோட்டை மணிக்கூண்டு அருகே சாலையைக் கடக்க நிற்கும் போது "சார்" என்றபடியே எங்களை நோக்கி ராவுத்தர் மாமா வந்துகொண்டிருந்தார். தூக்கிவாரிப் போட்டது எனக்கு. பாதியாக இளைத்து, கன்னம் ஒட்டி, தாடி வளர்த்து, நரை கலந்த கலைந்த தலையுடன் அவரைப் பார்க்க சகிக்கவில்லை. கண் கலங்கியது. என்னையும், தம்பியையும் தலையில் கைவைத்துப் பின் அப்பாவிடம் ஏதோ விசாரித்தார்.

விடைபெறும்போது, "சார்... டீச்சர் பாப்பா" என்றவர் குலுங்கி அழுதார். அப்பா அணைத்து தோளில் தட்டிக் கொடுத்தார். "அல்லா, குடுத்த கடனைத் திருப்பி வாங்கிக்கிட்டார் எங்கிட்ட" என்றபடியே பிரிந்தார். தம்பி, "ஹோட்டல் போவோம்பா, பசிக்குது" என்றான். மூவரும் ஏதேதோ நினைவுகளுடன் நடந்தோம். அப்பா முகம் கழுவி, கைகழுவி டேபிளில் உட்கார்ந்தவுடன் சகஜமானார். "என்ன வேணும், எல்லாருக்கும்" என்று கேட்டபடியே என் முகத்தைப் பார்த்தவுடன் அப்பா முகம் மாறினார். "விடு கழுத, என்ன பண்றது? இன்னும் கொஞ்சநாள் போனா சரியாயிடுவார்" என்றார். நான் அம்மாவின் தோளில் கண்ணீருடன் சாய்ந்தேன். "சரி சரி... என்ன வேணும்?" என்றார். "எனக்கு ஒண்ணும் வேண்டாம்பா" என்றேன். "பாப்பாக்கு மூட் சரியில்ல, எனக்கும் அதுக்கும் காப்பி மட்டும் போதும்" என்றாள் அம்மா.

ஓட்டலில் நாங்கள் பேசிக்கொள்ளவில்லை. நான் உம்மென்று இருப்பதைக் கண்டு அம்மா, "விடு பாப்பா, ராவுத்தர் சொன்னார்ல, கடனைக் கழிச்சிட்டார்னு... அப்டியே நினைச்சுக்கோ" என்றாள். ராவுத்தர் அல்லாவுக்கு நிறைய கொடுத்திருக்கிறார் என்று நினைத்துக்கொண்டேன். அதை அவர் கணக்கு வைத்துக்கொள்ளாவிட்டாலும் அல்லா விட்டுவிட மாட்டார்.

★★★

16

நிலை

எங்கள் வடிவேலு மாமாவுக்கு நேர்த்தியாக அழகாகத் தைக்கப்பட்ட உடைகள் மீது பெரும் பித்துண்டு. ஆள் வாட்டசாட்டமாகத் தொப்பையில்லாமல் இருப்பதால் உடைகள் அவருக்கு அழகாகப் பொருந்தும். அவருக்கு அவருடைய உயரம், உடல்வாகு பற்றிய பெருமிதம் எப்போதும் உண்டு. அத்தைக்கு, அவர் ஆறடிக்கு மேல் உயரம். அத்தை அவர் தோளுக்குக் கீழேதான் இருக்கும். என் அப்பா, அம்மா குடும்பத்தில் அத்தனை பேருமே அவரிடம் அண்ணாந்துதான் பேசவேண்டும். எங்கள் வீட்டு வாசலுக்குள் குனிந்துதான் நுழைவார். “கதவு நெலய இடிச்சு பெரிசா கட்டணும்போல இருக்கே” என்று அப்பா சொல்வார். அவர் குடும்பத்தில் அனைவருமே உயரம்தான்.

எப்போது எங்கள் வீட்டுக்கு வந்தாலும் படுக்க சிரமப்படுவார். கட்டிலில் குறுகிப் படுப்பதுபோல் இருக்கும். “இது என்ன கட்டில் அருணா?” என்பார். “ம்ம்... கோத்ரெஜ் கட்டில்” என்பேன். “மனுசனுக்கு கால் நீட்டி அக்கடான்னு படுக்க முடியுதா பாரு?” என்பார். “ஓங்க வீட்டுல என்ன பண்றீங்க?” என்பேன். “நான் ஆசாரிகிட்ட ஆர்டர் குடுத்து நீளம் கூடுதலா செய்யச் சொல்லிட்டேன்” என்பார்.

வடிவேலு மாமா அத்தைக்கு, குழந்தைகளுக்கு, அவருக்கு

இருப்பதிலேயே உயர்தரத் துணிகளையே எடுப்பார். நவீன மாடல் ரெடிமேட் ஆடைகளில் அவர்கள் எங்கள் குடும்பத்திலேயே தனித்துத் தெரிவார்கள். அம்மாவும் எனக்கு மாடர்னாகத் துணி எடுப்பதில் சளைத்தவளல்ல. ஆனால் அவர்கள் அதில் கொஞ்சம் முன்னோடிகள். மாமாவை எப்போதுமே புதிய ஆடைகளில்தான் பார்த்திருக்கிறேன்.

மாமாவுக்கு சஃபாரி உடைமேல் கொள்ளைப் பிரியம். என் திருமணத்திற்குக்கூட அவர் புதிதாக காப்பி கலர் சஃபாரி தைத்துக்கொண்டார். எங்கள் திருமண வரவேற்புக்கு எடுத்த சஃபாரியை வேண்டாவெறுப்பாக ஜெயன் அணிந்ததும் எனக்கு நினைவு வருகிறது. “ஏன் என்ன கோமாளியாக்குறாங்க? கருப்புப்பூனை படைவீரன் மாதிரி இருக்கு” என்று முணுமுணுத்தார். நான் காலில் விழாத குறையாக, “ஒருநாள் கூத்து ஜெயன், எனக்காக இந்த வேஷத்த போட்டுக்க” என்றேன். “ஒனக்காக ஒத்துக்குறேன்” என்றார். நிகழ்ச்சி முடிந்ததும் கழற்றி வீசிவிட்டார். மோதிரமும் அவ்வாறே ஒரு மூலையில் வீசப்பட்டது.

ஆனால் மாமா சஃபாரியில் மஃப்டியில் வந்த போலீஸ் அதிகாரிபோல நிறைந்த சிரிப்போடு உலா வந்தார். அவர் கண்ணில் எப்போதும் ஒரு பதின்வயது சிறுவனின் குறும்பு உண்டு. நான் பார்த்தவரையில் என் அத்தையும், மாமாவும் ஆதர்சத் தம்பதிகள். மிகக் குறைவாகவே நான் நமது குடும்ப அமைப்பில் இப்படி பார்த்திருக்கிறேன். கணவன் மனைவி இருவருக்கும் இடையே பரஸ்பர அன்பு, மரியாதை, உணர்வுகளைப் புரிந்துகொள்ளுதல், பகிர்தல், அக்கறை செலுத்துதல், இவற்றாலேயே நல்ல குடும்ப வாழ்வு அமைகிறது. அதை அனுபவத்தில் கற்று மாமாவும் அத்தையும் அந்த அன்னியோன்யத்தை ஏற்படுத்திக் கொண்டனர். குறிப்பாக மாமா மனிதர்கள் அனைவரையுமே விரும்பியவர்.

திருமணமாகி அத்தை சென்றவுடன் நான் மிகவும் ஏங்கிப் போய்விட்டேன். பாட்டியும், அத்தையும் இல்லாமல் நான் மிகவும் இளைத்து ஒடுங்கிவிட்டதாக அம்மா சொல்வாள். அத்தை அண்டமியில் வேலை பார்த்ததால் மாமா மதுக்கூரில்

அத்தையும் மாமாவும் திருமணம் ஆகி மூன்று வருடம் ஆனபின்.

வீடு பார்த்திருந்தார். அவர்கள் மதுக்கூர் பஸ் ஸ்டாண்ட் பின்புறம் உள்ள எஸ்.எஸ்.பி காலனியில் குடியிருந்தார்கள். இருவருக்கு வசதியான வீடுதான். என் நிலையைப் பார்த்து அப்பாவும், மாமாவும் ஒரு முடிவுக்கு வந்தனர். மாதத்தில் ஒன்றுவிட்ட சனி, ஞாயிறுகளில் என்னை அங்கு கொண்டுபோய் விடுவது. அடுத்தமாதம் அவர்கள் இங்கு வருவது என.

ஆலத்தூரிலிருந்து மதுக்கூருக்குக் குறுக்காக நான்கைந்து கிலோமீட்டர் தொலைவுதான். அப்பா பெரும்பாலும் என்னையும், தம்பியையும் சைக்கிளில் வைத்து அழைத்துச் செல்வார். அப்பா டிவிஎஸ் வாங்கியது நான் எட்டாம் வகுப்பு படிக்கும் போதுதான். அதுவரை எங்கு போவதென்றாலும் சைக்கிள்தான் அப்பாவின் வாகனம். மதுக்கூர் பஸ் ஸ்டாண்ட் வந்ததுமே நானும் தம்பியும் இறக்கிவிடச் சொல்லித் துடிப்போம். பஸ் ஸ்டாண்ட் பின்புறம் பெரிய குளம் ஒன்று உண்டு. அதை ஒட்டி அத்தையின் குடியிருப்பு பகுதி. குளத்தின் கரை நல்ல மேடு. அப்பாவால் எங்களை வைத்து மிதிக்கவும் கஷ்டம். ஆகவே எங்களை முன்னே ஓடவிட்டு ஆசுவாசமாகத் தள்ளிக்கொண்டு வருவார்.

நாங்கள் பஸ் ஓட்டுகிற மாதிரி சவுண்ட் கொடுத்துக்கொண்டு

ஹாரன் சவுண்டும் கொடுத்துக்கொண்டு ஓடுவோம். அத்தை பெரும்பாலும் சனி காலை அடுக்களைக்கும் திண்ணைக்குமாக எட்டிப் பார்த்துக்கொண்டிருக்கும். எங்கள் சத்தம் கேட்டு அத்தை வெளியில் ஓடிவரும். ஓடிப்போய் அதன்மேல் விழுவோம். எங்கள் மாமா, அத்தைக்குப் பாதுகாப்பாக பின்புறம் நிற்பார். அத்தை தடுமாறும்போது பிடித்துக்கொள்வார். அத்தை எங்களை அணைத்து மாறிமாறி முத்தமிடும்.

மாமா எங்களுக்கு பேக்கரியில் நிறைய தின்பண்டங்கள் வாங்கி வைத்திருப்பார். பெரும்பாலும் மதியம் கறியோ, மீனோ இருக்கும். சாப்பிட்டுத் தூக்கம் போடவும் மாட்டோம். அத்தையை தூங்கவும் விடமாட்டோம். நான் ஊர்க்கதைகள், பள்ளிக் கதைகளைச் சொல்வேன். மாமாவும், அப்பாவும் போட்டிபோட்டு குறட்டை விடுவார்கள். மாமா எழுந்து விழித்தவாறே கட்டிலில் படுத்திருப்பார். நாங்கள் போய் அவருடைய பெரிய மீசையை விதம்விதமாக சீவி அலங்கரிப்போம். நான் முறுக்கிவிட்டு கட்டபொம்மன் மீசை மாதிரி ஆக்குவேன். பிறகு சிகப்பு ரோஜாக்கள் கமல் மாதிரி ஆக்குவேன். அத்தை பார்த்து விழுந்து விழுந்து சிரிக்கும்.

அடுத்த மாதம் எங்கள் வீட்டுக்கு அத்தையும் மாமாவும் வரும்போது அத்தைக்குப் பேச ஆட்கள் வந்து கொண்டேயிருப்பார்கள். உஷா மாமி, மணிகண்டன் அம்மா, மாறன் அம்மா, சிந்தாமணி அக்கா, ஜெயாக்கா, நாடியம்மாள் அக்கா என்று. அத்தையின் முகம் மலர்ந்து ஜொலிக்கும். என் மாமா எப்போதும் அத்தையைப் பார்த்தபடியே இருப்பார். அருகில் வந்ததும் கையைப் பற்றியிழுத்து காதில் கிசுகிசுப்பார். என் அத்தையின் முகம் வெட்கத்தில் சிவக்கும். இதை நான் எப்படியோ கவனித்து விடுவேன். “என்ன பார்வ... முட்டக் கண்ணி” என்று என்னிடம் விளையாட்டாக கண்ணை உருட்டிவிட்டு அத்தையிடம், “இது சாமானியப்பட்டது இல்ல விஜி. நம்மளையெல்லாம் தூக்கி சாப்டுரும். அப்பவே என்ன உயரம் பாத்துச்சுல்ல இது” என்பார்.

அடுத்த வருடம் அத்தை, மாமா இருவருக்கும் திருவோணம் மாற்றல் கிடைத்து அங்கு சென்றுவிட்டனர். விமலாவும்

பிறந்துவிட்டாள். அங்கும் ஒன்றோ இரண்டோ வருடங்கள் இருந்தனர். அதன்பின் சொந்த ஊரான கறம்பக்குடி சென்றுவிட்டனர். பிறகு அத்தை, மாமா வருவது வெள்ளி, சனி ஞாயிறு சேர்ந்தாற்போல் வந்தால் அல்லது ஆயுதபூஜை லீவ், அரையாண்டு விடுமுறை இப்படி....

ஒவ்வொருமுறை வரும்போதும் அத்தை, மாமா எனக்கு ஏதாவது புதுமையான ஒன்றைப் பரிசளிப்பார்கள். என் மாமா எனக்கு எப்போதும் தனியாக பொங்கல் வாழ்த்து, பிறந்தநாள் வாழ்த்து அட்டை இரண்டும் அனுப்புவார். அவை அப்போது கொடுக்கும் உவகை சொல்லில் அடங்காதது. விலை உயர்ந்த வாழ்த்து அட்டைகள். எனவே பள்ளியில் காட்டி நண்பர்களிடம் பெருமையடித்துக் கொள்வேன். ஒரு தியான புத்தரை ஒருமுறை எனக்கு அனுப்பினார். எனக்குப் பிற்பாடு புத்தரின் மேல் வந்த ஈடுபாட்டிற்கு அது ஒரு காரணம். ஒருமுறை வாழ்த்து அட்டையைத் திறந்தவுடன் அது, ‘ஹாப்பி பர்த்டே டு யூ’ என்று ட்யூன் பாடியது. அவ்வட்டை கிட்டத்தட்ட ஆலத்தூரையே சுற்றி வந்தது.

அவர்கள் வந்தால் அம்மா, அப்பா சண்டை வீட்டில் குறையும். அப்படியும் மீறி அப்பா கோபப்பட்டால், “விடுங்க அத்தான்” என்று மாமா சமாதானப்படுத்தி விடுவார். சூழலை உவகையும், சந்தோஷமும் நிறைந்ததாக மாற்றும் வித்தை அறிந்தவர் அவர். யார் குறைகளையும் பெரிதுபடுத்த மாட்டார். அவருடைய உயரம்தான் அதற்குக் காரணமா என்று எனக்குத் தோன்றும்.

அத்தையும் கிட்டத்தட்ட அப்படித்தான். அது யாரையும் புறம்கூறி நான் பார்த்ததில்லை. நான் என் வாழ்க்கையின் ஆதர்சமாக இவர்களையே எடுத்துக்கொண்டேன். சொந்தக்காரர்களின் குறைகளை மட்டுமே காணத்தெரிந்த என் பெற்றோரை மிக லாவகமாக இருவரும் கையாள்வார்கள். “விடுங்க அண்ணே, விடுங்க அண்ணி, அவங்க அப்படித்தான். அத பெருசுபடுத்தாதீங்க” என்பதே இருவரின் அறிவுரையாக இருக்கும்.

மாமாவின் நகைச்சுவை உணர்ச்சி இப்போது நினைத்தாலும் மலர

வைப்பது. சும்மா பேசும்போதே சிரித்துக் கொண்டேயிருப்போம். இடையில் "அருணா, ஒரு ஜோக் சொல்லவா" என்று ஆரம்பித்து ஏதாவது விகடன் ஜோக்கைச் சொல்வார். சிறிய வயதில் சிரித்துக்கொண்டிருப்பேன். வளர்ந்தபின், "இது போனவார விகடன்ல வந்தது மாமா. புதுசா ஏதாவது சொல்லுங்க" என்பேன். "கரக்டா கண்டுபிடிச்சிட்டியே. இனிமே ஏமாத்த முடியாது" என்பார்.

அதுபோல் சினிமாவில் அவருக்கு நல்ல வாட்டசாட்டமான நடிகரையே பிடிக்கும். சத்யராஜ் வந்த புதிதில் 'காக்கிச் சட்டை' படத்திலேயே மாமாவுக்கு சத்யராஜின் அந்த மேனரிஸம் பிடித்துப்போனது. "பாத்துட்டே இரு, இந்தாள் பெரிசா வருவார்" என்றார். சத்யராஜ் நடித்த, 'கடமை, கண்ணியம், கட்டுப்பாடு,' 'பாலைவன ரோஜாக்கள்' போன்ற படங்களை சிலாகித்துச் சொல்வார். "சத்யராஜ் நல்ல நடிப்பு" என்பார். என்ன நடிப்பு என்று எனக்குப் புரியவேயில்லை.

மாமா நல்ல உயரம் என்பதால் யாரோ சிறுவயதிலேயே அவருக்கு போலீஸ் ஆசையை விதைத்துவிட்டனர். வாலிபால் டீமிலெல்லாம் ஆடியிருக்கிறார். போலீஸ் வேலைக்கு முயற்சி செய்தார். ஆனால் விதி இவரை ஆசிரியராக்கி அழகு பார்த்தது. இவரைவிட உயரம் குறைவான இவர் தம்பி பாஸ்கரன் போலீஸில் சேர்ந்தார்.

ஆனால் மாமா ஏதோ டெஸ்ட் எழுதி டெபுடி இன்ஸ்பெக்டர் ஆஃப் எஜுகேஷன் என்ற போஸ்டை அடைந்தார். பள்ளி தோறும் ஆய்வுகள் நடத்தும் டி. ஐ என்ற அதிகாரி வேலை. அப்போது அவர் அடைந்த மகிழ்ச்சி, மகிழ்ச்சியைக் கொண்டாடித் தீர்ப்பவர்களுக்கே அது அளிக்கப்பட வேண்டும் என்று எனக்குத் தோன்றும். "அருணா, வாங்கி வச்ச சஃபாரிக்கெல்லாம் வேல வந்துடுச்சு, டெய்லி ஒன்ன ரிலீஸ் பண்ணிட வேண்டியதுதான்" என்றார் உற்சாகமாக.

"ஆமா, மாமா... எல்லாத்துக்கும் மேட்சிங்கா அதே கலர்ல பேனா வாங்கிடுங்க" என்று நானும் என் பங்குக்கு ஏற்றி விட்டேன்.

"ஏ கழுத, கொழுப்பு கூடிக்கிட்டே வருது ஒனக்கு" என்றார்.

யாரிடம் பேசினாலும், "இன்ஸ்பெக்டரா இருக்கேன்" என்பார். என்ன ஏது என்று விசாரித்தால்தான் கல்வித்துறையில் என்பதைச் சொல்வார். எப்போது கறம்பக்குடி போனாலும் என்னை எப்படி உபசரிப்பது என்பதில் குறியாக இருப்பார். இருவரும் என்னையும் உட்காரவைத்து விலாவாரியாக, "இவளுக்கு என்ன மீன் பிடிக்கும், கறி எடுக்கட்டா?" என்று விவாதிக்க ஆரம்பித்து விடுவார்கள். எப்படியும் ஒருநாள் புதுக்கோட்டை கூட்டிப்போய் ஒரு சினிமா காண்பித்து, ட்ரெஸ் எடுத்துக் கொடுத்து அனுப்புவார்கள்.

எட்டாம் வகுப்பு சென்றவுடன் அம்மா என்னை தாவணி அணியச் சொன்னாள். எனக்கும் மிகவும் விருப்பமாக இருந்தது. வண்ணவண்ண தாவணிகளை அயர்ன் செய்து சிரத்தையுடன் அணிந்து பின் செய்து பள்ளி செல்வது எனக்குப் பிடித்திருந்தது. ஆனால் அத்தையும் மாமாவும் அம்மாவைக் கடிந்தனர். "இன்னும் கொஞ்சநாள் அவ மாடர்ன் ட்ரெஸ் போட்டா என்ன? இனி வாழ்க்கை முழுசும் தாவணியும், புடவையும்தான்" என்று அத்தை மறுகி மறுகிப் போனது. பிறகு மறுமுறை வரும்போது மிகமிக அழகு கலர்களில் ஒரு பைஜாமாவும், இரண்டு தாவணிகளும் எடுத்து வந்தது. "பட்டுக்கோட்டை போகும்போது பைஜாமா போட்டுக்கொள்" என்றார் மாமா.

தாவணிகளில் ஒன்று நல்ல ஸ்ட்ராபெர்ரி ஐஸ்கிரீம் கலர். அது அப்போதுதான் வந்த அமெரிக்கன் ஜார்ஜெட் என்ற துணிவகை. அதைப் பார்த்ததும் அம்மா கடுப்பானாள். "இது என்ன விஜயா, ட்ரான்ஸ்பரென்ட்டா இருக்கு" என்று கேட்டாள். "அவ சின்னப்பொண்ணு அண்ணி. இந்த வயசுல இதெல்லாம் போடாம எப்ப போடறது? நீ பின் பண்ணி கட்டிக்கோடி" என்றது அத்தை. நான் அந்தத் தாவணியில் சென்றபோது சீனியர் அக்காக்களும் வாயைப் பிளந்தனர். ஜோதி டீச்சர் வீட்டிற்கு நான் சென்றபோது டீச்சர் என்னைக் கட்டிக்கொண்டு முத்தமிட்டார்.

அம்மாவின் கண்காணிப்பு வளையம் நான் தாவணி போட்ட

சில மாதங்களில் இறுகியது. “அந்தத் தடிப்பசங்களோட பொழுதன்னிக்கும் என்ன பேச்சு?” என்பாள். எனக்கு அதிர்ச்சியாக இருக்கும். இதுநாள்வரை சாதா பசங்களாக இருந்த மூர்த்தியும், மணிகண்டனும் எப்போது தடிப்பசங்கள் ஆனார்கள்? பலவித மறுக்க முடியாத நிர்பந்தங்கள். எனக்கு குழப்பமாக இருக்கும். அம்மாவை முற்றிலும் நிராகரிக்க முடியாது. அடுக்களையில் வைத்து அவள் மெல்லிய குரலில் இடும் ஆணைகளுக்கு என்னால் மறுப்பேதும் சொல்ல முடியவில்லை.

மணிகண்டன் அம்மாவோடு நான் பேசச் சென்றால்கூட கேள்விகள் கேட்பாள். “அவங்க வீட்டுலபோய் என்ன பேச்சு வேண்டிக்கெடக்கு.” இத்தனைக்கும் அவன் வீட்டிலேயே இருக்க மாட்டான். பெரும்பாலான சமயங்கள் அவனும் மூர்த்தியும் கிரவுண்டிலேயே கிடப்பார்கள். ஆனால் நான் அதை விளக்கமாட்டேன். அது என் தோல்வியை நானே ஒப்புக் கொள்வதுபோல் தோன்றும். அத்தை, மாமா வந்தபோது நான் அம்மாவின் இந்தக் கண்காணிப்புக் கெடுபிடிகளைச் சொல்லி அழுதேன். மாமா எனக்காக அம்மாவிடம் பேசினார். அம்மா சமாளிப்பாக, “மொதல்ல இந்த தாம்தூம் நடைய விடச்சொல்லுங்க” என்றாள்.

நான் மாமா இருக்கும் தைரியத்தில், “மாமா, எனக்கு இப்டி தோள கூன் போட்டு குறுக்கிக்கிட்டு, தரைய பாத்துக்கிட்டு நடக்கல்லாம் தெரியாது. நான் இப்டிதான் நடப்பேன்” என்றேன். மாமா, அம்மாவிடம் என்ன பேசினார் என்று தெரியவில்லை. அதற்குப் பிறகு அம்மாவின் கெடுபிடி கொஞ்சம் குறைந்தது. அப்பா இதற்கு நேர்மாறாக இதுபற்றி ஒன்றும் அறியாமல் இருந்தார். என்னை மேலும் உற்சாகமாக டிவிஎஸ் பழகச் சொன்னார். நான், “அப்பா, புது வண்டி.... அடுத்த வருஷம் கண்டிப்பா கத்துக்கிறேன்” என்றேன். அப்பாவைப் பொறுத்தவரை பெண் குழந்தைகளுக்கு சுதந்திரம் மிக அவசியம்.

மாமா அடிக்கடி சொல்லி என்னைக் கிண்டல் செய்யும் வாய்ப்பு ஒன்று வாகாக அமைந்தது. நான் எட்டாம் வகுப்பு மே மாத லீவில் புள்ளமங்கலம் சென்றபோது அம்மா

எனக்கும், தம்பிக்கும், அவளுக்கும் மணக்கரை ராமசாமி ஜோசியரிடம் பலன்கள் பார்த்தாள். அவர் அந்த வட்டாரச் சுத்துப்பட்டு கிராமங்களில் புகழுடன் இருந்தவர். காலை பத்துமணி முதல் மதியம் ஒருமணி வரை மட்டுமே பார்ப்பார். என் இறந்துபோன தாத்தாவின் மேல் மரியாதை உள்ளவர். ஆகவே ஒரு விசேஷ அக்கறையுடன் பார்த்தார். அம்மாவுக்கு வழக்கம்போல் சண்டையும் சச்சரவும் அப்படியே நீடிக்கும் என்றார். அம்மா பெருமூச்சுடன் கேட்டுக்கொண்டிருந்தாள். எனக்குச் சொல்லும்போது மருத்துவப் படிப்பு சீட் கிடைக்காது, ஆனால் நல்ல தொழிற்கல்வி படிப்புதான் அமையும் என்றார். பிறகு அம்மா என் திருமணம் பற்றிக் கேட்ட போது, “காதல் திருமணம்தான் உங்கள் பெண்ணுக்கு, ஆனால் நல்ல புகழுடைய ஆள்தான் மணமகனாக அமைவார். பெண் ஓஹோ என்று இருக்கும்” என்றார்.

எனக்கு திடுக்கென்றது. அம்மாவின் முகத்தைப் பயத்துடன் பார்த்தேன். அம்மா விளையாட்டாக எடுப்பதுபோல் சிரித்தாள். நானும் உரக்கச் சிரித்துவைத்தேன். அது மாமாவுக்குத் தெரியவர கொஞ்சம் வருடங்கள் அதை வைத்தே என்னைக் கிண்டல் செய்வார். “அருணா, அந்த ராமசாமி ஜோசியர் என்ன சொன்னார்?” என்று சத்தமாகச் சிரிப்பார். நான் என் உதட்டின்மேல் விரல் வைத்து சொல்லவேண்டாம் என்பதுபோல் சைகையில் கண்களால் கெஞ்சுவேன். பல நாட்கள் இதைவைத்து என்னை ஓட்டினார். “அவர் என்ன சொல்றது, நான் சொல்றேன். நீ லவ் மேரேஜ்தான்” என்பார். எனக்கு வெட்கம் பிடுங்கித் தின்னும். ஆனால் உண்மையில் நானும் ஜெயனும் வீட்டுக்குத் தெரியாமல் திருமணம் செய்துகொண்டபோது கொஞ்சம் வருத்தப்பட்டார். “நீ என்னிடம் வந்து சொல்லியிருந்தால் நான் அப்பா அம்மாவிடம் பேசி சம்மதிக்க வைத்திருப்பேன்” என்றார்.

அந்த அக்கறையுடன் என் மாமா எனக்காக செய்யக்கூடியவர்தான். ஆனால் இவ்விஷயத்தில் நானும் ஜெயனும் ரிஸ்க் எடுக்க விரும்பவில்லை. பிறகு பேசும்போது நான் கிண்டலாகச் சொன்னேன். “ஆமா, நீங்க அப்பாவோட

எனக்காக பேசப்போவீங்க... அப்பா ஒங்களையும் அவரோட சேத்துக்கிட்டு எல்லாரும் அரிவாளோட எங்கள தொரத்துவீங்க, பாரதிராஜா படம் மாதிரி. அருவாகூட நம்ம வீரப்பரம்பரைக்கு அதிகம், வேணா கதிர்அருவான்னு வச்சுக்குவோம்” என்றேன். அத்தை, விமலா, ரதி, மாமா, மோகன் மாமா சிரித்தபடியே, “அந்த வாய்க்கொழுப்பு ஒனக்கு அப்டியே இருக்கு. ஆனா நான் அருவாளோட ஆன்னு கத்திக்கிட்டே ஓடி பக்கத்திலே வந்ததும் கட்சி மாறி இந்தக் காதல் பறவைகள் சுதந்திரமாகப் பறக்கட்டும்னு பாரதிராஜா குரல்ல பேசுவேன். எப்டி?” என்பார்.

அஜி மூன்றுமாதம் வரை நான் பட்டுக்கோட்டையில், அம்மா வீட்டில் இருந்தேன். அந்த வீடு பழைய பாணி வீடு. சிறிய ஜன்னல்கள். காற்றோட்டம் குறைவு. ஜெயன் ஒவ்வொரு கடிதத்திலும், “அருணா, நீ குழந்தையுடன் படுத்திருக்கும் கட்டில் ஆபத்தான மூலை. பிள்ளைக்குக் காற்றோட்டம் இல்லாமல் ஆக்ஸிஜன் குறைபாடு ஏற்படலாம். அதனால் பகலில் பக்கவாட்டில் இருக்கும் கூரைபோட்ட சாய்ப்பில் நாடாக்கட்டிலைப் போட்டுக் குழந்தையுடன் படுத்திரு” என எழுதினார். அதை அப்பா எப்படியோ மாமாவிடம் சொல்ல மாமா அதைப் பிடித்துக்கொண்டு நாடக பாணியில், “அருணா, நாங்க வரும்போது ஆக்ஸிஜன் சிலிண்டரோடு பஸ் ஏறினோம். கண்டக்டர், எங்க சார் போறீங்க? சந்திரனுக்கான்னு கேட்டார். இல்ல, எங்க அருணாவுக்குக் கொழந்த பொறந்திருக்கு. அதப் பாக்கத்தான் போறோம். கொழந்தைக்கு ஆக்ஸிஜன் பத்தாது. அதுக்காக எங்க ஆக்ஸிஜன நாங்க கொண்டுபோறோம்” என்றார். ஆக்ஸிஜன் ஜோக் பலபடியாக வளர்ந்து ஒரு வருடம் வரை நீடித்தது.

தருமபுரியில் பாத்திரங்கள், பலகாரங்கள் எல்லாவற்றையும் இறக்கி எங்களை குடிஅமர்த்திச் செல்ல அப்பா, அம்மாவுடன் மாமாவும், அத்தையும் வந்திருந்தனர். “அருணா, எப்டி குடும்பத்த நல்லா நடத்துறாளா? சமையல் எப்படி?” என்று ஜெயனிடம் கேட்டுக்கொள்வார். ஜெயன் கிண்டலாக “சமையல் தேறிட்டா, கோலம் மட்டும் 888 மாதிரி ஒரு டிசைன் கோலம்தான் டெய்லி போடுவா” என்றார். மாமா “விசேஷத்தன்னிக்குப் பாருங்க,

எங்க புள்ள அற்புதமா 8888 மாதிரி கோலம் போடும்” என்றார்.

நாங்கள் நாகர்கோவிலுக்கு வந்தபிறகு அதிகம் அங்கு போவது குறைந்தது. 1999 ஆம் வருடம் மாமாவுக்கு அடிக்கடி வயிற்றுவலி வந்தது. முதலில் அல்சர் என்று அலட்சியமாக இருந்துவிட்டனர். பிற்பாடு மருத்துவப் பரிசோதனையில் இரைப்பைப் புற்றுநோய் என்று தெரியவந்தது. அத்தை நொறுங்கிப்போனது. நாங்கள் பரிதவித்துப் போனோம். தொடர்ந்து பரிசோதனைகள், சிகிச்சைகள். கடைசியில் இரைப்பையை முழுவதுமாக நீக்கினர். திரவ ஆகாரம் மட்டுமே கொடுக்கச் சொன்னார்கள். ஜுஸ், சூப், கஞ்சி, மிக்ஸியில் அடித்த ரசம்சாதம் இப்படி. ஆஸ்பத்திரியில் இருந்துவந்து திருச்சியில் அவர் தம்பி வீட்டில் ஓய்வில் இருந்தார்.

நானும் ஜெயனும் பார்க்கப் போயிருந்தோம். முதலில் கட்டிலில் படுத்திருந்த உருவத்தை என் கண்கள் மாமா என நம்பவில்லை. மெலிந்து, உயரம் சிறுத்து, கட்டிலோடு கட்டிலாகப் படிந்து கிடந்தார். ஒரு காலத்தில் எந்தக் கட்டிலில் படுத்தாலும் அவருடைய கையும் காலும் வெளியே கிடக்கும். அப்போது அந்தக் கட்டிலுக்குள் ஒரு கருக்குழந்தை போல சுருண்டிருந்தார். மெலிந்து உடலின் எடை குறைவதைப் புரிந்துகொள்ள முடிகிறது. உடலின் உயரம் எப்படி குறையும் என்று நினைத்தாலே திகைப்பாக இருந்தது.

ஆவேசமாக ஒரு குலுங்கலுடன் வந்த அழுகையை எப்படி அடக்கினேன் என்று தெரியவில்லை. முப்பதுகிலோ எடை கூட இருக்க மாட்டார் என்று தோன்றியது. குரல் எழவேயில்லை. அவர் கையை என் கைக்குள் வைத்தேன். உலர்ந்த சருகைத் தீண்டுவதுபோல் இருந்தது. உதட்டை அடிக்கடி ஈரப்படுத்தி மிகுந்த சிரமத்துடன் பேசினார். “அருணா, எனக்கு ஆப்பரேஷன் நடந்தது வினாயகர் சதுர்த்தி அன்னிக்காம். டாக்டர் சொன்னார்... ஒங்களுக்கு எப்டி அமைஞ்சிருக்கு பாருங்கன்னார்.” கடவுளே, அப்போது அந்தக் கண்களில் வந்தசென்ற நம்பிக்கையின் சிறு ஒளி. என் கண்கள் இருண்டன.

அந்த ஆர்ப்பாட்ட பேச்சு, கண்களில் குறும்பு தெரியும்

சிரிப்பு, அதையெல்லாம் இனி காண்போமா என்று எனக்குத் தோன்றிக்கொண்டே இருந்தது.

அத்தை என்னிடம் சோர்ந்த குரலில் பேசியது. அழுது அழுது ஓய்ந்து வெறுமை குடியேறியிருந்தது அதன் முகத்தில். அதன் கண்களில் அவ்வளவு வேதனையை நான் பார்த்ததே இல்லை. அணையின் அடிப்புறம் தேக்கிவைத்த தண்ணீரின் அழுத்தத்தை உணரும் சிறு மதகுபோல அதன் உடல் துடிப்பதை நான் உணர்ந்தேன். கொல்லைப்புறம் அதன் மடியில் படுத்துக்கொண்டு நெடுநேரம் அழுதேன். அத்தை என்னை ஆறுதல்படுத்தியது. இரு பெண்குழந்தைகள் இருப்பதால் அவசரமாக விமலுக்கு மாப்பிள்ளை பார்த்து நிச்சயித்தார்கள். அவள் அப்போதுதான் கல்லூரி முடித்திருந்தாள். ரதி பன்னிரெண்டாம் வகுப்பு. மோகன் ஒன்பதாம் வகுப்பில் இருந்தான். எட்டு மாதம் கழித்து விமல் திருமணம் முடிந்தபிறகு தனது ஐம்பத்தி மூன்றாவது வயதில் மாமா எங்களைவிட்டு நீங்கினார். அறுவைசிகிச்சை அவர் ஆயுளை ஒன்பது மாதம் மட்டுமே நீட்டித்துத் தந்தது.

மீண்டும் ஒருவருடம் கழித்து அத்தையை கறம்பக்குடி சென்று பார்த்தேன். துக்கத்தில் இருந்து விடுபட்டிருந்தது. அந்த வெறுமை மேலும் பலமடங்கு கூடியிருந்தது. அதிலிருந்து அத்தை வெளியே வரவே இல்லை. மாமாவைப் பற்றித்தான் பேசிக்கொண்டிருந்தோம். பேசப்பேச கண்கள் விரிந்து முகம் மலர்ந்து சிரித்துக்கொண்டே இருந்தது. “என்னா ஓயரம் இல்லடி ஒங்க மாமா... அண்ணாந்துல்ல பாக்கணும்... இந்தக் கதவோட நிலை தலையிலே தட்டிரும். அப்டி ஒரு ஓயரம்.” என்றது. மாமாவின் தலையை விட நான்கு விரற்கடை உயரமானது நிலை. நான் திரும்பிப் பார்த்தேன். அங்கே மாமா நின்றால் தலை தட்டும் என்றுதான் தோன்றியது.

★★★

17

ஊர் நடுவே ஓர் அரசமரம்

எங்கள் விளையாட்டுக் களங்களில் முக்கியமானது அரசமரத்தடித் திடல். வேளாண் உர டெப்போவைத் தாண்டி அங்கு செல்லவேண்டும். விரிந்து பரந்து ஒரு குடும்பத்தின் தவிர்க்க இயலாத ஒரு முதியவர் போல் அம்மரம் அங்கு நிற்கும். கீழே கிடக்கும் சருகுகள், துளிர்த்துவரும் இளம் பிங்கல நிறத் தளிர்கள், முற்றிய அடர் பச்சை இலைகள் என வாழ்க்கையின் அனைத்து வண்ணங்களையும் தன்னகத்தே கொண்டிருக்கும். எங்கள் விளையாட்டின் இடையே மூச்சுவாங்கிக்கொண்டு அதன் கீழே அமரும் தருணங்களில் ஒரு விடுதலை உணர்வையும், பாதுகாப்பு உணர்வையும் ஒரே சமயம் உணர்ந்திருக்கிறேன்.

அண்ணாந்து பார்க்கும்போது காற்றில் சலசலக்கும் அதன் இலைகள் என்னுள் பரவசத்தை நிறைத்திருக்கின்றன. இத்தனை கனத்த அடிமரம் கொண்ட அதற்கு எத்தனை எடையற்ற, இலகுவான இலைகள் என்று தோன்றும். ஆனால் ஆல மரத்தின் சிவந்த கனிகளுக்கு வரும் நிறைய பறவைகளை இதில் காணமுடிவதில்லை.

அந்த மரத்தடியை ஒட்டி நிழல் விரிந்த பெரிய திடல். திடலின் இருபுறமும் சாலைகளால் அணைக்கப்பட்டு மறுபுறம் கட்டி முடிக்கப்படாத ஒரு சிறிய துணைக்கட்டிடம் உண்டு. அது சிவன் கோவிலுக்குச் சொந்தமானது. ஒளிந்து விளையாட அக்கட்டிடம் எங்களுக்கு முக்கியமான இடமாக இருந்தது. அந்தக் கட்டி முடிக்கப்படாத கட்டிடம் பட்டாணிக் குடும்பத்துக்கு இரவுப் புகலிடமாகவும், விரிந்த அரச மரத்தடி பகல் தங்குமிடமாகவும் இருந்தது. குடும்பம் என்றால் பட்டாணியும் அவர் மனைவியும் மட்டுமே.

என் நினைவு தெரிந்த நாளிலிருந்தே அவர்கள் அங்கு இருந்தனர். அவர்களின் பூர்வீகம் எது, எங்கிருந்து வந்தனர், ஒன்றுமே தெரியாது. பட்டாணி நல்ல திடகாத்திரமானவர், மாநிறம், பூனைபோல பழுப்புநிறக் கண்கள். திண்டு திண்டாகக் கைகள். அசாத்தியமான உழைப்பாளி. வெற்றிலையும் புகையிலையும் அதிகம் போடுவதால் பற்கள் கறைபடிந்து இருக்கும். அவர் அதிகம் பேசியே நான் பார்த்ததில்லை. ஒற்றை வார்த்தைகளில் எப்போதாவது பேசுவார். அரிதாக சிரிப்பார்.

அவர் மனைவி கண் தெரியாதவள். இரு கண்களிலும் பூ விழுந்திருக்கும். சுருண்ட பழுப்புநிற முடி, கிராப் போல வெட்டியிருப்பாள். பட்டாணியே அடிக்கடி அவளுக்கு மொட்டை போட்டு விடுவார். அவள் எப்போதும் தலையைச் சொறிந்தபடியே இருப்பாள். லூசான மேல்சட்டை போன்ற ஒன்றும் கீழே கைலி ஒன்றும் அணிந்திருப்பாள். கையில் ஒரு தடி இருக்கும். கழுத்தில் ஒரு பாசிமாலை தொங்கும்.

பகலில் பட்டாணி வேலைக்குப் போகும் நாட்களில் எல்லாம் அவர் மனைவி தனித்திருப்பாள். உட்கார்ந்துகொண்டே உறங்குவாள். பகலில் அவள் நிம்மதியாகப் படுத்துத் தூங்கி நான் பார்த்ததில்லை. ஒரு நிம்மதியின்மையுடன் தனக்குத் தானே பேசியவாறு இருப்பாள். எங்கள் விளையாட்டுச் சத்தமும், கூக்குரலும் அவள் அமைதியை முற்றிலும் குலைத்துவிடும். ஒரு பரிதவிப்புடன் தடியை டொக், டொக் என்று தட்டியபடி இருப்பாள். கையில் இருக்கும் தடி, அவள் பதறிய மனம் என்று தோன்றும்.

நிறைய பயல்கள் அவளை நோக்கி கேலியாகக் குரல் கொடுத்தும், சிறு கூழாங்கற்களை அவள் மேல் வீசியும் தொல்லை கொடுப்பார்கள். அவள் குரல் வரும் திசையில் பதைத்துத் திரும்பி பலவிதமாக வைவாள். அவள் பாஷை தமிழ் இல்லை, உருது எனத் தோன்றும். விளங்காத வசைகளால் பயல்கள் இன்னும் கிளுகிளுப்படைந்து மேலும் தொல்லை கொடுப்பார்கள். தாங்கமுடியாத தருணத்தில் அவள் சிறுகற்களை எடுத்துக் கைக்கு வந்த திசையில் வீசுவாள். இவர்கள் மேலும் உற்சாகமடைந்து தங்கள் சேட்டைகளைத் தொடர்வார்கள். சிலசமயம் கிருஷ்ணமூர்த்தி அங்குபோய் பல்லிளித்துக் கொண்டு அவர்களுடன் நிற்பான். நான் கடுப்புடன் அவனை அழைப்பேன்.

"ஏன் அங்கபோய் இளிச்சுகிட்டு நிக்குற?"

"சும்மா, வேடிக்க பாத்தேன்."

"அந்தம்மா கஷ்டப்படுறது ஒனக்கு வேடிக்கையா?"

"எல்லாரும் வெளயாட்டா செய்றாங்க. நான் ஒண்ணும் செய்யல."

"அந்த பசங்க செய்றது ஒனக்கு வெளயாட்டாத் தெரியுதா?"

"ஏன் பாப்பா, இப்டி கோவப்படுற?"

"பின்ன... நீ என் ஃப்ரெண்டுன்னா அவனுங்களோட சேராத. அந்தம்மா எவ்ளோ பாவம். கண்ணு தெரியாதவங்க. சிலசமயம் ராத்ரியில கரென்ட் போனா நமக்கு அந்த இருட்டு எப்டி பக் பக்னு இருக்கு. அதேமாதிரி அவங்களுக்கு எப்பவும் இருக்கும். அப்டி இருக்கும்போது அவங்கள கல்லவிட்டு எறிஞ்சா அது எவ்ளோ பெரிய பாவம். கடவுள் தண்டிப்பார். அடுத்த பிறவியில நாம கண்ணு தெரியாதவங்களா பொறப்போம். எங்க பாட்டி சொன்னாங்க."

"இனிமே சத்தியமா அப்டி செய்ய மாட்டேன் பாப்பா." அதற்குப்பிறகு கிருஷ்ணமூர்த்தி தன் வழக்கமான வீரதீரப்

பிரதாபங்களை அந்தப் பயல்களிடம் காட்டி அவர்களைத் துரத்துவான்.

பட்டாணி பகலெல்லாம் விறகு மண்டியில் கிடப்பார். ஆற்றங்கரையில் முருகானந்தம் தன் கடையில் அவரை அடிமாட்டுக்கூலிக்குப் பயன்படுத்தி பகலெல்லாம் வேலை வாங்குவதாகப் பேசிக்கொள்வார்கள். தினமும் சொற்பக் கூலியும், வெற்றிலை, புகையிலையும், மதிய சாப்பாடும் தந்துவிடுவாராம். பட்டாணிக்கு அதுவே பெரிய விஷயமாகத் தோன்றியது போலும். முருகானந்தத்துக்கு விறகுக்கடை மட்டும் இல்லை, அரிசி அரவை மில்லும் பக்கத்திலேயே இருந்தது. அவருக்கு ஊரில் அதிக நிலபுலன்களும் உண்டு. கறுத்த, வெற்று மேலுடம்புடன், கழுத்தில் மைனர்செயின் அணிந்து, முறுக்கிய மீசையுடன் அமர்ந்திருப்பார். கொஞ்சம்கூடச் சிரிப்பிருக்காது அவர் முகத்தில்.

ஏழாம் வகுப்பிலேயே நான் நன்கு சைக்கிள்விடப் பழகிவிட்டேன். அதனால் விறகு வாங்கும், நெல் அரைக்கும் வேலை என் தலையில் விழுந்தது. நான் விறகுவாங்கப் போகும்போதும், அரிசி அரைக்கப் போகும்போதும் பட்டாணி மாறி மாறி அங்கிருப்பார். அரவை மில்லில் பட்டாணி தவிடு படிந்து பிஸ்கட் கலரில் இருப்பார். எனக்கு அரைப்பதில் உதவுவார். அந்தச் சத்தத்தில் எப்போது வெளியில் வருவோம் என்று இருக்கும்.

சுப்பையாதான் அரவை மில்லின் நிரந்தர ஊழியர். அவருக்கு அங்கு வேலை செய்ததில் காது போய்விட்டது. ஒன்று நாம் கத்தவேண்டும் அல்லது சைகையில் சொல்ல வேண்டும். பட்டாணி அவருடைய உதவியாளர். அவர் அந்தப் பெரிய புனல்வடிவ வாயில் நெல்லைக் கொட்டியதும் நான் மறுபக்கம் போய் நின்றுகொள்வேன். அதில் கொஞ்சமாக நெல்லும் உமியும் பிரிந்திருக்கும். மூன்று நான்குமுறை அப்படி அரைத்தபிறகு தவிடு ஒரு புறமும், அரிசி ஒரு புறமும் கொட்டும். தவிடையும் நான் ஒரு சாக்கில் பிடித்துக் கட்டிவைப்பேன். அம்மா அதைத் தூள் அடுப்புக்குப் பயன்படுத்துவாள்.

அந்த அரிசியைப் பிறகு ஒரு பெரிய தொட்டில் போன்ற ஒன்றில் போடுவார்கள். அது மெல்ல முன்னும் பின்னுமாக ஆடி அரிசியை சலிக்கும். அப்போது அதற்கு அடிதட்டில் நொய் எனப்படும் அரைஅரிசி தங்கும். அதை நாம் ஒரு சிறிய கொட்டுக்கூடையில் பிடித்துக்கொள்ள வேண்டும். முழு அரிசியை வேறு பெரியசாக்கில் பிடிக்க வேண்டும். அதைப் பிடிப்பது எனக்கு பெரிய சோதனையாக இருக்கும். சாக்கு முக்கால்திட்டம் நிரம்பும்போது அடுத்தசாக்கை மாற்ற வேண்டும். அதற்கு இடைவெளி விட்டால் அரிசி கீழே கொட்டிவிடும். நான் பட்டாணியைத் தலையசைத்துக் கூப்பிடுவேன். பாய்ந்து ஓடி வருவார்.

முக்கால் சாக்கில் பிடித்து வைத்தால்தான் கயிறுவைத்து கட்ட வாகாக இருக்கும். நான் வீட்டிலிருந்து எல்லா உபகரணங்கள் சகிதம் சென்றிருப்பேன். சிலபேர் கட்ட கயிறில்லாமல் அல்லாடிக் கொண்டிருப்பார்கள். என் சைக்கிள் வெளியில் நிற்கும். என்னால் தூக்க முடியாது. பட்டாணி தூக்கி சைக்கிளில் வைக்க உதவுவார். கேரியரோடு சேர்த்து சைக்கிள் ட்யூபால் இறுக்கிக் கட்டியும் தந்துவிடுவார். நான் வீட்டிலிருந்து பழைய சைக்கிள் ட்யூபும் கொண்டுசெல்வேன்.

நான் அவரை ரெண்டுபடி அரிசி எடுத்துக்கொள்ளச் சொல்வேன். நாம் வற்புறுத்திச் சொல்லாமல் அவர் எடுக்க மாட்டார். வெளியில் வந்தவுடன் காது ‘கொய்ங்’ என்று இருக்கும். அதுவும் அந்த அரவை இயந்திரத்தின் பக்கவாட்டில் உள்ள பஸ் ஸ்டியரிங் போல உள்ள ஒன்றை சுத்தும்போது கிரீச் சத்தம் நம் காதை அடைக்கும். பட்டாணி அங்கே எப்படி இருக்கிறார் என்று தோன்றும்.

பட்டாணிக்கு அரிசி கொடுப்பது பாட்டிக்கும் எனக்கும் மட்டுமே தெரிந்த ரகசியம். அப்பா, அம்மாவிற்குத் தெரியக் கூடாது என்பார் பாட்டி. “பட்டாணி பாவம் பாப்பா. நாள் முழுசும் மாங்குமாங்குன்னு ஒழைக்கிறான். அவனுக்கு ரெண்டுபடி அரிசி கொடுத்துட்டு வா” என்பார் பாட்டி. அப்பாவுக்குத் தெரிந்தால், “நெல்லு விக்குற விலயில” என்று

நீட்டி முழக்க ஆரம்பிக்கலாம். அம்மாவும் ஒத்து ஊதுவாள்.

சைக்கிளில் ஏற்றிய பின்னர் வீடுவரை கொண்டு வந்து சேர்ப்பது எனக்குப் பெரும்பாடாக இருக்கும். தள்ளிக் கொண்டுதான் வருவேன். சிலசமயம் வண்டி குடைசாய கஷ்டப்பட்டுத் தள்ளிக்கொண்டு வருவேன். எதேச்சையாக மூர்த்தி வந்தால் அவன், “கொடு பாப்பா” என்று தள்ளிக்கொண்டுவர நான் ஹாயாக நடந்து வருவேன்.

மணிகண்டனுக்கு இந்தத் தொல்லையெல்லாம் இல்லை. அவனை சொகுசாக, செல்லப்பிள்ளையாக வளர்த்தார்கள். அவன் அம்மா வனஜா திருச்சியில் கல்லூரியில் படித்தவர். பணக்காரக் குடும்பத்தில் பிறந்ததால் அவருக்கு இந்த நெல் அவித்து அரைத்து அரிசியாக்கும் வேலையெல்லாம் தெரியாது. ஹெ.ஐ. சார் அரிசியாகவே பட்டுக்கோட்டையிலிருந்து வாங்கிவிடுவார். அவன் அம்மா பெரும்பாலும் ஒயர்கூடை பின்னுவது, க்ரோஷா ஒயர் பின்னுவது என்று தன் ஓய்வு நேரத்தை பாட்டுக் கேட்டபடியே செலவழிப்பார். என் அத்தை அவரிடம் அதையெல்லாம் கற்றுக்கொண்டது.

என் அப்பாவிடம் நான், நாம் அரிசியாகவே வாங்கிவிடலாம் என்று ஒருமுறை கேட்கப்போய் ஒன்பது பக்க உரை ஒன்றை ஆற்றினார் என் அப்பா, இதில் எவ்வளவு லாபம் என. நொய், தவிடு போன்ற உப பொருட்கள் கிடைக்கின்றன. அப்படி, இப்படி என. அம்மா கஷ்டப்படுவது அப்பாவின் கவனத்திலேயே வராது. ஒரு மாதத்தில் ஒருமுறை அரைக்க வேண்டும். அது மூன்றுநாள் உழைப்பைக் கோருவது. அம்மா வெள்ளிக்கிழமை மாலையே பெரிய தொட்டியிலும், பித்தளை அண்டாவிலும் நெல்லை ஊறவைப்பாள். சனி காலையே நெல் அவியல் கொல்லைப்புறம் பெரிய அடுப்பில் தொடங்கி விடும். பெரிய அலுமினிய குண்டான்களில் இரு அடுப்புகளிலும் ஏற்றுவாள். குண்டான் நான் ஏறி உள்ளே உட்காரலாம் போல பெரியது. நெல்லைக் கொஞ்சம் தண்ணீரில் போட்டு நிறைந்தவுடன் மூடிக்கு பதில் துண்டு சாக்குத்துணியால் மூடுவாள்.

அம்மாவுக்கு அடுக்களையில் வேலை இருந்தால் நான் வெளி அடுப்பைப் பார்த்துக்கொள்வேன். நெல் வெந்த அந்த இனிய மணம் வந்ததும், ‘அம்மா’ என்று குரல் கொடுப்பேன். அம்மா வந்து பதம் பார்ப்பாள். நெல் சற்று கீறிப் பிளந்திருக்க வேண்டும். அதுதான் கணக்கு. உடனே எடுத்துக் கொட்டவேண்டும். சிலசமயம் அப்பாவைக் கூப்பிடுவாள். அப்பா சலித்துக்கொண்டே வந்து பெரிய மூங்கில் கூடையில் கொட்டுவார். சுடுநீர் வடிந்துவிடும்.

தண்ணீர் இறைப்பது, பாத்திரம் தேய்ப்பது, மாவு அரைப்பது, விதம்விதமாக சமைப்பது, பலகாரம் தீரத்தீர செய்து வைப்பது, துணி துவைப்பது, பள்ளி செல்வது, வீடு கழுவுவது, போன்ற பணிகள் அம்மாவுக்கு எப்போதும் இருப்பவை. இதைத் தவிர அம்மா தையல்மிஷினில் துணி தைப்பாள். அம்மா தாய்வீட்டுச் சீதனமாக தையல்மிஷினையும் எடுத்து வந்துவிட்டாள். என் பாவாடை, சட்டைகள், ஷிம்மிஸ் எனப்படும் கையில்லாத முழங்கால்வரை வரும் உள்ளாடை, அம்மாவின் ஜாக்கெட் எல்லாம் அம்மாவே தைப்பாள். ஆண் சட்டைகள் அம்மாவுக்குத் தைக்கத் தெரியாது. டீச்சர்களுக்கு ஜாக்கெட் தைத்துக் கொடுத்து அதற்கான தொகை வாங்கி சேமிப்பாள். சனி, ஞாயிறு கூட அம்மா பகலில் உறங்கி நான் பார்த்ததில்லை.

அம்மாவுக்குத் தெரியாத வேலைகள் இல்லை. மட்டை விழுவதை எடுத்துவந்து கீற்று பின்னுவாள். ஓயர்கூடை பின்னுவாள். துடைப்பம் சீவிக்கொள்வாள். சுற்றி கொல்லைப்புறம் உள்ள மூங்கில் வேலியைக் கட்டி சரிசெய்வாள். முடைந்த கீற்றைக் கொண்டு எங்கள் பாத்ரூம் பழுதைச் சரிசெய்வாள். இதில் நான் எதையுமே கற்றுக்கொள்ளவில்லை. அப்பாவுக்குத் தேங்காய் உரிக்கக்கூடத் தெரியாது.

பல சமயம் விறகு விஷயத்தில் அப்பா அம்மாவிடம் வம்பு செய்வார். ஒவ்வொரு முறை விறகு வாங்கப் போகும்போதும் நான் அப்பாவிடம் காசு கேட்பேன். “இப்பதான வாங்குன மாதிரி இருக்கு. அதுக்குள்ள தீந்துடுச்சா?” என்பார். எனக்கே மகா கடுப்பாகும். நாம என்னமோ தின்னு தீத்துட்ட மாதிரி.

அம்மா தாங்க முடியாமல், "நான் கட்டையெல்லாம் வச்சு என்னையே கொளுத்திக்கிட்டேன்னு போய் சொல்லு. போ" என்பாள் ஆங்காரத்துடன்.

"ஆமாம்பா, சவுக்கு வெறவு சர்ருன்னு எரியுது. தூள் அடுப்புலதான் அம்மா நெறய நேரம் சமைக்குது. மத்த புளியவெறகு வெந்நீர் போடறதுக்கு. கரி அடுப்புல பருப்பு வேகவைக்கும். ஆத்துல தண்ணி இல்லாதப்ப எல்லாரும் வீட்ல வெந்நீர்ல தான குளிக்குறோம். ஆகாதா பின்ன?" அம்மாவின் தரப்பு நியாயங்களை நான் நிதானமாக அடுக்குவேன்.

"வெளில காளவா அடுப்புல செத்தைய போட்டு எரிச்சா என்ன வெந்நீருக்கு?" என்பார்.

"யார் பாத்துக்குறது? அம்மா ஸ்கூலுக்குப் போறதுக்குள்ள சமைக்க வேணாமா?"

"நீ பாத்துக்கிட்டா என்ன?"

"நான் காலைல படிக்க வேணாமாப்பா." இதுதான் பலம்வாய்ந்த நாக அஸ்திரம். அப்பா சுருண்டு மடங்கி விடுவார்.

"சரி. போய்ட்டு வா."

விறகுக் கடையிலிருந்து இரண்டு ட்ரிப் அடிக்கவேண்டி வரும். ஒரு ட்ரிப்பில் சவுக்குவிறகு. மற்றமுறை புளிவிறகு. சவுக்கு விறகு எனக்கு எப்பவுமே ஆச்சரியத்தைத் தரும். அது எப்படி இவை கான்வென்ட் குழந்தைகள் மாதிரி ஒரே பருமனில் வளைவு நெளிவு இல்லாமல் நேராக சீராக இருக்கின்றன என்று தோன்றும். பார்த்துப் பார்த்துத் தேர்ந்தெடுப்பேன். கொஞ்சம் கூடுதல் பருமனில் எடுத்துவிட்டால் அம்மா இரண்டாகப் பிளக்க கஷ்டப்படுவாள். அதுவும் அம்மா தலையில்தான் விடியும். அதனால் ஜாக்ரதையாக இருப்பேன்.

பெரும்பாலும் இரண்டு மன் வாங்குவேன். ஒரு மன் என்பது பத்துக் கிலோ. வாங்கி கேரியரில் வைத்து பழைய டயரால் கட்டி எடுத்து வருவேன். தூள் அடுப்பு அதிகப் புகைவராமல்

எரியக்கூடியது. பொங்கலின்போது பாட்டியும் நானும் மெயின்ரோட் சந்தையில் போய் இரண்டு பானைகளும் சட்டியும் தூள் அடுப்பும் வாங்குவோம். அந்த அடுப்பு மற்ற அடுப்புபோல் ஒருபுறம் திறந்து இல்லாமல் ஒருபுறம் கீழே சிறிய ஓட்டை மட்டும் கொண்டிருக்கும்.

அம்மா அடுப்பின் நடுவில் பழைய காலிசோடா பாட்டில் ஒன்றை நிற்கவைத்து சுற்றிலும் தவிடை வைத்து இறுக்குவாள். இறுக்கி அடுப்பு நிறைந்ததும் பாட்டிலை உருவி எடுப்பாள். அழகிய அந்த நடுப்பகுதி மூங்கில் நடு ஓட்டைபோல் இருக்கும். கீழ் ஓட்டையில் உள்ள தவிட்டை நீக்கி அதில் விறகை வைப்போம். தகதகவென்று எரியும். முழு தவிடும் எரிந்தபிறகும் அதில் அதன் தகிப்பு இருக்கும். அதில் குடிதண்ணீர் சூடு செய்யலாம்.

அப்பா மாத மளிகை வாங்கிவிட்டாலும் அம்மா அவ்வப்போது தேவைப்படும் ஜாமான்களை ராவுத்தர் மாமா கடையில் வாங்கிவரச் சொல்லுவாள். அப்போது அப்பா தரும் காசில் நிறைய மிச்சம் பிடித்து சேமிப்பாள். அது பெரும்பாலும் அஞ்சறைப் பெட்டியிலோ, உளுந்து பானையிலோ இருக்கும். அதைத் தவிர ஸ்கூல் இன்டெர்வெல்லில் டீ குடிக்க அப்பா தரும் காசையும் குடிக்காமல் சேமித்து, மாதாமாதம் அம்மா புள்ளமங்கலம் பாட்டிக்கு ஐம்பது ரூபாய் அனுப்புவாள். பெரும்பாலும் அதை அனுப்ப மெயின் ரோட்டில் இருக்கும் சிறிய அஞ்சலகத்திற்கு நான் மட்டும் செல்வேன். மிக ரகசியமாக இருக்கவேண்டும் என்றும் யாரிடமும் சொல்லக் கூடாது என்றும் சொல்வாள். நானும் கவனமாக இருப்பேன். அப்பாவிற்குத் தெரிந்தால் அப்பா ஆடும் தாண்டவத்தைக் கற்பனை செய்யும்போதே எனக்கு கண்ணெல்லாம் இருண்டுவிடும்.

அம்மா எனக்கு எம்.ஓ ஃபார்ம் எப்படி நிரப்ப வேண்டும் என்று சொல்லிக்கொடுத்தாள். நான் வாங்கி நிரப்பி அனுப்பிவிட்டு வருவேன். உருட்டி உருட்டி விலாசத்தை எழுதிவிட்டு தகவலுக்கான இடத்தில், ‘அன்புள்ள பாட்டிக்கு’ என்று எழுதும்போதே பாட்டி ஞாபகம் வந்து எனக்கு கண்

கலங்கிவிடும். ஒரு அலைபோல புள்ளமங்கலம் நினைவுகள் எழுந்துவரும். திரும்பும்போது நினைவுகளால் மனம் பாரமாக மெதுவாக நடந்துவந்து அம்மாவிடம் ரசீதைத் தருவேன்.

மற்ற குழந்தைகளிடம் கொடுத்து அனுப்ப அம்மா பயப்படுவாள், விஷயம் வெளியில் கசிந்துவிடும் என்று.

அக்னாலஜ்மென்ட் வரும்போது போஸ்ட்மேன் குமரன் அண்ணாவிடம் சொல்லி வைத்திருப்பாள். தப்பித்தவறி மற்ற கடிதங்களுடன் வீட்டில் போட்டுவிடக் கூடாது என்று. குமரன் அண்ணா தங்கமானவர். “எனக்குத் தெரியாதா டீச்சர். ஸ்கூல்லதான் கொடுப்பேன்” என்பார். அப்பாவின் சுபாவம் ஊருக்கே தெரியும்.

பட்டாணிக்கு நான் கொடுப்பது போலவே வேறு சிலரும் அரிசி கொடுப்பதைப் பார்த்திருக்கிறேன். செல்வமணி மாமாவின் டீக்கடைக்கு கொஞ்சம் சீக்கிரமாகவே எழுந்துசென்று கிணற்றிலிருந்து நீர் இறைத்துப் பெரிய ட்ரம்களிலும், அண்டாக்களிலும் நிரப்புவார். இரண்டு மூங்கில் தடிகளை இரண்டு தோளிலும் மாட்டி அதன் இரு நுனிகளிலும் அலுமினியக் குடங்களைக் கட்டி அதில் நீர் நிரப்பி கொண்டு வருவார். செல்வமணி மாமா ஒரு தனி அலுமினியக் குவளையில் அவருக்குத் தேனீரும் பத்து இட்லியும் தருவார். அதை எடுத்துக்கொண்டுபோய் மனைவியுடன் பகிர்ந்து சாப்பிடுவார்.

பிறகு அரசமரத்தடியில் எப்போதும் கூட்டிவைத்துள்ள அந்த முக்கோணக் கல்லில், ஒரு மண்கலயத்தை வைத்து தீமூட்டி, அரிசியைப் போட்டு கஞ்சிபோல் சமைப்பார். குழம்பெல்லாம் வைப்பது போலவே தெரியாது. அதை மனைவிக்கு வைத்துவிட்டு இவர் விறகுமண்டிக்குக் கிளம்பி விடுவார். இடையில் யார் கூப்பிட்டாலும் சில்லறை வேலைகளைப் பார்த்துத் தருவார். விறகுடைக்க, வேலி கட்ட, வீட்டிற்கு கீற்றுபோட, வெள்ளையடிக்க... இன்ன வேலைதான் என்றில்லை. செய்து தந்துவிட்டுக் கொடுக்கும் கூலியை மனம் நோகாமல் வாங்கிப் போய்விடுவார்.

அப்பா பலசமயம் முயன்று கோடாலியால் விறகுடைக்க முயல்வார். 'தஸ் புஸ்' என்று மூச்சு வாங்குவதுதான் மிச்சமாக இருக்கும். சிலசமயம் கோடாலி வாகாகப் படாமல் விறகு தெறித்துப் பறக்கும். எனக்கு பக்கென்று சிரிப்பு வரும். "போ கழுத, அந்தண்ட" என்று என்னிடம் எரிந்து விழுவார். வாய்பொத்திப்போய் அடுக்களையில் அம்மாவிடம் சொல்லி இருவரும் சேர்ந்து சிரிப்போம். பிறகு கடைசியாக பட்டாணி வந்து அரைமணி நேரத்தில் வேலையை முடித்துக் கூலி வாங்கிச் செல்வார்.

ராவுத்தர் மாமாவுக்கும் கடைக்கு வேண்டிய சாதனங்கள், விறகு போன்றவற்றை வண்டியிலிருந்து இறக்க உதவுவார். அதற்கு கூலியாக உப்பு, புளி, வேண்டிய சாமான்களை வாங்கிக் கொள்வார். ஞாயிற்றுக்கிழமைகளில் அவருக்கு விடுமுறை. அதனால் ராவுத்தர் மாமாவின் இறைச்சிக் கடையில் சில உதவிகளைச் செய்வார். அன்று அவருக்குத் தேவையான இறைச்சி கூலியாகக் கொடுக்கப்படும். பட்டாணியின் முகம் ஞாயிறன்று விசேஷ மலர்ச்சியுடன் காணப்படும். அன்றுதான் சமையல் செய்து மனைவியுடன் ஒன்றாகச் சாப்பிடுவார். சாப்பிட்டு மரத்தடி நிழலில் படுத்தவாறே இருவரும் உரையாடுவார்கள். இவர்தான் படுத்திருப்பார். அவர் மனைவி பக்கத்தில் அமர்ந்தவாறே உரையாடுவாள். அவள்தான் ஓயாமல் தொணதொணப்பாள். இவர் வழக்கம்போல் ஒற்றை வார்த்தையில் பேசுவார். அவர்கள் பேசுவது தமிழ் இல்லை. எப்போதாவது அவர்கள் இருவரும் உரக்க சிரிப்பார்கள். அவர்கள் ஒருகாலத்தில் நல்ல நிலைமையில் இருந்து நொடித்து இப்படித் தெருவுக்கு வந்திருப்பார்களோ என்று நினைத்துக்கொள்வேன். எனக்கு வருத்தமாக இருக்கும்.

சொத்து என்று பார்த்தால் இரண்டு துணிமூட்டைகள், ஒரு மண்பானை, சிறு மண்பாண்டங்கள் இரண்டு, அலுமினியக் குண்டான், அலுமினியத் தட்டுகள், டம்ளர். இரண்டு பழம்பாய். இவ்வளவுதான். இவர்களும் வாழ்கிறார்கள். சந்தோஷமாக சிரிக்கிறார்கள். நாம் வீடுநிறைய பொருட்களை

வாங்கி வைத்திருக்கிறோம். இன்னும் பத்தாததற்கு வாங்கிக் குவிக்கிறோம் எனத் தோன்றும். பாட்டியிடம் இது பற்றி சொன்னால், “அவனுக்கு வானமே கூர, பூமியே வீடு பாப்பா, கவலையில்லாத மனுசன்ம்பா” என்பார்.

வாரத்துக்கு இரண்டு நாட்கள் அவர் மனைவியை தடியைப் பிடித்துக்கொள்ளச் சொல்லி அழைத்துச் சென்று குளத்தில் குளிக்க வைப்பார். சிலசமயம் அழைத்துச் செல்லும்போது கால் தடுக்கிவிட்டால் மனைவி அவரைத் திட்டுவாள். அவர் அதையெல்லாம் கேட்டுக்கொண்டு, ஒருவார்த்தை எதிர்பேசாமல் அவளுக்குத் தேவையான எல்லா பணிவிடைகளையும் செய்வார். பட்டாணி தினமும் காலையில் குளித்துவிட்டுதான் வேலைக்குச் செல்வார்.

ஒருநாள் திடீரென்று முச்சந்தியில் பலபேர் கூடிநின்று பேசிக்கொண்டனர். விஷயம் இதுதான். பட்டாணி இன்னொரு பெண்ணை கல்யாணம்செய்து கூட்டி வந்துவிட்டாராம். எங்களால் ஆவலை அடக்க முடியவில்லை. அரசமரத்தடிக்கு விரைந்தோம், அந்தப் பெண்ணைப் பார்க்க. கொஞ்சம் அழுக்குப் புடவை அணிந்த கறுத்த சின்னப்பெண். ஒரு இருபத்தைந்து வயதிருக்கலாம். அவளும் பாசிமணி மாலை அணிந்திருந்தாள். பட்டாணி ஏன் இப்படி ஒரு முடிவை எடுத்தார் என்று தெரியவில்லை. அவள் சமைத்துக் கொண்டிருந்தாள். முதல் மனைவி அவளை வாய் ஓயாமல் திட்டிக் கொண்டிருந்தாள். அவள் ஒன்றும் சொல்லாமல் பொறுமையாக வேலை செய்தாள்.

பாட்டி கேட்டபோது பட்டாணி சொன்னாராம். அனாதையாக நின்றிருந்தாளாம். முதல் மனைவிக்குத் துணையாகவும், அவளுக்கு வீட்டு வேலைக்கு உதவுவாள் என்றும் கூட்டி வந்தாராம். ஆனால் ஊரே கேலி பேசியது. பட்டாணி முதல் மனைவியைத் துரத்திவிட்டு விடுவார். இவளைத்தான் மனைவியாக வைத்துக்கொள்வார் என்று. அப்படி எதுவும் சம்பவிக்கவில்லை. பழையது போலவே எல்லாம் நடந்தது.

நான் அப்பாவிடம், “அப்பா, பட்டாணி எந்த நாட்டைச்

சேர்ந்தவர்? என்ன மதம்? என்ன மொழி?” என்று கேட்பேன். “அவங்க ஒரிஜினலா ஆஃப்கானிஸ்தான சேர்ந்த மலைவாழ் ஜனங்க பாப்பா. பட்டாணின்னு நம்ப சொல்றோம். அவங்க உண்மையில பத்தான்ஸ். நல்ல போர்வீரர்கள். முஸ்லீம்கள்தான். பாரசீக மொழிதான் அவங்க மொழி. அங்க என்னமோ பிரச்சனைன்னு நெறயபேர் நம்ம வடநாட்டுல வந்து செட்டில் ஆனாங்க. அதுக்கப்பறம் அவங்க உருது பேச கத்துக்கிட்டாங்க. நல்ல உழைப்பாளிங்க. ஏமாத்த மாட்டாங்க.”

கடைசிவரை பட்டாணியின் முதல் மனைவியின் செல்வாக்குதான் ஓங்கியிருந்தது. சின்னமனைவி கண்ணில்லாதவளுக்கான எல்லா சேவைகளையும் பொறுமையாகச் செய்வாள். அவ்வப்போது இரு மனைவியருக்கும் சின்னச் சண்டை வரும். மூத்தவள் எதையாவது சொன்னால் சின்னவள் சன்னமாக எதிர்த்துப் பேசுவாள். சத்தம் அதிகமாகும்போது பட்டாணி இரண்டாவது மனைவியைக் கண்டிப்பார். அல்லது பொத்தாம்பொதுவாக ஒரு சத்தம் கொடுப்பார். இரண்டாம் மனைவி அடங்கிவிடுவாள். கண்ணில்லாதவளின் குரலுக்கு மாற்றுக்குரலே இருக்காது. அவள் அந்த அரசமரத்தின் அடியில் சாய்ந்து அமர்ந்திருப்பதைக் கண்டால் ஊருக்கே அரசி அவள்தான் என்று தோன்றும்.

அரசமரங்களைப் பார்க்கும்போதெல்லாம் நினைத்துக் கொள்வேன். காயோ கனியோ இல்லாத மரம். ஆனால் அது ஓர் ஊரில் நின்றால் அதுதான் ஊருக்கே மையம் என்று தோன்றிவிடுகிறது.

★★★

18

தலைக்கு மேலே

கிராமங்களில் தினசரி வாழ்க்கை என்பது ஒரேபோல் சுழலும் மாற்றமில்லாத சக்கரம். வேறு வாழ்க்கை பழக்கமில்லை என்றால்தான் அதை ரசிக்க முடியும். மிகமிக மெதுவான, நிதானமான வாழ்க்கை. அதற்கிணையாகவே நம் மனமும் நகரவேண்டும். ஆகவே எப்போதாவது அரிதினும் அரிதாக வரும் சில மாறுதல்களை நாங்கள் அப்படிக் கொண்டாடுவோம்.

அம்மா அதிகாலை நான்கரை மணிக்கெல்லாம் எழுந்து சத்தம் வராமல் சமைப்பாள். எப்போதாவது அபூர்வமாக எனக்கு விழிப்பு வந்து பாட்டியை பாத்ரூம் போக துணைக்கு எழுப்புவேன். அப்போது அடுக்களையில் இருந்து அம்மா அம்மி அரைக்கும் சத்தமும், பருப்பு, காய்கறி வேகும் மணமும் வரும். கொஞ்சம் விடிந்து காலை ஒளி வரும்போது அம்மா என்னை எழுப்புவாள், ஆறரை மணிபோல. சமையல் முக்கால்வாசி முடிந்திருக்கும் அப்போது. நான் எழுந்து பல்தேய்த்தபின், நாடியம்மாள் அக்கா கொண்டுவரும் புதுப்பாலில் ஃபில்டர் காப்பி கலந்து தருவாள் அம்மா.

அம்மா அழுக்குத் துணிகளையும், துண்டு, சோப் டப்பாவையும் எடுக்கும் நேரத்தில் நான் காய்கறிக் கழிவுகள், வெங்காய, பூண்டு தோல்களை அள்ளி கொல்லைப்புற மூலையில் உள்ள குப்பைக்குழியில் இடச் செல்வேன். அங்கே அந்நேரத்தில் பெட்டைக்கோழிகள் தன் குஞ்சுகளுடன் சுறுசுறுப்பாக மேய்ந்து கொண்டிருக்கும். அதைப் பார்த்தபடியே மெய்மறந்து நின்றுவிடுவேன். அம்மா என்னை உசுப்பி ஆற்றுக்கு அழைத்துச் செல்வாள். அப்போது பாட்டி எழுந்துவிட்டால் அவர்களுக்கும் காப்பி கொடுத்துவிட்டுச் செல்வோம். அப்பாவும் தம்பியும் ஹாலில் தூங்கிக்கொண்டிருப்பார்கள்.

போகும் வழியில் சிறிய பிள்ளையார் கோவில், அதை ஒட்டினாற்போல் மண்டகப்படி, அதன் முன் விரிந்த பள்ளித்திடல், அதனை அடுத்து ஆரம்பப்பள்ளி, நிறைய பூவரச மரங்கள் நிறைந்த ஊடு சாலை ஒன்று, செல்வமணி வீடு, நாடியம்மாள் அக்கா வீடு, வயலட் அக்கா வீடு. இவற்றைத் தாண்டி ஒரு மாமரம் அடர்ந்த சோலை. காலையில் மாஞ்சோலையின் அக்குளிர்ச்சி என்னைச் சிலிர்க்க வைக்கும். அதை ஒட்டி குறுக்காக ஒரு மண்சாலை. சாலையைக் கடந்தவுடன் ஆறு.

பெண்கள் துறையில் எப்போதும் கூட்டமிருக்கும். அம்மா துணி துவைத்துவிட்டு குளிப்பாள். நான் தண்ணீரைக் கண்ட எருமை கிடப்பதுபோல் அதில் திளைப்பேன். “நான் துணிக்கு சோப் போடட்டா அம்மா” என்பேன். அம்மா என்னை விடமாட்டாள். நான் சோப்பை அதிகம் போட்டுக் கரைத்துவிடுவேனாம். அதுவும் ஆற்றுப்பெருக்கில் முழுநாளும் போட்டாலும் கரையாத அந்தக் காதி சோப்புக்குத்தான் இவ்வளவு காபந்து. அதன் மணமும் நிறமும் எனக்குப் பிடிக்கும். அதில் மட்டும்தான் என் அப்பா தேதி குறிக்க மாட்டார். மற்ற பாண்ட்ஸ் பவுடர் டின்னிலும், கோல்கேட் பற்பொடி டின்னிலும் என் அப்பா வாங்கிய தேதியை அடிப்புறம் ஆணியால் பொறிப்பார். அப்போது முகம் மிகத் தீவிரமாக இருக்கும். “பெரிய சிற்பி” என்று நானும் அம்மாவும் முணுமுணுத்து சிரித்துக்கொள்வோம்.

என் அப்பா மாதத்திற்கு இரண்டு பார் காதி சோப் காதிபவனில் வாங்குவார். அங்கு சிலசமயம் என்னையும் கூட்டிப் போவார். அப்பா வெயில்காலத்தில் போட சில கதர் சட்டைத்துணி அங்குதான் எடுப்பார். சோப்பும், தேனும் அங்குதான் வாங்குவோம். அம்மா இரவில் எல்லோருக்கும் இரண்டு ஸ்பூன் தேன் குடிக்கத் தருவாள்.

நடு ஆற்றில் வேகம் அதிகம் இருக்கும். நான் கொஞ்சம் ஓரமாகவே குளிப்பேன். மழைக்காலத்தில் தண்ணீர் செம்மண் நிறத்தில் இருக்கும். கடைசி இரண்டு படிக்கட்டும் பாசி படிந்து வழுக்கும். ஊர்ப்பெண்கள் பலவிதமான கதைகள் பேசுவர். நான் சுவாரசியமாகக் கேட்டுக்கொண்டிருப்பேன். பெரும்பாலும் குடும்ப, கணவன் கொடுமைகள். அம்மா 'ஊம்' கொட்டி கேட்டுக்கொண்டிருப்பாளே ஒழிய ஒருபோதும் எங்கள் வீட்டுக் கதைகளைச் சொல்லமாட்டாள். அவள் அதை சத்தியபாமா, ஜெயக்கண்ணு, கமலா டீச்சர்களிடம் மட்டுமே பகிர்வாள். அவர்கள் ஆறுதல் சொல்வார்கள்.

பெரும்பாலும் அந்த வார விகடன், குமுதம் தொடர்கதைகள் விவாதிக்கப்படும். அம்மாவுக்குப் பிடித்த எழுத்தாளர் லக்ஷ்மி. அவர்தான் அதிகம் மாமியார் கொடுமை, கணவன் கொடுமை பற்றி எழுதுவார். அம்மாவுக்குக் கொஞ்சம் சிவசங்கரியும் பிடிக்கும். ஆனால் எனக்கு இந்துமதியும், வாஸந்தியும், சுஜாதாவும்தான் பிடிக்கும். நான்காம் வகுப்பில் தான் இவர்களையெல்லாம் படிக்கத் தொடங்கினேன். இவர்கள் மூவரும்தான் துள்ளலான காதலர்கள் பற்றி எழுதியவர்கள். அதிலும் சுஜாதாவின் எழுத்தில் இருந்த நகைச்சுவை அம்சம்தான் என்னை அவரை ரசிக்க வைத்தது. அவரிடமுள்ள மொழிப் பயன்பாட்டின் புதுமையும். இந்துமதி, வாசந்தி இருவரின் எழுத்திலும் ஒரு மீறல் இருந்தது. அது அப்போது என்னைக் கவர்ந்தது. அவர்கள் காட்டும் காதலர்கள் கமல் போல அழகுணர்வும், மென்மையும், குறும்பும் நிரம்பியவர்கள்.

எங்களுக்குத் தொடர்கதைகள்தான் வெளியுலகம். சின்ன ஊரில் இருந்து ஒரு பெரிய நிலத்துக்குப்போய் உலவிவிட்டுத்

திரும்புவது அது. நகர நாகரிகத்தையும், மேல்தட்டு மக்களின் வாழ்க்கையையும், உணர்ச்சிகரமான காதலையும் நாங்கள் தொடர்கதைகள், திரைப்படங்கள் மூலம் மட்டுமே அறிந்துகொண்டோம். ஆற்றுக்குளியல் முடிந்து இருவரும் புத்துணர்ச்சியுடன் திரும்புவோம். அம்மா புத்தம் புதிய மலர்ச்சியுடன் இருப்பாள்.

அம்மாவுக்குக் கண்ணாடி போட்ட நடிகர் சரத்பாபுவைப் பிடிக்கும். அடிக்கடி வியந்து சொல்லுவாள். அவரின் கண்ணியம் நிரம்பிய தோற்றம் ஒரு காரணம். சட்டையை இன் செய்யாமல், நல்ல ஷூ அணியாமல் அவர் ஒரு படத்திலும் காட்சி தந்ததில்லை. மெல்லிய குரலுடன் சத்தம் எழும்பாமல், ஆனால் ஒரு தீர்மானம் நிரம்பிய அவரின் பேச்சும், நாகரிக பாவனைகளும் அம்மாவுக்குப் பிடித்திருந்ததை என்னால் புரிந்துகொள்ள முடிகிறது. சண்டையில் குரல்வளை புடைக்கக் காட்டுக்கத்தல் கத்தும் அப்பாவின் குரலுக்கு மாற்று.

குளித்துவிட்டு வரும்வழியில் நிறைய பேருடன் நின்று பேசிவருவோம். வந்து அம்மாவுக்கு காலைச்சிற்றுண்டி செய்யும் வேலையும் தம்பியைக் கிளப்பும் வேலையும் இருக்கும். நான் வந்து சிறிதுநேரம் படிப்பேன். சிலசமயம் படிப்பதுபோல் நடிப்பேன். அதற்கும் அப்பா "சத்தமா படி, அது என்ன மௌன வாசிப்பு" என்று ஒரு சத்தம் கொடுப்பார். பிறகு அவசரமாகச் சிற்றுண்டி சாப்பிட்டு எல்லோரும் பள்ளிக்குச் செல்வோம். மதியம் வந்து சாப்பிட்டு மீண்டும் பள்ளி. மாலையில் வந்ததும் பையைத் தூக்கி விட்டெறிந்துவிட்டு விளையாடச் செல்வேன். நான்கு மணியிலிருந்து ஆறு மணி வரை வியர்வை பொங்க விளையாட்டு. லைட் போட்டதும் படிக்க உட்கார வேண்டும்.

அப்பா மாலை 6.30 மணி செய்திகள் முடிந்ததும் கிளம்பி ஸ்கூல் ஃபிசிக்ஸ் லேப் சென்று அங்கு தங்கியுள்ள ஆசிரிய நண்பர்களிடம் பேசிக்கொண்டிருந்துவிட்டு இரவு ஒன்பது மணிக்கு வருவார். இரவுணவு உண்டபின் எங்களுடன் அரசியலும் சினிமா குறித்தும் உலக நடப்புகள் குறித்தும் உரையாடுவார்.

அப்பா தனது இருபது, இருபத்தியிரண்டு வயதிலேயே பெரியார், அண்ணா கொள்கைகளால் ஈர்க்கப்பட்டார். அப்போதெல்லாம் அப்பா, அண்ணாதுரை சுற்றுவட்டாரத்தில் எங்கு பேசவந்தாலும் போய் நேரில் கேட்பாராம். ஒருமுறை அண்ணா புதுக்கோட்டைக்குப் பேச வந்தபோது நண்பர்களுடன் திருவோணத்திலிருந்து சைக்கிளிலேயே போய் அவர் பேச்சைக் கேட்டுவிட்டு அண்ணாதுரை பின்னாலேயே சைக்கிளில் மதுரைவரை சென்று மதுரையிலும் அச்சுஅசலாக அதே உரையைத் திரும்பக் கேட்டு வந்திருக்கிறார். 1965 ல் ஹிந்தி போராட்டம் நிகழ்ந்தபோது கலந்துகொண்டிருக்கிறார். அப்போது அப்படியொரு வேகம், ஆவேசம் இருந்தது என்பார். நான் அதைக் கேட்கும்போது புரிந்துகொள்வேன். அம்மா இதை சுத்தப் பைத்தியக்காரத்தனம் என்று நினைப்பாள். வாய் திறந்து சொன்னதில்லை.

அண்ணா ஆட்சியமைத்தபோதும், இரு வருடங்கள் ஆட்சி செய்தபோதும் அப்பாவுக்கு அவர்மேல் அவ்வளவு மரியாதை. 1969 ல் அவர் இறந்தபோது சென்னைக்குச் சென்று இறுதி ஊர்வலத்தில் கலந்துகொண்டாராம். ‘கதறி அழுதேன்’ என்று அப்பா உருக்கமாகச் சொல்லும்போது எனக்கு கண்கலங்கும். ஆனால் அவருக்குப் பின் வந்தவர்கள் மேல் அப்பாவுக்கு அந்த அளவு அபிமானம் இருக்கவில்லை. ஆனால் டெல்லிதான் அரசியலின் மையம். பெரும்பாலான பேச்சுகள் டெல்லி பற்றித்தான். பேச்சை மட்டும் கேட்டால் டெல்லி கூப்பிடு தூரத்தில் என்று தோன்றும். அப்பாவுக்கு நேரு மீதும், லால் பகதூர் சாஸ்திரி மீதும் மிகுந்த மரியாதை. அகாலமாக சாஸ்திரி இறந்தது நம் நாட்டுக்குப் பேரிழப்பு என்பார். இந்திராவை அவருக்குச் சுத்தமாகப் பிடிக்கவில்லை. ‘குருவிமண்டை’ என்பார். அப்போதெல்லாம் அரசியல் கருத்துகளில் அப்பா சொல்வதுதான் எனக்கு வேதவாக்கு. எதையும் தர்க்கபூர்வமாக எடுத்துச்சொல்லி விளங்கவைக்கும் திறன் அவரிடம் இருந்தது.

அப்பா மாநிலச்செய்திகளை சிலசமயம் தவறவிட்டாலும் விடுவார். டெல்லி நியூஸ் கேட்காவிட்டால் சாமி வந்துவிடும்.

எங்கள் வீட்டில் ரேடியோ இல்லை. அதனால் அடுத்த வீட்டு சொக்கலிங்கம் சார் நியூஸ் வரும்போது திண்ணையில் கொண்டுவந்து சத்தமாக வைப்பார். எங்கள் வரிசை வீடுகளில் திண்ணைகளுக்கு மட்டும் மூங்கிலில் சேர்த்துக் கட்டப்பட்ட பனம்பாய் தடுப்புதான். நன்றாகக் கேட்கும். எனக்குமே ‘ஆல் இண்டியா ரேடியோ, செய்திகள் வாஷிப்பது சரோஜ் நாராயண்சுவாமி’ என்ற குரல் ஒரு தனி மயக்கத்தைத் தரும். அது ஆண்குரல் என்று வெகுகாலம் எண்ணியிருந்தேன். காலையில் 7.15, மதியம் 12.45, இரவு 7.15 பிறகு ஆங்கிலத்தில் இரவு 9.15 இப்படி டெல்லி செய்திகள் கேட்டுக்கொண்டிருந்தோம்.

நான் இரண்டாம் வகுப்பு படிக்கும்போதுதான் எமெர்ஜென்சி வந்தது. அதுவரை நடந்துகொண்டிருந்த செய்திகள் அதன்பின் பறக்க ஆரம்பித்தன. செய்தி கேட்க ஊர்மக்களில் பாதி வந்து ராவுத்தர் மாமா கடையில் கூடியிருப்பார்கள். மயான அமைதியுடன் அமர்ந்து கேட்டுவிட்டு கருத்துகளை முனகலாகப் பேசிக்கொள்வார்கள். அப்பா ஆக்ரோஷமாக உரையாடுவார். எனக்கும் அந்த ஆவேசம் பிடித்திருந்தது. வழக்கமாக இரவுச் சாப்பாடு உண்டுவிட்டு நாடாக்கட்டிலைத் தூக்கி வெளியில் இட்டு அதில் உட்கார்ந்தபடியும், படுத்தபடியும் நானும் அப்பாவும் பாட்டியும் பேசிக் கொண்டிருப்போம். அப்பா ஈசிசேரில் படுத்தபடி பேசுவார். நான் பெரும்பாலும் பாட்டி மடியில் தலைவைத்து வானத்தையும் நட்சத்திரங்களையும் பார்த்தபடி கேட்டுக்கொண்டிருப்பேன். அம்மா அடுக்களையில் வேலையாக இருப்பாள். தம்பி சீக்கிரம் தூங்கிவிடுவான். எல்லோரும் படுத்தபிறகும் நான் கதை கேட்டுக்கொண்டு திண்ணையில் பாட்டியுடன் தூங்குவேன். சிலசமயம் பாதிக்கதையிலேயே தூங்கிவிடுவேன்.

காதல் கதைகளை விடவும் எனக்கு மிகுந்த உத்வேகத்தைத் தந்தன ஜெயப்பிரகாஷ் நாராயணின் மாணவர் இயக்கம், முழுப்புரட்சி அறைகூவல் பற்றிய செய்திகள். வினோபா, ஜெ.பி, மொரார்ஜி, ராஜ் நாராயண், ராம் மனோகர் லோகியா இவர்களின் அழகிய கறுப்பு வெள்ளை புகைப்படங்களை அப்பா

ஒரு தனி நோட் போட்டு ஒட்டிவைத்து அவர்களைப் பற்றிக் கீழே குறிப்பு எழுதுவார். நான் அதையெல்லாம் ஒன்றுவிடாமல் படிப்பேன். இவர்களில் ஜெ.பி. என் ஆதர்சமானார். இருபது வயதிலேயே அமெரிக்கா போய் பெர்க்லி, விஸ்கான்சின், ஒஹியோ பல்கலைகளில் பயின்று வந்தவர். 'வெள்ளையனே வெளியேறு' போராட்டத்தில் முன்னணியில் நின்றவர். தான் பிறந்த பிஹாரில் ஒரு மாணவர் இயக்கத்தைத் தொடங்கி நடத்தியவர். அப்பா கதைபோல் அவ்வளவு சுவாரசியமாகச் சொல்வார். அதை நான் விழிகள் விரித்து கவனமாகக் கேட்பேன். சில விஷயங்கள் புரியாது. அதை அப்பாவிடம் கேட்டுத் தெளிவுபடுத்திக் கொள்வேன்.

அதில் ஒரு புகைப்படத்தில் இந்திராகாந்தி படத்தின் கீழே 'வினோச காலே விபரீத புத்தி' என்று எழுதப்பட்டிருக்கும். அதிலும் உத்வேகமிக்க தலைவராகத் தொப்பி அணிந்த அழகிய மொரார்ஜி தேசாய். எனக்கு இவர்கள் எல்லோரும் மிக நெருக்கமானவர்களாக ஆனார்கள். அப்பா ஃபிசிக்ஸ் லேபில் மற்ற ஆசிரியர்களுடன் நெருக்கடி நிலையை எதிர்த்து காரசாரமாக விவாதிப்பார். நெருக்கடி நிலை என்பது ஒரு மோசடி. ஓர் அடக்குமுறை என்று தெளிவான எடுத்துக் காட்டுகளுடன் விளக்குவார்.

ஒரு சிலர் எதிராக ஏதாவது சொன்னாலும் அப்பாவின் பேச்சே அங்கு நிலைபெறும். அதைப் பார்த்து எனக்குப் பெருமையாக இருக்கும். நிறைய விஷயங்கள் தெரிந்துகொள்வதும், அதைத் தெளிவுடன் விளக்குவதுமே நம்மை அறிவாளியாக்கும். நம் முக்கியத்துவத்தை அவ்வாறே ஈட்ட வேண்டும் என்ற உறுதி எனக்கு அப்போதே வந்தது. என் பள்ளியிலும் நான் ஒரு மையமாக இருந்தேன். என்னைச்சுற்றி என் பேச்சைக் கேட்க எப்போதும் ஒரு கூட்டம் இருந்தது. அது கொடுக்கும் போதை அலாதியானது.

1977 ல் இந்திராகாந்தி பாராளுமன்றத்தைக் கலைத்தார். தேர்தல் வந்தது. ரோஸ்கலர் நோட்டீஸை மாட்டுவண்டியின் பின்னே சென்று அந்த அறிவிக்கும் அண்ணனிடம் நிறைய

வாங்கி வீட்டில் கொல்லைப்புறம் பசை காய்ச்சி ஒவ்வொரு வீட்டுக் கதவிலும் ஒட்டுவோம் நானும் என் நண்பர்களும். 'கை' சின்ன நோட்டீஸைப் பல வீடுகளில் கிழித்து 'ஏர் உழவனை' ஒட்டி ஜனதா கட்சிக்கு ஓட்டுப் போடச்சொல்லி நானும் மொரார்ஜிக்காகப் பிரச்சாரம் செய்திருக்கிறேன். அப்போதே அந்தச் சின்னம் மக்களின் ஆர்வத்தைக் கிளறியதையும் நான் கவனிப்பேன். கோமணம் உடுத்திய ஏர் உழவன் நாம் அன்றாடம் கிராமத்தில் காணும் காட்சியல்லவா? அது மக்களைக் கொஞ்சம் சுவாரசியப்படுத்தியது. கதைபோல் எமெர்ஜென்சி கொடுமைகள், மொரார்ஜி, ஜெ.பி யின் எழுச்சி, சிறைவாசம் எல்லாவற்றையும் சொல்வேன். சின்னக் கிராமத்தில் ஒரு குட்டி பிரச்சார பீரங்கியாக இருந்தேன்.

தேர்தல் முடிந்து முடிவுகள் வந்தன. போட்டியிட்ட 'ரே பரேலி' தொகுதியில் மண்ணைக் கவ்வினார் இந்திரா. எமர்ஜென்ஸி ரத்தானது. மகத்தான நீதி வென்றதை நாங்கள் கொண்டாடினோம். அப்பா இரண்டு கிலோ கொண்டகடலை அவித்து எல்லோருக்கும் கை நிறையக் கொடுக்கச் சொன்னார். பொதுவாக அப்பா பெரியார், அண்ணா பிறந்தநாளின் போது இப்படி செய்வார். ஜனங்கள் எல்லோரும் என்னவென்று விசாரித்து கை நிறைய வாங்கிச் செல்வார்கள்.

புதிய அரசு வந்தது. ஏகப்பட்ட அறிவிப்புகள் வந்தன. ஜனதா கட்சிக்காரர்கள் ஒருவருக்கொருவர் சண்டைபோட்டுக் கொண்டார்கள், எல்லாம் வழக்கம்போல. மக்களுக்கு ஆர்வம் போய்விட்டது. கிராமம் பழைய சக்கர சுழற்சியில் பொருந்தியது. ராவுத்தர் மாமாவின் கடையில் ரேடியோ செய்தி வாசித்தபோது அவர்கூட அதைச் செவிகொடுத்துக் கேட்கவில்லை. அடுத்து ரேடியோ செய்திக்கு மக்கள் முண்டியடித்தது நான் நான்காம் வகுப்பு படிக்கும்போது 1979 ல் நிகழ்ந்தது. திடீரென்று ஒருநாள் வானொலி அறிவித்தது, 1973 ல் அமெரிக்க நாசா விண்வெளியில் ஏவிய ஸ்கைலேப் எனப்படும் விண்வெளிக்கூடம் தன் சுற்றுப்பாதையில் வழுவிவிட்டது என்று. அந்தத் தொழில்நுட்பக் கோளாறுகளால் அது பூமியில் எங்கு வேண்டுமானாலும்

விழுந்து நாசத்தை ஏற்படுத்தலாம் என்ற செய்தி எங்கள் கிராம வாழ்வில் மிகுந்த பரபரப்பை ஏற்படுத்தியது.

ஆறு வருடங்கள் ஒழுங்காகச் சுற்றிக்கொண்டிருந்த அதற்கு என்ன கேடு என்று எல்லோரும் பேசிக்கொண்டோம். முதல் ஒரு வாரம் மக்கள் பீதியுடன் ஆங்காங்கே சூழ்ந்துநின்று வானத்தைப் பார்த்தவாறே தாடையைச் சொறிந்து பேசிக் கொண்டனர். பெண்கள் ஆற்றங்கரையிலும், மாணவர்கள் பள்ளியிலும், விளையாட்டுத் திடலிலும்.

நான் இதில் தகவல் களஞ்சியமாக இருந்தேன். என்னைச் சுற்றி அமர்ந்து கேட்கும் என் வகுப்புத்தோழர்களும், தோழியரும் ஒரு ரகசிய கிளுகிளுப்பை என்னுள் விதைத்தார்கள். ஸ்கைலாப் அனுப்பப்பட்ட ஆண்டு, அதன் நோக்கம், செயல்முறை, நாசா என்பது என்ன எல்லாவற்றையும் சொல்லி நான் அதன் படம் போட்டு விளக்கினேன். எல்லாம் அப்பா சொல்லித் தந்ததுதான். ஆனால் என் தோழர்கள் மத்தியில் நான் ஒரு நாசா விஞ்ஞானியின் ஸ்தானத்தை அடைந்தேன்.

பள்ளி முடிந்து கிரவுண்டிலும், அரசமரத் திடலிலும் விளையாடுவது குறைந்தது. அது நம் ஊரில் விழுந்தாலும், எல்லோரும் ஒன்றாக அப்பா, அம்மா, பாட்டியின் அணைப்பிலேயே இறக்க விரும்பினோம். கொஞ்சநாள் கழித்து அந்த பயத்தை எல்லோரும் நகைச்சுவையால் கடக்க யத்தனித்தோம். தினசரி பத்திரிகைகள் நாள்தோறும் செய்திகள் போட்டன. விகடனில் மதன் கார்ட்டூன் போட்டார். ஆனந்த விகடன் பல ஜோக்குகளை வெளியிட்டது.

“என்ன, ஓங்க டேபிள் ஃபுல்லா ஃபைலா இருக்கு. கிளியர் பண்ணலையா?”

“எல்லாம் ஸ்கைலேப் விழுந்தா தன்னால கிளியர் ஆயிடும் சார்.”

“என்ன ஓய், என் கடன செட்டில் பண்ணப்போறீரா, இல்லையா?”

“சார், ஒரு ரெண்டு வாரம் பொறுத்துக்குங்க, ஸ்கைலேப் விழுந்ததும் பொழச்சுக் கிடந்தா பாக்கலாம்.”

என் அபிமான சுஜாதா வேறு தன் பங்குக்கு ‘நான் சலவைக்கணக்கை செட்டில் பண்ணிட்டேன். தெரு மூலை நாணு மாமா பெட்டிக்கடை அக்கவுன்ட் மட்டும் பாக்கி’ என்று எழுதினார்.

நான் அப்பாவிடம், “அப்பா, ராவுத்தர் மாமா அக்கவுன்ட செட்டில் பண்ணிட்டிங்களா?” என்றதற்கு

“எல்லாம் அங்கபோய் பார்த்துக்கலாம்” என்று மேலே கைகாட்டி சிரித்தார். அப்பா பட்டுக்கோட்டை போகும்போதெல்லாம் எனக்கு, தம்பிக்குப் பிடித்த பலகாரங்கள் வாங்கிவந்து தந்தார். ஒரே உபசாரம்தான் வீட்டில்.

நான் ஒரு யோசனை சொன்னேன். “அப்பா, நம்ம வீடு ஓட்டு வீடு. நாம லேப்ல போய் டெஸ்க்குக்கு அடியில ஒளிஞ்சுக்கலாம்” என்று. அப்பா சிரித்தார். “இரும்பையே உருக்கிடும் அதன் வெப்பம். நாம பஸ்பமாயிடுவோம்.”

பாட்டி சொன்னார், “எல்லாம் இந்த அமெரிக்காகாரனால வந்தது. இயற்கைய மீறி வானத்துல லேப் கட்டுறானாம். அதான் கடவுளுக்குப் பொறுக்கல.”

“ஆமா, சாமியாவது, பூதமாவது... எல்லாம் டெக்னிக்கல் கோளாறும்மா.”

“ஆமா, ஏதாவது ஒளறு நீ. காலம் கலிகாலம். ஒண்ணா போய்ச்சேருவோம் எல்லோரும்.”

அது வளி மண்டலத்தை நெருங்கும் நாள் கணிக்கப்பட்டது. ரேடியோ அறிவிப்பு கொடுத்துக்கொண்டேயிருந்தது. அன்று பள்ளிகளுக்கு விடுமுறை விடப்பட்டது. அப்பா கொல்லைக் கதவையும், தெருக்கதவையும் பூட்டு போட்டு உள்பக்கம் பூட்டினார். ஜன்னல்கள் அடைக்கப்பட்டன. “ஏம்பா, ஜன்னல சாத்துறிங்க... ஒரே இருட்டா இருக்கு” என்றதும் “பேசாம

இரு, சத்தம் மூச்" என்று என் வாயை அடைத்தார் அப்பா. பகலில் லைட்டைப் போட்டுக்கொண்டு அம்மா சமைத்தாள்.

என் விருப்பப்படி பூண்டுக்குழம்பும், பாட்டி விருப்பப்படி பருப்பு உருண்டைக் குழம்பும் வைக்கப்பட்டது. சாகும்போது நாக்கு ருசியாக சாப்பிட்டு சாகலாமே என்று நாங்கள் எல்லோரும் ஆசைப்பட்டோம். அன்று எல்லாம் பிரமாதமாக இருந்தது. நான் பாட்டியிடம், "பாட்டி, நாம எல்லாரும் சொர்க்கத்துலயும் ஒண்ணா இருப்போம்தானே" என்று உறுதிப் படுத்திக் கொண்டேன்.

மாலை ரேடியோ அறிவித்தது. சொக்கலிங்கம் சார் ட்ரான்ஸிஸ்டரை எங்கள் வீட்டுக்கு எடுத்து வந்தார். நாங்கள் எல்லோரும் உன்னிப்பாகக் கேட்டோம். ஸ்கைலேப்பின் பெரும்பகுதி அதிருஷ்டவசமாக இந்துமகா சமுத்திரத்திலும், அதன் சிற்சில பகுதிகள் ஆஸ்திரேலியாவின் மேற்குப் பாலைவனப் பகுதியிலும் விழுந்தது என செய்தி வாசிக்கப்பட்டது. சிறுவர்கள் நாங்கள் எல்லோரும் தெருவில் வந்து நடனமாடினோம். ஒரே கூச்சல், ஆரவாரம், களேபரம். இரண்டு, மூன்று நாட்கள் கழிந்து ஊரில் மீண்டும் எல்லாம் வழக்கம்போல ஆகியது. யாருக்கும் எதைப்பற்றியும் கவலையில்லை என்னும் நிலை. ஆனால் நான் டெல்லியில் இருந்தோ, வானத்திலிருந்தோ வேறு ஏதாவது வரவேண்டும் என்று ஏங்கினேன்.

★★★

19

ஒளியும் நிழலும்

என்னை செயின்ட் இசபெல்லில் பத்தாம் வகுப்பு சேர்த்ததும் அம்மாவும் அப்பாவும் ஒரு சாதனையைச் செய்ததுபோல் திருப்தியடைந்தார்கள். இனி கவலையில்லை, பிள்ளை சாதித்துவிடும் என்பதுபோல. நானும் அவர்கள் நம்பிக்கையைப் பொய்ப்பிக்காமல் மாவட்ட அளவில் இரண்டாவது ரேங்க்கும், மாநில அளவில் முப்பதாவது ரேங்க்கும் எடுத்தேன். நேஷனல் மெரிட் ஸ்காலர்ஷிப் கிடைத்தது.

ஆனால் அங்கு நான் படிக்கும்போது அம்மா ஒவ்வொரு நாளும் பதறிக்கொண்டிருந்தாள், என்னில் நிகழும் மாற்றங்களைக் கண்டு. அதுவரை அலங்காரப் பிரியையாக இருந்த நான் பூ வைக்காமல், பவுடர் போடாமல் பள்ளி செல்ல ஆரம்பித்தேன். ஒருநாள் பாழ்நெற்றியாய் நான் வருவது கண்டு அம்மா என்னைப் பிடித்து சுவரோடு மோதினாள். நான் அதிர்ந்துவிட்டேன். அம்மா என்னை அடித்ததேயில்லை. அப்பாவிடம் நான் எட்டாம் வகுப்புவரை அடி வாங்கியிருக்கிறேன்.

“ஏம்மா, என்ன அடிக்குற?” விம்மியபடியே கேட்டேன்.

“நானும் கொஞ்சநாளா கவனிச்சுகிட்டுதான் வரேன். பொட்டு வைக்குறதில்ல, பூ வைக்குறதில்ல, என்ன நெனைச்சுக்கிட்டுருக்க ஒன் மனசில?”

“இல்லமா, மறந்துபோய்ட்டேன்.”

“எனக்குத் தெரியும். நானும் கான்வென்ட்ல படிச்சவதான். வாழ்க்கைய வெறுத்து இருக்குற அந்த வெள்ளசட்டக்காரிங்க இப்டி மெதுவா நம்ம மனச கெடுப்பாளுங்க. நானும் ஒன்ன மாதிரி கொஞ்சநாள் திரிஞ்சேன். அப்றம் சுதாரிச்சுக்கிட்டேன்.”

“இல்லமா... ஹெச்.எம். சிஸ்டர் சொன்னாங்க. பூ வச்சு, பவுடர் போட்டா நம்ம மனசு அலமோதும். படிப்புல கான்சென்ட்ரேட் பண்ண முடியாதுன்னு.”

“இப்டித்தான் மெல்ல வல விரிப்பாளுங்க. ஒன்ன மாதிரி அப்பாவி, இளிச்சவாய்ங்க போய் மாட்டும். இனிமே ஒழுங்கு மரியாதையா போ. அந்த சிஸ்டர் கேட்டா வீட்ல அம்மா அப்பா திட்டுவாங்கன்னு சொல்லு. இல்ல ரொம்ப ஏதாவது சொன்னாங்கன்னா நான் வந்து அவங்களோட பேசறேன்.”

அதன் பிறகு ஒழுங்கு மரியாதையாகப் போக ஆரம்பித்தேன். அம்மாவுக்கு இந்தக் கன்னியாஸ்திரிகள் மீதும் இம்மதத்தின் மேலும் ஏன் இவ்வளவு வெறுப்பு என்று யோசிப்பேன். அந்த சிஸ்டத்தில், ஹாஸ்டலில் தங்கிப் படித்ததால் இவ்வளவு ஒவ்வாமையா? ஆனால் அம்மாவின் உயிர்த்தோழி ஒரு கிறிஸ்தவர்தானே. என்னால் புரிந்துகொள்ள முடிந்ததில்லை அப்போது.

அத்தைக்கு அபி அத்தை எப்படியோ, அப்படி என் அம்மாவுக்கு டெய்ஸி பெரியம்மா. உயிர்த்தோழி. அம்மா மன்னார்குடி கான்வென்ட்டில் படிக்கும்போது, ஆறாம் வகுப்பிலிருந்து பத்தாம் வகுப்பு வரை அம்மாவின் பள்ளித்தோழி, விடுதித் தோழி. அம்மாவை விட ஒருவயது மூத்தவர் ஆனாலும்

ஒரே வகுப்பில்தான் படித்தார்கள். டெய்ஸி பெரியம்மா அணைக்காட்டைச் சேர்ந்த ப்ரொட்டொஸ்டாண்ட் கிறிஸ்தவர். பள்ளி முடித்து அம்மா தஞ்சையில் டீச்சர் ட்ரெயினிங் சேரும்போது அவரால் சேரமுடியவில்லை, குடும்பச் சூழ்நிலை காரணமாக. அவரும் அம்மா மாதிரியே அழகி, சிவந்த நிறம். ஒரு பொட்டுவைத்தால் இன்னும் அழகாக இருப்பார் என்று நினைத்துக்கொள்வேன். குரல், வயலினை மென்மையாக இசைப்பதுபோல் இருக்கும். மொத்தத்தில் ஓடிப்போய் கட்டிக்கொள்ளலாம் போல் இருப்பார்.

டெய்ஸி பெரியம்மா திருமணத்தில் கலந்துகொள்ள அம்மா ஒற்றைக்காலில் நின்று புள்ளமங்கலத்திலிருந்து தாத்தாவையும் கூட்டிக்கொண்டு போனாளாம். போய் பார்த்தபோது கல்யாணத்திற்கு முந்தினநாள் மாலை அம்மாவைக் கட்டிக்கொண்டு டெய்ஸி பெரியம்மா வருத்தத்துடன் சொன்னாராம். அவரைத் திருமணம் செய்துகொள்ளப் போகும் வின்சென்ட் பெரியப்பா இவரைவிட படிப்பு குறைவு. ஊரில் பெரிய பணக்காரர் மகன், அடிதடி, நாட்டாமை எல்லாம் உண்டு. அவர்கள் ஜாதியே அந்த வட்டாரத்தில் அடிதடிக்குப் பெயர்போனது. மொத்தத்தில் சரியான கரடுமுரடு. ஆனால் டெய்ஸி பெரியம்மாவின் அழகில் மயங்கி பெரியம்மாவைத்தான் கட்டுவேன் என்று சாதித்துவிட்டாராம். ஒரே ஜாதி என்பதால் வின்சென்ட் பெரியப்பாவின் அப்பாவும் சம்மதித்துவிட்டார். இவர்கள் அவர்களைவிட அந்தஸ்தில் குறைந்தவர்கள். பெரியம்மாவும் அவருக்குக் கீழே இரண்டு தங்கைகள் உண்டு என்பதால் வேறுவழியின்றி சம்மதம் தெரிவித்துவிட்டார்.

அம்மா அத்திருமணத்தைப் பற்றி பிறகு எங்களிடம் சொல்வாள். அணைக்காடே அந்த சர்ச்சில் திரண்டதாம். அத்தனை பேருக்கும் கடா வெட்டி விருந்து. டெய்ஸி பெரியம்மா அந்தத் திருமண வெள்ளையுடையில் தேவதை போல இருந்தாராம். அவ்வுறவு அம்மா திருமணமாகி நாங்கள் பிறந்தபிறகும் நெடுநாள் நீடித்தது. நாங்கள் குடும்பத்தோடு அவர்கள் வீட்டுக்குப் போய் வந்திருக்கிறோம்.

அணைக்காட்டில் பார்வைப்புலம் தெரியும்வரை அவருக்கு நெல் வயல்கள் இருந்தன. தென்னந்தோப்புகள், மாந்தோப்புகள். பெரிய மாந்தோப்புக்குள்தான் அவர்கள் வீடு. என்னை அவர்கள் வீட்டில் கவரும் அம்சமே அந்த மாந்தோப்புதான். அத்தனை மரங்களில் இருந்தும் காய்கள், 'என்ன பறிச்சுக்கோ' என்பதுபோல் கைக்கெட்டும் உயரத்தில் தொங்கும்.

இரு ஆண்குழந்தைகள். என்னைவிட மூத்தவர்கள். அவர்கள் வீடு பெரிய சுற்றுத்திண்ணை கொண்ட ஓட்டுவீடு. தனியாக ஒரு கூரைபோட்ட இன்னொரு வீடும் பக்கத்தில் உண்டு. அது நிறைய நெல் மூட்டைகள் அடுக்கியிருக்கும். ஒருபக்கம் குவிந்து கிடக்கும் தேங்காயும், மாங்காயும், அங்குமிங்கும் திரியும் கோழிகளும் எனக்கு வேறு ஒரு உணர்வைத் தந்துகொண்டிருக்கும், ஒரு பதற்றத்தை. கோழிகள் குறுக்கும்மறுக்கும் ஓடி வீட்டுத்திண்ணையில் எல்லாம் கழிந்து வைக்கும். எனக்கு அருவருப்பாக இருக்கும்.

அவர்கள் வீட்டுக்குப் போய்விட்டால் வின்சென்ட் பெரியப்பா தடபுடலாக இரு கோழிகளை அறுத்து விருந்து வைப்பார். சிரித்துக்கொண்டே கோழிகளின் கழுத்தை அறுப்பார். நான் அங்கு நிற்காமல் ஓடி வந்துவிடுவேன். டெய்ஸி பெரியம்மா நன்றாகச் சமைப்பார். வின்சென்ட் பெரியப்பா எங்களுடன் சாப்பிட மாட்டார். எங்கேயோ போய்விட்டு வரும்போது ஒரு கண்ணாடி பாட்டிலில் திரவத்தோடு வருவார். நான் அம்மாவிடம் ரகசியமாக, "அது என்னமா?" என்பேன். அம்மா "அது சாராயம். அவர்கிட்ட போகாதே" என்பாள்.

அவர் மாமரத்தடியில், கயிற்றுக் கட்டிலில் உட்கார்ந்தபடியே, "டெய்ஸீ" எனக் குரல்கொடுக்க, பெரியம்மா இறுகிய முகத்துடன் பெரிய கண்ணாடி டம்ளரையும் தண்ணீரையும் ஒரு தட்டு நிறைய கோழிவறுவலையும் ஒரு ஸ்டூலில் கொண்டு வைப்பார். அவர் அப்பாவுடன் பேசிக்கொண்டு, 'ஹெ, ஹெ' என்று சிரித்தவாறு குடிப்பார். அப்பா கொஞ்சநேரம் பேசியபின் தூங்குவதுபோல் நடித்துத் தூங்கியும் விடுவார். மாலை கிளம்பிவிடுவோம்.

அவருக்கு என் ராஜப்பா பெரியப்பா போலவே அகன்ற முகம், பெரிய பற்களைக் காட்டி ஆர்ப்பாட்டமாகச் சிரிப்பார். பெரியம்மா அடங்கிய, இனிய குரலில் சிரிப்பார். அழகிய பல்வரிசை. சிரித்து முடித்த பிறகும் ஒரு வெளிச்சம் பாக்கி இருக்கும் டெய்ஸி பெரியம்மா முகத்தில். அவருக்கும் டெய்ஸி பெரியம்மாவுக்கும் உள்ள பொருத்தமின்மை எனக்கு உறுத்திக்கொண்டேயிருக்கும். ஆனால் ஒவ்வொரு முறையும் அம்மாவிடம் முணுமுணுவென்று சமையலறையில் டெய்ஸி பெரியம்மா பேசியபடியே கண்ணைத் துடைத்துக் கொள்வார்.

நாங்கள் பட்டுக்கோட்டை குடிவந்தபிறகு ஒருமுறை சோர்ந்ததுபோல் வின்சென்ட் பெரியப்பா வந்தார். குத்தகைக்கு விட்ட பல வயல்கள் கைநழுவிப் போய்விட்டதென்று வருத்தத்துடன் தெரிவித்தார். டெய்ஸி பெரியம்மா வீட்டை, குழந்தைகளைக் கவனிப்பதில்லையென்றும், எந்நேரமும் பைபிளைத் தூக்கிக்கொண்டு சர்ச் செல்வதும், மதப் பிரச்சாரத்துக்குச் செல்வதுமாக இருக்கிறார் என்றும் குறைபட்டுக்கொண்டார். அப்பாவும் ஆறுதல் சொல்லி அனுப்பினார். அப்போது அவரிடமிருந்து சாராயநெடி வந்து கொண்டிருந்தது. அப்பா எங்களிடம் சொன்னார். இப்போது அவர் குடிஅடிமை ஆகிவிட்டார்போலத் தெரிகிறது என்று.

ஏழெட்டு மாதங்கள் கழித்து, நானும் அம்மாவும் பட்டுக்கோட்டை கண்டியன்தெருவில் வைத்து டெய்ஸி பெரியம்மாவை பைபிளுடன் பார்த்தோம். வெள்ளைப் புடவை, வெள்ளை ஜாக்கெட், கழுத்தில் வெள்ளியாலானது போல் ஒரு சிலுவையுடன் தொங்கும் வெள்ளிச் சங்கிலி. காதில் தோடுகள் இல்லை. வேறு எங்கும் ஒருபொட்டுத் தங்கமில்லை. கண்கள் தூக்கமின்மையால் குழிந்து, இளைத்து ஆளே மாறியிருந்தார். இதுபோன்ற காட்சிகள் என் மனதை அக்காலங்களில் சுக்குநூறாக்கி விடுபவை. கவலை மனிதனை இப்படி உருக்குலைக்குமா? அம்மாவும் நானும் அவர் கைகளைப் பற்றி விடாப்பிடியாக வீட்டுக்கு அழைத்து வந்தோம்.

வீட்டிற்கு வந்து, "என்னடி இது கோலம்?" என்று அம்மா கேட்டதுதான் தாமதம். அணையுடைத்த வெள்ளம்போல ஒரு அழுகையுடன் குலுங்கினார். அம்மா பாய்ந்து அணைத்துக் கொண்டாள். பக்கத்தில் நின்று பார்த்துக்கொண்டிருந்த எனக்கும் அழுகையைக் கட்டுப்படுத்த முடியவில்லை. இருவரும் அவர்களின் உலகில் அழுது கொண்டிருந்தார்கள். அது ஒரே சமயம் ஆறுதல் போலவும், முறையீடு போலவும் இருந்தது. அந்நட்பின் பரிசுத்தம் என்னை என்னவோ செய்தது. அவர்களின் உலகில் எனக்குக்கூட இடமில்லை என்பதுபோல.

அழுது முடித்தபின் தெளிந்து, காப்பியைப் பருகிக்கொண்டே கண்களில் வெறுமையுடன் அக்கதையைச் சொல்லிமுடித்தார். அவர்களின் மாந்தோப்பு குத்தகையையும், வயல் வெள்ளாமையை கவனித்துக் கொள்பவரின் மனைவியுடன் வின்செண்ட் பெரியப்பாவுக்குத் தொடர்பு வெகு நாட்களாக இருக்கிறதாம். அவர்கள் இவர்கள் இருக்கும் மாந்தோப்பின் எல்லைக்குள்ளேயே வீடு கட்டி குடி இருக்கிறார்களாம்.

பெரியம்மா பலமுறை கண்டித்தபோதும் பெரியப்பா அந்தத் தொடர்பை விடவில்லை. பெரியம்மாவை அடிக்கும் அளவுக்குப் போய்விட்டாராம். பிறகு பெரியம்மாவுக்குத் தெரிந்தே அவர்கள் வீட்டுக்குப் போவதும் வருவதுமாக இருந்திருக்கிறார். அந்தம்மாவின் கணவர் இதைக் கண்டுகொள்ளவில்லை. ஒரே ஜாதிதான். மெதுமெதுவாக தென்னந்தோப்புகள், வயல்கள் எல்லாம் அவருக்குக் கைமாறிவிட்டன. வின்செண்ட் பெரியப்பா குடிஅடிமையாகி ஊரிலும் மரியாதை இழந்துவிட்டார். இப்போது இருப்பது அந்த வீடும், அந்தத் தோப்பும் மட்டும்தான்.

"சரோ, நான் விரும்பி இந்த ஊழியத்துக்குப் போறேன்னு நெனைச்சியா? எனக்கு இந்த ஒலகத்துல ஏதாவது பிடிமானம் வேணுமில்லடி. அதுதான் இந்த பைபிள். எனக்கு வேற வழி தெரியலடி. அந்த வீட்ல ஒக்காந்தா நான் தூக்குலதான் தொங்கணும்."

மாலையானது. பெரியம்மா கிளம்பும்முன் என்னைக் கட்டியணைத்து நெற்றியில் முத்தமிட்டார்.

“எத்தனாவதுடா படிக்குற?”

“பத்தாவது பெரியம்மா.”

“நல்லா படிக்கணும்” ஒருகணம் கண்மூடி என் நெற்றியில் தன் விரல்களால் சிலுவையிட்டார்.

“சின்னவயசுல ஒன்ன பாக்குற மாரி இருக்கு சரோ, இவள பாக்க.”

“இதுவா, அவங்க அப்பாவல்ல உரிச்சு வச்சுருக்கு.”

“இல்லடி. எப்புடியோ நீ கொஞ்சம் தெரியுற.”

“சரி, வறேண்டி....” என்றவர், “சரோ, ஒண்ணு ஞாபகமிருக்கா? மன்னார்குடி கான்வென்ட்ல நம்ம கன்னியாஸ்திரிகளைக் கிண்டலடிச்சு சிரிச்சுக்குவோமே. இதுங்களுக்கு வேற பொழப்பே இல்லையா? ஏன் இப்டி வாழ்க்கைய வெறுத்து அலையுதுங்கன்னு. எல்லாம் பட்டதுக்கப்புறம், இப்ப தோணுது... நான் நேரா அதுக்குப் போயிருக்கலாமேன்னு.

போகும்போது திரும்பி அழகிய அவரது புன்முறுவலை எங்கள்மீது வீசினார். உலகின் எந்தத் துன்பத்தாலும் அதைப் பறிக்கமுடியாது என்று எனக்குத் தோன்றியது.

பிறகு அறிந்தோம், வின்சென்ட் பெரியப்பா மிகவும் முடியாமல் கவர்ன்மென்ட் ஹாஸ்பிட்டலில் கிடக்கிறார் என. நானும் அப்பாவும் சென்று பார்த்தோம். அம்மா வர மறுத்துவிட்டாள். கல்லீரலும் சிறுநீரகமும் பழுதாகி முகம் கறுத்து, முகம், கை, கால் வீங்கி கிட்டத்தட்ட சாவை எதிர்நோக்கி கிடந்தார். முதல் இரண்டு நாட்கள் டெய்ஸி பெரியம்மா பார்த்தாராம். பிறகு பைபிளைத் தூக்கிக்கொண்டு போய்விட்டாராம். “எனக்குத் தெரியும், சற்குணம். எனக்கு இது வேணும். நான் அவ்ளோ பாவம், துரோகம் பண்ணியிருக்கேன் அவளுக்கு” என்றார் குரல் தடுமாற. இரண்டு நாட்களில் வின்சென்ட் பெரியப்பா இறந்துவிட்டதாகத் தகவல் வந்தது.

இன்னொரு மறக்க முடியாத நிகழ்வு என்பது நான் ஆறாம் வகுப்பு படிக்கும்போது நிகழ்ந்தது. எங்கள் பள்ளிக்குப் புதிதாக தையல் ஆசிரியை ஒருவர் நியமிக்கப்பட்டார். எங்களுக்கு வாரத்தில் இரண்டு வகுப்புகள் கைத்தொழில் வகுப்புகள் என கால அட்டவணையில் இருந்தது. ஃபிலோமினா என்ற அந்த ஆசிரியை கொஞ்சம் யாரோடும் பழகாதவராக, உரையாடாதவராக இருந்தார். அவர் கணவர், ஆசிரியராகப் பணியில் இருந்தபோது இறந்ததால் கருணை அடிப்படையில் அவருக்குத் தையல் ஆசிரியை வேலை கிடைத்தது. வலங்கைமான் பக்கம் அவர் சொந்த ஊர் என்று சொன்னார்கள்.

அவருக்கு முதல் பணியிடம் ஆலத்தூர். அவர் ரோமன் கத்தோலிக்கர் என்று பின்னர் அறிந்தேன். முதலில் அப்போது எங்கள் ஊரில் கிறிஸ்தவர்களே குடும்பமாக யாரும் இல்லை. ஆலத்தூரில் நான் அதுவரை பார்த்த ஒரே கிறிஸ்தவர் ஜோசஃப் டாக்டர்தான். அவர் எங்கள் ஊர் மக்களின் பிரிய நாயகன். அவர் மட்டுமல்ல; அவருடன் வேலை பார்த்த ராமகிருஷ்ணன் டாக்டரும் அப்படித்தான். அவர்களுக்குப் பின் வந்த தர்மராஜ் டாக்டரும்தான். இந்த அரசு மருத்துவர்கள் யாருமே கடமைக்காக வேலை பார்க்கவில்லை. அக்கறையுடன் கவனித்தார்கள்.

அவர்களின் கால்களின், நகங்களின் சுத்தத்தை எப்போதும் நான் கவனிப்பேன். அப்போது சிலசமயம் தாழ்வாக நாங்கள் உணர்வோம். ஆனால் ஒரு மேல் துண்டு மட்டுமே அணிந்து, வெடித்த சேறு படிந்த பாதங்களுடன் செல்லும் எங்கள் ஊர் விவசாயி அவர்களுக்கு எவ்விதத்திலும் அருவருப்பூட்டவில்லை. மருத்துவர்கள் தங்கள் கைப்பிடித்து, நாடிபிடித்துப் பார்க்கும்போதெல்லாம் அந்த ஸ்பரிசத்தினால் மனம் மலரும் அனேகம் பேரை நான் கண்டிருக்கிறேன். ஏன், நான்கூட வயிற்றுவலி என்று சென்றால், தர்மராஜ் டாக்டர் என் வயிற்றை மெல்ல அழுத்தி, “இங்க வலிக்குதா? இப்ப?” என்று கேட்கும்போது அந்த மெத்திட்ட கரங்கள் நம் வலியை சிறிதுநேரம் இல்லாமலாக்கி இதம் தருவதை உணர்ந்திருக்கிறேன்.

ஃபிலோமினா டீச்சர் யாருடனும் பேசாமல் மிக அமைதியாகத் தன் வேலையைப் பார்ப்பார். பொட்டு வைக்காமல், சேலையை இழுத்துப் போர்த்தியபடி, முட்டைக் கண்ணாடி அணிந்து, அவர் எனக்கு நூல்வேலி சுஜாதாவை ஞாபகப்படுத்துவார். அவர் வீட்டில் என்னைக் கவர்ந்த ஒரு விஷயம், அவரின் இரு சுட்டிப்பெண்கள். என் வாழ்வில் மறக்க முடியாதவர்கள். இருவருமே என்னைவிட மூத்தவர்கள். வயலட் தமயந்தி, ஜேனட் பொற்கொடி. ஜேனட் அக்கா மூத்தவள். என்னைவிட நான்கு வயது பெரியவள். வயலட் என்னைவிட இரண்டு வயது மூத்தவள். நான் அவர்கள் இருவரின் பெயராலும் முதலில் ஈர்க்கப்பட்டேன். அப்பெயர்களைச் சொல்லச்சொல்ல இனிமை கூடிக்கொண்டே சென்றது.

இருவரின் பெயர்களும் எல்லா மாணவிகளின் வாயாலும் உச்சரிக்கப்பட்டு அதன் புதுமை ரசிக்கப்பட்டது. இருவரும் எங்கள் பள்ளியில் தனித்துத் தெரிந்தனர். அவர்கள் அதற்கு முன்னர் தஞ்சாவூர் கான்வென்ட்டில் படித்ததால் நாகரிகமாக இருந்தார்கள். மற்ற பெண்கள் அவர்களுடன் பழக நிறைய நாட்கள் எடுத்துக் கொண்டனர். பொதுவாகக் கிராமத்தில் அப்படித்தான். புதியவர்களைக் கிராமம் முழுவதுமே வேவு பார்க்கும். தங்களில் ஒருவராக, அது ஏற்க கொஞ்சநாள் பிடிக்கும்.

ஆனால் எனக்கு எப்போதுமே புதியவர்களுடன் பழகுவது மிகப் பிடித்திருந்தது. அவர்கள் முற்றிலும் ஒரு புதிய உலகை தன்னுடன் கொண்டு வருகின்றனர். நமக்கு அறிமுகம் செய்கின்றனர். நான் ஆற்றுக்குப் போகும்போதும், வரும் போதெல்லாம் அவர்களைப் பார்த்துச் சிரித்தேன். அவர்கள் தாங்களாகவே என்னை அழைத்து என்னுடன் உரையாடினார்கள். வீட்டுக்கு அழைத்தனர்.

நான் ஆசிரியர் பெண் என்பதால் அவர்கள் அம்மாவும் என்னைக் கனிவுடனே நடத்தினார். அவர்கள் வீட்டில் நான் வியந்த விஷயம் ஒழுங்கும், நேர்த்தியும். வீட்டு ஜன்னல்கள் எல்லாம் திரையிடப்பட்டிருக்கும். அலமாரியில் சில புத்தகங்கள்

அடுக்கப்பட்டிருக்கும். மேஜையில் அழகிய கலர்நூலால், பறவைகளின் சித்திரங்களால், கைவேலைப்பாடு செய்த மேஜை விரிப்பு விரிக்கப்பட்டு, அதில் மரத்தில் செய்யப்பட்ட ஆங்கில 'வி' வடிவ ஸ்டாண்ட் போன்ற ஒரு அமைப்பில் பைபிள் வைக்கப்பட்டிருக்கும்.

கறுப்பு லெதர் அட்டை போடப்பட்ட, ஸிப் வைத்த அந்த பைபிள், நெடுநாட்கள் என் ஆர்வத்தைத் தூண்டி இருக்கிறது. அதில் இருக்கும் பொடி எழுத்துகள் எவ்வளவு தெளிவாக அச்சிடப்பட்டிருக்கின்றன என்று வியந்திருக்கிறேன். அதன் ஓரத்தில் தெரியும் சிவந்த மார்ஜினும், நடுவில் நெடுக்கு வாட்டில் பத்தி பிரிக்கும் கோடும் அதை வேறு எந்த நூலுடனும் இணைவைக்க முடியாததாக்கியது.

அவர்கள் அம்மா தையல்மிஷினை தைத்து முடித்தபிறகு கைப்பிடி வைக்கப்பட்ட ஒரு மரமூடி போன்ற அமைப்பால் மூடுவார். மெஷின் துடைக்கப்பட்டு பளபளப்பாக இருக்கும். விதவித கலர்நூல் கண்டுகள், கத்தரிக்கோல், பட்டன்கள், ஹுக்குகள், ஊசிகள் எல்லாம் அழகிய பெட்டியில் வைத்திருப்பார்கள். எங்கள் வீட்டின் திறந்து கிடக்கும் ஓட்டை மெஷின் என் நினைவில் வந்துபோகும். அம்மா, பாட்டி வீட்டில் வாங்கும்போதே செகண்ட் ஹாண்டில் வாங்கினாளாம். அது உழைத்துக் களைத்த மூதாட்டிபோல் இருந்தது.

வயலட் அக்கா வீட்டில் எங்கு திரும்பினாலும் ஏசுவோ, மாதாவோ நம்மைப் பார்த்துக் கொண்டிருப்பர். படங்கள் சுவரில் மாட்டப்பட்டு அதன்முன் மெழுகுவர்த்தியேற்ற ஒரு ஸ்டாண்டும் இருக்கும். ஒயர்கூடைகள், பைகள்கூட சுவரில் ஆணியில் மாட்டப்பட்டிருக்கும். கண்ணை மூடிக்கொண்டு எப்பொருளையும் அவர்கள் வீட்டில் எடுத்துவிடலாம். எங்கள் வீட்டில் அப்பாவின் தினசரி புலம்பலே, "இந்த வீட்ல ஒண்ணு வச்சா வச்ச எடத்துல இருக்கா?" அதைக் கேட்டுக் கேட்டு கோவிலில் ஐயர் சொல்லும், 'ஓம், சுக்லாம் பரதம்' போல் ஆகிவிட்டது எங்களுக்கு.

எங்கள் வீட்டில் ஒருநாள் மெனக்கெட்டு ஓர ஓதுங்க வைத்தால் மறுநாளே ஒழுங்கு குலைந்துவிடும். வீட்டில் ஒழுங்கென்பது ஒருவரால் மட்டும் வருவதல்ல. எல்லோரும் அதைக் கடைப்பிடித்தால் மட்டுமே அது சாத்தியம். ஒருவரின் ஒழுங்கின்மைகூட எல்லாவற்றையும் குலைத்துப் போட்டுவிடும். சரி செய்பவர் முடிவில்லாது சரி செய்தபடியே இருக்கவேண்டும், ஏதோ சாபம் வாங்கிவந்த மாதிரி.

அவர்கள் வீட்டில் என்னை ஈர்த்த இன்னொரு விஷயம், கொஞ்சம் உயரத்தில் ஸ்டாண்டில் வைக்கப்பட்ட பெரிய ரேடியோ. ஜேனட் அக்கா அற்புதமாகப் பாடுவாள். நடிகை பத்மினியின் தங்கை ராகினி போன்று நீளவாக்கு முகம். சிவந்தநிறம், நீள முடி. வீட்டில்கூட தாவணி அணிந்து பின் செய்திருப்பாள். அவள் பிடிப்பதாகச் சொல்லும் பாடல் எல்லாம் வித்தியாசமாக இருக்கும். அவளுக்கு மிகவும் பிடித்த பாடல், ‘சுஜாதா’ என்ற படத்தில் வரும், ‘நீ வருவாய் என நான் இருந்தேன், ஏன் மறந்தாய் என நான் அறியேன்.’ இந்தப் பாடலை அப்படி ஒரு உணர்ச்சியுடன் ஒரு மாலைநேரம் அவர்கள் வீட்டுக் கொல்லைப்புற கிணற்றடி துவைகல்லில் அமர்ந்தவாறு பாடினாள். பள்ளி பாட்டுப்போட்டியில் முதல் பரிசு எப்போதும் அவளுக்குத்தான்.

நான் கேட்பேன், “ஏங்கா, ஒங்களுக்கு இந்தப் பாட்டு இவ்ளோ புடிக்குது?”

“யார் பாடினது சொல்லு?”

“கல்யாணி மேனன்.”

“இப்ப புரியுதா ஒனக்கு. மொதல்ல கல்யாணி மேனனோட அந்தக் குரல். அது எவ்ளோ ஃப்ரெஷ்ஷா, இன்னொசென்டா இருக்கு பாரேன். அது மட்டும்தான் காரணம். வேற நமக்குத் தெரிஞ்ச பாடகிகள் பாடியிருந்தா இவ்ளோ பிடிக்குமான்னு தெரியல. அப்றம் அந்த வரிகள். டியூன் ரொம்ப காம்ப்ளிகேட் கெடையாது. ஆனாலும் பிடிச்சிருக்கு.”

கேட்க கேட்க எனக்கும் பிடித்துப் போனது. அவள் பிடித்ததாகச் சொல்லும் பாடல்கள், ‘மஞ்சள் வெயில் மாலையிட்ட பூவே’, ‘அள்ளித் தந்த பூமி அன்னையல்லவா?’, ‘கோடைகாலக் காற்றே’, ‘ஒரு இனிய மனது இசையை அணைத்துச் செல்லும்’, ‘நான் எண்ணும் பொழுது’, ‘மழை தருமோ என் மேகம்.’

அது என்னவோ மலேஷியா வாசுதேவனின் குரல் மீது அவளுக்கு அப்படி ஒரு மோகம். ‘மலர்களிலே ஆராதனை’, ‘மலர்களே நாதஸ்வரங்கள்’, ‘காலங்கள், மழைக் காலங்கள்’, ‘கோவில்மணி ஓசை தன்னை’ இப்பாடல்கள் ஒலிக்கும் போதெல்லாம் தன்னை மறந்துவிடுவாள்.

“ஏங்கா, எல்லாருக்கும் யேசுதாஸ், எஸ்.பி.பி, ஜெயச்சந்திரன் தானே ரொம்பப் புடிக்குது...”

“எல்லாருக்கும் புடிச்சதுதான் நமக்கும் புடிக்கணுமாடி? மண்டூஸ், கவனிச்சுப் பாரு... எவ்ளோ மேன்லியான கொரல் தெரியுமா அவருக்கு? ‘மலர்களிலே ஆராதனை’ பாட்டுல நம்மாளு எப்டி என்ட்ரி கொடுப்பார் தெரியுமா? ‘பொங்கும் தாபம், பூம்புனல் வேகம், போதையில் வாடுது’ ன்னு அவர் வரும்போது ஜானகியம்மாவ கொஞ்சநேரம் ஓரமா ஒக்காரும்மாங்கிற மாரி இருக்கும்...”

“சரி, ‘காலங்கள் மழைக் காலங்கள்’ கேக்கும்போது ஒனக்கு எப்டி இருக்கு... சொல்லு” என்பாள்.

“எப்டியா? நல்லாருக்கு.”

“கிறுக்கி, ஒழுங்கா சொல்லுடி. அந்த ஃபீல சொல்லுடி...”

“அதுவா, மழ முடிஞ்சு லேசா சொட்டிட்டு இருக்கு. அப்ப நம்ம திண்ணையில ஒரு காப்பியோட அத பாத்துட்டு இருக்கோம். ஓட்டுலேர்ந்து சொட்டுச்சொட்டா விழுற மழைத்துளி ஏற்கனவே தேங்குன தண்ணியில விழும்போது ஒரு பூவரசம் பூ குழல் மாரி ஒரு டிசைன் காட்டுமே... அத பாத்துட்டே இருக்க மாரி இருக்குக்கா...”

“செல்லக்குட்டி, பாயின்ட்ட புடிச்சிட்டாளே. அப்பயும் அம்மணி காப்பியோடதான் பாப்பீங்களோ?”

“காப்பி குடிச்சிட்டு மழைய பாக்குறது எனக்கு ரொம்பப் புடிக்கும்.”

“சரி, ஒனக்கு அந்த ஃபீல கொடுக்குறது எதுன்னு யோசிச்சிருக்கியா?”

“தெரியலக்கா...”

“அது அந்த வாத்யக்கருவிகள்தான் அருணா. அந்த கிடாரும், பியானோவும், வயலினும் சேர்ந்து தர்ற ஃபீல். அதுல ஒரு சின்ன ஃப்ளூட் பிட் ப்ரிலூட்லயும் செகண்ட் இன்டெர்லூட்லயும் வரும். அது கொடுக்குற அனுபவமே தனி. அப்றம் ரெண்டு பேர் கொரல்லையும் ஒரு ஈரம் தடவுன மாதிரி ஒரு ஃபீல். இளையராஜா அனுபவிச்சுப் போட்ருக்கார்டி.”

“கிடார், வயலின்லாம் நீங்க நேர்ல பாத்துருக்கீங்களா?”

“தஞ்சாவூர் சர்ச்சுல நாங்க போம்போது நான் பாடுவேன். அங்க எல்லா வாத்யமும் இருக்கு. கிடார்லகூட பேஸ் கிடார், லீட் கிடார்னு ரெண்டு டைப் இருக்கு. நான் அங்க வயலின் கொஞ்சநாள் கத்துக்கிட்டேன். அந்த ஃபாதர் எங்களுக்கு முழு சுதந்திரம் கொடுப்பார்.”

சிலோன் ரேடியோ எங்களை அள்ளிக்கொண்டது. தினந்தோறும் மாலைகள் மயக்கின. குரலைத்தவிர, வாத்ய இசையில் அவ்வளவு நுணுக்கங்கள் இருப்பதை எனக்குச் சொல்லிக் கொடுத்ததே ஜேனட் அக்காதான். பள்ளியில் இருக்கும் போதுகூட எனக்கு பாட்டும் ஜேனட் அக்காவும் நினைவில் தோன்றி என் முகத்தை மலர வைத்தனர். வயலட் ஆடலில், நடிப்பில் திறம் படைத்தவள். மாநிறம், சுருண்ட முடி, துறுதுறு கண்கள், களையான வட்டமுகம். ஒருமுறை பார்த்த எவரும் மறக்க இயலாத முகம். தன் நடனத் திறமையைக் கிணற்றடியில் எங்களிடம் காட்டுவாள்.

என் வாழ்வின் மறக்க முடியாத இரண்டு வருடங்கள். ஏழாம் வகுப்பின் இறுதியில் அவர்கள் அம்மாவுக்குத் தஞ்சைக்குப் பக்கத்தில் மாறுதல் கிடைத்தது. அவர்கள் செல்வதை என்னால் ஜீரணிக்கவே இயலவில்லை. அந்தப் பிரிவு எனக்கு வலி மிகுந்ததாக இருந்தது. இரண்டு மூன்று நாட்கள் அழுதேன். இரண்டு அக்காக்களும் கலங்கிய கண்களுடனே என்னிடம் விடைபெற்றார்கள். ‘நீ வருவாய் என நான் இருந்தேன்’ என்ற பாட்டின் காட்சியை நான் இதுவரை பார்த்ததில்லை. அது எனக்கு ஜேனட் அக்காவின் முகத்துடனே என் இறுதிவரை நினைவிருக்க வேண்டும்.

‘நான் எண்ணும்பொழுது’ என்ற பாடலை எப்போது கேட்டாலும், ‘நெஞ்சில் இட்ட கோலமெல்லாம் அழிவதில்லை, என்றும் அது கலைவதில்லை, எண்ணங்களும் மறைவதில்லை’ என்ற வரியைக் கேட்கும்போது எனக்கு, ‘நீ வருவாய் என நான் இருந்தேன்’ பாடிய ஜேனட் அக்காவின் உணர்ச்சி ததும்பிய அந்த முகம் நிழலாடும். வரி என்று பார்த்தால் அது உயர் கவித்துவம் நிரம்பிய வரி இல்லை. இசையும், எஸ்.பி.பி.யின் குரலும், பாவமும் அதை நினைவில் அழியாப் பாடலாக ஒலிக்கச் செய்கிறது. இளமையில் சில சந்தர்ப்பங்களை நம் மனம் என்றும் அழியா புகைப்படங்களாக்கி நம்மில் சேமிக்கிறது. பாடல் அச்சந்தர்ப்பத்தை அழியாச் சட்டகமாக்குகிறது.

அம்முகம், கன்னிமையின் அத்தூய்மை, அது தேவதைச் சாயலா, அல்லது கன்னிமரியாளின் சாயலேதானா, பாடலில் ஒன்றிப் பாடும் பதினாறுவயதுப் பெண், ஒரு பெண் மாத்திரமல்ல. அத்தூயமனம், கண்களில் அதன் ஒளி, உணர்ச்சிபாவம், அக்கணம் அவள் பூமியின் எந்த மாசாலும் தீண்டப்படாத உயரத்தில் நிற்கிறாள். அதற்கு சாட்சி என் அப்போதைய கண்களும் இருப்பும் மட்டுமே. அக்கணத்தை என் எழுத்தால்கூட என்னால் பற்ற இயலவில்லை. சொல்லச் சொல்ல நழுவுகிறது அக்கணம். மூன்று பெண்கள் மட்டுமே உணர்ந்த அந்த அந்தரங்கத் தருணம்.

ஃபிலோமினா டீச்சர் கண்டிப்பானவரும்கூட. என் வீட்டுக்கு ஒருபோதும் வயலட்டும், ஜேனட்டும் வந்ததில்லை. அதை இப்போது புரிந்துகொள்ள முடிகிறது. தந்தையில்லாத பெண்களை அவ்வளவு கண்டிப்புடனே அவர் வளர்க்க வேண்டியிருந்தது. அவர்கள் வீட்டில் குமுதம், விகடன், நாவல்கள் எதுவுமே இருக்காது. பொதுஅறிவுப் புத்தகங்கள் மட்டுமே இருக்கும். சினிமா அறவே கிடையாது. “நாங்க ஞான ஒளியும், புனித அந்தோணியார் சினிமாவும் பாத்திருக்கோண்டி, அருணா” என்று கேலியாக சிரிப்பாள் ஜேனட் அக்கா. ரேடியோவில் பாட்டு கேட்பது மட்டுமே அவர்களின் அதிகபட்ச சுதந்திரம். ஒரு கிறிஸ்துமஸ் அன்று மாலை அவர்கள் வீட்டில் நாங்கள் மூவரும், ‘தேவன் திருச்சபை மலர்களே’ என்ற பாடலை இணைந்து பாடினோம்.

நான் பத்தாம் வகுப்பு படிக்கும்போது இறுதித்தேர்வுக்கு முந்தைய வாரத்தில் எங்களை வேளாங்கண்ணி மாதாகோவில் அழைத்துச் சென்றார்கள். இரவு பட்டுக்கோட்டையிலிருந்து சுற்றுலாப் பேருந்தில் ஏறினோம். நாங்கள் அறுபது பெண்குழந்தைகளும் ஹெச்.எம்.சிஸ்டர், ஜோஸ்பின் சிஸ்டர், ரூபி டீச்சர் மாத்திரமே அங்கு சென்றோம். பஸ்ஸில் ஏறியதும் யாரோ சினிமாப் பாடலைப் பாடத்துவங்க ஹெச். எம். சிஸ்டர், சாமிப்பாட்டு மட்டும்தான் என்று கண்டிப்பாகச் சொல்லிவிட்டார். நாங்கள் உடனே தூக்கம் வருவதுபோல் நடித்தோம். போய் வேளாங்கண்ணியில் இறங்கும்போது அதிகாலை நான்கரை. தூக்கக் கலக்கத்துடன் இறங்கினோம். என்னை முதலில் வியப்பில் ஆழ்த்தியது, நட்சத்திரம் மின்னும் வானப் பின்னணியில் உயர்ந்து நின்ற சர்ச் கோபுரமும் அதன் திருவிழா போன்ற விளக்கொளியும்தான். முகம் மட்டும் கழுவிக்கொள்ளச் சொன்னார்கள். அதிகாலைப் பிரார்த்தனையைத் தவறவிடக் கூடாதாம். சிஸ்டர் சொல்லிக்கொண்டே அதன் முன்புற திறந்தவெளிச் சதுக்கத்தில் கிட்டத்தட்ட ஓடினார். நாங்களும் பற்கள் கிட்டிக்க, குளிரால் அதிகப்படியாக சிரித்துக்கொண்டு ஓடினோம்.

போய் அமர்ந்ததும் எல்லோரும் ஏதோ ஓர் உணர்வால் உந்தப்பட்டு அமைதியானோம். அங்கிருந்த தலைமை ஃபாதரின் உரத்த குரல் பிரார்த்தனையும், விளக்குகளும், குழந்தை யேசுவைக் கையிலேந்திய உயர்ந்த, அருள்பாலிக்கும் மாதா சொரூபமும், அழகிய பெரிய மெழுகுவர்த்திகளும், உயர்ந்த அக்கூடத்தின் மேல்புற விதானமும், கோரஸாக பிரார்த்தனை கீதங்களை இசைத்த அங்கிருந்த பெண்களும் என்னுள் பரவசத்தை நிரப்பினர். ஒருகணம் நானும், ஜேனட் அக்காவும், வயலட்டும் பாடிய 'தேவன் திருச்சபை மலர்களே' என்ற பாடலையும் அந்த மாலையையும் நினைவுகூர்ந்தேன். என் மனதிற்குள் அப்பாடலை நான் இசைத்துக்கொண்டேன்.

ஒருமுறை திரும்பிப் பார்த்தபோது, எங்களைத் தவிரவும் நிறைய பேர் மண்டியிட்டு, சேலைத் தலைப்பால் தலையை மறைத்து கண்மூடி தொழுதபடி இருந்தனர். சிலர் பெரிய தூண்கள் மறைத்த நிழலிலும், சிலர் ஒளியிலும் அமர்ந்து இருந்ததைப் பார்த்தபோது எனக்கு டெய்ஸி பெரியம்மாவின் துக்கம் நிறைந்த முகமும், பரவசமாகப் பாடும் ஜேனட் அக்காவின் முகமும் மாறி மாறி நினைவில் எழுந்தன. எனக்கு எதுவும் வேண்டிக்கொள்ளவே தோன்றவில்லை.

★★★

20

வேலிகள்

வெண்மையான பனி படர்ந்தது போன்ற தாடியைப் பார்க்கும்போதெல்லாம் நான் நினைத்துக்கொள்வது ராமகிருஷ்ண ஹெக்டேயைத்தான். 1983 லிருந்து நான் ராமகிருஷ்ண ஹெக்டே என்ற அரசியல் தலைவரின் ரசிகை ஆனேன். நான் அவரைப் பற்றி துக்ளக் பத்திரிகை வழியாகக் கேள்விப்பட்டிருந்தாலும், அவரை ஒரு அரசியல் ஆளுமையாக என் மனதில் நிறுத்தியவர் மனோகரன் சார் தான். டியூஷனில் கணக்குப் போட்டு முடித்து சிறிதுநேரம் பேசிக்கொண்டிருப்போம். எப்போது அரசியல் பேச்சு வந்தாலும் அவர் ஹெக்டேவில் கொண்டுவந்து நிறுத்துவார். அவருடைய ஆதர்சம் ஹெக்டேதான். பல சந்தர்ப்பங்களில் நான் விவாதிப்பேன். ஒருமுறை அவரைச் சீண்டவேண்டும் என்றே

"சார், அவர் பிராமினா?" என்றேன்.

"ஆமா, ஏன் கேக்குற?" என்றார் புரியாமல்.

“நீங்களும் பிராமின். அதனால ஒங்களுக்கு அவர புடிக்குது.”

அவர் புண்படவில்லை. கோபப்படவும் இல்லை. மேலும் நிதானமாக புன்முறுவலுடன் விளக்கினார். விவாதங்களின்போது நாம் பொறுமையுடன் நம் தரப்பைச் சொல்வது, எதிர் தரப்பினருக்கு நம்மீது நம்பிக்கையைக் கூட்டும் என்பதை உணர்ந்துகொண்டேன்.

“சரி, நீ ஒருத்தர மதிப்பிடும்போது நல்லவரா, இல்லையான்னு பாப்பியா? இல்ல பிராமினா, வேற ஆளான்னு பாப்பியா?”

“நல்லவரான்னுதான் பாப்பேன்.”

“நானும் அப்டித்தான். நான் மட்டும் இல்ல. பெரும்பாலானவங்க அப்டித்தான். நீ மூச்சுக்கு முன்னூறு வாட்டி சொல்லுவியே ஜெ.பி. அவரும் பிராமின்தான். தெரியும்ல?”

“சரி, ஹெக்டே அப்டி என்னதான் பண்ணார்?” என்று அப்போதும் கொஞ்சம் அவநம்பிக்கையுடன் கேட்டேன்.

“அவர் கர்னாடகாவுல பொறந்தவர். அலகாபாத்ல லா படிச்சார். அப்புறம் குவிட் இண்டியா போராட்டத்துல எல்லாம் கலந்துகிட்டார். கர்னாடகாவுல பல பதவிகள்ல இருந்திருக்கார். இப்பதான் எங்க சி.எம் ஆகியிருக்கார். மொதமொதல்ல கிராமப் பஞ்சாயத்துக்கு அதிக பவர் கொடுக்கணும்னு அத நடைமுறைக்குக் கொண்டு வந்திருக்கார். இந்தியாவிலேயே இந்த விஷயத்துல எங்க ஸ்டேட் முன்னோடியா இருக்கு. நல்ல அட்மினிஸ்ட்ரேட்டர். நேர்மையானவர்.”

“அப்றம் அவர் ஒரு பரதநாட்டிய டான்சர லவ் பண்ணி ரெண்டாவதா கல்யாணம் பண்ணிக்கிட்டார்.”

“இதெயெல்லாம் மண்டைக்குள்ள ஏத்திருவியே? ஒங்கப்பா சொன்னாரா? அதனால என்ன, அது அவர் பர்சனல் லைஃப். அதையும் அரசியலையும் கொழப்பிக்கக் கூடாது. ஒங்க தாத்தா ரெண்டாவதா கல்யாணம் பண்ணிக்கிட்டாரே? அதனால நீ அவர வெறுக்கிறியா?”

“அய்யோ, இல்ல... எங்க தாத்தாவ எனக்கு ரொம்பப் புடிக்கும். திருவோணத்துல யார வேணா கேட்டுப் பாருங்க. ராமச்சந்திரம் புள்ளயான்னு அவ்ளோ மரியாதையா சொல்வாங்க. அப்ப பாட்டி சின்னப்புள்ள மாதிரி திருச்சிக்கி ஓடிப்போய் படிச்சுகிட்டு அவங்க அப்பா வீட்லயே தங்கிட்டாங்க. எங்க தாத்தாவுக்கு வேற வழி தெரியல. பணக்கார வீட்டு செல்லப்புள்ள, நம்மகூட சேந்து வாழாதுன்னு முடிவு பண்ணி ரெண்டாவது கல்யாணம் பண்ணிக்கிட்டார்.”

“இவரும் அப்டித்தான். பதினாலு வயசு அப்பாவிப் பொண்ண கல்யாணம் பண்ணி வச்சாங்க. இவர் மெத்தப் படிச்சவர், அறிவாளி. ஸோ, அவருக்கு ஈக்வலா கலாரசனையுள்ள ஒரு பொண்ண அவருக்குப் புடிச்சுப்போய் கல்யாணம் பண்ணிக்கிட்டாரு. முதல் ஒய்ஃப அவர் கைவிடல.”

இப்படியாக என் மனதில் இன்னொரு அரசியல் ஆளுமையாக ராமகிருஷ்ண ஹெக்டே இடம்பிடித்தார். அதற்குப் பிறகு அவர் இரண்டுமுறை முதல்வர் ஆனார். பலவிதமான குற்றச்சாட்டுகள் அவர்மீது வைக்கப்பட்டன. அத்தனையையும் அவர் பொய்யாக்கி தன் நேர்மையை நிரூபித்தார். ஹெக்டே பற்றி பிறகு எப்போது படித்தாலும் எனக்கு மனோகரன் சாரும் சேர்ந்து நினைவுக்கு வருவார்.

அப்பா தனிப்பட்ட முறையில் நண்பர்களுக்கு மிகப் பிரியமானவர். ஆனால் சில விடாப்பிடி கொள்கைகளை அவர் தலையில் அப்போதுள்ள இயக்கங்கள் ஏற்றி வைத்திருந்தன. அதில் மிக முக்கியமானது பிராமண வெறுப்பு. மரபைப் புறக்கணித்தல். நம்மீது இந்த வைதீக நம்பிக்கையை வைத்துதான் அதிகாரம் செலுத்தப்படுகிறது என்பதை மிகத் தீவிரமாக நம்பினார். அவர்கள் நம் வாய்ப்பை எல்லாம் தட்டிப்பறித்து மேலே மேலே செல்கிறார்கள் என்பார். சிறுவயதில் கேட்டுக் கொண்டிருந்தாலும் எட்டாம் வகுப்பு படிக்கும்போதெல்லாம் எதிர்த்து வாதிட ஆரம்பித்தேன்.

“அப்பா, ஒங்க ஃப்ரெண்ட்ஸ்ல முக்காவாசிப்பேர் அவுங்கதானேப்பா. அந்த ஜாதிய ஏன் இப்டி வெறுக்கிறீங்க?”

“அதில்ல கழுத... இந்த ஒண்ணு ரெண்டு தனிநபர்கள வச்சு நாம அந்த முடிவுக்கு வரக் கூடாது. அவங்க டெல்லில ஆட்சி அதிகாரத்துல, அப்றம் அட்மினிஸ்ட்ரேஷன்லல்லாம் பெரிய பெரிய போஸ்ட்ல எல்லாம் போய் ஒரு பெரிய அதிகாரமா மாறி இருக்காங்க. நம்ம வாய்ப்ப எல்லாம் தட்டிப் பறிச்சுகிறாங்க.”

“அப்டின்னா நாம அவங்ககூட போட்டிபோட்டுதானேப்பா ஜெயிக்கணும். அவங்கள வெறுத்து ஒழிச்சுக் கட்டணும்னு நினைக்குறது தப்பில்லயாப்பா?”

“இல்ல, பாப்பா. அப்போலேர்ந்து அவங்கதான் அறிவு சார்ந்த சமூகம். கல்விக்குக் காலாகாலமா பழக்கப்பட்டுருக்காங்க. நீ யோசிச்சுப்பாரு. அப்போ வேதகால ரிஷிகள், அப்றம், அரசர்களின் தலைமை குரு, குருகுல கல்வியில் ஆசிரியர்களா இருந்தாங்க. கடைசியா பிரிட்டிஷ் காலத்தில் அவனுக்கு துபாஷி என்று சொல்லக்கூடிய இருமொழியும் தெரிஞ்ச விற்பன்னர்கள் இவங்கதான். இவங்க சொல்றதுதான் உண்மை என்று அவனை நம்பவச்சு தங்களுக்கான இடத்தை எடுத்துக்கிட்டாங்க.”

“சரிப்பா, வேறு ஆட்கள் அப்படி ஆவுறதுக்கு எது தடையா இருந்துச்சி?”

“இவங்கதான். வேற யாரையும் முன்னேற விடுறதுல்ல. ராஜா காலத்திலே இருந்தே இவங்கதான் கவர்மெண்டுக்குச் செல்லப்பிள்ளை...”

“சரிப்பா, அதுக்கு அவங்கள வெறுத்தா சரியாப் போய்டுமா?”

“வெறுப்பில்ல, அவங்களைப் புரிஞ்சுக்கிறது இது...”

“இல்ல, பெரியார் எவ்ளோ கேவலமா அவுங்கள திட்டுறார்? புள்ளையார் சாமிய போட்டு ஒடைக்குறார். அவுங்க மனசு கஷ்டப்படாதா?”

“ஏதாவது செய்கை மூலமாத்தான் மக்கள் மனசுல அத நிறுவ முடியும்.”

“சரி, ஏதாவது தீர்வு கெடச்சுருக்கா?”

“கெடைக்கும். நீயே யோசி. நமக்கான இட ஒதுக்கீட மத்த ஸ்டேட்டவிட ஜாஸ்தி பண்ணாங்க. நம்ம தாத்தா காலத்துல தான் நம்ம கல்விக்குள்ள வந்தோம். அதுக்கு முந்துன தலைமுறை வர நாம நெல்லு வயல்ல சேத்துல கஷ்டப்பட்டுக்கிட்டு தான இருந்தோம். படிப்பும், வேலைவாய்ப்பும்தான் நம்மள அடுத்தகட்டத்துக்குக் கொண்டுபோகும்.”

நான் அத்துடன் முடித்துக்கொள்வேன். அப்பா சாமி கும்பிடுவது, தீபாவளி, கார்த்திகை, கிருஷ்ண ஜெயந்தி, வினாயகர் சதுர்த்தி எல்லா பண்டிகைகளுக்கும் எதிராக இருந்தார். எங்கள் வீட்டில் ஒரு சாமிப்படம் கூட கிடையாது. குத்துவிளக்கு கூட கிடையாது. தீபாவளியன்று வாசல் தெளித்துக் கோலம்கூட போடாமல் உள்பக்கம் பூட்டிக்கொண்டு ஏதோ துக்க வீடு போல இருப்போம். ஊரே புத்தாடை அணிந்து, வெடி, மத்தாப்பு, பட்டாசு என்று கோலாகலமாக இருக்க எங்கள் வீடு அழுது வடியும்.

எனக்கு ஏக்கமாக இருக்கும். நான் ஜன்னல் வழியாக என் நண்பர்கள் பட்டாசு வெடிப்பதை ஏக்கத்துடன் பார்ப்பேன். பாட்டி தீபாவளிக்கு முன்னரே சித்தப்பா வீட்டுக்குப் போய்விடுவார். பாட்டி எங்கள் வீட்டில் இருக்கும்போதே இரண்டு நாட்களுக்கு ஒருமுறை சிவன் கோவில் போவார் என்னையும் கூட்டிக்கொண்டு. அப்பாவால் பாட்டியின் மேல் ஆதிக்கம் செலுத்த முடியவில்லை. ஒரு திருவிழா கோலாகலமும் பாட்டி விடமாட்டார்.

பொங்கல் மட்டும் நன்றாகக் கொண்டாடுவோம். புத்தாடை அணிந்து, பலகாரம் செய்து, வாசலில் கலர் கோலமிட்டு புதுப்பானையில் பொங்கல் வைப்போம். அது சூரியனுக்கு நன்றி தெரிவிப்பதாம். இயற்கையைத் தொழுவதாம். நான் மனோகரன் சாரிடம் அப்பாவின் இந்தத் தீவிர நிலைபாட்டை ஆதங்கத்துடன் சொல்வேன்.

அவர் தெளிவாக, “அது அப்டித்தான் அருணா, அந்த இயக்கம் இங்க தீவிரமா நிலை கொண்டதே இந்த வெறுப்பு பிரச்சாரத்தாலதான். அன்ப விட ஈசியா தூண்டப்படுற உணர்வு வெறுப்புதான். மனுஷனுக்கு இன வெறுப்புன்றது ஒரு ஆதி உணர்வு. நீ இத பழங்குடிகள்ட்ட கூட பார்க்கலாம். ஒரு ட்ரைப் அடுத்த ட்ரைப எதிரியாத்தான் நெனப்பான்.” என்பார். “இந்த ஊரையே பாரு. ஒரு வீட்டுக்கும் இன்னொரு வீட்டுக்கும் நடுவே பெரிய முள்வேலி கட்டி வச்சிருக்கான்.”

தஞ்சாவூர் மாவட்டம் முழுக்க கிளுவை மரங்களை நட்டு முள் மூங்கிலால் வேலி கட்டியிருப்பார்கள்.

“வேலிக்குள்ளே நுழையக் கூடாதுன்னு ஆடுகளுக்கு கழுத்திலே முக்கோணமா சட்டம் கட்டி விட்டிருக்காங்க. மனுஷங்க அவங்களே போட்டுக்கிறாங்க” என்று மனோகரன் சார் சொல்வார்.

“அப்பாக்கிட்டே இதையெல்லாம் சொல்லுங்க.”

“ஒங்கப்பாகிட்டயா? அவரு மொரட்டுத்தனமா சத்தமா பேசுவார். எனக்கு இந்த வால்யூம்லதான் பேச வரும். சரிவராது.”

“சரியான தோத்தாங்குளி நீங்க.”

“சரி, அப்டியே வச்சுக்க.” புன்னகையுடன் சொல்வார். “அப்புறம் இன்னொன்னும் இருக்கு அருணா, இவங்க வந்து இந்த டாமினேஷன கொறச்சப்பறம்தான் மத்த மிடில், லோயர் கேஸ்ட்டெல்லாம் மேல வர முடிஞ்சுது. ஒருவகையில அது நல்ல மாற்றம்தான். எனக்கு அவங்க மேல உள்ள ஒரே கம்ப்ளயின்ட் என்னன்னா, இத வெறுப்ப தூண்டாம செஞ்சிருக்கலாம்ங்கிறது மட்டும்தான்.”

ஆனால் அப்பாவின் பேச்சும் தர்க்கமும் எல்லாராலும் விரும்பவும் பட்டது. ஆர்.எஸ். என்று அன்பாகவும் மதிப்பாகவும் அழைப்பார்கள். நிறைய படிப்பார் என்ற மதிப்பு அது. ஆனால் படிப்பை வெறுப்பவர்களும் இருந்தார்கள். எங்கள் பள்ளியில்

அப்பாவுடன் வேலைபார்த்த அய்யாவு என்ற ஆசிரியருக்கு அப்பாவைப் பிடிக்காது. ஒருமுறை நேரடி மோதல் நடந்தது.

உண்மையில் சண்டையன்று நடந்தது என்ன என்று யாருக்குமே தெரியவில்லை. சாட்சிகளே இல்லாமல் அது கெமிஸ்ட்ரி லேபுக்கும் பன்னிரெண்டாம் வகுப்புக்கும் இடைப்பட்ட மூத்திர சந்தில் நிகழ்ந்தது. எனக்கு அப்பாவின் அதீத கோபமும் ஆவேசமும் தெரியும். அய்யாவு சார் ஆலத்தூர்காரர். அவ்வூரின் பெரும்பாலான நிலங்கள் அவரின் சமூகத்தின் வசமே இருந்தன. ஆலத்தூர் சுற்றுப்பட்ட கிராமங்கள் அனைத்தையும்விட பெரிய, செல்வச் செழிப்புள்ள கிராமம். அவரும் நிறைய நிலங்கள் உள்ளவர்.

அவ்வூரின் பெரிய பணக்காரர்களும், அவர் ஜாதியைச் சேர்ந்த ஆசிரியர்களும் அவர் பக்கம் நின்றனர். அது எப்படி, வேற்றூரிலிருந்து வந்து குடியேறிய ஓர் ஆள் நம் உள்ளூர்க்காரரை அடிக்கலாம். நம் ஆள் என்ன தொக்கா? என்ற பாவமே எல்லோரிடமும் இருந்தது. உண்மையில் சொல்லப்போனால் கொஞ்சநாளாகவே அப்பாவிடம் நக்கலாக ஏதாவது சொல்வது என்று அவர் சண்டைக்கான மனநிலையிலேயே இருந்திருக்கிறார். அக்குறிப்பிட்ட நாளில் அந்த சந்தில் வைத்து ஏதோ கெட்டவார்த்தை சொல்லியிருக்கிறார் என் அப்பாவிடம். என் அப்பா ஆத்திரம் தலைக்கேற அடித்திருக்கிறார். அவரும் பதிலுக்கு அடிக்க, கட்டிப்புரண்டு ஒரு சண்டை நிகழ்ந்திருக்கிறது. பார்த்தவர்கள் ஓடிச்சென்று விலக்கியிருக்கிறார்கள். அப்பா அப்போதும் ஆத்திரம் தீராமல் உறுமிக்கொண்டே இருந்தாராம். கோபம் வந்தால் கண்மண் தெரியாமல் அப்பாவுக்கு வரும் என்பது எங்கள் எல்லோருக்கும் தெரிந்ததுதான். உடனடியாக எங்கள் ஹெச்.எம். கண்ணபிரான் சார் செய்தது அப்பாவுக்கு லீவ் கொடுத்து வீட்டுக்கு அனுப்பியதுதான். அவர் உண்மையிலேயே மேற்கொண்டு எந்த அசம்பாவிதமும் நிகழாமல் இருக்க முயன்றார். மிக நிதானமானவர். எங்கள் பள்ளியின் கல்வித் தரத்தை, விளையாட்டுத் தரத்தை உயர்த்தியவர்.

அய்யாவு சார் அவரின் லேசாகக் கிழிந்த சட்டையைக் காண்பித்து ஊரில் ஆதரவைத் திரட்டினார். நிலமற்றவனின் நிலையை சமூகம் எப்படி மதிப்பிடுகிறது என்பதையும் நான் உணர்ந்துகொண்டேன். அவர்கள் பார்வையில் வாடகை வீட்டில் குடியிருக்கும், சொந்த நிலமில்லாத என் அப்பா போன்ற ஆசிரியரோ, அலுவலரோ வெறும் அன்றாடங்காய்ச்சிதான். அறிவு, கல்வி எல்லாம் ஒரு பொருட்டே கிடையாது.

ஆனால் மொத்த நாற்பது ஆசிரியர்களில் பதினாறு பேர் என் அப்பா பக்கம் உறுதியாக நின்றார்கள். அவர்களில் நிறைய பேர் என் அப்பாவின் பகுத்தறிவுப் பார்வையால் எள்ளி நகையாடப்பட்டவர்கள். என் அப்பாவை சிலசமயம் புரிந்துகொள்ள முடியாது. அவர்களைக் கிண்டல் செய்வார், சமயம் கிடைக்கும்போதெல்லாம் நக்கலடிப்பார். ஆனால் அவரின் அத்யந்த சிநேகிதர்களும் அவர்கள்தான். அவர் படித்ததை எல்லாம் பேசுவதற்கு அவர்கள்தான் துணை.

எட்டாம் வகுப்பின் முழு ஆண்டுத்தேர்வு நெருங்கிக் கொண்டிருந்தது. அப்பா என்னைப் பள்ளி முடிந்ததும் கண்ட இடத்தில் நின்று பேசிக்கொண்டிருக்காமல், ‘நேராநேரத்துக்கு வீடுவந்து சேர்’ என்று சொல்லியிருந்தார். பொதுவாக அப்பா அப்படியெல்லாம் சொல்லமாட்டார். அன்று வழியில் வைத்து என் சைக்கிளை மறிப்பதுபோல் நின்றனர் சந்திரமவுலி சாரும், வைகுண்டமணி சாரும், மனோகரன் சாரும். வைகுண்டமணி சார் தினமும் பட்டுக்கோட்டையிலிருந்து வருபவர்.

“என்ன அருணா, ஒங்கப்பா எத்தன நாள் லீவ் போட்டுருக்கார்? எப்டி இருக்கார்? வெளில எங்கயுமே போறதில்லையா? ஏன் லேப் பக்கம் வந்தா என்ன?” அடுக்கடுக்காகக் கேட்டார் சந்திரமவுலி சார்.

நான் நிமிராமல், “அப்பா வீட்ல எங்ககிட்டகூட சரியா பேச மாட்டேங்கிறாங்க. சரியா சாப்பிட்றதில்ல. ரொம்ப அப்செட்டா வெறிச்சுப் பாத்துட்டு இருக்காங்க” என்று சொல்லி முடிப்பதற்குள் கலங்கிச் சிதறியது கண்ணீர். நன்றாகக்

குனிந்துகொண்டேன். ஹாண்டில்பாரின் ஓர ப்ளாஸ்டிக் கவரை அர்த்தமில்லாமல் பதற்றத்துடன் திருகிக் கொண்டிருந்தேன்.

“அய்யே, சே சே... என்ன அருணா, ஒன்ன ரொம்ப தைரியமான பொண்ணுன்னு நெனச்சேன். இப்டி இருக்க?” என்றார் மனோகரன் சார்.

“அப்பாவும் பொண்ணும் வெறும் வாய்ச்சவடால்தான். வேற ஒண்ணும் இல்ல. நாங்க கொஞ்சம் கழிச்சு வீட்டுக்கு வரோம். அப்பாகிட்ட சொல்லிடாத, வேற எங்கயும் கெளம்பி போய்டப் போறார். கவலப்படாத” என்றார் சந்திரமவுலி சார்.

சிறிது நேரம் கழித்து மூவரும் வீட்டுக்கு வந்தனர். அப்பா திண்ணை லைட்டைப் போடாமல் இருளில் அமர்ந்திருந்தார். மூவரும் ஆறுதலான குரலில் மாறி மாறிப் பேசினர். அப்பா கொஞ்சம் சகஜமானார்.

சந்திரமவுலி சார் வழக்கமான ஆர்ப்பாட்டக் குரலில், “என்ன ஆர். எஸ். இவ்ளோ வயசாவுது, இன்னும் ஒமக்குப் புரியலியா? ஊர்க்காரனுக்குதான் ஊர் சப்போர்ட் பண்ணும். நாங்க எல்லாம் ஒம்ம பக்கம். கவலப்படாதீங்க. ஸ்கூலுக்கு வாங்க. லேபுக்கு வந்து வழக்கம்போல பேசிட்டுருங்க. நீர் இல்லாம நம்ம ஜமா களைகட்டல ஓய்” என்றார் சந்திரமவுலி சார். கும்பகோணத்துக்காரர். ஒருமுறை அவர் வீட்டுக்கு அவர் மகனின் பூணூல் கல்யாணத்திற்கு நானும் அப்பாவும் போயிருக்கிறோம். அப்பா முகத்தில் லேசான புன்னகை. நான் எல்லோருக்கும் காப்பி கொண்டுவந்து கொடுத்தேன்.

“நீங்க மோட்டுவளய பாத்துட்டு வீட்லயே இருந்தா புள்ளங்க சோர்ந்து போய்டும்.” என்றார் வைகுண்டமணி சார்.

அப்பா மெதுவாக செருமிக்கொண்டே, “சார், நானும் சரோஜாவும் மதுக்கூருக்கு ட்ரான்ஸ்ஃபர் வாங்கிக்கலாம்னு முடிவெடுத்துருக்கேன்” என்றார்.

ஒருகணம் மூவரும் திகைத்தனர். பின் ஒரு பெருமூச்சுடன்

சந்திரமவுலி சார், "ஓங்களுக்கு மனசார அப்டி தோணிடிச்சுன்னா அதுதான் நல்லது. ஆர்.எஸ். அப்ளை பண்ணிருங்க. ஜூன்ல கெடச்சுரும். நம்மளத் தவிர யாருக்கும் தெரியவேணாம். ஏதாவது அதுல பிராப்ளம் வந்தா நம்ம யூனியன்ல சப்ஜெக்ட் வக்கலாம். ஒன்னும் கவலப்படாதீங்க. ஆனா அதுவரைக்கும் இதெல்லாம் மறந்துட்டு எப்பவும் போல இருங்க" என்றார்.

பின்னர் சிறிதுநேரம் கலகலப்பாக வேறு விஷயங்கள் பேசிக்கொண்டிருந்துவிட்டு சென்றனர். போவதற்கு முன் என்னையும் அம்மாவையும் தனியே அழைத்து, அப்பாவை இருட்டியபிறகு வெளியே கடைத்தெருவுக்கோ வேறு இடத்திற்கோ அனுப்ப வேண்டாம் என்றனர். அம்மா முந்தானையை வாயில் வைத்தவாறே குனிந்து தலையசைத்தாள். மனோகரன் சார் "நீ ஏன் மாத்ஸ் டியூஷன் வரதில்ல அருணா?" என்றார். "முடிஞ்சு வரும்போது இருட்டிடுது. அதுனால அப்பா போவேண்டாம்னு சொன்னாங்க" என்றேன். "சரி, வரோம்..." என்று அவர்கள் கிளம்பினர்.

அன்றிரவு சாப்பிட்டு முடிந்தவுடன் அப்பா என்னை மெதுவான குரலில் திண்ணைக்கு அழைத்தார். மாற்றல் கோரும் விஷயத்தைச் சொல்லி, என்னை யாரிடமும் சொல்ல வேண்டாம் என்றார். சரி என்றேன்.

"பாப்பா, ஒனக்கு இந்த ஊர், ஃப்ரெண்ட்ஸ், டீச்சர்ஸ் எல்லாரையும் விட்டுப்போறது கஷ்டமாயிருக்கு, அப்டித்தானே? என்னடா, இந்த அப்பா இப்டியொரு நிலைமைய ஏற்படுத்திட்டாரேன்னு இருக்கா?"

"இல்லப்பா, கஷ்டமாத்தான் இருக்கு. ஆனா அதவிட முக்கியம், நாம தலநிமுந்து எங்கயும் போய்ட்டு வரதும், இந்த ஊர்ல பொழங்குறதும்தான். திடீர்னு சில பேரோட பார்வ வேற மாதிரி இருக்கு. அதுக்கப்பறம் நாம, இந்த ஊர்க்காரங்க தான்னு நமக்கு நாமே கஷ்டப்பட்டு சொல்லி நம்பவச்சுக்கணும் போல இருக்கு. அதுக்கு வேற ஊர் போயிடறது நல்லது." என்று நான் சொன்னேன்.

எங்கள் வீட்டு ஓனர், அய்யாவு சாருக்கு தூரத்துச் சொந்தம். ஓனர் மகன் அண்ணாமலை எம்.ஏ. பட்டதாரி. அந்த அண்ணன் எப்போதும் சிரித்த முகத்தோடு வாடகை வாங்க வருவார். என் படிப்பைப் பற்றி விசாரிப்பார். அப்பாவை சார் என்று மரியாதையுடன்தான் பேசுவார். ஆனால் அன்று வீட்டுக்கு வெளியில் வந்து நின்று சைக்கிள் பெல் அடித்தார். நான் எட்டிப்பார்த்தேன். சைக்கிளில் இருந்து இறங்காமல் கால் ஊன்றி நின்று, "ஒங்கப்பாவ கூப்டு" என்றார் விறைப்புடன். நான் உள்ளே சென்று கூப்பிடுவதற்குள், "ஆர்.எஸ், மிஸ்டர். ஆர்.எஸ்." என்றார் சத்தமாக.

அப்பா வெளியில் வந்தார். "ஏப்ரல், மே ரெண்டு மாசம் டைம் தரேன். ஜூன்ல வீட்ட காலி பண்ணிடுங்க" என்றார். அப்பா மவுனமாக தலையசைத்தார்.

நாங்கள் மதுக்கூர் சென்றபிறகு, அப்பா ஆலத்தூரின் இந்த நண்பர்களை மட்டும் என் டேலன்ட் டெஸ்ட் பார்ட்டிக்கு ஆலத்தூர் சென்று அழைத்தார். அப்போது சந்திரமவுலி சார், "யோவ், நீர் போடுற மட்டன் பிரியாணி வாசம் புடிச்சுகிட்டு நாங்க பன்னெண்டு பேரும் சைவ சாப்பாட்ட சாப்புட முடியுமா ஓய். தனியா வையுமய்யா" என்றாராம்.

உடனே அப்பா அடுத்த வாரத்தில் அவர்கள் எல்லோருக்கும் பட்டுக்கோட்டை எல்.என்.பி ஹோட்டலில்[லக்ஷ்மி நாராயன் பவன்] ஒரு பார்ட்டி கொடுத்தார். அப்பா என்னையும், தம்பியையும் அழைத்துச் சென்றிருந்தார். அது புதிதாகத் திறக்கப்பட்டிருந்த ஏ.ஸி. சைவ ஹோட்டல். வித்தியாசமான ஒளி அமைப்புடன் அழகிய இருக்கைகளுடன் என்னை மிகவும் கவர்ந்தது. அங்கு எல்லோரையும் சந்திக்க எங்களுக்கு ஆனந்தமாக இருந்தது. ஆலத்தூர் நினைவுகள் ஏக்கத்துடன் என்னில் வந்துபோயின.

எனக்கு ஓரே பரிசில் மழை. அதிகமும் பேனா, பென்சில் பாக்ஸ், கலர் பென்சில் பாக்ஸ், ஜ்யாமெட்ரி பாக்ஸ். மனோகரன் சார் ஒரு கவரில் மூடிய பரிசை எனக்குத் தந்தார். "பிரித்துப்

பார்” என்றார். பிரித்தபோது அது ஒரு ஆங்கில புத்தகம். ஜூல்ஸ்வெர்ன் எழுதிய ‘அரௌண்ட் த வொர்ல்ட் இன் எய்ட்டி டேய்ஸ்’. “படிச்சுப் பார், நல்லாயிருக்கும்.” என்றார்.

“தாங்க்ஸ், சார்.” என்றேன். அவர் எப்போதும் ஆங்கில நாவல்கள் படித்துதான் நான் பார்த்திருக்கிறேன். நான் படித்த முதல் ஆங்கில நூலும் அதுதான்.

“வாட்ச்செல்லாம் கட்டியிருக்க? எப்ப வாங்குனது?” என்றார்.

“ரிசல்ட் வந்ததும் அப்பாவ மறுநாளே பட்டுக்கோட்ட கூட்டிட்டு வந்து வாங்கிட்டேன். அப்பா மனசு மாறுறதுக்குள்ள...”

நிறையநேரம் பேசிக்கொண்டே சாப்பிட்டோம். சிரித்துப் பேசி உற்சாகமாக இருந்தோம் அனைவரும். அப்பா முகம் மலர்ந்திருந்தது. நண்பர்களைச் சந்தித்தால் மட்டும் அவரிடம் தென்படும் ஒளி.

விடைபெற்று வீட்டுக்கு வரும்போது நிறைவாக இருந்தது. பஸ்ஸில் பேசியபடியே வந்தார் அப்பா.

“பாப்பா, நாம எது சம்பாதிக்காட்டியும் இந்த மாதிரி நண்பர்கள சம்பாதிச்சு வச்சுக்கணும். எவ்ளோ சந்தோஷமாயிருக்குல்ல...”

“ஆமாம்பா” என்றோம் நானும் தம்பியும்.

★★★

21

ஊருக்கு வெளியே

ஊரைப் பார்த்திருக்காமல் திரும்பிக்கொண்டு வெட்டவெளியைப் பார்த்துக்கொண்டிருந்த எங்கள் ஊர் சிவன் கோவில் எப்போதும் எனக்கு ஆச்சரியமளிப்பது. எல்லா ஊரிலும் கோவில்கள் ஊரின் மையத்தில் இருந்தே நான் பார்த்திருக்கிறேன். அரசமரத்தடி திடல் தாண்டி, சிவன்கோவிலுக்குச் சொந்தமான அந்த முடிக்கப்படாத கட்டிடம் தாண்டி, ஒரு அகன்ற பாதையில் சென்றால் ஊருக்கு முதுகைக் காட்டிக்கொண்டிருக்கும் எங்கள் சிவன்கோவில் வரும். மிகவும் பெரியது கிடையாது. சிறியதும் கிடையாது. நடுவாந்தரமாக இருக்கும். அதன் முன்பக்கம் உள்ள பாதையில் சென்று வளைந்தால் வடக்குத்தெரு போய் விடலாம்.

சிவன் கோவிலின் எதிர்புறம் இரண்டு பெரிய ஆலமரங்கள் அணிவகுக்க ஒரு குளம் உண்டு. ஆலமரங்களின் நிழல் குளத்தின் கால்வாசிவரை பரவியிருக்கும். விழுதுகள் தடிமனாகக் குளத்திற்கு மேல் வரை தொங்கும். அதைக் கோவில் குளம் என்போம். நாங்கள் யாரும் அதில் குளிக்க மாட்டோம். தண்ணீர் அப்படி ஒரு பச்சை நிறத்தில் இருக்கும். அதில் நிறைய பாசி இருப்பதால் என்று பாட்டி சொல்வார்.

ஆனால் ஊரின் வயசாளிகள் அதில் குளிப்பார்கள். அவர்கள் இன்னும் ஒரு மைல் தாண்டி உள்ள புதுக்குளத்துக்கோ, அதற்கு மேலும் வயல்வெளிகளையும், கடலைக் கொல்லைகளையும் தாண்டி ஒரு கிலோமீட்டர் தள்ளி ஊர் எல்லையில் இருக்கும் தேவுணி குளத்துக்கோ போகமாட்டார்கள். நாங்கள் நண்பர்கள் சனி, ஞாயிறுகளில் அங்கு செல்வோம். தேவுணி குளத்தில் மதியம் ஒருமணிக்கெல்லாம் யாரும் இருக்க மாட்டார்கள். பேய் பயம். அதற்குக் கொஞ்சம் தொலைவில்தான் சுடுகாடு இருந்தது.

சிவன்கோவிலுக்கு எங்கள் மேல்நிலைப் பள்ளியிலிருந்து பின்பக்கமாகவும் செல்லலாம். கைத்தொழில் வகுப்புகள் நடக்கும் ஓட்டுக் கட்டிடத்துக்கும் கெமிஸ்ட்ரி லேபுக்கும் நடுவில் உள்ள ஊடுபாதை வழியாகவும் சென்றுவிடலாம். காற்றோட்டம் நிறைந்த எங்கள் எட்டாம் வகுப்பின் மூன்று பிரிவுகளும் நடக்கும் கட்டிடத்தின் பின்பகுதி சிவன் கோவிலின் சுற்றுமதிலின் பின்பகுதியை ஒட்டி இருக்கும். கோவிலின் பின்பக்க மூலையில் இருந்த விளாம்பழ மரத்தின் ஒரு கிளை கொஞ்சம் தணிந்து நிறைய விளாம்பழங்களை எங்களுக்குத் தரும். எங்கள் வகுப்பின் பின்பக்கத்தில் இருக்கும் நுணா மரத்தின் கிளையில் ஏறி அதை எங்களுக்கு மூர்த்தியும், மணிகண்டனும் பறித்துத் தருவார்கள்.

அதை நாங்கள் பெண்கள் மட்டுமே ஓட்டை உடைத்து நடுப்புற துவர்ப்பு மிகுந்த பகுதியை உப்பு வைத்துத் தின்போம். உப்பை ஒரு பொட்டலத்தில் எப்போதும் பள்ளியில் வைத்திருப்போம். அது நெல்லிக்காய் சாப்பிட, மாங்காய் சாப்பிட உதவும் உபபொருள். அச்சுவை ஆண்களுக்குப் பிடிப்பதில்லை என நினைக்கிறேன். துவர்ப்பும் புளிப்புமாக உள்ள விளாங்காய் எனக்கு எப்போதும் பிரியமானது. “மொகத்த இப்டி அஷ்டகோணலாக்கிகிட்டு இத சாப்பிடணுமா” என்று மெல்ல கிண்டலடித்துச் சிரிப்பான் மணிகண்டன். “நீ போ, கழுதைக்குத் தெரியுமா கற்பூர வாசன” என்பேன். சிரித்துக்கொண்டே நகர்ந்து விடுவான்.

அந்த மரம் சிவனுக்கு மிகப் பிரியமானது. எல்லா சிவன்

கோவிலிலும் அதுவும் வில்வ மரமும் இருக்கும் என்பார் என் பாட்டி. எங்கள் சிவன்கோவிலில் வில்வ மரமும் உண்டு. நான் ஐந்தாம் வகுப்பிலிருந்து அடிக்கடி சிவன் கோவிலுக்குப் பாட்டியுடன் போக ஆரம்பித்தேன். அப்பா ஆரம்பத்தில் எதிர்ப்புத் தெரிவித்தார். ஆனால் பாட்டி முன்னால் அப்பாவின் எதிர்ப்பு பிசுபிசுத்துப் போகும். ஏதாவது அப்பா சொன்னால்,

“எப்ப பாரு, புள்ளங்க படிச்சுகிட்டே இருக்கணுமா... நாலு எடம் போக வர வேணாமா?”

“இது எங்க வீடடங்கிக் கிடக்குது. எல்லா வெயிலும் மழயும் இது தலயிலதான.”

“புள்ளங்கன்னா அப்டித்தான் இருக்கும். நீ சும்மா போ.”

பாட்டி என்னை முசிறி அய்யனார் கோவில் திருவிழா, மன்னார்குடி ராஜகோபாலசாமி கோவில் கும்பாபிஷேகம், பட்டுக்கோட்டை நாடியம்மன் கோவில் திருவிழா எல்லாவற்றுக்கும் அழைத்துச் செல்வார். கையில் காசிருந்தால் பாட்டி கர்ண வள்ளல்தான். நான் கேட்டதெல்லாம் வாங்கித் தருவார். ஒருமுறை முசிறித் திருவிழாவுக்கு சிறப்பு விருந்தினராக டி.ஆர். மகாலிங்கம் வந்தார், நான் ஒன்றாம் வகுப்பு படிக்கும்போது. அன்று கூட்டம் நெரிபட்டது. எங்கள் ஊரில் அதை “நெறுதுளி” என்பார்கள்.

எனக்கு ரங்கராட்டினத்தையும், ஐஸ் கடையையும், பாம்பு டான்ஸையும், வளையல் கடைகளையும் பார்க்காமல் ஒரு தாத்தாவைப் போய் இவ்வளவு ஆர்வமாகப் பார்க்கிறார்களே என்றிருந்தது. பாட்டி என்னை எல்லாவற்றையும் ஒரு சுற்று காட்டிவிட்டு பந்தலில் அவர் பக்கத்தில் உட்கார வைத்துக்கொண்டார். மாலைநேரம் பந்தல் மேடையில் மகாலிங்கம் பாட ஆரம்பித்தார். ஏதோ சாமிப்பாட்டு போல் பாடினார். எனக்கு கொட்டாவியாக வந்தது. நான் பாட்டி மடியில் படுத்துத் தூங்கிவிட்டேன்.

பாட்டி சாமிசப்பரம் வரும்போது எழுப்பினார். ஒரே

கோலாகலமாக இருந்தது. நிறைய லைட் வெளிச்சத்தில் நிறைய அலங்காரங்களுடன் சாமி வந்தது. எல்லோரும் கும்பிட்டோம். சாமி ஊர்வலம் சென்றபின் பாடகரை எல்லோரும் சினிமா பாடல்கள் பாடக் கேட்டுக்கொண்டனர். அவரும், 'நானன்றி யார் வருவார்', 'ஆடைகட்டி வந்த நிலவோ', 'கண்களின் வெண்ணிலவே', 'இசைத்தமிழ் நீ செய்த அருஞ்சாதனை' என்று பல பாடல்களை நேயர் விருப்பப்படி பாடி கலக்கினார்.

இப்படியாக ஆன்மீக அனுபவங்கள் எனக்குக் கிடைத்தபடியிருந்தன. ஆனால் விச்ராந்தியாகக் கிடக்கும் எங்கள் சிவன் கோவில் மீது என் அபிமானம் கூடியபடியே வந்தது. அதன் தனிமையும் அமைதியும் என்னை ஆட்கொண்டது. பாட்டி எப்போது கூட்டிச் சென்றாலும் குளத்துப் படிக்கட்டில் இறங்கி கால் கழுவியபின் செல்ல வேண்டும் என்பார். கும்பிட்டு விட்டு வந்து சிறிதுநேரம் அந்தப் பெரிய ஆலமரத்தடியில் உட்காருவோம். அப்போது கூடடையும் பறவைகளின், கிளிகளின் ஆரவார சத்தம் நம் காதடைக்கும்.

"ஏன் பாட்டி, இதுங்க இப்டி சத்தம் போடுதுங்க?"

"நீ ஸ்கூல்விட்டு வீட்டுக்கு வரும்போது எப்டி சத்தம் போட்டுக்கிட்டு வீட்டுக்குள்ள வர்றே, அது மாதிரிதான். தாய் பறவைங்க கூட்டுக்கு வரும்போது குஞ்சுப்பறவைக்கு எப்டி சந்தோஷமா இருக்கும்ல? அதான்..."

"ஓ, அதுங்களும் சத்தம் போடுதா?" எனக்கு நினைக்கவே சந்தோஷமாயிருக்கும். குஞ்சுப்பறவையைப் பார்த்தால் தேவலாம் என நினைப்பேன். ஆனால் முடியாது. அம்மா சிலசமயம் பட்டுக்கோட்டை போய்விட்டுத் தாமதமாக வரும்போது நானும் தம்பியும் துடிப்புடன் காத்திருந்துவிட்டு வந்தவுடன் அம்மா மடியில் படுத்துப் புரள்வதை நினைத்துக் கொள்வேன். அவையும் அப்படித்தான் தாய் வருகைக்காகத் துடிப்புடன் காத்திருக்கும் என எண்ணிக்கொள்வேன்.

எனக்கு அந்த விழுதைப் பிடித்துத் தொங்கியாட ஆசையாக

இருக்கும். ஆனால் பாட்டி கொஞ்சநேரம் மட்டுமே ஆட்டி விடுவார். “போதும், வா” என்பார்.

கோவிலுக்குள் உள்ளே நுழைந்ததும் இடதுபுறம் சிறிய சப்பரத்தேரின் மரத்தாலான அடிப்பகுதி ஒன்று வைக்கப்பட்டிருக்கும். வலப்புறம் சிறிய உபசன்னதி ஒன்று இருக்கும். அது குட்டிசாமிக்கு உள்ள சிறிய வீடு என நினைத்துக்கொள்வேன். பெரிய கோபுரம் பெரிய சாமிக்கு. சாமியே தனக்கான வீட்டைக் கட்டிக்கொள்ளும் எனவும் எண்ணியிருந்தேன். பிரதான சன்னதியின் வெளிப்புற பகுதியில் கருங்கல் பாவப்பட்ட நடைபாதை இருக்கும். பிற இடங்களில் மண்தரைதான்.

சுற்றுமதில் கரிய நிறத்தில் உயரமாக இருக்கும். பிற பெரிய கோவில்களில் இருப்பது போன்ற வெளிப்புற பிரகாரம் இங்கு இல்லை. சுற்றிவரும்போது கோவிலின் பின்பகுதியில் இடப்புறம் விளாங்காய் மரமும், வலப்புறம் வில்வ மரமும் இருக்கும். கோவிலின் பின்பக்க மூலையில் ஒரு சிறிய நாகப்பிரதிஷ்டை இருக்கும். முன்புறம் உள்ள அந்த உபசன்னதிக்குக் கொஞ்சம் தள்ளி கோவிலின் உள்ளேயே ஒரு சிறிய கிணறு இருக்கும். என்னை வியப்பில் ஆழ்த்துவது அதன் வடிவம்.

தரையோடு தரையாக இருக்கும் சுற்றுச்சுவர் இல்லாத அந்தக் கிணற்றின் விட்டம் ஒரு நான்கடிதான் இருக்கும். நீர் இறைக்க மரக்கப்பியில் ஒரு சிறிய அழகிய பித்தளைக்குடம் கட்டப்பட்டிருக்கும். அது முங்கும்போது அதில் வரும் ஒரு அடங்கிய ‘தொப்’ சத்தம் என்னைக் கவரும். அது பெரிய கிணற்றில் வருவதில்லை. நம் இரும்புக் கப்பியில் வரும் கிரீச் சத்தம் இந்த மரக்கப்பியில் எழுவதில்லை. கயிறு பழகி வழுக்கிக்கொண்டு செல்லும். அப்படி ஒரு வழுவழு கயிறை நான் பார்த்ததேயில்லை. எல்லாமே அந்த அமைதியின் ஒரு பகுதியாக ஆகிவிடுவதைப் பார்த்துக்கொண்டு கண் சொக்கிப் போய் உப சன்னதியில் அமர்ந்திருப்பேன். பாட்டியும் நம் மனம் விரும்பும் அமைதிக்குத் துணைவரக் கூடியவர். மற்ற வயதான பாட்டிகளைப்போல் தொணதொணப்பவர் இல்லை.

காலை பூஜைக்கும், மாலை பூஜைக்கும் ஒரு குருக்கள் வருவார். தண்ணீர் இறைத்து பூஜை, புனஸ்காரங்களைச் செய்து பிரதான சன்னதியைப் பூட்டிவிட்டுச் செல்வார். மற்ற வாசல் திறந்து கிடக்கும். நான் ஐந்தாம் வகுப்பு படிக்கும்போது அதன் வெளிப்புற வாசலின் பக்கவாட்டுத் தாழ்வாரத்தில் ஒரு சாமியார் வந்தார். அங்கேயே தங்கிக்கொண்டார். மாநிறத்துக்குக் கீழேபோகும் கருமை, நெடுநெடு உயரம், தாடி மார்புவரை கறுப்பும் வெள்ளையுமாக. தலைமுடியை உச்சிக்கொண்டையாக முடிந்திருந்தார். காவிச் சாயவேட்டி மட்டும் அணிந்திருந்தார். இருவேளை குளிப்பார் என்று நினைப்பேன். அவ்வளவு சுத்தம். சாயவேட்டியும்கூட அழுக்கில்லாமல் இருக்கும். மேலே திறந்து கிடந்த மார்பில் ருத்ராட்ச மாலைகள் ஒன்றிரண்டு தொங்கும். உடம்பில் ஒட்டுச்சதைகூட அதிகப்படி இல்லை. நன்றாக உழைப்பவரின் திண்டுதிண்டான கைகளும், கால்களும். படிந்த வயிறு.

ஒரு சிறிய துணிமூட்டையும், திருவோடும் அவரின் உடைமைகள். இரண்டு மூன்று பக்கங்கள் நைந்த மாதிரியிருக்கும் ஒரு புத்தகம் வைத்திருப்பார். சிவனுக்குரிய மந்திரம் சொல்லும் புத்தகம் என்று நினைத்துக்கொள்வேன். அதைப் பார்ப்பதற்கு எனக்கு தைரியம் வரவில்லை. அவர் யாரோடும் பேசுவதில்லை. நான் ஆரம்பத்தில் ஊமையோ என்று நினைத்தேன். குருக்களோடு எப்போதாவது ஓரிரண்டு சொற்கள் பேசுவார். மிகவும் அபூர்வமாக சத்தமாக சிரிப்பார். வளர்ந்தபின் நான் படித்த ஜெயகாந்தனின் 'விழுதுகள்' குறுநாவலில் வரும் ஓங்கூர் சாமியை நான் எங்கள் கோவில் சாமியார் போல் என நினைத்துக் கொண்டேன்.

சாமியார் ஊருக்குள் பிச்சைக்கு செல்வதில்லை. திருவோடை கோவில் வாசல் தாழ்வாரத்தில் வைத்திருப்பார். அதில் அரிசியோ, காசோ மக்கள் இட்டுச் செல்வார்கள். காலை பூஜையின் பிரசாதம் அவர் வயிற்றை நிரப்பிவிடும். மதியம் மட்டும் அவர் ஆலமரத்தடியில் கல்கூட்டி சோறுவைப்பார். வெள்ளைச்சோறு மட்டும். உப்பிடுவாரா என்றுகூட தெரியாது.

இரவில் வாழைப்பழம் மட்டும். தேவைகள் மிகக் குறைவு. ஆனால் அந்த மதில் சுவரை ஒட்டியுள்ள கோவிலின் உட்புறத்தை நந்தவனம் ஆக்கினார். அத்தனை பூச்செடிகளை நான் அதுவரை பார்த்ததேயில்லை. நந்தியாவட்டை, நித்யகல்யாணி, வெண் சாமந்தி, பலவித வண்ண செம்பருத்தி, செவ்வரளி, ரோஸ் அரளி, பல வண்ணங்களில் ரோஜா, அந்தி மந்தாரை... எனக்குப் பெயர் தெரியாத மேலும் பல பூச்செடிகள். எப்போதும் புல் செதுக்கிக்கொண்டோ, தண்ணீர் இறைத்து ஊற்றிக்கொண்டோ, ஏதாவது வேலை செய்துகொண்டோதான் அவரைப் பார்த்திருக்கிறேன். விளக்குகள், பூஜை சாமான்களைக் கண்ணைப் பறிக்கும்படி துலக்குவார். அனைத்து வேலைகளையும் ஒரு யோகம்போல் செய்வார். செடிகளுக்குத் தண்ணீர் விடும்போது ஒவ்வொரு செடியுடனும் உரையாடுவார். மிகப் பிரியமான குழந்தையுடன் உரையாடுவது போன்ற பாவம் முகத்தில் தெரியும். பிற்பாடு நவீனின் 'பேய்ச்சி' நாவல் படிக்கும்போது அவர் ராமசாமி என்ற கதாபாத்திரம் இப்படி செடிகளுடன் உரையாடுவதுபோல் எழுதியிருப்பார். உடனே எனக்கு சிவன்கோவில் சாமியார் நினைவில் வந்தார்.

நான் தொலைவில் நின்று அவரையே கவனித்துக்கொண்டு இருப்பேன். படிக்கும்போதும் இந்த ஒரு புத்தகத்தையே எத்தனை நாள்தான் படிப்பார் என்று ஆச்சரியமாக இருக்கும். நான் ஒருவருடம் கழிந்ததும்தான் அவருடன் பேச ஆரம்பித்தேன். அதுவரை பயம் போகவில்லை. ஆனால் அதிகம் பேசமாட்டேன். அவர் பதிலே சொல்லாதபோது மேற்கொண்டு என்ன பேசுவது என்று தெரியாமல் நிப்பாட்டி விடுவேன்.

ஒருமுறை சாமி, "இந்தக் கிணத்தை எனக்கு ரொம்பப் புடிச்சிருக்கு. தண்ணி இளநி மாரி அவ்ளோ டேஸ்டா இருக்கு. இத அப்டியே தூக்கிட்டுப்போயி எங்க வீட்டுகிட்ட வச்சிக்கப் போறேன்." என்று நான் சொன்னதைக் கேட்டு கபகபவென்று அண்ணாந்து சிரித்தார். எனக்கு திக்கென்றது. என்னைப் பார்த்தார். வேறெங்கோ பார்த்து சிரித்தார். அதற்குப் பிறகு அவரிடம் கொஞ்சம் அடக்கியே வாசிப்பேன்.

எங்கள் ஊர் பெண்கள் கொஞ்சம்பேர் அவரிடம் குறைகளை வாசலில் உட்கார்ந்தபடியே சொல்வார்கள். அவர் அவர்களைப் பார்ப்பது போலவே தெரியாது. எங்கோ வெறித்திருப்பார். போகும்போது ஒரு சம்புடத்தில் வைத்துள்ள திருநீறை எடுத்துக்கொள்ள கை காண்பிப்பார். கோவிலின் உள்பக்கத்தைக் கைகாட்டித் தொழுமாறு கைகூப்பி ஜாடையில் சொல்வார். பல சமயம் அந்தக் கிழிந்த புத்தகத்தில் ஆழ்ந்து விடுவார். அப்புத்தகம் என் ஆவலைத் தூண்டியபடியே இருந்தது. பாட்டியிடம் கேட்பேன் “அது தேவாரமோ, திருவாசகமோ, திருமந்திரமோ இருக்கும்” என்பார் பாட்டி.

நெல் அவித்ததைக் காயவைக்க எப்போதும் நானும் அம்மாவும் ஃபிஸிக்ஸ் லேப் மொட்டைமாடிக்குச் செல்வோம். அம்மா நெல்லைப் பரத்திவிட்டு என்னை அதற்குக் காவல் வைத்துவிட்டு வீட்டிற்குச் செல்வாள். தனிமையில் படிக்க பாடப் புத்தகங்களுடன் ஜெயாக்கா வீட்டில் ஓசி வாங்கிய பைண்ட் செய்யப்பட்ட நாவலை ஒளித்து எடுத்து வந்திருப்பேன். எந்தத் தொல்லையும் இல்லாமல் நாவல் படிக்கலாம். காக்காய் எப்போதாவது வரும். ‘சூ’ என்று ஓட்டிவிட்டு நாவலில் மூழ்குவேன். லேபின் பின்புறம் உள்ள நாவல்பழ மரத்தின் நிழல் அந்த மொட்டைமாடியின் மூலையில் கவிந்திருக்கும். அங்கு அமர்ந்துதான் படிப்பேன். பலசமயம் அதில் சில பழங்கள் கிடைக்கும். மொட்டைமாடியில் இருந்து பறிப்பது எளிது.

பதினொரு மணிக்கு வேண்டி காத்திருப்பேன். நல்லதண்ணீர் கிணற்றைத் தாண்டி பார்வையை ஓட்டுவேன். என் அடிப்பொடி கூடையைச் சுமந்தபடி வருவான். அம்மா ஃப்ளாஸ்கில் அருமையான ஃபில்டர் காப்பியும், தின்பதற்கு ஏதேனும் பண்டமும் தந்துவிட்டிருப்பாள். வெயிலில் வந்ததால் தலையும், மேலுதடும் வியர்க்க மலர்ந்த கண்களுடன் வரும் அவனைப் பார்க்க என் மனம் பொங்கிவிடும். “கண்ணாக்குட்டி, நீ குடிச்சியா செல்லம்?” “இல்லக்கா, அம்மா ஒன்னோட குடிக்கச் சொன்னிச்சு” இருவரும் ரசித்துக் குடிப்போம். குடித்துவிட்டு சிலசமயம் நெல் காயப்போட்டதைச் சுற்றி ஓடிப் பிடித்து

விளையாடுவோம். கீழே தொம் தொம் என்று சத்தம் கேட்கும் போலிருக்கிறது.

என் கிரீச் குரலை அடையாளம் வைத்து, “யாரது, அருணாவா?” என்பார் மனோகரன் சார் கீழிருந்தபடியே.

“ஆமா சார்” என்பேன்.

“என்ன பண்ற அங்க?”

“நெல்லு காயவைக்க வந்திருக்கேன்.”

“நெல்லுதான் காயுது. நீ ஏன் காயுற?”

எட்டிப்பார்த்து தலையை மட்டும் காட்டுவேன்.

“பாத்து, மெதுவா ஓடு, கீழ அதிருது” என்பார்.

பலசமயம் லேபுக்கு எதிர்த்தாற்போல் உள்ள மாமரத்தடியில் சேர் போட்டுக்கொண்டு ஏதாவது ஆங்கில நாவல் வாசித்துக் கொண்டிருப்பார். அவர் தமிழ் நாவல் படித்து நான் பார்த்ததில்லை. நான் சைகையால் ஃப்ளாஸ்கைக் காண்பித்து காப்பி குடிப்பதுபோல் பாவனை செய்து, ‘வேண்டுமா?’ என்று கேட்பேன். அம்மா எப்போதும் அதிகமாகக் கொடுத்து விட்டிருப்பாள். அவர் ஒரு காப்பி அடிக்ட். ‘ம்ம், வேண்டும்’ என்பதுபோல் தலையசைப்பார். நான் டம்ளரை நன்கு கழுவி தம்பியிடம் ஃப்ளாஸ்க்கையும், டம்ளரையும் கொடுத்து விடுவேன். அவர் வாங்கி ஊற்றி ரசித்துக் குடிப்பார். தம்பியிடம் “தாங்க்ஸ்” என்பார்.

ஒருநாள் தம்பி வர தாமதமாகியது. நான் அவனுக்கு நாவல்பழம் பறித்து வைக்கலாம் என்ற ஆவலில் அந்த மொட்டைமாடியின் கட்டைச்சுவரில் ஏறி நின்று எக்கிப் பறிக்க முயன்றேன், மரம் நிற்கும் இடம் லேபின் பின்புற ஜன்னலை ஒட்டி. அதை ஒட்டினாற்போல் நீளமான தாழ்ந்த கூரையிடப்பட்ட ஒரு கட்டிடம் உண்டு. அதுவும் சிவன்கோவிலுக்குச் சொந்தமானது. அக்கட்டிடத்தில் பெரிய மர கிளிபொம்மைகள் இரண்டு, மயில்

பொம்மை, சில சிவகணங்களின் மர பிரதிமைகள் இருக்கும். அதைத்தவிர நிறைய ஜரிகை அலங்காரங்களுடன் கூடிய பல உதிரி சாமான்களைக் கம்பியிட்ட அறையில் வைத்துப் பூட்டியிருப்பார்கள்.

நாங்கள் அங்கும் போய் விளையாடியிருக்கிறோம். ஆனால் எதையும் தொடமாட்டோம். உறுத்து விழிக்கும் பல பொம்மைகள் கனவில் வந்து தொல்லை செய்தால் என்ன செய்வது என்ற பயம். சாமியார் அங்கும்வந்து சுத்தப்படுத்தும் வேலைகளைச் செய்து கொண்டிருப்பார். அவருக்கு ஒட்டடைச் சாமி எனப் பெயர் வைக்கலாமா என்று யோசித்துக் கொண்டிருந்தேன். விட்டால் ஊருக்கே ஒட்டடை அடித்து சுத்தப்படுத்தித் தந்துவிடுவார் போலிருக்கிறது. சும்மாவே இருக்கமாட்டேனென்கிறார்.

சாமியார் வந்து நாவல் மரத்தடியில் நிற்பதை நான் கவனிக்கவில்லை. மொட்டைமாடிக் கட்டைச்சுவரில் ஏறி நின்று பறிக்க எம்பியபோது ஒரு உறுமல் சத்தம் கொடுத்தார். நடுங்கிவிட்டேன். உடனே பதறிப் பின்வாங்கினேன். கண்களை உருட்டி மிரட்டினார். ‘விழுந்தால் என்ன செய்வாய்’ என்று சைகையால் கேட்டார். நான் அமைதியாகப் பழையபடி போய் அமர்ந்துகொண்டேன். சிறிதுநேரம் கழித்து மெல்ல எட்டிப்பார்த்தபோது ஒரு பெரிய கழியால் நாவல் பழங்களை எனக்காகத் தட்டிவிட்டார். நான் சிரிப்புடன் பொறுக்கிக் கொண்டேன். அவர் என்றில்லை, நான் சுவர் ஏறிப் பறிக்கும் காட்சியை அப்பா பார்த்திருந்தாலும் நாலு சாத்து சாத்தியிருப்பார்.

எங்கள் வீட்டில் எட்டாம் வகுப்பின் இறுதியில் வந்த அந்த அமைதியின்மையான நாட்களில் என் மனம் இயல்பாக சிவன்கோவிலை நாடியது. பாட்டியும் பாஸ்கா முடிந்த சில நாட்களில் சித்தப்பா வீட்டிற்குச் சென்றுவிட்டார். பாட்டியால் பிரச்சனைகள் சூழ்ந்த அந்த நாட்களை எதிர்கொள்ள முடியவில்லை. வயதானவர்களின் மனம் கொந்தளிப்பான

சூழலில் எல்லா கனத்தையும் எளிதில் உதிர்த்துவிடவே விரும்பும் போலும்.

அம்மாவும் எப்போதும் கவலையும், நிம்மதியின்மையுமாக அதிகம் பேசாமலானாள். தம்பி அச்சூழலின் கனமே உறைக்காத பால்வடியும் குழந்தையாக இருந்தான். அப்பாவும் அதிகம் பேசவில்லை. எனக்கு எப்போது இந்த டேலன்ட் டெஸ்ட் முடியும், புள்ளமங்கலம் போகலாம் என்றிருந்தது. நாட்களைக் கடத்திக் கொண்டிருந்தேன். படிப்பதிலும் ஏனோதானோ என்றிருந்தேன். நண்பர்கள் மட்டுமே எனக்கு ஆறுதலாக இருந்தனர். இந்தப் பிரச்சனையைப் பேசக்கூடாது என்ற போதம் அவர்கள் அனைவருக்கும் இருந்தது. வேறு ஜாலியான விஷயங்கள் பேசுவோம். ஆனாலும் என் மனம் அவர்களைப் பிரியப்போகும் அந்தத் துயரில் சுழலும். அதை அவர்களிடம் சொல்லாமல் மறைத்து வைத்திருப்பதும் எனக்கு இம்சையாக இருந்தது.

சிவன்கோவில் வாசலில் சாமியாருக்கு முன் அமரும் அந்த நேரமும், ஆலமரத்தடியில் பறவைகளின் ஒலியைக் கேட்கும் நேரமும் என் மனம் சிறகுபோல் மிதக்கும். கொஞ்சநேரத்திலேயே இதையெல்லாம் இழக்கப் போகிறோமே என்ற நினைப்பு வந்து மனம் பகீரிடும். நெல்வயல்கள், குளங்கள், ஆறு, கோவில், தெருக்கள், பள்ளி, பள்ளி மைதானம், அரசமரத்தடி திடல், தென்னந்தோப்பு. என் மனம் தொட்டுத் தொட்டு சேகரித்த அனுபவங்கள், ஆளுமைகள், நண்பர்கள், ஆசிரியர்கள், மனம் கவர்ந்த அக்காக்கள், தெரு ஜனங்கள், அண்டை வீட்டார், ராவுத்தர் மாமா, நிஜாம், பட்டாணி, போஸ்ட்மேன் அண்ணா, பியூன் அண்ணா, அப்பா வேட்டியை சலவை செய்துதரும் பன்னீர் மாமா, மங்கை, கண்ணம்மா, அவர் கணவர், கிராம சேவக் மாமா, அவர் மகன் சங்கர், டீக்கடை செல்வமணி மாமா, பர்மா போய் ஒரு பர்மிய பெண்ணை மணந்துவந்த கோவிந்தன் அண்ணா, பொட்டுவைத்து புடவைகட்டி தமிழை மழலையாகப் பேசும் அந்த அக்கா.... நினைக்க நினைக்க மனம் கனத்து தொண்டை இறுகும்.

அதுநாள்வரை நான் இறகுபோல் இருந்தேன். காற்றைப்போல் திரிந்தேன். இப்போது ஒரு இரும்புக் குண்டுபோல் கனக்கும் இப்பிரிவை என்னால் தாள முடியவில்லை. ஒருநாள் கோவில் வாசலில் அமர்ந்து கால்முட்டியில் தலைபுதைத்து அழ ஆரம்பித்து விட்டேன். சாமியார் குரல்கொடுத்து, நேருக்கு நேர் என்னைப் பார்த்து, என்ன என்று சைகையால் கேட்டார். நான் அவரிடம் எல்லாவற்றையும் இறுதி வாக்குமூலம் போல் சொன்னேன். அவர் ஒன்றும் சொல்லவில்லை. எல்லோருக்கும் சொல்வதுபோல் எனக்கும் சம்புடத்தைக் காண்பித்தார். சிவலிங்கம் நோக்கி கை காண்பித்து தொழச் சொன்னார். சொல்லி முடித்ததும் ஒரு பாரமின்மையை அப்போதைக்கு உணர்ந்தேன்.

பிறகு எப்போதைக்குமாக நாங்கள் அவ்வூர் விட்டு கிளம்பியது ஜூன் ஆறாம் தேதி, 1984. அதற்கு முன்தினம் மாலை எனக்கு சாமியாரைப் பார்க்கவேண்டும்போல் தோன்றியது. கோவில் சென்றேன். அவர் இருந்தார். தொழுதுவிட்டு அமர்ந்திருக்கும்போது, 'நாளை போகிறோம்' என்றேன். சைகையால் உள்ளே அழைத்தார். என்னை நந்தவனத்துக்கு இட்டுச்சென்று, 'வேண்டும் பூவை பறித்துக்கொள்' என்று ஜாடையில் சொன்னார். என்றைக்குமே பூஜைக்குத்தான் அவை பறிக்கப்படும். ஜனங்கள் பறிப்பதை அவர் விரும்பமாட்டார். நான் நம்பாமல் அவரையே பார்த்தேன். 'பறித்துக்கொள்' என்றார். நான் விருப்பத்துடன் ஒரு சிவப்பு ரோஜாவையும், ஒரு வெண் சாமந்தியையும் பறித்துக் கொண்டேன்.

நிறைவுடன் "போய்ட்டுவரேன் சாமி" என்றேன். கோவிலின் வெளிவாசலுக்கு வந்து வழியனுப்பினார். கையிரண்டையும் தலைக்குமேல் உயர்த்தி ஆசி வழங்குவதுபோல் சைகை செய்தார். என் மனம் விம்மியது மகிழ்ச்சியாலா, துக்கத்தாலா தெரியவில்லை. ஒருமுறை திரும்பிப்பார்த்துவிட்டு, வீட்டை நோக்கி விரைவாக நடந்தேன்.

★★★

22

விட்டு வந்த இடம்

நாங்கள் காதலிக்கும்போது ஜெயன் அவரிடம் ஐந்தாயிரம் புத்தகங்கள் இருப்பதாக என்னிடம் அடித்து விட்டிருந்தார். நானும் மலைத்துவிட்டேன். காதலிக்க அதுவும் ஒரு காரணம். கனவுகளில் ஜெயனும் புத்தக அடுக்குகளும் மாறிமாறி வந்து என்னை இம்சித்தனர்.

பத்தாம் வகுப்பில் என்னை ஒரு தனியார் பள்ளியில் சேர்க்கவேண்டும் என்று அப்பா விரும்பினார். அதுவரை அரசுப் பள்ளி. மிகப் பிந்திவிட்டது, பட்டுக்கோட்டையில் உள்ள செயின்ட் இசபெல்லா பள்ளி. பெரிய காம்பவுண்டும், கட்டிடங்களுமாக மிரட்சியைத் தந்தது. நாங்கள் சென்றதுமே ஒரு சிஸ்டர் ஓடிவந்து எங்களை என்னவென்று விசாரித்தார். விஷயத்தைச் சொன்னதும் ஃபாதர் செபாஸ்டினிடம் போகச் சொன்னார். நாங்கள் தயங்கி நின்றதும் அவரே எங்களை அந்த பிரின்சிபாலிடம் அழைத்துச் சென்றார். அவர் வேகத்துக்கு நாங்கள் ஓடவேண்டியிருந்தது. அவர் எனக்கு கணிதம் எடுக்க பிறகு வந்த ஃப்ளோரா சிஸ்டர். வகுப்புக்கும் ஓடிவந்து ஓடி திரும்பிச்செல்வார்.

சிஸ்டர் அழைத்துச்சென்ற அந்த அறையை நான் என் வாழ்நாளிலேயே மறக்கமாட்டேன். முதல் பார்வையிலேயே பிரமித்து நின்றுவிட்டேன். ஃபாதர் செபாஸ்டின் இருந்த அந்த அறையில் அவருக்குப் பின்னால் அவ்வறையை நிறைத்து இருந்தது, ஒரு நூலகம் போன்ற, தேக்கினால் இழைத்த பெரிய அழகிய அலமாரி. புத்தகங்கள் நேர்த்தியாக அடுக்கப்பட்டு கண்ணாடிச் சட்டமிடப்பட்டு வைக்கப்பட்டிருந்தன. பெரும்பாலும் ஆங்கிலப் புத்தகங்கள். என்ன அழகு. தனக்கென்று ஒரு நூலகமே வைத்திருக்கிறார் இந்த மனிதர். பெரிய தேக்குமர மேஜையின் அப்புறமிருந்து வட்டவடிவமான நவீனக் கண்ணாடி அணிந்த சிவந்த பரந்த முகமும், கனிந்த பார்வையும், உதடு பிரியாமல் மென்மையாக ப்ளீஸ் சிட் டௌன் என்று அவர் கூறியதும் இன்றும் எனக்குக் கனவுபோல் இருக்கிறது.

“இவ்வளவு தாமதமா கொண்டுவந்து சேக்கிறீங்களே... காலாண்டுக்கு இன்னும் ஒரு மாசம்தானே இருக்கு?” என்றார்.

என் அப்பா அவசரமாக, “என் பொண்ணு பிக் அப் பண்ணிடும்” என்றார். அவர் என்னை எங்களுக்கு அப்போது ஆங்கிலத்தில் மனப்பாடக் கவிதையாக இருந்த ஷேக்ஸ்பியரின் ‘டு பி ஆர் நாட் டு பி’ என்று ஆரம்பிக்கும் ஹேம்லெட்டில் வரும் பகுதியை எழுதிக் காண்பிக்கச் சொன்னார். நான் தவறில்லாமல் எழுதிக் காண்பித்தேன். அட்மிஷன் கொடுத்துவிட்டார். ஆங்கிலம் மட்டும் அவர்தான் எங்களுக்கு எடுப்பார். அத்தனை துல்லிய, அழகிய உச்சரிப்பு. ஆங்கிலத்திலேயே பேசுவார். அவருக்கு எல்லா பிரிட்டீஷ் கவிஞர்கள் மேலும் ஈடுபாடு உண்டு என்று பிற்பாடு அறிந்தேன். பிரத்யேகமாக ஷேக்ஸ்பியர். பாதி அலமாரி முழுதும் ஆங்கிலக் கவிதை நூல்கள்.

அன்று திரும்பி பஸ்ஸில் வரும்போது எனக்குப் புதியஆசை வந்தது. புரட்சியாளராக ஆவதைக் கொஞ்சநாள் கழித்து பார்த்துக்கொள்ளலாம். நடுவே கொஞ்சநாள் இவர்போல் கல்லூரியில் பிரின்ஸிபாலாக வேண்டும். நமக்கே நமக்கு என்று ஒரு லைப்ரரி வேண்டும். பிறகு அதுதான் என் வாழ்நாள் கனவு. திருமணம் முடிந்து நாங்கள் தருமபுரியில் வாடகைக்குக்

குடிபுகுந்தது வெண்ணாம்பட்டி அரசு குடியிருப்புப் பகுதியில் புத்தம்புதிய வீடு. அடுக்குக் குடியிருப்பு அல்ல. தனித்தனியான நவீனமான மொசைக் போட்ட வீடுகள். வீட்டைச் சுற்றிலும் இடம் உண்டு. கொன்றை, புங்கை மரங்களுடன் கூடிய நேரான நிழலான ஊடு சாலைகள்.

வீடு இருவருக்கு மிக வசதியானது. பெரிய ஹால், படுக்கையறை, நவீன சமையலறை, குளியலறை, கழிப்பறை தனித்தனியாக, பெரிய பெரிய சுவர் ஷெல்ஃப்கள். ஊரிலிருந்து வந்த பாத்திரங்களையும் பலகாரங்களையும் அம்மாவும் அத்தையும் [அப்பாவின் தங்கை] அடுக்க, நானும் ஜெயனும் புத்தகங்களை ஆவலுடன் அடுக்கினோம். ஐந்து அடுக்குகளாக இரண்டு ஷெல்ஃப்புகள் நிறைய புத்தகங்கள். ஐந்தாயிரம் என்பது அவரது வழக்கமான புனைவு. ஐந்நூறு இருக்கும். ஏதோ இரண்டு கோடி சொத்துக்கு அதிபதிபோல் உணர்ந்தேன்.

ஆனாலும் நான் உடனே படிக்க ஆரம்பிக்கவில்லை. கொஞ்சலிலும், குலாவலிலும் நாட்கள் ஓடிக்கொண்டிருந்தன. சமையலும் அப்போதுதான் அம்மாவின் கடிதங்கள் வழியே கற்றுக்கொண்டிருந்தேன். பலவித ரசாயனச் சோதனைகள் நிகழ்த்தி ஜெயனைப் பரிசோதித்துக் கொண்டிருந்தேன். சீக்கிரமே தேறிவிட்டேன். பயணங்களும் அடிக்கடி, பெங்களூர், மைசூர், திருச்சூர், திருவனந்தபுரம், திருவட்டார், நாகர்கோவில் என.

ஆறுமாதம் ஓடிய பின்பே இத்தனை புத்தகத்தை வைத்துக்கொண்டு படிக்காமல் இருப்பது எனக்கு உறைத்தது. ஜெயனிடம் ஒருநாள், "ஜெயன், எப்படி ஆரம்பிக்க... தமிழ் சீரியஸ் ரைட்டர்ஸ் மாடர்ன் க்ளாசிக் வழியே ஆரம்பிக்கவா? புதுமைப்பித்தனில் தொடங்கி..." என்றேன்.

"வேண்டாம். முதலில் ரஷ்யன் க்ளாசிக்குகளில் தொடங்கு. அதுவே உன் தர நிர்ணய அளவுகோல்களை செட் பண்ணிடும்" என்றார். பாதி ஷெல்ஃபை அவைதான் ஆக்ரமித்திருந்தன. முதலில் ரஷ்ய நவீனச் செவ்வியல் படைப்புகள் துர்கனேவ், ஆண்டன் செகோவ், புஷ்கின், சிங்கிஸ் ஐத் மாத்தவ், மாக்சிம்

கார்க்கி, டால்ஸ்டாய், தஸ்தாயெவெஸ்கி, நிகொலாய் கோகல், அலக்ஸி டால்ஸ்டாய், போரிஸ் பாஸ்டர்னாக் வரிசையாகப் படித்து முடித்தேன். அதிகமும் ஆங்கிலத்தில்தான் இருந்தன.

தருமபுரியில் தொலைபேசித் துறை வேலையில் ஜெயன் பெரும்பாலும் மாலை ஷிஃப்ட்டை விரும்புவார். காலையில் விஷ்ணுபுரம் எழுதிவிட்டு, சாப்பிட்டு, ஒரு குட்டித்தூக்கம் போட்டுச் செல்லும் வேலை, மாலை 4.40 லிருந்து 11.40 வரை. அடுத்த ஆள் 11 மணிக்கே வந்து அந்த போர்டில் அமர்ந்துகொள்வதால் உடனே கிளம்பி விடலாம். தருமபுரியில் நாங்கள் இருந்த வெண்ணாம்பட்டி ஹவுசிங் காலனி நகரிலிருந்து வெளியில் இருப்பதால் பஸ் பிடித்து வீடுவந்துசேர 11.30 ஆகிவிடும்.

நான் ஜெயன் சென்றபிறகு மாலை ஆறு மணிக்குப் படிக்க அமர்ந்தால் இரவு பத்துமணி வரை எந்த இடையூறுமின்றி படித்துக் கொண்டிருப்பேன். வேலைகள் மதியத்துடன் முடிந்துவிடும். ரேடியோ, டிவி, போன் எந்தத் தொந்தரவும் இல்லை. அப்படியே ரஷ்யாவில் உலவிக்கொண்டிருப்பேன். பத்து மணிக்குச் சாப்பிட்டுவிடுவேன். பசி தாங்காது. திரும்பப் படிக்க உட்கார்ந்து, மெல்ல சரிந்து படுத்துக்கொண்டே படித்துத் தூங்கிவிடுவேன்.

தருமபுரியில் இரவு வெப்பநிலை மிகக்குறைவு. குளிருக்கு இதமாக ஒரு ஜெர்கினைப் போட்டுக்கொள்வேன். அது அப்போதைய முதல்வர் ஜெயலலிதா அணிந்துகொண்ட ஒரு புல்லட் புரூஃப் கோட்டை நினைவுபடுத்தும். ஆகவே அப்போதெல்லாம் புரட்சித்தலைவி என அன்போடு அழைக்கப்பட்டேன்.

ஜெயன் வரும்போது மெத்தையில் கம்பளிக்குவியல் போல நல்ல உறக்கத்தில் இருப்பேன். வாசல்கதவைத் தட்டி தோல்வியுற்று பெட்ரூம் ஜன்னலைத் தட்டுவார். விழிப்பதற்கான அறிகுறியே இல்லை எனும்போது கடைசி ஆயுதமாக சிறுசிறு ஜல்லிக்கற்களை எடுத்து ஜன்னல் வழியே வீசுவார். ஏதோ தட்டுப்பட்டு பரக்க எழுந்து உட்கார்ந்து சூழல் விளங்காமல்

பார்த்துக்கொண்டேயிருப்பேன். “கதவத் தெறடி” என்றதும்தான் உணர்வு வந்து கதவைத் திறப்பேன். “தூங்கிட்டேன் ஜெயன்” என்பேன். அது மறுக்கமுடியாத உண்மைதானே?

அவரை சமாளிப்பது எப்படி என்று எனக்குத் தெரியும். குழம்பை சூடு செய்துகொண்டே, “ஜெயன், இந்த ஒலேனின் இருக்கானே, அந்த ரிட்டெயர்ட் கர்னல் வீட்டு விருந்துல எப்டி எஞ்சாய் பண்றான் தெரியுமா? அவனுக்கு அந்த வைன், ரொட்டி, மாமிசம், மியூசிக், அந்த நடனம் எல்லாம் அவனோட அந்த பழைய பிரபுகுல வாழ்க்கைய ஞாபகப்படுத்துது. அதுல தெளைக்கிறான்...” மலர்ந்து விடுவார் ஜெயன். சாப்பிட்டுக்கொண்டே அவர் படித்த தருணங்களைப் பகிர்வார். பேசிக்கொண்டே படுத்து உறங்க வெகுநேரம் ஆகிவிடும். காலையில் பக்கத்துவீட்டு அக்கா கதவை இடிப்பார்கள். “தண்ணி வருது, நீ பாட்டுக்கு எட்டுமணி வர தூங்குற” என்று.

பிறகு ரஷ்யாவை விட்டு வெளியில் வந்து ஹெர்மன் ஹெஸ், ஹெமிங்வே, காஃப்கா, கம்யு, கஸந்த்சாகிஸ், பீட்டர் ஷாஃபரின் நாடகங்கள், ரேமண்ட் கார்வர், ரே பிராட்பரி, இடாலோ கால்வினோ, ஐசக் பாஷவிஸ் சிங்கர் சிறுகதைகள், மார்க்யூஸ் என்று சுற்றி வந்தேன். அதன் பின்னர் இந்திய நாவல்கள் வங்க, கன்னடம் தொடங்கி ஜெயன் குறிப்பிட்ட எல்லா நாவல்களையும், தமிழில் புதுமைப்பித்தன் தொடங்கி, கோணங்கி தலைமுறைவரை படித்து முடிக்கும்போது ஆறு வருடங்கள் ஓடியிருந்தன.

நாங்கள் தருமபுரி செந்தில்நகர் ஈ.பி காலனியில் குடிபுகுந்தோம். 1995 ஆம் வருடம் என்று நினைக்கிறேன். அப்போது கோபால் [அப்போது சூத்ரதாரி, இப்போது கோபாலகிருஷ்ணன் என்ற பெயரில் எழுதுகிறார். மணல் கடிகை, மனைமாட்சி], செங்கதிர் [இப்போது ராஜஸ்தானில் ஐ.பி.எஸ் ஆக உள்ளார்.], கோவிந்தராஜ் [பசலை என்ற சிறுகதை தொகுதி], சிபிச்செல்வன் [மலைகள் என்ற இணையதளம் நடத்துகிறார்], ரிஷ்யசிருங்கர், சேலம் குப்புசாமி [ஆர்.கே என்ற பெயரில் பிரபலமான

மேடைப்பேச்சாளர்] அனைவரும் வார இறுதிகளில் எங்கள் வீட்டுக்கு வருவார்கள். சேர்ந்து ஏதாவது ஒரு புத்தகம் வாசிப்போம், கூட்டுவாசிப்பு போல. தேர்ந்தெடுக்கப்பட்ட கவிதைகள், சில அபுனைவு நூல்கள்.

அதில் அமெரிக்க கவிஞர் எமிலி டிக்கின்சன் கவிதை ஒன்று, 'என் கல்லறையில் அமர்ந்து நீங்கள் வாசிக்கும் கவிதையை நான் என் கிரானைட் உதடுகளால் சுவைப்பேன்'. அந்த கிரானைட் உதடு என்ற படிமம் என்னை உலுக்கியது. அவரது கவிதைகளில் எனக்கு மிகப் பிடித்தது *I Died for Beauty*. உண்மையை ஆண்கள் தேடுகிறார்கள், பெண்கள் தேடுவது அழகை. யாரோ ஒருவர் என்றோ வாசிக்கையில் மண்ணுக்கு அடியில் மண்ணாக இருந்து புன்னகைப்பேன் என்கிறாள் எமிலி.

அப்போதுதான் எனக்கு எழுத்தாளராக வேண்டும் என்ற ஆவல் வந்தது. "ஜெயன், நானும் ஒரு புக் எழுதி இது பக்கத்துல அடுக்கணும் போல இருக்கு" என்பேன். யாரும் வாசிப்பதற்காக அல்ல. அந்த வரிசையில் ஒரு மூலையிலாவது நானும் இருக்கவேண்டும். யாரும் வாசிக்காவிட்டாலும் டால்ஸ்டாய்க்கு அது தெரியும் அல்லவா?

அன்று வாசித்த புத்தகங்களில் மிக முக்கியமானது *The Selected Prose of T.S.Eliot*. அதிலும் மிக முக்கியமான கட்டுரையான *Tradition and The Individual Talent* கட்டுரையை மட்டும் நான்கு வார இறுதிகளை எடுத்துக்கொண்டு வாசித்தோம். மொழி பெயர்த்தோம். அதை ஒட்டி ஒவ்வொருவரும் கட்டுரை எழுதினோம். நான் எழுதிய கட்டுரைத் தலைப்புகூட நினைவில் உள்ளது. உணர்ச்சியற்ற விலகல்.

அதில் எலியட் ஒரு எழுத்தாளனுக்கு இருந்தாக வேண்டிய அடிப்படைத் தகுதிகளைப் பட்டியலிடுகிறார். அவற்றைப் பெறுவதற்கே அவன் பத்து வருடங்களையாவது செலவழிக்க வேண்டியிருக்கும். அவன் அவனுடைய மரபிலக்கியத்திலும் தேர்ச்சி உள்ளவனாகவும், அதே சமயம் அவனது மொழியின் சமகால இலக்கியத்தைப் பயின்றவனாகவும் இருக்க வேண்டும்.

இதிகாசங்களைப் பயின்றிருக்க வேண்டும். தொன்மையான ஏதாவது இரு மொழிகள் பயில வேண்டும். அவர்களுக்கு அவர் சிபாரிசு செய்வது லத்தீன், ஹீப்ரூ. சமகால அண்டை பிராந்திய மொழிகளில் ஏதாவது ஒன்றையும் பயில வேண்டும். உதாரணம் பிரெஞ்சு. எழுத்தாளன் ஆவதற்கான தகுதிக்கான இவ்விஷயங்களைப் படிக்கப்படிக்க தலை சுழன்றது.

ஆனாலும் எழுதிப் பார்க்கவேண்டும் என்ற ஆசை என்னுள் வளர்ந்தது. சொந்தமாக எழுதுவதைக் கற்பனை செய்தாலும் ஒன்றும் தோன்றவில்லை. எல்லாம் கற்பனையில்தான். ஒரு சமயம் திடீரென ஒரு எண்ணம் தோன்றி 1995 ல் டேனிஷ் எழுத்தாளரான இசாக் டெனிசன் எழுதிய தி புளூ ஜார் எனும் சிறுகதை ஒன்றை மொழிபெயர்த்தேன். அது அரிய சீன நீல ஜாடிகளைச் சேகரிக்கும் செல்வந்தரின் மகளுக்கும் ஒரு வணிகக்கப்பலில் பிழைப்புக்காகக் கடல் பயணம் செய்யும் இளம் ஆங்கில கடலோடிக்கும் இடையே வரும் ஒரு காதல் பற்றிய கதை. அவர்கள் செல்லும் கப்பல் மூழ்கும்போது அவன் அவளைக் காப்பாற்றி விடுவான். அவர்கள் ஒன்பதுநாள் தனியாக நடுக்கடலில் பயணம் செய்வார்கள். மேலே கவிழ்ந்த கிண்ணம் போல் நீலவானமும், கீழே கடல் நீலமும் என அவள் வாழ்வின் அதி உன்னத காதல் நாட்கள். கடைசியில் பிரிந்துவிடுவார்கள். அதன் குறியீடாக இருக்கும் நீலஜாடியைத் தேடியபடி இருப்பாள்.

எனது மொழிபெயர்ப்பு நன்றாக வந்திருப்பதாக ஜெயனுக்குத் தோன்றியிருக்க வேண்டும். சுப மங்களா இதழுக்கு அனுப்பினார். பிரசுரமானது. அழகான நீலஜாடியின் படத்துடன் அது பிரசுரமாகிக் கையில் கிடைத்த அந்தத் தருணத்தை இன்றும் நினைவு கூர்கிறேன். என் வாழ்வில் மற்றுமொரு அதி உன்னதநாள் அது. நாம் ஒன்றைப் படைத்தோம் என்ற உவகைக்கு நிகர் வேறு எதுவும் இல்லை என்று உணர்ந்தேன்.

தொடர்ந்து ஃப்ரெஞ்ச் கதை ஒன்றை மொழிபெயர்த்தேன். மற்ற மனைவி *[The other wife]* காலச்சுவடில் பிரசுரமானது. பிறகு சொல்புதிதில் ஒரு கதை. அதன் பிறகு அம்பை

அவர்களின் *Sparrow* அமைப்பின் சார்பாக மராத்திய பழங்குடிப் பெண்களின் வாழ்க்கை சார்ந்த ஒரு கேஸ் ஸ்டெடி ஒன்றை மொழிபெயர்த்தேன். சொல்புதிதில் விமரிசனங்களும் எழுதத் தொடங்கினேன்.

இதற்கிடையில் 1993 ல் எனக்கு வேலை கிடைத்தது, அதே வருடம் அஜிதன் பிறந்தான். 1996 ல் சைதன்யா பிறந்தாள். அஜி பிறந்தபின்னும், சைதன்யா பிறந்தபோதும் ஒன்றிரண்டு வருடங்கள் நான் படிப்பது மிகவும் குறைந்தது. என் இரண்டு செல்லங்களும் என்னைத் தங்கள் இருப்பால் நிறைத்தனர். அன்னையின் முழு அன்பையும், கவனத்தையும் குழந்தைகள் தங்களை நோக்கி முழுமையாகத் திருப்பி விடுகின்றன. ஓரிடத்தில் படுத்திருந்தவாறே வீடு முழுதும் நிறைந்திருக்கும் வித்தையை அவர்கள் அறிந்திருக்கிறார்கள். நாம் எங்கிருந்தாலும் நம்மை அருகே வைத்திருக்கவும் கற்றிருக்கிறார்கள்.

குழந்தை பெற்ற அன்னை தேனில் விழுந்த ஈ போல. சிக்கிக்கொண்டால் வெளியேற முடியாது. வெளியேறத் தோன்றாது. என் நண்பர்களில் ஆண்களை நான் கவனித்திருக்கிறேன். தொழிலில், வேலையில், அரசியலில் ஈடுபட்டு எழுதுவதை நிறுத்தியவர்கள் பலர் உண்டு. இலக்கியத்தைவிட அது அவர்களுக்கு மகிழ்ச்சியையும் நிறைவையும் அளித்திருக்கலாம். மீண்டுவந்து எழுதியவர்களும் உண்டு. பெண்களுக்குக் கலையிலக்கியத்தின் பரவசத்தைவிட பலமடங்கு மேலான பரவசம் அளிக்கும் குழந்தை என்னும் திசைதிருப்பல் இருக்கிறது. மற்ற எதைவிடவும் ஆற்றல்மிக்கது அது.

வேலைக்குப் போய்க்கொண்டு குழந்தைகளையும் பார்த்துக்கொள்வது பெரும் சுமையாக இருந்தது. வாசிப்பே குறைந்துவிட்டது. எழுதும் கனவும் மறைந்துவிட்டது. என் பெற்றோர், சைதன்யா பிறந்து ஒரு வருடத்தில் ஓய்வு பெற்றனர். பட்டுக்கோட்டையில் வைத்து அவளை வளர்க்கிறோம் என்றனர். அவ்வளவு போராட்டத்துக்கிடையிலும் நான்

அவளை அங்கு அனுப்பவில்லை. குழந்தை என்னும் பரவசத்தை இழக்க விரும்பவில்லை.

ஒவ்வொரு நாளும் என் கண்மணிகள் எனக்குப் புதிய அனுபவத்தைப் பரிசளித்தனர். மொழியின் புதிய சாத்தியங்களை அவர்களின் மழலையிலிருந்து நான் கற்றுக்கொண்டேன். ஒவ்வொரு நாளும் அவர்களைப் போலவே புதிதாய் பிறந்தெழுந்தேன். அஜி ஒரு நம்பமுடியாத சாத்தியத்தின் உச்ச எல்லையில்தான் எப்போதும் நின்றிருப்பான். கொய்யா மரத்தின் நுனிக்கிளையில் இருந்து ஜாக்கிசானாகக் கற்பனை செய்துகொண்டு குதிக்கலாம். கூரை விளிம்பில் நிற்கலாம். ஒவ்வொரு நாளும் அவன் ஒவ்வொரு கதாநாயகன்.

கற்பனைத் திறனும், உயிர்த்துடிப்பும், சாகசங்களுமாக அஜி என்றால் நேர்மாறாக அழுத்தமும், எண்ணி சொல்லெடுத்துப் பேசும் மொழியில் பல சாத்தியங்களை நிகழ்த்துபவளாகவும் எதையும் நெடுநேரம் மௌனமாகக் கூர்ந்து கவனிப்பவளாகவும் சைதன்யா இருந்தாள்.

இதற்கிடையில் போராடி நேரம் கண்டுபிடித்து பீட்டெர் ஷாஃபரின் நாடகமான ஈகஸ் என்ற நாடகத்தை மொழிபெயர்க்கத் தொடங்கினேன். அவரது மற்றொரு புகழ் பெற்ற நாடகம் அமெடியஸ். மொஸார்ட்டின் வாழ்க்கை வரலாற்றை அடியொற்றி எழுதப்பட்டது. பிற்பாடு திரைப்படமாகவும் வந்து புகழ்பெற்றது. ஈகஸ் என்ற அவரது மற்றொரு நாடகம் ஒரு பதின்ம வயது சிறுவனுக்கும், அவனுக்கு சிகிச்சை தரும் உளவியல் மருத்துவருக்குமான உறவைப் பற்றிய நாடகம். அவனுக்குள் உறைந்திருக்கும் வன்முறையின் இழையினைத் தேடிச்சென்று அவனைக் குணப்படுத்த முயல்வார். கிட்டத்தட்ட மனித மனதின் அடியில் உறைந்திருக்கும் காம, குரோத, மோகங்களின் தீராத போரினை நவீன உளவியல் முறையில் அணுகும் ஒரு படைப்பு. சிறிய ஃபாண்ட் பேப்பர்பாக் எடிஷனில் கிட்டத்தட்ட 100 பக்கங்கள் வரும் நாடகம்.

மொழிபெயர்ப்பு முடிய இருபது பக்கங்களே பாக்கி உள்ள

நிலையில் நாங்கள் தருமபுரியிலிருந்து குமரி மாவட்டத்தின் தக்கலைக்கு மாற்றலாகி வந்தோம். அந்த இடமாற்றத்தில் எனது மொழிபெயர்ப்பின் பிரதி காணாமலானது. ஏற்கனவே குறைந்துவந்த எழுத்து வாழ்க்கையை அது முடித்து வைத்தது.

இன்று குழந்தைகள் வளர்ந்துவிட்டனர். அவர்கள் தங்களைத் தனித்த ஒரு ஆளுமையாக உணரத் தொடங்கிவிட்டனர். இனிமேலும் என் உடலின் நீட்சி அல்ல அவர்கள். அவர்களின் ரசனை, வாசிப்பு, இலக்கு எல்லாமே என்னிலிருந்து விலகி புதிய பரிமாணம் கொள்பவை. நான் அறியா புதிய உலகின் பிரதிநிதிகள் அவர்கள்.

நான் வாசிப்பது, இசை கேட்பது எல்லாமே என்னை நிரப்புகிறது. ஆனால் அது போதவில்லை. ஒரு முழுமையுணர்வை மனம் நாடுகிறது. ஒரு சாதனையுணர்வு *[Sense of achievement]* தேவைப்படுகிறது. எழுதுவதன் பரவசத்தை நான் 25 வருடங்களுக்கு முன்பு ருசித்துவிட்டேன். மீண்டும் அது தேவைப்படுகிறது.

இருபத்தைந்தாண்டுகள்! நான் இழப்பை உணர்கிறேனா என்றால் இல்லை. அன்னை என்பதும் ஒரு பெரிய தகுதிநிலைதான். எழுத்து, தாய்மை இரண்டில் ஒன்று என்றால், நான் அதைத்தான் தெரிவு செய்வேன். குழந்தைகளே பெறாத நம்மாழ்வாரும், பெரியாழ்வாரும் கண்ணனைக் குழவியாக்கித் தங்களை அன்னையென உணர்ந்த பெருநிலை. ஆணையும் அன்னையென உணரவைத்த குழவியனுபவம் என்பது பேரிலக்கியம் தரும் பித்துநிலைக்கு நிகர்தான்.

நான் எழுத்தில் சாதனைகள் நிகழ்த்த இயலாமல்கூடப் போகலாம். ஆனால் தன்னந்தனியாக அமர்ந்து தன் யாழைத் தானே மீட்டும் ஒரு கண்ணில்லாத பாணன் போல இலக்கியத்திலேயே மூழ்க விழைகிறேன்.

பெர்ட்னாடோ பெர்ட்லுச்சியின் *The Last Emperor* என்ற படத்தில் ஒரு காட்சி வரும். சிறு வயதில் முடிசூட்டப்பட்ட

அரச குடும்பத்துச் சிறுவன் பு-யி புரட்சியால் அரசிழந்து அரண்மனையை விட்டு வெளியேற்றப்படுவான். அறுபது ஆண்டுகளுக்குப் பின்னர் ஒரு சாதாரண பார்வையாளனாக அந்த அரண்மனைக்கு வருவான். அரியணையின் பின்னால் ஓர் இடத்தில் அவன் சிறுவயதில் ஒளித்துவைத்த வெட்டுக்கிளி *[Pet Cricket]* இருக்கிறதா எனத் தேடுவான். அது உயிரோடு இருக்கும். அவன் முகம் மலர்வான். அதை எடுத்து ஒரு சிறுவனுக்குக் கொடுத்து, “நான் சொர்க்கத்தின் மகன், அரசன்” என்று சொல்வான்.

நான் விட்டுவந்த என் எழுத்து எனும் வெட்டுக்கிளியும் அங்கே அப்படியே இருந்திருக்கிறது.

★★★

www.ingramcontent.com/pod-product-compliance
Ingram Content Group UK Ltd.
Pitfield, Milton Keynes, MK11 3LW, UK
UKHW042136021026
15589UKWH00003B/858

9 789391 748715